AF758840

ആലുവ ട്രേഡ് യൂണിയൻ പ്രസ്ഥാനം

aluva trade union prasthanam

•

payyapilli balan

•

chintha first edition
october 2013

•

typesetting
star communications, thiruvananthapuram

•

published
chintha publishers, thiruvananthapuram

•

cover
vinod

വിതരണം

ദേശാഭിമാനി ബുക്ക് ഹൗസ്

H O തിരുവനന്തപുരം–695 035
phone: 0471-2303026, 6063026
www.chinthapublishers.com
chinthapublishers@gmail.com

ബ്രാഞ്ചുകൾ

ഹെഡ്ഡാഫീസ് ബ്രാഞ്ച് കുന്നുകുഴി • ഓവർബ്രിഡ്ജ് തിരുവനന്തപുരം • സ്റ്റാച്യു തിരുവനന്തപുരം • കെ എസ് ആർ ടി സി ബസ് സ്റ്റേഷൻ ആലപ്പുഴ • കെ എസ് ആർ ടി സി ബസ് സ്റ്റേഷൻ എറണാകുളം • മച്ചിങ്ങൽ ലെയ്ൻ തൃശൂർ • ഐ ജി റോഡ് കോഴിക്കോട് • മാവൂർ റോഡ് കോഴിക്കോട് • എൻ ജി ഒ യൂണിയൻ ബിൽഡിങ് കണ്ണൂർ • സെൻട്രൽ ബസ് ടെർമിനൽ കോംപ്ലക്സ് താവക്കര കണ്ണൂർ

CO - 1927 / 3277

ആലുവ ട്രേഡ് യൂണിയൻ പ്രസ്ഥാനം

പയ്യപ്പിള്ളി ബാലൻ

ചിന്ത പബ്ലിഷേഴ്സ്
തിരുവനന്തപുരം-695 035

പയ്യപ്പിള്ളി ബാലൻ

എറണാകുളം ജില്ലയിൽ മഞ്ഞുമ്മൽ പയ്യപ്പിള്ളി വീട്ടിൽ പാപ്പിഅമ്മയുടെയും കൂടാനക്കാട്ടിൽ ഇരവി രാമൻപിള്ള യുടെയും പുത്രൻ. ജനനം 1925 ജൂണിൽ.

ബാലസംഘം-വായനശാലാപ്രവർത്തനങ്ങളിലൂടെ പൊതുരംഗത്തെ പ്രവർത്തനത്തിന് തുടക്കം. 1942 ലെ ക്വിറ്റ് ഇന്ത്യാസമരത്തോടനുബന്ധിച്ച പഠിപ്പുമുടക്കിൽ പങ്കെടുത്തു. 1945 ൽ കമ്യൂണിസ്റ്റുപാർട്ടി അംഗമായി. ഇടപ്പള്ളി പൊലീസ് സ്റ്റേഷൻ ആക്രമണക്കേസിൽ ജീവപര്യന്തം തടവിന് ശിക്ഷിക്കപ്പെട്ടു. ഏഴുകൊല്ലത്തോളം തടവിലും അൽപ്പകാലം ഒളിവിലും കഴിഞ്ഞു.

ഏലൂർ പഞ്ചായത്ത് പ്രസിഡന്റും മുനിസിപ്പൽ അഡ്വൈസറി കൗൺസിൽ ചെയർമാനും ആയി സേവനമനുഷ്ഠിച്ചിട്ടുണ്ട്. *ആലുവാ ട്രേഡ് യൂണിയൻ പ്രസ്ഥാനത്തിന്റെ ആദ്യനാളുകൾ, ആലുവാപ്പുഴ പിന്നെയും ഒഴുകി* എന്നിവ ഇതര കൃതികൾ.

മേൽവിലാസം : മഞ്ഞുമ്മൽ പി ഒ
എറണാകുളം 683 501

ഉള്ളടക്കം

ഒന്നാം പതിപ്പിന്റെ അവതാരിക

ആലുവായിലെ സംഘടിത തൊഴിലാളി പ്രസ്ഥാനത്തിന്റെ പ്രാരംഭ വികസനത്തിന്റെ ചരിത്രം എഴുതുന്നതിന് സഖാവ് പയ്യപ്പിള്ളി ബാലൻ നടത്തിയിട്ടുള്ള പരിശ്രമങ്ങൾ തികച്ചും ശ്ലാഘനീയമാണെന്ന് ഈ പുസ്തകം ഒരാവർത്തി വായിച്ച് നോക്കുന്നവർക്ക് മനസിലാക്കാൻ വിഷമമുണ്ടാവുകയില്ല.

തൊഴിലാളിപ്രസ്ഥാനവും വിശേഷിച്ച് ട്രേഡ്‌യൂണിയൻ പ്രസ്ഥാനവും കടന്നുപോന്ന വഴിത്താരകളും അവയ്ക്ക് നേരിടേണ്ടിവന്ന വൈതരണികളും അവ അപ്പോഴപ്പോൾ ഉയർത്തിപ്പിടിച്ച മുദ്രാവാക്യങ്ങളും എല്ലാം മനസിലാക്കുന്നത് പുതിയ തലമുറയ്ക്ക് തങ്ങളുടെ ചുമതലകൾ നിർണയിക്കുന്നതിനും സമർഥമായി നടപ്പിൽ വരുത്തുന്നതിനും സഹായകമായി ഭവിക്കും.

വയലാർ–പുന്നപ്ര ഉരുത്തിരിഞ്ഞുവരുന്ന കാലഘട്ടത്തോടൊപ്പിച്ച് ട്രേഡ് യൂണിയനുകളുടെ ഭാഗമായി ട്രേഡ് കൗൺസിലുകൾ എന്നൊരു സംഘടനാരൂപം ഉയർന്നുവന്നു. അതായത്, വിവിധ യൂണിയനുകളിലെ അംഗങ്ങളും വിവിധ ഫാക്ടറികളിലെ തൊഴിലാളികളും ആയി ഇതുവരെ അവർ താമസിക്കുന്ന പ്രദേശത്തെ കേന്ദ്രീകരിച്ചുകൊണ്ടുള്ള ഒരു സംഘടനയിൽ ഏകീകരിക്കുക. അങ്ങനെ ഓരോ പ്രദേശത്തും ട്രേഡ് കൗൺസിലുകൾ രൂപീകരിക്കുക, പ്രസ്തുത ട്രേഡ് കൗൺസിലുകൾ രാഷ്ട്രീയ–സാമൂഹിക–സാംസ്കാരിക പ്രശ്നങ്ങളുടെ ആകെ നേതൃത്വം വഹിക്കുന്ന ശക്തിയായി ഉയരത്തക്കവിധം അവിടെയുള്ള മറ്റു ബഹുജനസംഘടനകളുമായി യോജിച്ചു പ്രവർത്തിക്കുക, ബഹുജനസംഘടനകൾ ഇല്ലാത്ത സ്ഥലങ്ങളിൽ അവ ഉണ്ടാക്കുക, ഇപ്രകാരം തൊഴിൽ ചെയ്ത് ജീവിക്കുന്നവരുടെ ഒരു ശക്തികേന്ദ്രം തൊഴിലാളികൾ കൂട്ടമായി താമസിക്കുന്ന

ഗ്രാമങ്ങളിലും പട്ടണങ്ങളിലും ഉയർത്തിക്കൊണ്ടുവരിക— ഇതായിരുന്നു ട്രേഡ് കൗൺസിലുകളുടെ ഉന്നം.

ഇതും അന്ന് ആലുവായിലും മറ്റും സംഘടിപ്പിച്ചിരുന്നു.

എന്തായാലും സഖാവ് പയ്യപ്പിള്ളിയുടെ ഈ പുസ്തകം തൊഴിലാളികൾക്കും തൊഴിൽ പ്രവർത്തകർക്കും ഒരുപോലെ ഉപയോഗപ്രദമായ ഒന്നായിത്തീരുമെന്നുള്ളതിൽ എനിക്ക് സംശയമില്ല.

പല വിവരങ്ങളും ശേഖരിക്കാൻ കഴിഞ്ഞിട്ടില്ല. പക്ഷേ, കഴിഞ്ഞിട്ടുള്ളവ നിസ്സാരങ്ങളല്ല.

സഖാവ് പയ്യപ്പിള്ളി ബാലന്റെ ശുഷ്കാന്തിപൂർവമുള്ള പരിശ്രമം മൂലമാണ് ഇത്രയെങ്കിലും വിവരങ്ങൾ ശേഖരിക്കാൻ കഴിഞ്ഞത്. കേരളത്തിലെ തൊഴിലാളിപ്രസ്ഥാനം അദ്ദേഹത്തിന്റെ പരിശ്രമങ്ങളെ ശ്ലാഘിക്കുമെന്നുള്ളതിൽ എനിക്ക് സംശയമില്ല.

ഇ ബാലാനന്ദൻ

ഒന്നാം പതിപ്പിനുവേണ്ടി 1984 ൽ എഴുതിയ ആമുഖം

ആലുവാ ട്രേഡ്‌യൂണിയൻപ്രസ്ഥാനത്തിന്റെ അത്യുജ്വലമായ ചരിത്രം "സി ഐ ടിയു സന്ദേശത്തിനുവേണ്ടി എഴുതി അയയ്ക്കണെ" മെന്ന് സ. ബാലാനന്ദൻ നിർദേശിച്ചപ്പോൾ ശ്രമകരമായ ജോലിയാണ് അതെന്ന ധാരണയേ ഇല്ലായിരുന്നു. വെറും മൂന്ന്–മൂന്നര ദശാബ്ദങ്ങൾക്ക് മുമ്പ് നടന്ന സംഭവങ്ങളിലേക്ക് വെളിച്ചംവീശുന്ന പറയത്തക്ക ഒരു രേഖയും കണ്ടുപിടിക്കാൻ കഴിഞ്ഞില്ല. പഴയ സജീവപ്രവർത്തകരായിരുന്ന ഡസൻ കണക്കിന് സഖാക്കളുടെ വീടുകളിൽ അന്വേഷണം നടത്തി. ഒരു പ്രയോജനവുമില്ല. പുന്നപ്ര—വയലാർസമരത്തെത്തുടർന്നുണ്ടായ നിയമവിരുദ്ധകാലത്തും പിന്നീട് 1948–51 കാലത്തുണ്ടായ ഭീകരവാഴ്ചക്കാലത്തും യൂണിയൻ ഓഫീസുകളും അനേകം സഖാക്കളുടെ വസതികളും റെയ്ഡ് ചെയ്യുകയും തല്ലിപ്പൊളിക്കുകയും ചെയ്തതാണ് ഒരു രേഖയും അവശേഷിക്കാതിരിക്കാനുള്ള കാരണം. 'പൊടിത്തട്ടിപ്പുഴുകുത്തിച്ചിതലരിച്ച' ചില കടലാസുകൾ സഖാവ് ജെ ടി കായനാട്ടിന്റെ വസതിയിൽനിന്ന് ലഭിച്ചു. അവ മാത്രമാണ് ആധികാരികരേഖകൾ.

അക്കാലത്തെ ഉജ്വല സംഭവങ്ങളിലേക്ക് വെളിച്ചം വീശുന്ന രേഖകളുടെ അപര്യാപ്തത പരിഹരിക്കാൻ ഇന്ന് ജീവിച്ചിരിക്കുന്ന സഖാക്കളുടെ ഓർമശക്തിയെ ആശ്രയിക്കുക മാത്രമേ ഗതിയുള്ളൂ. 1946 വരെയുള്ള സമരങ്ങളിൽ സജീവ പങ്ക് വഹിച്ചിട്ടുള്ള പല സഖാക്കളും കാലയവനികയ്ക്കുള്ളിൽ മറഞ്ഞു കഴിഞ്ഞു. അവശേഷിക്കുന്ന പലരും ഇന്ന് ജീവിതസമരത്തിൽ നെട്ടോട്ടം ഓടുകയാണ്. അത്തരക്കാരുൾപ്പെടെ ഏതാണ്ട് ഇരുനൂറോളം പേരെ കണ്ട് സംസാരിച്ച് വിവരങ്ങൾ ശേഖരിക്കാൻ ശ്രമിച്ചിട്ടുണ്ട്. ഇന്ന് അവരിൽ പലർക്കും രാഷ്ട്രീയ കാര്യങ്ങളിൽ സജീവതാൽപ്പര്യമില്ല. അവരുടെ ഓർമ മങ്ങാൻ തുടങ്ങിയിരിക്കുന്നതിനാൽ

അവർ നൽകുന്ന ചിത്രങ്ങൾ അടുക്കും ചിട്ടയുമില്ലാത്തവയാണ്. മിക്കവാറും ആത്മപ്രശംസാപരവും. അക്കാലത്ത് സജീവ രാഷ്ട്രീയത്തിലേക്ക് കാലൂന്നാൻ തുടങ്ങിയ വിദ്യാർഥിയായിരുന്ന ഈ ലേഖകന്റെ മനസിൽപ്പതിഞ്ഞ അവ്യക്തങ്ങളും വിദൂരങ്ങളുമായ ധാരണകളും ചില സഖാക്കളുടെ ഓർമകളിൽ തങ്ങിനിൽക്കുന്ന ചിത്രങ്ങളും കണ്ടുകിട്ടിയ കടലാസുകളും എല്ലാം കൂട്ടിയോജിപ്പിച്ച് ആലുവാ ട്രേഡ്യൂണിയൻപ്രസ്ഥാനത്തിന്റെ ആദ്യനാളുകളിലെ ചരിത്രത്തിലേക്ക് ഒന്നെത്തിനോക്കാൻ ശ്രമിക്കയാണ്.

പയ്യപ്പിള്ളി ബാലൻ

അവതാരിക

സ. പയ്യപ്പിള്ളി ബാലൻ തയാറാക്കിയിട്ടുള്ള *ആലുവ ട്രേഡ് യൂണിയൻ പ്രസ്ഥാനം* എന്ന ഗ്രന്ഥം പലതുകൊണ്ടും പ്രാധാന്യമർഹിക്കുന്ന ഒന്നാണ്.

ഇന്ന് കേരളത്തിന്റെ വ്യവസായ തലസ്ഥാനമായ ആലുവ, കളമശ്ശേരി, ഏലൂർ, എടയാർ പ്രദേശങ്ങൾ പഴയ തിരുവിതാംകൂർ സംസ്ഥനത്തിന്റെ ഭാഗമായിരുന്നു. അവിടെ ആധുനിക വ്യവസായങ്ങൾ ആരംഭിക്കാൻ നടപടിയെടുത്തത് സ്വേച്ഛാധികാരിയും മർദക വീരനുമായിരുന്നെങ്കിലും ക്രാന്തദർശിയായ തിരുവിതാംകൂർ ദിവാൻ സർ സി പി അയ്യർ ആയിരുന്നു. കൊച്ചി തുറമുഖ വികസനത്തിനും കൊച്ചിയിലെ ഭരണാധികാരികളെക്കാൾ കൂടുതൽ താൽപ്പര്യം എടുത്തത് സർ സി പി തന്നെ ആയിരുന്നു.

ഏലൂർ ഒരു തുരുത്ത് ആയിരുന്നു. വാഹന സൗകര്യങ്ങൾ ഒന്നുമില്ലായിരുന്നു. വിദൂരങ്ങളിൽ നിന്നും വരുന്ന തൊഴിലാളികൾ ചൂട്ടും കത്തിച്ച് ജോലിക്ക് പുറപ്പെടേണ്ടിയിരുന്നു. ചുരുങ്ങിയ വേതനം വാങ്ങി പന്ത്രണ്ട് മണിക്കൂറും അതിലധികവും ജോലി ചെയ്യേണ്ടിവന്നു. ജോലിക്കിടയിൽ ക്ഷീണത്താൽ അൽപ്പം അലസത കാണിക്കുകയോ ഉറക്കം തൂങ്ങുകയോ ചെയ്താൽ ശകാരമായി. മേസ്തിരിമാർ തൊഴിലാളികളെ തല്ലിയിട്ടുള്ള അനേകം അനുഭവങ്ങളും ഉണ്ട്. ജോലിസ്ഥലത്ത് മരണവും ഉണ്ടായിട്ടുണ്ട്.

ജാതിമത അന്ധവിശ്വാസങ്ങളിലും അനാചാരങ്ങളിലും മുഴുകി വളർന്നുവന്ന കർഷക-കർഷകത്തൊഴിലാളി ഇടത്തരം വിഭാഗങ്ങളിൽപ്പെട്ട ഈ തൊഴിലാളികളെ സംഘടിപ്പിക്കുക എന്നത് ഭാരമേറിയ ചുമതല ആയിരുന്നു. അത് കുറെക്കൂടി ദുഷ്കരമാക്കിക്കൊണ്ട് ഫാദർ ജെറോം

എന്നൊരു കത്തോലിക്കാ പുരോഹിതൻ തയാറായി രംഗത്തു വന്നു. “നീ നിന്റെ നെറ്റിയിലെ വിയർപ്പുതുള്ളി കളഞ്ഞ് ജീവിക്കുക” എന്ന് ഉപദേശിച്ച ആശാരി പുത്രനായ യേശുക്രിസ്തുവിന്റെ അനുയായികളായ ക്രിസ്ത്യൻ പുരോഹിത വർഗം വിയർപ്പൊഴുക്കുന്നവർ സൃഷ്ടിക്കുന്ന സമ്പത്ത് കൈയടക്കുന്നവരുടെ ചട്ടുകമായി അധഃപതിച്ചിരിക്കുന്നത് വേറെ കഥ. തൊഴിലാളികളിൽ ഭൂരിപക്ഷം വരുന്ന കത്തോലിക്കരെ ജാതി അടിസ്ഥാനത്തിൽ സംഘടിപ്പിച്ചാണ് വർഗസംഘടനയെ ദുർബലപ്പെടുത്താൻ ഫാദർ ജെറോം വൃഥാശ്രമം നടത്തിയത്.

ട്രേഡ്യൂണിയൻ രംഗത്താകട്ടെ, ജാതിക്ക് അതീതമായി വർഗപരമായ സംഘടന ശക്തിയാർജിച്ച് തങ്ങളുടെ തൊഴിലുമായി ബന്ധപ്പെട്ട പ്രശ്നങ്ങളിൽ ജാതിയും മതവിശ്വാസവുമല്ല അതിനതീതമായ വർഗപരമായ ഐക്യമാണ് പരമ പ്രധാനമെന്ന് ബഹുഭൂരിപക്ഷം തൊഴിലാളികളും അനുഭവത്തിലൂടെ തിരിച്ചറിഞ്ഞു. അതിന്റെ അടിസ്ഥാനത്തിൽ നടന്ന സംഘടിത പ്രക്ഷോഭത്തിന്റെയും സമരത്തിന്റെയും ഫലമായിട്ടാണ് തൊഴിലാളിവർഗ പ്രസ്ഥാനം കരുത്താർജിച്ച് ഇന്നത്തെ നിലയിൽ എത്തിയത്. ഇപ്പോഴും ജാതിമതാടിസ്ഥാനത്തിൽ സംഘടന നിലനിൽക്കുന്നുണ്ടെന്നത് നിഷേധിക്കാനാവില്ല. എന്നാൽ അങ്ങനെയുള്ള സംഘടനയ്ക്കുപോലും തൊഴിലാളിവർഗത്തിന്റെ പൊതു ധാരയിൽ നിന്ന് ഒഴിഞ്ഞു നിൽക്കാൻ ആവുന്നില്ല.

ഈ ഗ്രന്ഥത്തിന്റെ രണ്ടാം ഭാഗത്തിൽ വിവരിക്കുന്നത് കേരളത്തിലെ ഏറ്റവും വലിയ കേന്ദ്ര പൊതുമേഖലാസ്ഥാപനമായ എഫ് എ സി ടിയിൽ തൊഴിലാളി പ്രസ്ഥാനം രൂപംകൊണ്ടതുമുതൽ, സ്ഥാപനത്തെ സ്വകാര്യമേഖലയ്ക്ക് വിറ്റുതുലയ്ക്കാൻ സർക്കാർ സ്വീകരിച്ച സംരംഭങ്ങളെ ചെറുത്തു തോൽപ്പിച്ചതുവരെയുള്ള ചരിത്രമാണ്. 1943 ൽ 25 ലക്ഷം രൂപ മൂലധനത്തോടുകൂടി ആരംഭിച്ച ഈ സ്ഥാപനത്തിന്റെ ആസ്തി 1991 ൽ 4001 കോടി രൂപയും 2300 ഏക്കർ ഭൂമിയും ആയി വികസിച്ചു. ഫാക്ടിന്റെ സി എം ഡിയായി ചുമതലയേറ്റ എം കെ കെ നായർ ഈ സ്ഥാപനത്തെ നിലനിറുത്താൻ നടത്തിയ പരിശ്രമങ്ങൾ ഇവിടെ സ്മരണീയമാണ്. ഫാക്ട് എഞ്ചിനീയറിങ് ആന്റ് ഡിസൈൻ ഓർഗനൈസേഷൻ (FEDO), ഫാക്ട് എഞ്ചിനീയറിങ് വർക്സ് (FEW), ഫാക്ട് കൊച്ചിൻ ഡിവിഷൻ എന്നിവ സ്ഥാപിക്കപ്പെട്ടത് എം കെ കെ നായരുടെ ശ്രമഫലമായാണ്.

കർഷകരുടെയും ജനങ്ങളുടെയും ഇടയിൽ അഭിമാനകരമായ സ്ഥാനം പിടിച്ചുപറ്റിയ ഫാക്ട് ഇന്ത്യയിലെ വൻകിട മുതലാളിമാർ സ്വാഭാവികമായും സ്വന്തമാക്കിത്തീർക്കാൻ ആഗ്രഹിച്ചതിൽ അത്ഭുതമില്ല. നാടിന്റെയും ജനങ്ങളുടെയും താൽപ്പര്യത്തെക്കാളുപരി നാടിനെയും ജനങ്ങളെയും കൊള്ളയടിക്കുന്ന വൻകിട മുതലാളിമാരുടെ താൽപ്പര്യങ്ങൾക്കുവേണ്ടി നിലകൊള്ളുന്ന ഇന്ത്യൻ ഭരണകൂടം ഫാക്ടിനെ സ്വകാര്യവൽക്കരിക്കാനുള്ള നിലപാടാണ് സ്വീകരിച്ചത്. ഇക്കാര്യത്തിൽ കോൺഗ്രസ് നേതൃത്വത്തിലുള്ള ഗവൺമെന്റും ബി ജെ പി ഗവൺമെന്റും ഒരേ നില

പാട് തന്നെയാണ് സ്വീകരിച്ചത്. വാജ്പേയ് പ്രധാനമന്ത്രിയായിരുന്ന കാലത്താണല്ലോ പൊതുമേഖലയുടെ ഓഹരികൾ വിറ്റഴിക്കാൻ മാത്രമായി ഒരു വകുപ്പ് സൃഷ്ടിച്ചത്. അരുൺഷൂരിയെ അതിന്റെ മന്ത്രിയായി നിയമിക്കുകയും ചെയ്തു. വിറ്റഴിക്കലിന്റെ ഭാഗമായി കൊള്ളയടിയാണ് നടന്നുകൊണ്ടിരിക്കുന്നത്. അതിന്റെ ഏറ്റവും വലിയ ദൃഷ്ടാന്തമാണ് മുംബൈയിലെ സർക്കാർ ഉടമസ്ഥതയിലുണ്ടായിരുന്ന സെന്റോർ ഹോട്ടലിന്റെ വിൽപ്പന. 30 കോടി രൂപയ്ക്ക് താങ്കൾക്ക് ഇഷ്ടപ്പെട്ട ആൾക്ക് ഷൂരിയുടെ നേതൃത്വത്തിൽ വിൽപ്പന നടന്നു. വാങ്ങിയ കൂട്ടർ രണ്ടുമാസത്തിനകമാണ് 80 കോടി രൂപയ്ക്ക് ഹോട്ടൽ മുറിച്ച് വിറ്റത്. വലിയ ഒച്ചപ്പാടുണ്ടാക്കിയ സംഭവമായിരുന്നു അത്. ഇന്ന് ആ നിലപാട് സർവസാധാരണമായിരിക്കുന്നു. വിറ്റഴിക്കലും വാങ്ങലും (Selling-buying) ഇന്ന് തകൃതിയായി നടക്കുകയാണ്. സോണിയ ഗാന്ധിയുടെ മരുമകനും മകളും മന്ത്രിസഭയിലെ പ്രമുഖരും ഒരുപോലെ ഇതിലെ കഥാപാത്രങ്ങളാണ്. ബി ജെ പിയുടെ അധ്യക്ഷതയിൽ നിതിൻ ഗഡ്കരിയും ഇതുപോലത്തെ ആരോപണത്തിൽ മുങ്ങിനിൽക്കുകയാണ്. എന്തിനേറെ, പ്രധാനമന്ത്രി ഡോ. മൻമോഹൻസിങ്ങുപോലും കോൾഗേറ്റ് എന്ന് ഇപ്പോൾ അറിയപ്പെടുന്ന കൽക്കരി ഖനി ബ്ലോക്കുകളുടെ കച്ചവടത്തിൽ ഒന്നാം പ്രതിസ്ഥാനത്താണുള്ളത്. എല്ലാം ലക്ഷക്കണക്കിന് കോടികളുടെ കഥകൾ!

ഫാക്ട് സ്വകാര്യവൽക്കരിക്കാനുള്ള നീക്കത്തിനെതിരെ അതിശക്തമായ പോരാട്ടമാണ് വ്യത്യസ്ത സംഘടനകളിലെ തൊഴിലാളികൾ ഒന്നടങ്കം യോജിച്ച് നടത്തിയത്. ആ പോരാട്ടങ്ങളുടെയെല്ലാം ഫലമായാണ് കമ്പനി ഇന്നും പൊതുമേഖലയിൽ തുടരുന്നത്. ഇതിന് നേതൃത്വം നൽകിയവരിൽ പ്രമുഖരാണ് ഇ ബാലാനന്ദൻ, എസ് സി എസ് മേനോൻ, കെ എൻ രവീന്ദ്രനാഥ് തുടങ്ങിയവർ. പക്ഷേ കേന്ദ്ര സർക്കാർ നയം കമ്പനിയെ ശ്വാസംമുട്ടിച്ച് കൊല്ലുക എന്നുതന്നെയാണ്. ഇതെല്ലാം തന്നെ സർക്കാർ നടപ്പിലാക്കിക്കൊണ്ടിരിക്കുന്ന ഉദാരീകരണ, ആഗോളീകരണ, സ്വകാരീകരണ നയങ്ങളുടെ ഭാഗം തന്നെയാണെന്ന് കാണാൻ പ്രയാസമില്ല. ഇന്ത്യയിൽ മാത്രമല്ല, എല്ലാ മുതലാളിത്ത രാജ്യങ്ങളിലും കൊണ്ടുപിടിച്ചു നടപ്പിലാക്കിക്കൊണ്ടിരിക്കുന്ന നയം ഇതുതന്നെയാണ്. ഈ വരികൾ കുറിക്കുമ്പോൾ ഫാക്ട് വീണ്ടും രൂക്ഷമായ പ്രതിസന്ധി നേരിടുകയാണ്.

ലോകമെമ്പാടുമുള്ള ജനങ്ങൾക്ക് ജീവിക്കാനാവശ്യമായ സമ്പത്ത് ഈ ഭൂമിയിലുണ്ട്. പക്ഷേ അവ വിവിധ രാജ്യങ്ങളിലെ കുബേരന്മാരും കുത്തകകളും ചേർന്ന് പങ്കിട്ട് അനുഭവിക്കുന്നു. അവരുടെ നിയന്ത്രണത്തിൽ പ്രവർത്തിക്കുന്ന ഭരണകൂടങ്ങൾ അതിന്റെ കാവൽക്കാരായും നിലകൊള്ളുന്നു. ഈ യാഥാർഥ്യം മുമ്പെന്നെത്തേക്കാളും കൂടുതൽ ലോകത്തെമ്പാടുമുള്ള അധ്വാനിക്കുന്ന ജനവിഭാഗം മനസിലാക്കുകയും അതിന്റെ അടിസ്ഥാനത്തിലുള്ള ചെറുത്തുനിൽപ്പുകൾ വളർന്നുവരികയും ചെയ്യുന്നുണ്ട്. ഓക്കിപ്പൈ വാൾസ്ട്രീറ്റ് (Occupy Walstreet) എന്ന

മുദ്രാവാക്യമുയർത്തി ന്യൂയോർക്കിൽ ആരംഭിച്ച പോരാട്ടം ഇതിനുദാഹരണമാണ്. 99% വരുന്ന ജനങ്ങൾക്ക് അവകാശപ്പെട്ട സമ്പത്ത് ഒരു ശതമാനം വരുന്നവർ കയ്യടക്കി അനുഭവിക്കുന്നത് ഞങ്ങൾ സമ്മതിക്കില്ല എന്നതാണ് വാൾസ്ട്രീറ്റ് സമരത്തിൽ ഉയർന്ന പ്രധാന മുദ്രാവാക്യം. യൂറോപ്യൻ യൂണിയൻ രാജ്യങ്ങളായ ഗ്രീസ്, പോർച്ചുഗൽ, സ്പെയിൻ തുടങ്ങിയ രാജ്യങ്ങളിലും തൊഴിലാളി നേതൃത്വത്തിലുള്ള പോരാട്ടം തുടരുകയും ശക്തിയാർജിക്കുകയും ചെയ്യുകയാണ്. ഈ കാലഘട്ടത്തിൽ ലോകരംഗത്ത് ഉയർന്നുകൊണ്ടിരിക്കുന്ന പോരാട്ടത്തിന്റെ പ്രാധാന്യം ഈ ഗ്രന്ഥത്തിൽ പ്രതിപാദിക്കുന്നുണ്ട്.

ഈ ഗ്രന്ഥം തയാറാക്കുന്നതിൽ ഒരു ചരിത്രകാരന്റെയും ഗവേഷകന്റെയും അവഗാഹത്തോടുകൂടിയുള്ള പരിശ്രമമാണ് സ. പയ്യപ്പിള്ളി ബാലൻ നടത്തിയിട്ടുള്ളത്. ആലുവ, ഏലൂർ പ്രദേശത്ത് കേന്ദ്രീകരിച്ചിട്ടുള്ള ട്രേഡ് യൂണിയൻ പ്രസ്ഥാനങ്ങളുടെ ചരിത്രമാണ് പ്രതിപാദ്യവിഷയം. എന്നാൽ അതിനുമുമ്പുള്ള കാലഘട്ടത്തിൽ നിന്നു തുടങ്ങി ഇന്നത്തെ സ്ഥിതിഗതികളിൽ എങ്ങനെ തൊഴിലാളി വർഗ പ്രസ്ഥാനം വളർന്നു ശക്തിയാർജിച്ചു എന്നു മനസിലാക്കുന്നതിന് ഈ തലമുറയിൽപ്പെട്ട പ്രവർത്തകർക്ക് ഒരു പാഠപുസ്തകം തന്നെയാണ് ഈ ഗ്രന്ഥം. ചൂഷണരഹിതമായ ഒരു സാമൂഹ്യവ്യവസ്ഥ കെട്ടിപ്പടുക്കുന്നതിൽക്കൂടി മാത്രമേ ആത്യന്തികമായ അധ്വാനത്തിലൂടെ സമ്പത്ത് സൃഷ്ടിച്ചുകൊണ്ടിരിക്കുന്നവർക്ക് മോചനം കരഗതമാവുകയുള്ളൂ എന്നും ഈ ഗ്രന്ഥം വ്യക്തതയോടുകൂടി സ്ഥാപിക്കുന്നുണ്ട്.

ഈ ഗ്രന്ഥം രചിക്കുന്നതിൽ സഖാവ് പയ്യപ്പിള്ളി ബാലൻ ഒരു കമ്യൂണിസ്റ്റിന്റെ മാർക്സിസ്റ്റ് വിശകലന രീതിയാണ് ഉടനീളം സ്വീകരിച്ചിരിക്കുന്നത്. രാഷ്ട്രീയരംഗത്തും ട്രേഡ്യൂണിയൻ രംഗത്തും പ്രവേശിച്ച കാലം മുതൽ വിട്ടുവീഴ്ചയില്ലാത്ത ആ നിലപാട് സഖാവ് പുലർത്തിപ്പോരുന്നു. സ്വന്തമായ ചില താൽപ്പര്യങ്ങൾ നേരിടുമ്പോൾ ആശയത്തെയും ലക്ഷ്യത്തെയും അവഗണിച്ച് സ്വാർഥമായ നിലപാടിന് അടിപ്പെട്ടു പോവുന്ന അവസ്ഥ ചിലരിൽ പ്രകടമാകാറുണ്ട്. അതിന്റെ കണ്ണാടിയാണ് പാർലമെന്ററി വ്യാമോഹം. അതിനെയെല്ലാം അതിജീവിച്ച് മുന്നോട്ട് പോകുന്ന സഖാവ് സാഹിത്യരംഗത്തും തന്റേതായ സംഭാവനകൾ നൽകിക്കൊണ്ടിരിക്കുന്നു. ഈ പുസ്തകം തൊഴിലാളികൾ താൽപ്പര്യപൂർവം സ്വീകരിക്കുമെന്ന് എനിക്ക് ഉറപ്പുണ്ട്.

എം എം ലോറൻസ്

സി ഐ ടി യു
സംസ്ഥാന കമ്മിറ്റി ഓഫീസ്
തിരുവനന്തപുരം
22-10-2012

രണ്ടാം പതിപ്പിന്റെ ആമുഖം

'ആലുവാ ട്രേഡ് യൂണിയൻ പ്രസ്ഥാനത്തിന്റെ ആദ്യ നാളുകൾ എന്ന ശീർഷകത്തിൽ ഈ മേഖലയിലെ തൊഴിലാളി പ്രസ്ഥാനത്തിന്റെ പ്രാരംഭ ചരിത്രം 1984 ൽ പ്രസിദ്ധീകരിച്ചു. അവതാരികയിൽ സ. ഇ ബാലാനന്ദൻ പ്രസ്താവിച്ചതുപോലെ തന്നെ തൊഴിലാളി പ്രവർത്ത കർക്ക് വളരെ പ്രയോജനപ്പെട്ടു. തുടർന്നുള്ള ചരിത്രവും രേഖപ്പെടുത്ത ണമെന്ന് സ. കെ എൻ രവീന്ദ്രനാഥും മറ്റും നിർദേശിക്കുകയുംചെയ്തു. 2008 ൽ മാത്രമേ ഈ ദൗത്യം നിർവഹിക്കാൻ സാധിച്ചുള്ളൂ. അതും ഭാഗികമായി മാത്രം. ഇനിയും അഞ്ചുവർഷത്തിനുശേഷമാണ് തൊഴി ലാളി സഖാക്കൾക്ക് ലഭ്യമാകുന്നത്.

1984 ന് ശേഷമുള്ള സുദീർഘമായ കാലയളവിനുള്ളിൽ ആയിരക്ക ണക്കിന് പുതിയ തൊഴിലാളി സഖാക്കൾ അവരുടെ സംഘടനകളിൽ അണിനിരന്നിട്ടുണ്ട്. പ്രാരംഭ ചരിത്രം അവരുടെ കൂടി അറിവിലേക്കായി 1984 ൽ പ്രസിദ്ധീകരിച്ച ആദ്യഭാഗവും ഇപ്പോൾ തയാറാക്കിയ രണ്ടാംഭാ ഗവും കൂടി സംയോജിപ്പിച്ച് പ്രസിദ്ധീകരിക്കുകയാണ്.

രണ്ടാം ഭാഗത്തിൽ എഫ് എ സി ടി യിലെ തൊഴിലാളി സംഘടന യെപ്പറ്റി മാത്രമേ പരാമർശിക്കുന്നുള്ളൂ. അതും സമഗ്രവും സമ്പൂർണവു മാണെന്നും അവകാശപ്പെടുന്നില്ല. ഈ പ്രദേശത്ത് ട്രേഡ് യൂണിയൻ രംഗത്തെ അരാഷ്ട്രീയ സ്വതന്ത്ര വാദത്തിന്റെ ഉത്ഭവം എഫ് എ സി ടിയിൽ നിന്നാണ്. അതുകൊണ്ടാണ് ഈ തൊഴിലാളികളുടെ സമര ങ്ങൾക്കും അവയുടെ രാഷ്ട്രീയ പശ്ചാത്തലങ്ങൾക്കും ഊന്നൽ നൽകി യത്. പാരായണ ക്ഷമത പരിഗണിക്കുമ്പോൾ പുസ്തകത്തിന്റെ വലു പ്പവും ശ്രദ്ധയിൽപ്പെടേണ്ടതുള്ളതുകൊണ്ടാണ് പലതും വിട്ടത്. വേതന വർധനക്കും മറ്റാനുകൂല്യങ്ങൾക്കും വേണ്ടി മാത്രം പോരാടിയാൽ

പോരെന്നും സ്ഥാപനത്തിന്റെ നിലനിൽപ്പു കാത്തുസൂക്ഷിക്കേണ്ടതു തങ്ങൾ ഉൾപ്പെടെ രാജ്യത്തിന്റെയാകെ ഉത്തമ താൽപ്പര്യമാണെന്നും ഫാക്ട് തൊഴിലാളികൾ കാണിച്ചുതന്നിരിക്കുന്നു.

രണ്ടാം പതിപ്പിനുള്ള അവതാരിക തിരക്കിനിടയിൽ എഴുതിയ സി ഐ ടി യു കേരള സംസ്ഥാന ജനറൽ സെക്രട്ടറി സ. എം എം ലോറൻസിനോടുള്ള കൃതജ്ഞത രേഖപ്പെടുത്തിക്കൊള്ളട്ടെ.

ഈ സംരംഭത്തിൽ സഹായിച്ച എല്ലാ സുഹൃത്തുക്കൾക്കും സഖാക്കൾക്കും ഹൃദയംഗമമായ നന്ദി.

മഞ്ഞുമ്മൽ
25–10–2012

പയ്യപ്പിള്ളി ബാലൻ

ഒന്നാം ഭാഗം

1

സാമൂഹിക സാമ്പത്തിക രാഷ്ട്രീയ സ്ഥിതിഗതികൾ നാല് ദശകങ്ങൾക്കുമുമ്പ്

വ്യവസായശാലകൾ ഒന്നിനുപുറമെ ഒന്നായി സ്ഥാപിക്കപ്പെട്ട കളമശ്ശേരി, ഏലൂർ, ചൂർണിക്കര തുടങ്ങിയ ഗ്രാമപ്രദേശങ്ങളിൽ അക്കാലത്ത് ഇല്ലാതിരുന്ന റോഡ് റെയിൽ ഗതാഗതസൗകര്യവും കമ്പിത്തപാൽ സൗകര്യങ്ങളും താരതമ്യേന മെച്ചപ്പെട്ട പാർപ്പിടസൗകര്യങ്ങളും ലഭ്യമായിരുന്നത് തൊട്ടടുത്തുള്ള കൊച്ചുപട്ടണമായ ആലുവയിലായിരുന്നു. ഇക്കാരണങ്ങളാലാണ് ആലുവ പട്ടണത്തിൽനിന്ന് ആറും ഏഴും മൈൽ അകലെക്കിടക്കുന്ന വ്യവസായമേഖലയെ ആലുവ വ്യവസായ മേഖല എന്നു വിളിക്കാൻ ഇടയായത്.

പ്രധാന വ്യവസായശാലകൾ സ്ഥിതിചെയ്യുന്ന ഏലൂർ, കളമശ്ശേരി, ചൂർണിക്കര, എടയാർ, മുപ്പത്തടം പ്രദേശങ്ങൾ നാലു ദശകങ്ങൾക്കു മുമ്പ് വെറും കുഗ്രാമങ്ങളായിരുന്നു. എറണാകുളം ആലുവ റോഡ് കളമശ്ശേരി, ചൂർണിക്കര പ്രദേശങ്ങളുടെ മധ്യത്തിലൂടെയാണ് കിടന്നിരുന്നത് എന്ന പ്രാധാന്യം ആ പ്രദേശങ്ങൾക്കുണ്ടായിരുന്നു. നിത്യപൂജയും ആണ്ടോടാണ്ട് ഉത്സവവും പതിവായുള്ള ക്ഷേത്രം, അഞ്ചൽ (തിരുവിതാംകൂർ സംസ്ഥാനത്തുണ്ടായിരുന്ന തപാൽ ഏർപ്പാട്) പോസ്റ്റ് ബ്രാഞ്ചാഫീസുകൾ, സാമാന്യം ഭേദപ്പെട്ട മിഷനറി ആശുപത്രി, കർമലീത്താകൊവേന്ത, ഈ സഭയുടെ ആഭിമുഖ്യത്തിൽ പ്രസിദ്ധീകരിച്ചിരുന്ന *തിരുഹൃദയദൂതൻ, ചെറുപുഷ്പം* എന്നീ മാസികകൾ അച്ചടിച്ചിരുന്ന പ്രിന്റിങ് പ്രസ് മുതലായ സ്ഥാപനങ്ങളാൽ അനുഗൃഹീതമായിരുന്നു മഞ്ഞുമ്മൽ പ്രദേശം. ഇക്കാരണങ്ങളാൽത്തന്നെ മഞ്ഞുമ്മൽ കൂടുതൽ പരിഷ്കൃതവും താരതമ്യേന ജനനിബിഡവുമായ പ്രദേശമായിരുന്നു. ഏലൂരിലും കുറ്റിക്കാട്ടുകരയിലും ഇന്ന് ഫാക്ടറികളും അവയുടെ കോളനികളും സ്ഥിതി ചെയ്യുന്ന പ്രദേശങ്ങളും കളമശ്ശേരി മുഴുവനും, മിക്കവാറും കുറ്റി

ക്കാടുകൾ നിറഞ്ഞ ചെറുകുന്നുകളായിരുന്നു. ജനസംഖ്യ അന്നത്തേക്കാളും ഇന്ന് പത്തിരട്ടി ആയിട്ടെങ്കിലും വർധിച്ചിട്ടുണ്ടായിരിക്കണം.

ഗ്രാമീണർ നാനാജാതി മതസ്ഥരായിരുന്നെങ്കിലും ജാതിവികാരങ്ങൾക്ക് അടിമപ്പെട്ട് പേക്കോലം തുള്ളിയിരുന്നതായി അന്ന് കേട്ടുകേൾവി പോലുമില്ല. കൊല്ലവർഷം 1112–ാമാണ്ട് തിരുവിതാംകൂറിൽ ക്ഷേത്രപ്രവേശന വിളംബരം ഉണ്ടായി. എങ്കിലും സവർണ ഹിന്ദുക്കൾ അയിത്തവും തീണ്ടലും ആചരിച്ചിരുന്നു. അപൂർവം ചില തൊഴിലാളികൾപോലും ഇന്നും അയിത്തം ആചരിക്കുന്നുണ്ട്. കുമാരൻനായരേ! വേലുചോനെ! തൊമ്മി മാപ്പിളേ! തുടങ്ങി ജാതി സൂചിപ്പിക്കുന്ന സംബോധനകൾ തൊഴിലാളികൾക്കിടയിൽ ഇന്നും നിലനിൽക്കുന്നു; സർവസാധാരണമായിട്ടല്ലെങ്കിലും.

ജാതീയവും മതപരവുമായ സഹിഷ്ണുത ഉണ്ടായിരുന്നുവെങ്കിൽപ്പോലും ജാതി അടിസ്ഥാനമാക്കിയുള്ള ചേരിതിരിവുകളും അകൽച്ചയും അഗാധമായിരുന്നു. നാനാമതസ്ഥരായ ലക്ഷക്കണക്കിനാളുകൾ പങ്കെടുക്കാറുള്ള ശിവരാത്രി മഹോത്സവം ആഘോഷിക്കുന്ന ആലുവാ പട്ടണത്തിൽ പോലും നായർ ഹോട്ടലുകളുടെയും ബ്രാഹ്മണ ഹോട്ടലുകളുടെയും ബോർഡുകൾ മാത്രമല്ല നായർമാർക്കും ബ്രാഹ്മണർക്കും മാത്രം ക്ഷൗരം ചെയ്യുന്ന സ്ഥലം എന്ന ബോർഡുകൾകൂടി കാണപ്പെട്ടിരുന്നു.

വർഗവിശകലനത്തിൽ ജനസംഖ്യയിൽ ബഹുഭൂരിപക്ഷവും ദരിദ്ര കൃഷിക്കാരും കർഷകത്തൊഴിലാളികളുമായിരുന്നെന്ന് കാണാവുന്നതാണ്. ഗവൺമെന്റുദ്യോഗമോ മറ്റെന്തെങ്കിലും തൊഴിലോ കച്ചവടമോ ഒന്നും ഇല്ലാത്തവരും കൃഷിപ്പണി ചെയ്യാറില്ലാത്തവരുമായ സാധാരണ ഗ്രാമീണർ എല്ലാവരും രേഖകളിൽ കൃഷിക്കാരാണെന്ന് അവകാശപ്പെട്ടിരുന്നു. കൃഷിപ്പണിയുടെ പരമ്പരാഗതവും വ്യാപകവുമായിരുന്ന സവിശേഷതയെ ആണ് ഇത് സൂചിപ്പിക്കുന്നത്. എന്നാലും ഒരു ജോലിയുമില്ലെങ്കിലും ഏലൂർകരയിൽ മുല്ലപ്പറമ്പിൽ വീട്ടിൽ ഗോപാലപിള്ളയുടെ അനന്തിരവൻ കൃഷി നാൽപ്പത്തെട്ടുവയസായ കൃഷ്ണപിള്ള എന്നല്ലാതെ ജോലിയില്ലാത്ത കൃഷ്ണപിള്ള എന്ന് ഒരിക്കലും പ്രമാണങ്ങളിൽ രേഖപ്പെടുത്തിയിരുന്നില്ല.

സ്വയംപര്യാപ്തതയുള്ള ഇടത്തരം കർഷകരുടെ എണ്ണം അത്ര വലുതൊന്നുമായിരുന്നില്ല. ധനികകൃഷിക്കാർ എന്ന് വിളിക്കാവുന്ന നാലോ അഞ്ചോ പേർ വീതം ഓരോ പഞ്ചായത്ത് പ്രദേശത്തും ഉണ്ടായിരുന്നെന്നു പറയാം. അയൽപ്രദേശങ്ങളിലെ ചില ജന്മിമാർക്ക് ഈ ഗ്രാമങ്ങളിൽ സ്വത്തുക്കൾ ഉണ്ടായിരുന്നു. ഇടപ്പള്ളിയിലെ ചില പ്രമാണി നായർതറവാട്ടുകാർക്ക് കളമശ്ശേരി പഞ്ചായത്തിൽ ഉടനീളം ഇരിപ്പൂനിലവും പുരയിടങ്ങളും ഉണ്ടായിരുന്നു. ഫാക്ട് ട്രെയിനിങ് സ്കൂളിന്റെ തൊട്ടു കിഴക്കുവശം കാണന്ന പുഞ്ചനിലത്തിന്റെ സിംഹഭാഗവും കോടനാട്ടുള്ള ബ്രാഹ്മണജന്മിയുടെ വകയായിരുന്നു. ഏലൂർ കിഴക്കുംഭാഗത്തെ ഭൂമി

യിൽ വലിയൊരുപങ്ക് കടുങ്ങല്ലൂരുള്ള ഒരു ജന്മി നമ്പൂതിരിയുടെതായിരുന്നു. മഞ്ഞുമ്മൽ പ്രദേശത്ത് മഞ്ഞുമ്മൽ ദേവസ്വംവക ഭൂമിയും ഉണ്ടായിരുന്നു.

ഭൂവുടമാബന്ധത്തിന്റെ ഏകദേശ രൂപം ഇതായിരുന്നുവെങ്കിലും ഇപ്പറഞ്ഞ രണ്ടുമൂന്നു ജന്മിമാർ മാത്രമല്ല ദരിദ്രകൃഷിക്കാരെയും കർഷകത്തൊഴിലാളികളെയും ചൂഷണം ചെയ്തിരുന്നത്. സമ്പന്നരായ ഇടത്തരം ഭൂവുടമകളും താഴേക്കിടയിലുള്ള ഇടത്തരം ഭൂവുടമകളും 'നാം കേവാസ്തേ' (പേരിനുമാത്രം) ജന്മികൾ പോലും ഒരു കാരണത്താലല്ലെങ്കിൽ മറ്റൊരു കാരണത്താൽ തങ്ങളുടെ ഭൂമി മുഴുവനായോ അല്ലെങ്കിൽ അതിലൊരു ഭാഗമോ വാരത്തിനോ പാട്ടത്തിനോ നൽകിയിരുന്നു.

തങ്ങളുടെ ഭൂമിയിൽ അഹോരാത്രം മുന്നൂറ്ററുപത്തഞ്ചു ദിവസവും അധ്വാനിച്ചാലും പട്ടിണിയകറ്റാൻ കഴിയാത്ത താഴേക്കിടയിലുള്ള ഭൂവുടമകൾപോലും ഭൂമി പാട്ടത്തിനോ വാരത്തിനോ ഏൽപ്പിച്ചിരുന്നു. അങ്ങനെ ഭൂമി അന്യകൈവശം കൊടുക്കുന്നവരിൽ ബഹുഭൂരിപക്ഷവും പ്രായേണ സവർണഹിന്ദുക്കളായിരുന്നു. ഈ ജാതിമേധാവിത്വം ജന്മിത്തവുമായി കൂട്ടുചേർന്നപ്പോൾ ഫ്യൂഡൽ ചൂഷണത്തിന്റെ കടുപ്പം വർധിപ്പിക്കാൻ ഉതകി.

ജന്മി കൂറ്റനായിരുന്നാലും താണ ഇടത്തരക്കാരനായിരുന്നാലും വെറും നാം കേ വാസ്തേ ജന്മിയാണെങ്കിലും എല്ലാവരും ഒരുപോലെ നിർദയമായി വാരം, പാട്ടം, കണ്ടുകാഴ്ചകൾ (ഓണക്കാഴ്ച) മുതലായവ വസൂൽ ചെയ്തിരുന്നു. വാരവും പാട്ടവും കണ്ടുകാഴ്ചകളും ജന്മികൾക്കെത്തിക്കേണ്ടത് അലംഘനീയമായ നിയമമായി ഇരുകൂട്ടരും പരിഗണിച്ചിരുന്നതിനാലായിരിക്കാം, ജന്മി–കുടിയാൻ സംഘർഷത്തെപ്പറ്റി കേൾക്കാൻ ഇടവന്നിട്ടില്ലാത്തത്, ഏതെങ്കിലും കുടിയാൻ പാട്ടം, വാരം, കണ്ടുകാഴ്ച മുതലായവ കുടിശ്ശിഖവരുത്തിയാൽ നിർദയം അയാൾ ഒഴിപ്പിക്കപ്പെടുമായിരുന്നു.

ആശാരി, മൂശാരി, കൊല്ലൻ, തട്ടാൻ തുടങ്ങിയ കൈത്തൊഴിൽക്കാരും സ്വതന്ത്രരായിരുന്നില്ല. അവരും ഇപ്പറഞ്ഞ ഭൂവുടമാബന്ധവുമായി കെട്ടുപിണഞ്ഞുകിടന്നിരുന്നു. അവരിൽ ബഹുഭൂരിഭാഗം പേരും കുടികിടപ്പുകാരോ അല്ലെങ്കിൽ വാരത്തിനോ പാട്ടത്തിനോ ഭൂമി ഏറ്റെടുത്തു നടത്തുന്നവരോ ആയിരുന്നു. വെറും കുടികിടപ്പുകാരനാണെങ്കിൽപ്പോലും ആശാരി, മരത്തവി മുതലായവയും, കൊല്ലൻ, കറിക്കത്തികൾ തുടങ്ങിയ സാധനങ്ങളും ഓണം തുടങ്ങിയ വിശേഷദിവസങ്ങളിൽ ജന്മിക്ക് കണ്ടുകാഴ്ചവയ്ക്കണം. ചെറിയ കച്ചവടക്കാർപോലും—വൻകിടവ്യാപാരികൾ ഒന്നും അക്കാലത്ത് ഇവിടെങ്ങും ഉണ്ടായിരുന്നില്ല.— ഈ സമ്പ്രദായത്തിൽനിന്നും അതീതരായിരുന്നില്ല. കുടികിടപ്പുകാരനായിരുന്ന ഒരു ചെറുകച്ചവടക്കാരൻ ഓണാവശ്യത്തിനുള്ള വെളിച്ചണ്ണയും ശർക്കരയും കണ്ടുകാഴ്ചയായി ജന്മിക്ക് കൊടുക്കുന്നത് കണ്ടിട്ടുണ്ട്. കുലത്തൊഴിലല്ലെങ്കിലും നെയ്ത്ത് പഠിച്ച് സ്വന്തമായി തറിയിട്ട് നെയ്ത്താരംഭിച്ച

ഒരു കുടിയാൻ ജന്മിക്കുള്ള ഓണക്കാഴ്ചകളുടെ കൂട്ടത്തിൽ താൻ നെയ്തുണ്ടാക്കിയ മുണ്ടും ഉൾപ്പെടുത്തിയിട്ടുള്ള അനുഭവം ഉണ്ട്.

വാരവും പാട്ടവും കണ്ടുകാഴ്ചകളും ജന്മിക്കെത്തിച്ചു കൊടുക്കുന്നത് അലംഘനീയമായ നിയമമായി പരിഗണിക്കപ്പെട്ടിരുന്നതുപോലെ തന്നെ ജന്മി—അയാൾ കൂറ്റനോ ഇടത്തരക്കാരനോ ദരിദ്രനോ 'നാം കേവാസ്തേയോ' ആയിക്കൊള്ളട്ടെ — ആവശ്യപ്പെട്ടാൽ ഉടനെ കുടികിടപ്പോ കുടിയായ്മയോ ഒഴിഞ്ഞുമാറണമെന്നതും അലംഘനീയമായി പരിഗണിക്കപ്പെട്ടിരുന്നു. ആരെങ്കിലും അതിന് വിസമ്മതിക്കുകയോ പിറുപിറുക്കുകയോ പോലുമോ ചെയ്താൽ അതോടുകൂടി അവന്റെ കഥയും തീർന്നു. മുഷിഞ്ഞ വസ്ത്രം മാറുന്ന ലാഘവത്തോടെ കുടികിടപ്പും കുടിയായ്മയും ഒഴിപ്പിക്കുന്നത് സർവസാധാരണമായിരുന്നു. എന്നാൽ ജന്മി—കുടിയാൻ തർക്കമോ വഴക്കുകളോ നടന്നതായി കേട്ടുകേൾവിപോലുമില്ല. ഒരുപക്ഷേ, വല്ല കോടതികളിലും വല്ല കേസുകൾ നടന്നിട്ടുണ്ടോ എന്നും അറിഞ്ഞുകൂടാ.

കൊച്ചുകണ്ടനും കൈവശഭൂമിയും

'പരിപാവന'മായിരുന്ന ഈ ജന്മി-കുടിയൻ ബന്ധത്തിന് ഒരു അപവാദമായി കൊച്ചുകണ്ടന്റെ കഥയുണ്ട്. യഥാർഥ വിശകലനത്തിൽ ഈ ഉദാഹരണത്തിന് ജന്മി—കുടിയാൻ ബന്ധത്തിന്റെ മുഴുവൻ സ്വഭാവമില്ലതാനും.

മഞ്ഞുമ്മൽ സ്വദേശിയായിരുന്ന കൊച്ചുകണ്ടൻ ജോലിയന്വേഷിച്ച് മൂന്നാറിൽപ്പോയി, തിരിച്ചുവന്ന് ഇന്നത്തെ ഫാക്ട് ട്രെയിനിങ് സ്കൂളിന്റെ തൊട്ടു വടക്കുവശം തന്റെ പിതാവിന്റെ വക ഭൂമിയിൽ കൃഷിയാരംഭിച്ചു. അധ്വാനശീലനായിരുന്ന കൊച്ചുകണ്ടൻ ആ ഭൂമിയെ മണ്ണെറിഞ്ഞാലും പൊന്നുകായ്ക്കുന്ന മണ്ണാക്കി മാറ്റി.

ഇതിനിടയിൽ എഫ് എ സി ടി സ്ഥാപിതമാകുകയും എഫ് എ സി ടിക്കുവേണ്ടി പൊന്നുംവിലകൊടുത്ത ഭൂമിയിൽ കൊച്ചുകണ്ടന്റെ പുരയിടവും ഉൾപ്പെടുകയും ചെയ്തു. സ്വന്തം കുഞ്ഞിനെ ബലികഴിക്കുന്നതിനു തുല്യമായിരുന്നു പുരയിടം വിട്ടുകൊടുക്കുന്ന കാര്യം കൊച്ചുകണ്ടന്. അദ്ദേഹം വിസമ്മതിച്ചു. പ്രതിഷേധിച്ചു. ഇതിനിടയിൽ കൊച്ചുകണ്ടൻ എഫ് എ സി ടിയിൽ ജോലിക്കാരനായി ചേർന്നുവെങ്കിലും തന്റെ പുരയിടത്തിനുവേണ്ടി തൊഴിലുടമയായ കമ്പനിയോടും ഗവൺമെന്റിനോടും അഞ്ചാറുകൊല്ലം കേസുനടത്തിനോക്കി. കോടതികളെല്ലാം അയാൾക്കെതിരായിരുന്നു. അവസാനം പൊലീസ് ഒഴിപ്പിക്കാൻ വന്നു. ഇരുമ്പുചാക്കുപോലെ കരുത്തനായ കൊച്ചുകണ്ടൻ വാക്കത്തിയുമായി മുറ്റത്തേക്കുചാടി. പൊലീസ് തൽക്കാലം പിൻവാങ്ങി. പിറ്റേന്ന് തോക്കേന്തിയ വലിയൊരു സംഘം റിസർവ് പൊലീസിന്റെ അകമ്പടിയോടുകൂടി ആലുവ ഇൻസ്പെക്ടർ കൊച്ചുകണ്ടനെ അറസ്റ്റു ചെയ്തു ലോക്കപ്പിലാക്കി. ഫാക്ട് വക ബുൾഡോസർ കൊച്ചുകണ്ടന്റെ കൊച്ചുവീടും

കൃഷിയും എല്ലാം തട്ടിനിരത്തി നിരപ്പാക്കി.

കൊച്ചുകണ്ടനുവേണ്ടി ആരും ഒരുതുള്ളി കണ്ണുനീർ പൊഴിച്ചില്ല. പ്രധാനമായും ഈ പ്രശ്നത്തിന്റെ സവിശേഷതകൊണ്ട്, രണ്ടാമതായി കർഷകസംഘം രൂപമെടുത്തിരുന്നില്ലെന്നതുകൊണ്ട് മൂന്നാമത്തെ കാരണം, നാട്ടിൽ കമ്യൂണിസ്റ്റ് പാർട്ടിയുടെ വേര് ഓടാൻതുടങ്ങിയിരുന്നുവെങ്കിലും ഇടപ്പള്ളി പൊലീസ് സ്റ്റേഷൻ ആക്രമണത്തെത്തുടർന്ന് അടിച്ചമർത്തപ്പെട്ടിരുന്ന പാർട്ടി നിയമവിരുദ്ധമായിരുന്നു. ഒരൊറ്റ കമ്യൂണിസ്റ്റുകാരനും പുറത്തുണ്ടായിരുന്നില്ലതാനും.

കൈവശഭൂമിയോട് അദമ്യമായ സ്നേഹം ഉണ്ടായിരുന്ന കർഷകവർഗത്തിൽ ജനിച്ച കൊച്ചുകണ്ടന്റെ രോഷപ്രകടനം വൃഥാവിലായില്ല. ഒരു മൈൽ അകലെ ഏലൂർ കിഴക്കുംഭാഗത്ത് ഒരേക്കറോളം പുറംപോക്ക് ഭൂമി അദ്ദേഹത്തിന് പതിച്ചുകൊടുത്തു!

ബഹുഭൂരിപക്ഷം ജനങ്ങളുടെയും ഉപജീവനമാർഗം കൃഷിയായിരുന്നു. ശാസ്ത്രീയരീതികളോ ജലസേചന സൗകര്യം പോലുമോ അക്കാലത്ത് ഉണ്ടായിരുന്നില്ലെന്ന് പ്രത്യേകം എടുത്തുപറയേണ്ടതില്ലല്ലോ. തികച്ചും പ്രകൃതിയെ ആശ്രയിച്ചുള്ള കൃഷി സമ്പ്രദായമായിരുന്നു. ഇന്നത്തെപ്പോലെ അന്ന് മലയിടുക്കുകളിൽ അണക്കെട്ടുകൾ കെട്ടി ജലം സംഭരിക്കാനുള്ള ഏർപ്പാടില്ലാതിരുന്നതിനാൽ എല്ലാ കൊല്ലങ്ങളിലും മലവെള്ളപ്പൊക്കം സാധാരണമായിരുന്നു. വെള്ളപ്പൊക്കത്തിന്റെ കെടുതിയിൽ വിരിപ്പുകൃഷിയും മഴയുടെ അഭാവത്തിൽ ഉണക്കുബാധിച്ച് മുണ്ടകനും നശിച്ചുപോവുക പതിവായിരുന്നെന്നുതന്നെ പറയാം.

നെല്ലിനോടൊപ്പംതന്നെ പ്രധാനമായിരുന്നു തെങ്ങുകൃഷിയും. നാളികേരം വാണിജ്യവിളയായിരുന്നുവെങ്കിലും തെങ്ങുകൃഷിക്കും പരമ്പരാഗതമായ പാരമ്പര്യമുണ്ടായിരുന്നു.

ഫ്യൂഡൽ പാരമ്പര്യത്തിനുസൃതമായ കൃഷിരീതികളും കാർഷികവിളകളും ആണ് നിലനിന്നിരുന്നതെങ്കിലും ആധുനിക വാണിജ്യവിളകളിൽ ഒന്നായ റബറിന്റെ കൃഷിയും ആറേഴു ദശകങ്ങൾക്കുമുൻപേ ഏലൂർ, കളമശ്ശേരി പ്രദേശങ്ങളിൽ എത്തിച്ചേർന്നിരുന്നു. റബർകൃഷി ചെയ്തിരുന്നത് പുറമെനിന്നും വന്ന ബൂർഷ്വാപ്രതിനിധികളോ ബൂർഷ്വാ സമ്പ്രദായങ്ങളുമായി താദാത്മ്യം പ്രാപിക്കാൻ തുടങ്ങിയവരോ ആയിരുന്നു. ഫാക്ട് കമ്പനി മതിലിന് തൊട്ട് തെക്കുവശത്തായി ഇപ്പോൾ പൊലീസ് സ്റ്റേഷനും ഫുട്ബാൾ ഗ്രൗണ്ടും തിയേറ്ററും ഡോർമെറ്ററികളും എ ബി സി എസ് ടൈപ്പ് ക്വാർട്ടേഴ്സും ഗസ്റ്റ് ഹൗസും ഫാക്ട് ഹൗസും മറ്റും സ്ഥിതി ചെയ്യുന്നിടത്ത് ഉണ്ടായിരുന്ന റബർ എസ്റ്റേറ്റിന്റെ ഉടമ എറണാകുളത്തുകാരൻ ഒരു വർഗീസ് വക്കീലായിരുന്നു. വർഗീസ് വക്കീൽ എറണാകുളത്തെ ഒരു പ്രമുഖ പലചരക്കുവ്യാപാരികൂടിയായിരുന്നു. അതിനും തെക്കുവശം കിടന്നിരുന്ന തോട്ടം, നന്നേ ചെറുപ്പത്തിലേ ജോലി തേടി ഹൈറേഞ്ചിൽ പോയി സമ്പാദ്യക്കാരനായി തിരിച്ചുവന്ന വേലശ്ശേരി പാപ്പു എന്നയാളുടേതായിരുന്നു. പോഞ്ഞിക്കരയിൽനിന്നും കളമശ്ശേരി

യിൽവന്നു താമസമാക്കിയ ആംഗ്ലോ ഇന്ത്യൻ നേതാവ് എസ് പി ലൂയിസിന്റെ കുടുംബത്തിന് കളമശ്ശേരിയിൽ ഒരു റബർ തോട്ടമുണ്ടായിരുന്നു. കളമശ്ശേരിയിലുണ്ടായിരുന്ന മറ്റു രണ്ട് തോട്ടങ്ങളുടെ ഉടമകൾ യഥാക്രമം മഞ്ഞുമ്മൽ സെന്റ് ജോസഫ്സ് ആശുപത്രിയും എറണാകുളം മെത്രാനുമായിരുന്നു. കീഴ്മാട് പഞ്ചായത്തിൽ ഡോക്ടർ പി ജെ തോമസിന്റെയും വാഴക്കുളം പഞ്ചായത്തിൽ കട്ടക്കയം കുടുംബത്തിന്റെയും റബർ എസ്റ്റേറ്റുകൾ ഉണ്ടായിരുന്നു. തോട്ടം ഉടമകളുടെ സിൽബന്ധികൾ റബർവെട്ട് തുടങ്ങിയ തോട്ടത്തിലെ ജോലികൾ ചെയ്തു. പിന്നീട് നിലവിൽവന്ന ഫാക്ടറികളിൽ തൊഴിലാളികൾ സംഘടിച്ച് വളരെ നാളുകൾക്കുശേഷമാണ് തോട്ടംതൊഴിലാളികൾ സംഘടിക്കുന്നതിനെപ്പറ്റി ആലോചിക്കാൻ തുടങ്ങുന്നതുതന്നെ.

മരപ്പണിയും കൽപ്പണിയും വശമാക്കിയ ക്രിസ്ത്യാനികളായ ചില തൊഴിലാളികൾ ജോലി അന്വേഷിച്ച് ഹൈറേഞ്ചിൽ പോയിരുന്നു. അവരിൽ സമ്പാദ്യക്കാരായിത്തീർന്ന ചിലരും ഇല്ലാതില്ല.

സാംസ്കാരിക പൈതൃകം

നാൽപ്പതുകൊല്ലങ്ങൾക്കുമുമ്പ് പെരിയാറിലെ വെള്ളം എത്രമേൽ തെളിമയാർന്നതായിരുന്നുവോ അത്രയ്ക്കും സംശുദ്ധമായിരുന്നു ഈ ഗ്രാമപ്രദേശങ്ങളിലെ സാംസ്കാരിക ജീവിതവും. വ്യവസായവൽക്കരണത്തോടൊപ്പം നാമ്പെടുത്ത ബൂർഷ്വാ സംസ്കാരത്തിന്റെ സന്തതികളായ എല്ലാ സാമൂഹ്യവിനകളും ഇന്ന് വ്യാപകമായി പടർന്നുപിടിച്ചിരിക്കുന്നു.

അക്കാലത്തെ കലാ സാംസ്കാരിക പരിപാടികളുടെ സിംഹഭാഗവും അമ്പലമുറ്റങ്ങളിൽ ഒതുങ്ങിനിൽക്കുകയായിരുന്നു. ക്രിസ്ത്യൻപള്ളികളിലെ ആഘോഷങ്ങളോടനുബന്ധിച്ച് വല്ലപ്പോഴും ഒരിക്കലേ ചവിട്ടുനാടകങ്ങൾ അരങ്ങേറുകയുള്ളൂ. 'മഹാരാജാവ് തിരുമനസിലെ തിരുനാൾ' പ്രമാണിച്ച് അക്കാലത്ത് ഉൽപ്പതിഷ്ണുക്കളായിരുന്ന ചില ചെറുപ്പക്കാർ സി വിയുടെയോ ഇ വിയുടെയോ ചില പ്രഹസനങ്ങൾ കളിക്കാറുണ്ടായിരുന്നു. നാട്ടിൻപുറത്തെ 'പ്രധാന ദിവ്യന്' ഈ പരിപാടിയിൽ വേണ്ടത്ര പ്രാമുഖ്യം നൽകിയില്ലെങ്കിൽ നാടകത്തോടൊപ്പം ഒരു കൂട്ടത്തല്ലും അനിവാര്യമായിരുന്നു. അക്കാലത്ത് പ്രസിദ്ധങ്ങളായിരുന്ന ഓച്ചിറ പരബ്രഹ്മോദയ നടനകലാസമിതി, വൈക്കം വാസുദേവൻനായരുടെ നാടകക്കമ്പനി തുടങ്ങിയ പ്രൊഫഷണൽ നാടകസമിതികൾ ഈ ഗ്രാമപ്രദേശങ്ങളിൽ കാലുകുത്തിയിട്ടേയില്ല. ഏറ്റവും തൊട്ടടുത്തുള്ള സിനിമാതിയേറ്റർ ആലുവായിലാണ്. അതും വേനൽക്കാലത്തു മാത്രമുള്ള ടൂറിങ്ടാക്കീസ്. സിനിമ കാണുന്നതുതന്നെ ഒരുതരം സംസ്കാരരാഹിത്യമാണെന്നുപോലും അന്ന് കണക്കാക്കപ്പെട്ടിരുന്നില്ലേ എന്ന് സംശയിക്കുന്നു.

രാജ പ്രത്യക്ഷദൈവതം

തിരുവിതാംകൂർ രാജ്യത്തിന്റെ ശിൽപ്പി എന്ന് പ്രകീർത്തിക്കപ്പെട്ടിരുന്ന മാർത്താണ്ഡവർമ്മ മഹാരാജാവ് ശ്രീ പത്മനാഭസ്വാമിക്ക് രാജ്യത്തെ തൃപ്പടിദാനം ചെയ്തുവെന്നും പിന്നീട് ശ്രീ പത്മനാഭസ്വാമിയുടെ ദാസനെന്ന നിലയിൽ ശ്രീപത്മനാഭനുവേണ്ടി രാജ്യഭരണം നടത്തിയെന്നുമാണ് ചരിത്രകഥ. ദൈവത്തിനുവേണ്ടി രാജാവ് രാജ്യത്തെയും ജനങ്ങളെയും പരിപാലിച്ചുപോരുന്നുവെന്ന വിശ്വാസം ഗ്രാമീണ ജനതയുടെ രക്തത്തിൽപ്പോലും കലർന്നിരുന്നു. രാജാവ് പ്രത്യക്ഷത്തിലുള്ള ദൈവമാണ്. രാജാവിന്റെ പിറന്നാൾ ദിവസമാണ് രാജഭക്തി പ്രകടിപ്പിക്കാൻ ജനങ്ങൾക്കു കിട്ടുന്ന അവസരം.

1114 ലെ (1939) സുപ്രസിദ്ധമായ സ്റ്റേറ്റ് കോൺഗ്രസ് പ്രക്ഷോഭത്തിന്റെ അലയടികൾ ഈ ഗ്രാമപ്രദേശത്തും എത്തിയില്ലെന്നു പറയുക വയ്യ. ഇന്നാട്ടുകാരായ ചില ആളുകൾ മുൻകൈയെടുത്ത് ഏലൂരിലും മഞ്ഞുമ്മലും ഓരോ കോൺഗ്രസ് സമരപ്രചാരണയോഗങ്ങൾ സംഘടിപ്പിക്കുകയുണ്ടായി. ഈ പ്രചാരണയോഗങ്ങൾ ബഹുജനങ്ങളിലേക്ക് ആഴത്തിൽ കടന്നുചെന്നിട്ടില്ലെന്നു വേണം വിചാരിക്കാൻ. എന്തുകൊണ്ടെന്നാൽ ഈ യോഗങ്ങൾക്കുശേഷം സംഘടിത തൊഴിലാളിവർഗത്തിന്റെ ചെങ്കൊടിപ്രസ്ഥാനം രൂപംകൊള്ളന്നതുവരെ രാഷ്ട്രീയപ്രവർത്തനങ്ങളുടെ ഒരുവിധ ലാഞ്ഛനകളും പ്രകടമായിരുന്നില്ല.

1114 ൽ സ്റ്റേറ്റ് കോൺഗ്രസ് പ്രക്ഷോഭം അലയടിച്ചുയർന്നപ്പോഴും അതിനുമുമ്പും പിൻപും ഒരു പരിപാടി ഗ്രാമത്തിൽ അഭംഗുരം നടക്കുമായിരുന്നു. 'മഹാരാജാവ് തിരുമനസിലെ തിരുനാളാഘോഷ'മായിരുന്നു അത്. പ്രൈമറി സ്കൂളുകളിലെ (രണ്ടു പ്രൈമറിസ്കൂളുകൾ മാത്രമേ ഇക്കാലത്ത് ഈ പ്രദേശത്ത് ഉണ്ടായിരുന്നുള്ളൂ) വിദ്യാർഥികൾക്ക് എന്തെങ്കിലും മധുരപലഹാരം വിതരണം ചെയ്ത് അവരെക്കൊണ്ട് മഹാരാജാവ് തിരുമനസിലേക്ക് 'പീ-പ്പീ-പ്രേ' വിളിപ്പിക്കുമായിരുന്നു. ഈ 'പീ പ്പീ പ്രേ'യുടെ ശരിയായ ഉച്ചാരണമോ അർഥമോ അതു വിളിച്ചുകൊടുത്തിരുന്നവർക്കുപോലും അറിയുമായിരുന്നോ എന്ന് സംശയമാണ്.

നെൽകൃഷിക്ക് നാശം സംഭവിക്കുക സാധാരണമായിരുന്നെന്ന് നേരത്തെ സൂചിപ്പിച്ചിട്ടുണ്ടല്ലോ. എങ്കിലും ബർമയിൽനിന്ന് ഇറക്കുമതി ചെയ്യപ്പെട്ടിരുന്ന അരി സുലഭമായിരുന്നു. എന്നാൽ യുദ്ധം പൊട്ടിപ്പുറപ്പെട്ടതോടെ—പ്രത്യേകിച്ച് ജപ്പാൻ തെക്കുകിഴക്കനേഷ്യ ആക്രമിച്ച് കീഴടക്കിയതോടെ അരി ഇറക്കുമതി തീരെ നിന്നു. നാട്ടിൻപുറങ്ങളിൽ കൊടിയ ഭക്ഷ്യക്ഷാമം ബാധിച്ചു. പൊറുതിമുട്ടിയ ചെറുപ്പക്കാരിൽ ചിലർ പട്ടാളത്തിൽച്ചേർന്നു. മറ്റുചിലർ ആസാം കൂലിയായിപ്പോയി.

നാട്ടിലാകെ കൊടുംപട്ടിണിയും ക്ഷാമവും രൂക്ഷമായ തൊഴിലില്ലായ്മയും ഇതെല്ലാം വിധിയാണെന്ന ജനങ്ങളുടെ സങ്കൽപ്പം, വഴിഞ്ഞൊഴുകുന്ന രാജഭക്തി, ഭൂവുടമകളോടുള്ള അടിമത്തമനോഭാവം, അല്ലെങ്കിൽ വിധേയത്വം, ജാതിയുടെ മതിൽക്കെട്ടുകളാൽ വേർതിരിക്കപ്പെട്ട ജന

ങ്ങൾ—ഈ ഗ്രാമീണ പശ്ചാത്തലത്തിലാണ് മുതലാളിത്ത ചരക്കുൽപ്പാദന കേന്ദ്രങ്ങളായ ഫാക്ടറികൾ ഒന്നിനു പിറകിൽ ഒന്നായി കടന്നുവരാൻ തുടങ്ങിയത്.

ജീർണിച്ച ഫ്യൂഡൽ പാരമ്പര്യങ്ങളുടെ അടിത്തറതന്നെ ശക്തിയായി കുലുക്കിക്കളഞ്ഞു ഫാക്ടറികൾ. ജാതിചിന്തകൾ അവസാനിപ്പിച്ച് അയിത്തം ഉച്ചാടനം ചെയ്യുന്നതിന് ശ്രീനാരായണൻ, മഹാത്മാഗാന്ധി തുടങ്ങിയ എത്രയോ മഹാന്മാർ എത്ര പാടുപെട്ടു! മിശ്രവിവാഹം, പന്തിഭോജനം തുടങ്ങിയ എത്രയോ കുറുക്കുവഴികൾ ജാതി നശീകരണത്തിനുള്ള ഒറ്റമൂലികൾ എന്ന നിലയിൽ പരീക്ഷിച്ചുനോക്കി പരാജയമടഞ്ഞിരിക്കുന്നു! എന്നാൽ മുതലാളിത്ത ചരക്കുൽപ്പാദന സമ്പ്രദായം എത്ര അനായാസമായിട്ടാണ് ആ കടമ നിർവഹിച്ചത്! ജാതി സമ്പ്രദായവും അതിന്റെ കെടുതികളും നിശ്ശേഷം നിർമാർജനം ചെയ്തുവെന്നല്ല വിവക്ഷ. നോക്കിനോക്കി നിൽക്കെ ഫ്യൂഡൽ വിശ്വാസ പ്രമാണങ്ങളും ആചാരങ്ങളും ബന്ധങ്ങളുമെല്ലാം തകർന്ന് നാമാവശേഷമാകാൻ തുടങ്ങി. നായരും നമ്പൂതിരിയും നസ്രാണിയും ഈഴവനും മുസൽമാനും പറയനും പുലയനും എല്ലാവരും ഒരേ മേൽപ്പുരയ്ക്ക് കീഴിൽ ഒത്തുകൂടി. അക്കൂട്ടത്തിൽ പട്ടിണിപ്പാവങ്ങളും ഇടത്തരം കുടുംബാംഗങ്ങളും 'നാംകേ വാസ്തേ' ജന്മികളും എല്ലാം ഉൾപ്പെട്ടിരുന്നു. അവരെല്ലാവരും തോളോടു തോൾമുട്ടിയും പരസ്പരം ആശ്രയിച്ചും സഹായിച്ചും ഒരേ യന്ത്രത്തിൽ പണിയെടുത്തും വിശന്നുതളരുമ്പോൾ ഒരേ പാചകശാലയിൽനിന്ന്— ഫാക്ടറി കാന്റീനിൽനിന്ന് — അവർ ഒന്നിച്ചിരുന്ന് ഒരേ ഭക്ഷണം കഴിച്ചു. ഒരേരീതിയിലുള്ള വസ്ത്രധാരണം (യൂണിഫോറം) ആവശ്യമായി വന്നു അവർക്ക്. തങ്ങളുടെ അധ്വാനത്തിന് തക്കതായ കൂലി ലഭിക്കുന്നില്ലെന്ന് ബോധ്യപ്പെട്ടപ്പോൾ അവർ ഒരേ കൊടിപിടിച്ചു മുന്നേറി. (ഇന്ന് തൊഴിലാളികൾ ഒന്നിലധികം നിറങ്ങളുള്ള വ്യത്യസ്ത കൊടികൾ പിടിക്കുന്നുണ്ടെങ്കിൽ അതിനുള്ള കാരണം വേറെ ആരായണം.)

2

ഫാക്ടറിയുടെ വരവ്

ആലുവായിലെ ആദ്യത്തെ ഫാക്ടറി, അക്കാലത്ത് ബാലകൃഷ്ണൻ കമ്പനി എന്ന പേരിൽ അറിയപ്പെട്ടിരുന്ന ഇന്നത്തെ സ്റ്റാന്റേർഡ് പോട്ടറി വർക്ക്സ് ആണ്. സ്ത്രീകളും കുട്ടികളും ഉൾപ്പെടെ മുന്നൂറോളം പേർ ഈ ഫാക്ടറിയിൽ ഉണ്ടായിരുന്നു. ഇവിടത്തെ തൊഴിലാളികൾ സംഘടിച്ചത് 1119 ലാണ്. രണ്ടാമത്തെ ഫാക്ടറിയായ ചെങ്ങമനാട്ടിലെ യൂണിയൻ ടൈൽ വർക്സിൽ യൂണിയൻ സംഘടിപ്പിക്കപ്പെടുന്നത് ഇനിയും വളരെ വൈകിയിട്ടാണ്.

കൊല്ലവർഷം 1111–1112 (1936) ൽ കളമശ്ശേരിയിൽ സ്ഥാപിതമായ ആലുവാമേഖലയിൽ മൂന്നാമത്തെ ഫാക്ടറിയിൽ — ശ്രീ ചിത്തിര മിൽസിൽ — ആണ് ഇദംപ്രഥമമായി തൊഴിലാളികൾ സംഘടിച്ച് പ്രവർത്തിക്കാൻ തുടങ്ങുന്നത്.

പേരേക്കാട്ട് വയലിലെ പൊതുയോഗം; ആദ്യത്തെ തൊഴിലാളി യോഗം

കൊല്ലവർഷം 1114 ൽ ആലുവ മാർത്താണ്ഡവർമ്മ പാലത്തിന്റെ പണിയോടനുബന്ധിച്ച് ഒരു തൊഴിലാളിയോഗം നടന്നിട്ടുള്ള കഥ അക്കാലത്ത് *മാതൃഭൂമി* ലേഖകനും സ്റ്റേറ്റ് കോൺഗ്രസ് പ്രവർത്തകനുമായിരുന്ന സഖാവ് ജെ ടി കായനാട് അനുസ്മരിക്കുന്നുണ്ട്. സഖാവ് കായനാട് പ്രസ്താവിക്കുന്നു:

> ആലുവായിൽ 1114 ൽ പണിതുടങ്ങിയ മാർത്താണ്ഡവർമ്മ പാലത്തിന്റെ തെക്കേഭാഗത്ത് മണ്ണുമാറ്റുന്നതിനിടയിൽ ഒരപകടമരണം ഉണ്ടായി. ഒട്ടധികം തൊഴിലാളികൾ മരിച്ചു. ഇവരിൽ ഒമ്പതുപേ

ജെ ടി കായനാട്

രുടെ മൃതദേഹം മാത്രമേ തെരഞ്ഞെടുത്തുള്ളൂ. സംഭവം നടന്ന 1114 വൃശ്ചികം 6ന് (21–11–1938) ഈ ദുരന്തത്തിൽപ്പെട്ട് മരിച്ചവരുടെ കുടുംബങ്ങളോട് അനുശോചനം രേഖപ്പെടുത്താനും അവരുടെ വീട്ടുകാർക്ക് ദുരുതാശ്വാസം നൽകാനും പേരേക്കാട്ടുവയലിൽ ഒരു യോഗം നടത്തുന്നതിന് എന്റെ പേരുവെച്ച് ഒരു വിജ്ഞാപനം പരസ്യപ്പെടുത്തി. ഈ യോഗത്തിൽ സംബന്ധിക്കാനെത്തിയത് നാവികത്തൊഴിലാളികളും സ്ഥലത്തെ ഏതാനും സ്റ്റേറ്റ് കോൺഗ്രസ് പ്രവർത്തകരുമായിരുന്നു. നിർഭാഗ്യമെന്നുപറയട്ടെ യോഗസ്ഥലത്തേക്കുചെന്ന ആളുകളെ പൊലീസ് ചീത്തപറഞ്ഞ് ആട്ടിപ്പായിച്ചു. അതാണ് ഇന്നാട്ടിൽ നടന്ന ആദ്യത്തെ തൊഴിലാളി യോഗം...
(*തിരുവിതാംകൂർ കയർ ഫാക്ടറി വർക്കേഴ്സ് യൂണിയൻ കനക ജൂബിലി സുവനീർ*, പേജ് 173–4)

കിഴക്കൻ മലയോരപ്രദേശങ്ങളിൽ നിന്ന് കൊണ്ടുവരുന്ന കശുഅണ്ടി ആലുവയിൽനിന്ന് കൊല്ലത്തുള്ള കശുഅണ്ടി ഫാക്ടറികളിലേക്ക് വള്ളങ്ങളിൽ കൊണ്ടുപോകുന്ന തൊഴിലാളികളെയാണ് നാവികത്തൊഴിലാളികളെന്ന് ഇവിടെ ഉദ്ദേശിക്കുന്നത്. ഈ നാവികത്തൊഴിലാളികളിൽ നിന്ന് ആലപ്പുഴയിലെയും കൊല്ലത്തെയും തൊഴിലാളിസംഘടനകളെയും അവയുടെ പ്രവർത്തനങ്ങളെയും കുറിച്ചുള്ള കഥകൾ കേട്ടിട്ടുണ്ടെങ്കിലും അനേകം തൊഴിലാളികൾ മരിക്കാനിടയാക്കിയ സാഹചര്യങ്ങളിൽ പ്രതിഷേധം രേഖപ്പെടുത്തണമെന്നുപോലും തനിക്കു തോന്നിയില്ലെന്നാണ് സഖാവ് കായനാട് പറയുന്നത്. ട്രേഡ് യൂണിയനെപ്പറ്റിയുള്ള ബോധം അത്രയ്ക്കും അവ്യക്തമായിരുന്നു.

മാർത്താണ്ഡവർമ്മ പാലംപണിയിലുണ്ടായ അപകടമരണങ്ങളെക്കുറിച്ച് പിൽക്കാലത്ത് ആലുവാഫാക്ടറി ലേബറേഴ്സ് യൂണിയൻ ജനറൽ സെക്രട്ടറി സഖാവ് എൻ കെ മാധവൻ ഇങ്ങനെ പറയുന്നു;

... അപകടത്തിൽപ്പെട്ട് എത്ര തൊഴിലാളികൾ മരിച്ചുവെന്ന് ഗവൺമെന്റിനുപോലും അറിയാൻ കഴിഞ്ഞിട്ടില്ലത്രെ.

എൻ കെ മാധവൻ

'ആലുവായിലെ അത്യാഹിതം' എന്ന തലക്കെട്ടോടുകൂടി *മാതൃഭൂമി*പത്രത്തിൽ മൂന്നുപ്രാവശ്യം മുഖപ്രസംഗം എഴുതിച്ചതിൽക്കൂടിയും യൂണിയന്റെ ഇന്നത്തെ വൈസ് പ്രസിഡന്റായ സഖാവ് ജെ ടി കായനാടും ഇന്നാട്ടുകാരും കൂടി നടത്തിയ പ്രക്ഷോഭങ്ങൾ വഴിയും ഉദ്യോഗസ്ഥന്മാർ അന്വേഷണത്തിന് മുതിരുകയുണ്ടായി. കമ്പനിക്കാർ മസ്റ്റർറോൾ നശിപ്പിച്ച് രക്ഷനേടിയെങ്കിലും ഗവൺമെന്റിനെക്കൊണ്ട് ഈ സംഗതിയിൽ ഒരു നില സ്വീകരിപ്പിക്കാൻ സാധിച്ചത് ജനങ്ങളുടെ യോജിച്ചുള്ള പ്രക്ഷോഭത്തിൽക്കൂടിയാണെന്ന് പ്രത്യേകം പറയേണ്ടതില്ലല്ലോ. (*ആലുവാ ഫാക്ടറി ലേബറേഴ്സ് യൂണിയൻ 3–ാമത് വാർഷിക റിപ്പോർട്ട്*, പേജ് 6)

ശ്രീചിത്തിരാമിൽ സ്ഥാപിച്ച് ഏറെനാൾ പിന്നിട്ടതിനുശേഷമാണ് ശാസ്ത്രീയമായ രീതിയിൽ സംഘടിതപ്രവർത്തനം സമാരംഭിച്ചത്. അതുവരെ തൊഴിലാളികൾ തങ്ങളുടെ അമർഷവും രോഷവും സങ്കടവും ഏതുവിധം പ്രകടിപ്പിച്ചിരുന്നുവെന്ന് മനസിലാക്കിയിരിക്കുന്നത് ഇന്ന് ഏറ്റവും കൗതുകകരം മാത്രമല്ല സംഘടിതപ്രവർത്തനങ്ങൾക്കുമുമ്പുള്ള സ്ഥിതിയെ വിലയിരുത്താൻ സഹായകവുമാവും.

അന്ന് ശ്രീചിത്തിരാമിൽസിലെ തൊഴിലാളികളുടെ കൂലി ദിവസം നാലണയായിരുന്നു. പ്രവൃത്തി സമയം രാവിലെ 7 മണി മുതൽ വൈകുന്നേരം 6 മണിവരെയും. അക്കാലത്ത് മുതലാളിമാർ ക്ലോക്കിന്റെ മണിക്കൂർസൂചി പുറകോട്ടുതിരിച്ചുവെക്കുമായിരുന്നുവത്രേ! ഏതുവിധവും നിർദിഷ്ടസമയത്തിൽ കൂടുതൽ സമയം അവരെക്കൊണ്ട് പണിയെടുപ്പിച്ചിരുന്നു. എന്നാൽ ഇത് അന്യായമാണെന്നോ പ്രതിഷേധിക്കപ്പെടേണ്ടതാണെന്നോ ഒരൊറ്റ തൊഴിലാളികൾക്കുപോലും തോന്നിയിരുന്നില്ല. ആണ്ടിലൊരിക്കൽ മഹാരാജാവുതിരുമനസിലെ തിരുനാൾ ദിവസം ആളൊന്നുക്ക് ഒരണവീതം വരിയിട്ടുപിരിച്ചെടുത്ത് സ്വയം ചായസൽക്കാരം നടത്തിയും പൊന്നുതിരുമേനിക്ക് ജയജയപാടി ഘോഷയാത്രനടത്തിയും തൊഴിലാളികൾ ആശ്വാസവും സന്തോഷവും കണ്ടെത്തിയിരുന്നു. എന്നാൽ ഈ അവസ്ഥ നീണ്ടുനിന്നില്ല.

പണിമുടക്കം എന്ന് പേർവിളിക്കാത്ത ആദ്യത്തെ പണിമുടക്ക് സമരം

കൊല്ലവർഷം 1115-16 ൽ രണ്ടാം ലോകമഹായുദ്ധം പൊട്ടിപ്പുറപ്പെട്ടു. സാധനവില കുതിച്ചുകയറാൻതുടങ്ങി. മികച്ച കൂലിയായി കണക്കാക്കപ്പെട്ടിരുന്ന നാലണ തുലോം അപര്യാപ്തമായിത്തീർന്നു. തൊഴിലാളികൾ വിമ്മിട്ടപ്പെട്ടുതുടങ്ങി. അസംതൃപ്തിയും രോഷവും പ്രകടമായിത്തുടങ്ങി. പിറുപിറുക്കലും കുശുകുക്കലും കഴിഞ്ഞ് അവർ പരസ്പരം കൂടിയാലോചിക്കാൻ തുടങ്ങി. ആരോടാണ് തങ്ങളുടെ സങ്കടം അറിയിക്കേണ്ടത്? ആരാണ് തങ്ങളുടെ പരാതി കേൾക്കുക? അവർ തലപുകഞ്ഞാലോചിച്ചു. അയലത്തോ നാട്ടിലെവിടെയെങ്കിലുമോ ബലവാനോ മുഷ്കനോ തെമ്മാടിയോ ആയ ഒരുവൻ മറ്റൊരാളുടെ നേരെ കയ്യേറ്റമോ അക്രമമോ കാണിച്ചാൽ പീഡിതൻ പരാതിയുമായി പൊലീസിലേക്കോടുന്നത് അവർ ഓർത്തു. അധികാരസ്ഥാനത്തിന്റെ—ഗവൺമെന്റിന്റെ—കാണപ്പെട്ട പ്രതിപുരുഷനായി പൊലീസ് ഇൻസ്പെക്ടർ അവരുടെ മനോമുകുരത്തിൽ ഉയർന്നുവന്നു. പെട്ടെന്നൊരുദിവസം തൊഴിലാളികൾ ഭൂരിഭാഗം പേരും പണിവിട്ടിറങ്ങിപ്പോയി. ഈ വ്യവസായമേഖലയിലെ ആദ്യത്തെ പണിമുടക്കം എന്നുവിളിക്കാവുന്ന ഈ ഇറങ്ങിപ്പോക്കുകണ്ട് മേലുദ്യോഗസ്ഥന്മാർ അന്ധാളിച്ച് വായ്പൊളിച്ചുനിന്നുപോയി.

ഇത് 1114 വൃശ്ചികം 29 ന് (14-12-1938) ആണ്. തൊഴിലാളികൾ മൈലുകൾ താണ്ടി പൊലീസ് സ്റ്റേഷനിലെത്തി. എന്നാൽ ഹാ! കഷ്ടം, പൊലീസ് ഇൻസ്പെക്ടർ സ്റ്റേഷനിൽ ഇല്ല. അന്ന് വൈക്കത്തഷ്ടമിയായിരുന്നു. തൊഴാൻ വേണ്ടിയോ അല്ലെങ്കിൽ സ്പെഷ്യൽഡ്യൂട്ടിയായോ ഇൻസ്പെക്ടർ വൈക്കത്തഷ്ടമിക്കു പോയിരിക്കുകയായിരുന്നു. ഹതാശരായി ക്ഷീണിതരായി തൊഴിലാളികൾ മടങ്ങി. നടന്ന ക്ഷീണംകൊണ്ടും ഇനിയെന്തു ചെയ്യേണ്ടു എന്ന് അറിഞ്ഞുകൂടാത്തതുകൊണ്ടും അവർ വഴിയരികിൽ ഒരു മരത്തണലിൽ വട്ടമിട്ടിരുന്നു. അപ്പോൾ ആ വഴിയെ ബസിൽ യാത്രചെയ്യുകയായിരുന്ന *മാതൃഭൂമി* ലേഖകൻ കായനാട് ആൾക്കൂട്ടത്തെക്കണ്ട് എന്തെങ്കിലും പുതിയ വാർത്ത കിട്ടിപ്പോയി എന്ന സന്തോഷത്തോടെ ബസിൽനിന്നിറങ്ങി അവരെ സമീപിച്ചു. കാര്യങ്ങളെല്ലാം ഗ്രഹിച്ചതിനുശേഷം പരാതികളെല്ലാം മെമ്മോറാണ്ടത്തിന്റെ രൂപത്തിൽ രേഖാമൂലം കമ്പനി അധികാരികൾക്കയച്ചുകൊടുക്കാൻ കായനാട്ട് ഉപദേശിക്കുകയും ആയതിനുവേണ്ട സഹായങ്ങൾ ചെയ്തുകൊടുക്കുകയും ചെയ്തു. മെമ്മോറാണ്ടം നൽകിയതുകൊണ്ടു പ്രത്യേകമായ ഒരു നേട്ടവും ഉണ്ടായില്ല. എന്നുമാത്രമല്ല ബ്ലീച്ചിങ് മാസ്റ്റർ ഫെർണാണ്ടസിനെ കൂടുതൽ പ്രതികാരേച്ഛുവാക്കി മാറ്റാൻ അതിടയാക്കുകയും ചെയ്തു. അയാൾ വൈരനിര്യാതനത്തിന് തക്കംപാർത്തുനിന്നു. സാമ്പത്തികാവശ്യങ്ങൾ ഒന്നും നേടിയില്ലെന്നതോ പോകട്ടെ, ക്ലേശങ്ങൾ പെരുകുകയും ചെയ്തു. വീർപ്പുമുട്ടിയ തൊഴിലാളികൾ മറ്റൊരു സമരമുറ

കണ്ടുപിടിച്ചു. പണിക്ക് ഹാജരാകാതിരിക്കുക എന്നതായിരുന്നു ഇത്. പണിക്ക് ഹാജരാകാതിരിക്കുന്നതിനെ പണിമുടക്കം എന്നുവിളിക്കാൻ അവർക്കറിഞ്ഞുകൂടായിരുന്നു. തങ്ങളുടെ ജന്മാവകാശമായ കൂട്ടായ വില പേശലാണ് തങ്ങൾ നടത്തുന്നതെന്നുപോലും അവർക്കറിയാൻപാടില്ലായിരുന്നു. അവർ കമ്പനിപ്പടിക്കൽ വന്നുനിൽക്കുമായിരുന്നു. കമ്പനിക്കകത്ത് കയറുകയില്ല. മൂന്നു ദിവസത്തേക്ക് ഈ ഹാജരാകാതിരിക്കൽ സമരം നീണ്ടുനിന്നു. മൂന്നാം ദിവസം, കൂലിക്കൂടുതൽ തരാമെന്ന് മാനേജർ സമ്മതിച്ചതായി ബ്ലീച്ചിങ് മാസ്റ്ററും ക്ലാർക്ക് ചെറിയാനും ഗേറ്റിനു വെളിയിൽനിന്നിരുന്ന തൊഴിലാളികളെ അറിയിച്ചു. തൊഴിലാളികളാകട്ടെ, അതംഗീകരിച്ച് ജോലിക്ക് കയറി. എന്നാൽ അവർക്ക് കൂലിക്കൂടുതൽ കൊടുത്തില്ലെന്നു മാത്രമല്ല, ബ്ലീച്ചിങ് മാസ്റ്റർ ഫെർണാണ്ടസ് കൂടുതൽ കോപാവിഷ്ടനാവുകയും ചെയ്തു.

ബോംബെക്കാരനായ ആംഗ്ലോ – ഇന്ത്യൻ ഫെർണാണ്ടസിനെക്കുറിച്ച് തൊഴിലാളികൾക്ക് ഒരു നൂറുകൂട്ടം പരാതികളുണ്ട്. കരിമീൻ, താറാവ്, കോഴി മുതലായവ അയാൾക്ക് വളരെ പഥ്യമായിരുന്നു. അവ തൊഴിലാളികളുടെ വക ചക്കാത്തായി കിട്ടിയാലോ സന്തോഷമായി. ഇത് സമ്മാനിക്കാത്തവരോട് പകയും തോന്നും. ഈ വക സമ്മാനങ്ങളും കുറേ പണവും എത്തിച്ചുകൊടുക്കുന്നവർക്ക് നിഷ്പ്രയാസം ജോലി കിട്ടിയിരുന്നുവെന്ന് പറയപ്പെടുന്നു.

പൊലീസ് ഇൻസ്പെക്ടറെ കണ്ട് പരാതി ബോധിപ്പിക്കാനായി തൊഴിലാളികൾ പണിവിട്ടിറങ്ങിപ്പോയി. അൽപ്പനാളുകൾ കഴിഞ്ഞപ്പോൾ പ്രതികാരമൂർത്തിയായ ഫെർണാണ്ടസ് ഒരു കാരണവും പറയാതെ പത്തുതൊഴിലാളികളെ പിരിച്ചുവിട്ടു.

ഇത്തവണ ആലോചിച്ച് സമയം കളയേണ്ടിവന്നില്ല. തൊഴിലാളികൾ നാട്ടുകാർ ഉൾപ്പെടെ അഞ്ഞൂറിൽപ്പരം ആളുകൾ ഒപ്പിട്ട ഒരു ഭീമഹർജി തയാറാക്കി ദിവാൻ സർ സി പി രാമസ്വാമി അയ്യർക്ക് അയച്ചുകൊടുത്തു.

സർ സി പി രാമസ്വാമി അയ്യർ സമർഥനായ ഒരു ഭരണാധികാരിയായിരുന്നുവെന്നതിൽ തർക്കമില്ല. ദിവാൻജിക്കയക്കുന്ന കത്തുകളും അപേക്ഷകളും മെമ്മോറാണ്ടങ്ങളും വായിച്ചുനോക്കാതെ അദ്ദേഹം ഒരിക്കലും അവയിൽമേൽ ഉത്തരവുകൾ പാസാക്കിയിരുന്നില്ല.

എല്ലാ കടലാസുകളും ശ്രദ്ധാപൂർവം നോക്കുന്ന ദിവാൻജിക്ക് ശ്രീചിത്തിരാമിൽസിലെ തൊഴിലാളികൾ അയച്ചുകൊടുത്ത ഭീമഹർജി പിന്നീട് അധികാരത്തിൽവന്ന കോൺഗ്രസ് മന്ത്രിമാർക്ക് അയച്ചുകൊടുത്തിട്ടുള്ള ഹർജികളെപ്പോലെ നിഷ്പ്രയോജനമായിത്തീർന്നില്ല. ഭീമഹർജിയിൽ പറയുന്ന കാര്യങ്ങളെക്കുറിച്ച് അന്വേഷിച്ച് തക്ക നടപടികൾ സ്വീകരിക്കാൻ ഉത്തരവിട്ടുകൊണ്ട് ദിവാൻജി അത് കളക്ടർക്കയച്ചു. കളക്ടർ അന്വേഷണ ഉദ്യോഗസ്ഥനായി തഹസീൽദാരെ നിയമിച്ചു. സംഭവഗതികൾ മനസിലാക്കിയ മാനേജുമെന്റും ഫെർണാണ്ടസും തഹസീൽദാർ സ്ഥലത്തെ

ത്തുംമുമ്പേ പിരിച്ചുവിട്ട പത്തുപേരെയും തിരികെ ജോലിയിൽ പ്രവേശിപ്പിച്ചു. തഹസീൽദാർ സ്ഥലത്തുവന്ന് അന്വേഷിച്ചതിൽ ഭീമഹർജിയിൽപ്പറയുന്ന പല കാര്യങ്ങളും സത്യമാണെന്ന് തെളിഞ്ഞു. ഫലമോ? ബ്ലീച്ചിങ് മാസ്റ്റർ ഫെർണാണ്ടസ് ഡിസ്ട്രിക്ട് മജിസ്ട്രേറ്റുകൂടിയായ കളക്ടറുടെ മുമ്പാകെ ഉടനെ ഹാജരാകണമെന്ന് നോട്ടീസു വന്നു. വിരണ്ടുപോയ ഫെർണാണ്ടസ് ഒരു സർക്കാരുദ്യോഗസ്ഥന്റെ ബന്ധുവും മില്ലിലെ ജീവനക്കാരനുമായ ബേബിയെക്കൂടെ കൂട്ടിക്കൊണ്ടുപോയി. ഫെർണാണ്ടസിന് 'വാണിങ്' നൽകപ്പെട്ടു.

3

ആദ്യത്തെ ട്രേഡ് യൂണിയൻ

പിരിച്ചുവിട്ടവരെ തിരിച്ചെടുക്കുകയും ഫെർണാണ്ടസിന് 'വാണിങ്' നൽകുകയും ചെയ്ത സംഭവം തൊഴിലാളികളിൽ ആത്മവിശ്വാസവും കൂടുതൽ ധൈര്യവും പകർന്നു. സംഘടിച്ചുനിൽക്കേണ്ടതിന്റെ ആവശ്യകത അവർക്ക് ബോധ്യമായി. ഒരു യൂണിയൻ രൂപീകരിച്ചാലല്ലാതെ അവർക്ക് രക്ഷയില്ലെന്നു മനസിലായി. കഴിഞ്ഞ മൂന്നുവർഷങ്ങളായി മഹാരാജാവ് തിരുമനസിലെ തിരുനാളാഘോഷിക്കാൻ വരിയിട്ടു പിരിച്ചിരുന്ന ഫണ്ട് ഇക്കൊല്ലം മുതൽ യൂണിയൻ ഫണ്ടായി രൂപാന്തരപ്പെട്ടു. ഒരുവർഷം മുമ്പേ പരിചയപ്പെടുകയും അവർക്ക് ഉപദേശവും സഹായവും നൽകുകയും അവരുമായുള്ള സമ്പർക്കം തുടർന്നുകൊണ്ടിരിക്കുകയും ചെയ്ത സഖാവ് ജെ ടി കായനാട്ട് പ്രസിഡന്റായി ആലുവാമേഖലയിലെ ആദ്യത്തെ ട്രേഡ് യൂണിയൻ രജിസ്റ്റർ ചെയ്യപ്പെട്ടു. ശ്രീ ജെ എം പീറ്റർ ആയിരുന്നു യൂണിയന്റെ ആദ്യത്തെ ജനറൽ സെക്രട്ടറി.

സഖാവ് എൻ കെ മാധവൻ പ്രസ്താവിക്കുന്നു:

> ശ്രീ ചിത്തിരാമില്ലിലെ തൊഴിലാളികളായ കെ ആർ കൃഷ്ണൻകുട്ടി, വി വി ജോസഫ്, ജെ എം പീറ്റർ എന്നിവരാണ് മുൻനിന്ന് പ്രവർത്തിച്ചിരുന്നത്. രണ്ടുകൊല്ലത്തെ നിരന്തരമായ പ്രവർത്തനഫലമായും തിരുവിതാംകൂർ കയർഫാക്ടറി തൊഴിലാളിയൂണിയന്റെ നിയമപരമായ സഹായത്തിൽക്കൂടിയും 1116 തുലാം 3–ാം തീയതി ആലുവാ ഫാക്ടറി ലേബറേഴ്സ് യൂണിയൻ രജിസ്റ്റർ ചെയ്ത് പ്രവർത്തനം തുടങ്ങി. *പ്രസ്തുത വാർഷിക റിപ്പോർട്ട്,* പേജ് 7)

യൂണിയന്റെ രജിസ്ട്രേഷൻ നമ്പർ 8/1116 ആണെന്ന് സഖാവ് കായ

നാട്ട് തറപ്പിച്ചുപറയുന്നു. അദ്ദേഹത്തിന്റെ ഓർമശക്തിയല്ലാതെ മറ്റൊരു രേഖയും ഇതിന് തെളിവായി ലഭിച്ചിട്ടില്ല.

യൂണിയൻ രജിസ്റ്റർചെയ്യാനുള്ള കത്തുകുത്തുകളും മറ്റും സഖാവ് കായനാട്ടാണ് ഏറ്റെടുത്തത്. ഇക്കാര്യത്തിൽ ആലപ്പുഴയിലെ കയർ ഫാക്ടറി വർക്കേഴ്സ് യൂണിയൻ ചെയ്തിട്ടുള്ള സഹായസഹകരണങ്ങളും ആലപ്പുഴ യൂണിയനാപ്പീസിൽ എത്തിയ താൻ അവിടെ കണ്ട ആവേശകരമായ കാഴ്ചകളും അനുഭവങ്ങളും സഖാവ് കായനാട്ട് ആവേശപൂർവം അനുസ്മരിക്കുന്നുണ്ട്.

സ. ജെ ടി കായനാട്ട് പ്രസിഡന്റും സ. പീറ്റർ സെക്രട്ടറിയുമായുള്ള ആലുവാ ഫാക്ടറി ലേബറേഴ്സ് യൂണിയൻ രൂപീകൃതമായി എങ്കിലും ചിട്ടയായ പ്രവർത്തനങ്ങളിലൂടെ തൊഴിലാളികളുടെ സംഘടിതശക്തി വർധിപ്പിക്കാനും കൂട്ടായ വിലപേശലിലൂടെ പുതുതായി കൂടുതൽ ആനുകൂല്യങ്ങൾ നേടിയെടുക്കാനും കഴിഞ്ഞില്ല. ജാതി–മത വികാരങ്ങൾക്കും അവയുടെ സ്വാധീനത്തിനും വിധേയരായിരുന്നു തൊഴിലാളികൾ. അവരിൽ വർഗബോധമെത്താൻ ഇനിയും കാലദൈർഘ്യം വേണ്ടിയിരുന്നു.

വർഗസംഘടനയിൽ അണിനിരക്കേണ്ടതിന്റെ ആവശ്യം അവർക്ക് തീർത്തും ബോധ്യമായിരുന്നില്ല. തൊഴിലാളികളിൽ വർഗബോധവും സംഘടനാക്കൂറും ഉത്തേജിപ്പിച്ച് സംഘടന ശക്തിപ്പെടുത്തേണ്ടതിനെക്കുറിച്ച് വ്യക്തമായ കാഴ്ചപ്പാട് നേതൃത്വത്തിനും ഉണ്ടായിരുന്നില്ലെന്നുള്ളതും നേരാണ്. മാത്രവുമല്ല പിൽക്കാലത്തുണ്ടായപോലെ, പരിചയസമ്പന്നമായ ആലപ്പുഴയുടെയും ഓൾ ട്രാവൻകൂർ ട്രേഡ് യൂണിയൻ കോൺഗ്രസിന്റെയും പ്രായോഗികസഹായം, യൂണിയൻ രജിസ്റ്റർ ചെയ്യുന്നതിലൊഴികെ ഇക്കാലത്ത് ലഭിച്ചിരുന്നില്ലെന്നുള്ളതും പ്രസ്താവ്യമാണ്. ഇക്കാരണങ്ങളാൽ ആലുവാഫാക്ടറി ലേബറേഴ്സ് യൂണിയന്റെ ആദ്യനാളുകൾ വീറും വീര്യവും ഓജസ്സും ഇല്ലാത്തവയായിരുന്നു.

പള്ളിയുടെ സ്വാധീനം

ശ്രീചിത്തിരാമിൽസിലെ തൊഴിലാളികളെ ജാതിയുടെ അടിസ്ഥാനത്തിൽ വിഭജിച്ചാൽ ബഹുഭൂരിപക്ഷവും ക്രിസ്ത്യാനികളായിരുന്നു. ശ്രീചിത്തിരാമില്ലിൽ മാത്രമല്ല, ഈപ്രദേശത്താകെ ലത്തീൻ കത്തോലിക്കരാണ് എണ്ണംകൊണ്ട് ക്രിസ്ത്യാനികളിൽ പ്രബല വിഭാഗം. മറ്റു വിഭാഗക്കാർ തീരെയില്ലാതിരിക്കുകയോ അല്ലെങ്കിൽ പേരിനുമാത്രം ഉണ്ടായിരിക്കുകയോ ഉള്ളൂ. അക്കാലത്ത് ലത്തീൻകത്തോലിക്കരുടെ പ്രധാന ആത്മീയകേന്ദ്രമായി — അന്നും ഇന്നും — പ്രവർത്തിക്കുന്നത് മഞ്ഞുമ്മലുള്ള കർമലീത്താ ആശ്രമവും പള്ളിയുമാണ്. ഈ കൊവേന്തിയിലെ— ആശ്രമത്തിലെ ഫാദർ ജെറോം, ക്രിസ്ത്യൻ സമുദായാംഗങ്ങൾ രാഷ്ട്രീയപ്രക്ഷോഭങ്ങളിൽ പങ്കെടുക്കുന്നതുപോലുള്ള 'നിഷിദ്ധ' മാർഗങ്ങളിൽ സഞ്ചരിക്കുന്നത് തടയുന്ന കാര്യത്തിൽ വളരെ ജാഗ്രതയും ശുഷ്കാന്തിയും കാണിച്ചിരുന്നു. ആദ്യമാദ്യം കത്തോലിക്കാത്തൊഴിലാളികളുടെ

പേരിലും പിന്നീട് കമ്യൂണിസ്റ്റ് വിരുദ്ധ മുന്നണിയുടെ പേരിലും ഈ പുരോഹിതൻ അടുത്തയിടെ അന്തരിക്കുന്നവരെ, പുരോഗമന ട്രേഡ് യൂണിയൻ — രാഷ്ട്രീയപ്രസ്ഥാനങ്ങൾക്ക് ഏൽപ്പിച്ചിട്ടുള്ള ക്ഷതങ്ങൾ വിസ്മരിക്കാവുന്നതല്ല.

ആലുവാ ഫാക്ടറി ലേബറേഴ്സ് യൂണിയൻ രൂപീകരിക്കപ്പെട്ട ഘട്ടത്തിൽത്തന്നെ ഫാദർ ജെറോമിന്റെ നേതൃത്വത്തിൽ 'ഉത്തരതിരുവിതാംകൂർ കാത്തലിക് ലേബർ അസോസിയേഷൻ' എന്നൊരു വിഭാഗീയ സംഘടന രൂപീകരിക്കപ്പെടുകയുണ്ടായി. ഇടപ്പള്ളി സ്വദേശിയും ശ്രീചിത്തിരാമിൽസിൽ ജോലിക്കാരനും ആയിരുന്ന ജോൺപെട്ടയായിരുന്നു ഈ സംഘടനയുടെ ആദ്യത്തെ സെക്രട്ടറിയെന്ന് അദ്ദേഹം തന്നെ പറയുന്നു. ട്രേഡ് യൂണിയൻ നിയമപ്രകാരം രജിസ്റ്റർ ചെയ്യപ്പെട്ട സംഘടനയൊന്നുമല്ലായിരുന്നു ഇത്. ജാതിയുടെ പേരുപറഞ്ഞ് സംഘടിത തൊഴിലാളിപ്രസ്ഥാനത്തെ ഭിന്നിപ്പിച്ച് ദുർബലപ്പെടുത്തുകയാണ് കാത്തലിക് ലേബർ അസോസിയേഷന്റെ ലക്ഷ്യമെന്ന് മനസിലാക്കിയ ഉടനെ ശ്രീ ജോൺപെട്ട ഈ സംഘടനയിൽ നിന്നും സലാം പറഞ്ഞ് പിരിയുകയും ആലുവാ ഫാക്ടറി ലേബറേഴ്സ് യൂണിയന്റെ സജീവപ്രവർത്തകനാകുകയും ചെയ്തു.

കാത്തലിക് ലേബർ അസോസിയേഷന്റെ സജീവപ്രവർത്തനം ആലുവാ ഫാക്ടറി ലേബറേഴ്സ് യൂണിയനെ സ്വാധീനിക്കാനും യൂണിനിൽ കത്തോലിക്കാസഭയുടെ വീക്ഷണം സ്വാധീനം ചെലുത്താനും തുടങ്ങി. ക്രിസ്ത്യാനികളായ തൊഴിലാളികൾ ആയിരുന്നു മുഖ്യമായും യൂണിയന്റെ തലപ്പത്ത്. ഹൈറേഞ്ചിലുള്ള തോട്ടങ്ങളിൽ വെള്ളക്കാരുടെ കീഴിൽ കൂലിവേലയെടുത്ത് മുൻപരിചയമുണ്ടായിരുന്നവരായിരുന്നു എങ്കിലും സഭയുടെ കടുത്ത ആത്മീയസ്വാധീനത്തിൽ നിന്നും അവർ ഒട്ടും വിമുക്തരായിരുന്നില്ല. മഹാത്മാഗാന്ധിയോടും ദേശീയ പ്രസ്ഥാനത്തോടും തികഞ്ഞ പരാങ്മുഖതയായിരുന്നു അവർക്ക്. മഹാത്മാഗാന്ധി അന്തിക്രിസ്തുവാണെന്ന് അവരെ വിശ്വസിപ്പിക്കാൻ ശ്രമം നടന്നിരുന്നു.

"ഗാന്ധിയെന്താക്കി

ഇന്ത്യമാന്തി പുണ്ണാക്കി" എന്ന ഈരടികൾക്ക് അവരുടെയിടയിൽ വലിയ പ്രചാരം ഉണ്ടായിരുന്നു.

മാതൃഭൂമി ലേഖകനും സ്റ്റേറ്റ് കോൺഗ്രസ് പ്രവർത്തകനുമായ സ. ജെ ടി കായനാട്ടിന് ആലുവാ ഫാക്ടറി ലേബറേഴ്സ് യൂണിയൻ പ്രസിഡന്റായി തുടരാൻ നിർവാഹമില്ലാത്ത സാഹചര്യമുളവായി. കത്തോലിക്കാവിഭാഗം തൊഴിലാളികൾ പരസ്യമായി അസഹിഷ്ണുതയും അസംതൃപ്തിയും പ്രകടിപ്പിക്കാൻ തുടങ്ങി. യൂണിയൻ തലത്തിൽ അവർക്കായിരുന്നു പ്രാമുഖ്യം എന്ന് സൂചിപ്പിച്ചിട്ടുണ്ടല്ലോ.

ഇതിനിടയിൽ കത്തോലിക്കരായ തൊഴിലാളികളുടെ ആത്മീയ പ്രവർത്തനങ്ങൾക്ക് മുമ്പെങ്ങുമില്ലാത്ത പ്രാധാന്യം കൽപ്പിക്കാൻ തുടങ്ങി. തൊഴിലാളികൾ നൊവേന കൈക്കൊള്ളുക, ആണ്ടിലൊരിക്കലെ

ങ്കിലും ധ്യാനമിരിക്കുക, തൊഴിലാളികളിൽ നിന്ന് പണം പിരിച്ച് അവരുടെപേരിൽ പള്ളികളിൽ പെരുനാൾ ആഘോഷിക്കുക തുടങ്ങിയ കാര്യങ്ങൾക്ക് കൊണ്ടുപിടിച്ച ശ്രമങ്ങൾ നടന്നു.

ഇക്കാലത്ത്, കത്തോലിക്കാനേതാവും, എം എൽ സിയുമായ ശ്രീ ഇലഞ്ഞിക്കൽ തയ്യത് കുഞ്ഞിത്തൊമ്മൻ യൂണിയൻ പ്രസിഡന്റായിരുന്നുവെന്നും, അദ്ദേഹം ഒരിക്കലും ആലുവാ ഫാക്ടറി ലേബറേഴ്സ് യൂണിയനുമായി ബന്ധപ്പെട്ടിട്ടില്ലെന്നും പരസ്പരവിരുദ്ധമായ രണ്ടഭിപ്രായങ്ങൾ ഉണ്ട്.

സ. ജെ ടി കായനാട്ടിനും പിൽക്കാലത്ത് പ്രസിഡന്റായി ഭാരമേറ്റ അഡ്വക്കേറ്റ് സി എ കാസ്പറിനും ഇടയിൽ എറണാകുളത്തെ അഭിഭാഷകനായിരുന്ന ശ്രീ ജോസഫ് വിതയത്തിലിനെ യൂണിയൻപ്രസിഡന്റായി തിരഞ്ഞെടുത്തുവെന്നതിൽ ആർക്കും തർക്കമില്ല. മാത്രമല്ല, സ. എൻ കെ മാധവന്റെ വാർഷികറിപ്പോർട്ടിൽ ശ്രീ വിതയത്തിലിന്റെ പേർ രേഖപ്പെടുത്തിയിട്ടും ഉണ്ട്.

സമർഥനായ അഭിഭാഷകനായിരുന്ന ശ്രീ വിതയത്തിൽ, കമ്പനി മാനേജ്മെന്റുമായി എഴുത്തുകുത്തുകൾ നടത്തി തൊഴിലാളികൾക്ക് അൽപ്പസ്വൽപ്പം സാമ്പത്തികനേട്ടങ്ങൾ ഉണ്ടാക്കിക്കൊടുത്തു. സംഘടനാപരമായ ഒരു വിജയവും അക്കാലത്തുണ്ടായില്ല.

തൊഴിലാളികൾ അസംതൃപ്തരായിരുന്നു. യൂണിയൻ പ്രസിഡന്റായി പുതിയൊരാളെ കണ്ടുപിടിക്കാൻ അവർ വെമ്പി നടന്നു. അവസാനം പള്ളിപ്പുറം സ്വദേശിയും എറണാകുളത്തെ ഒരു അഡ്വക്കേറ്റുമായ ശ്രീ സി എ കാസ്പറെ തങ്ങളുടെ പ്രസിഡന്റായി അവർ തിരഞ്ഞെടുത്തു.

അന്ന് യൂണിയനുകൾ നടത്തുന്ന ജനാധിപത്യപരവും സവിസ്തരവുമായ നടപടികൾ ഒന്നും ആ തിരഞ്ഞെടുപ്പിൽ ഉണ്ടായെന്ന് ധരിക്കേണ്ട. വാരപ്പുഴയിലെ പൗരമുഖ്യനായ മത്തേവൂസ് പെരേര, മഞ്ഞുമ്മലെ തോമസ് അഗസ്തിൻ കണക്കശ്ശേരി എന്നീ മാന്യന്മാർ യൂണിയന്റെ രക്ഷാധികാരികളായിരുന്നിട്ടുണ്ട്. ഈ മാന്യന്മാരുടെയൊന്നും നേതൃത്വത്തിൽ എടുത്തു പറയത്തക്ക നേട്ടങ്ങളൊന്നുമുണ്ടായിട്ടില്ല. സംഘടന ശക്തിപ്പെടുത്താനോ തൊഴിലാളികളുടെ വർഗബോധം ഉയർത്താനോ ഈ നേതൃത്വം ഉപകരിച്ചില്ലെങ്കിലും ഉശിരനും യുവാവുമായ ഒരു തൊഴിലാളി പ്രവർത്തകന്റെ അകാലചരമത്തിലേക്കാനയിച്ച ചില ദുഷിച്ച പാരമ്പര്യങ്ങളും വർഗവഞ്ചനയും ഒരുക്കൂട്ടിവെക്കാൻ ശ്രീ കാസ്പറിനും മറ്റുംകഴിഞ്ഞു.

യൂണിയൻ കമ്മിറ്റിയിലും ജനറൽ ബോഡിയിലും സി ഐ ഡി!

പൂർവഗാമികളുടെ എണ്ണിയാലൊടുങ്ങാത്തതും ക്ലേശഭൂയിഷ്ഠവുമായ ത്യാഗങ്ങളിലൂടെ പടുത്തുയർത്തിയ യൂണിയന്റെ നേതൃത്വത്തിൽ ഇന്ന് അള്ളിപ്പിടിച്ചിരുന്നുകൊണ്ട് എല്ലാ വിക്രിയകളും കാണിക്കുന്ന ഇന്നത്തെ പല നേതാക്കന്മാർക്കും കാര്യങ്ങൾ ഗ്രഹിച്ചിട്ടില്ലാത്ത തൊഴി

ലാളികൾക്കും ഇനി പറയാൻപോകുന്ന കഥകൾ അവിശ്വസനീയം എന്നു തോന്നിയേക്കാം.

സഖാവ് കായനാട്ട് യൂണിയൻ പ്രസിഡന്റ് സ്ഥാനം ഒഴിഞ്ഞതിൽ പിന്നീടുള്ള കാലഘട്ടത്തിൽ, യൂണിയൻ കമ്മിറ്റി യോഗങ്ങളിലും ജനറൽബോഡികളിലും അധ്യക്ഷവേദിയിലേക്ക് രണ്ട് കസേരകൾ തേടിപ്പിടിച്ചുകൊണ്ടുവരും. അതിലൊന്ന് ബഹുമാന്യനായ യൂണിയൻ പ്രസിഡന്റിനുള്ളത്. മറ്റേക്കസേര, 'ബഹുമാന്യൻ' മാത്രമല്ല 'ഭയപ്പെടേണ്ടവൻ' കൂടിയായ മറ്റൊരു വിശിഷ്ടാതിഥിക്കുള്ളതാണ്. സി ഐ ഡി പൊലീസുകാരനല്ലാതെ മറ്റാരുമല്ല ഈ വിശിഷ്ടാതിഥിയെന്നു പറയുമ്പോൾ ഇന്ന് തൊഴിലാളികൾ പരിഹാസത്തോടെ ചിരിച്ചെന്നുവരാം. സി ഐ ഡിയുടെ സാന്നിധ്യത്തിലല്ലാതെ അന്ന് യൂണിയൻ കമ്മിറ്റിയോ ജനറൽ ബോഡിയോ കൂടാൻ പാടില്ലായിരുന്നു. ഏതെങ്കിലും കാരണവശാൽ സി ഐ ഡിക്ക് യോഗത്തിൽ പങ്കെടുക്കാൻ കഴിയാതെ വന്നാൽ— അങ്ങനെയൊരു അവസരം സംഭവിക്കില്ല — യോഗത്തിന്റെ മിനിട്സ് ബുക്ക് അടുത്ത പൊലീസ് സ്റ്റേഷനിൽ കൊണ്ടുപോയി ഇൻസ്പെക്ടറെ കാണിച്ചുകൊള്ളണം. മഹാരാജാവ് തിരുമനസിനും അവിടത്തെ ഗവൺമെന്റിനും വിരോധമായി യോഗത്തിൽ എന്തെങ്കിലും പരാമർശം നടത്തിയിട്ടുണ്ടോ എന്ന് ഇൻസ്പെക്ടർ പരിശോധിക്കുന്നു. വർഗബോധം തെളിയിക്കുകയോ സംഘടനാക്കൂറ് ഉറയ്ക്കുകയോ സമരങ്ങളിൽ കൂടി അനുഭവജ്ഞാനം സിദ്ധിക്കുകയോ ചെയ്തിട്ടില്ലാത്ത തൊഴിലാളികൾ ഇമ്മാതിരി കമ്മിറ്റി — ജനറൽബോഡി — യോഗങ്ങളിൽ സി ഐ ഡിയുടെ മുമ്പിൽവെച്ച് വായ് തുറക്കാൻ ധൈര്യപ്പെടുകയില്ലെന്ന് ആർക്കാണ് അറിഞ്ഞുകൂടാത്തത്?

രാജഭക്തി പ്രമേയവും വഞ്ചീശമംഗളവും

സി ഐ ഡി യുടെ സാന്നിധ്യം കൊണ്ടുമാത്രം യൂണിയൻ പ്രവർത്തനത്തിന്റെ പാരതന്ത്ര്യം തീർന്നുവെന്ന് ധരിക്കേണ്ട. കമ്മിറ്റിയായാലും ജനറൽബോഡിയായാലും തരക്കേടില്ല. യോഗങ്ങൾ എപ്പോൾ എവിടെ വെച്ചുകൂടിയാലും (അടിയന്തരയോഗങ്ങളോ സാധാരണയോഗങ്ങളോ ആകട്ടെ) യോഗത്തിന്റെ അജണ്ടയിൽ ഒരിക്കലും ഒഴിച്ചുകൂടാനാവാത്ത ഒരിനം ഉണ്ടായിരുന്നു: രാജഭക്തി പ്രമേയവും വഞ്ചീശമംഗളവും ആണത്. (വഞ്ചീശൻ—തിരുവിതാംകൂറിന്റെ ഈശ്വരൻ, മഹാരാജാവ് എന്ന് സാരം) അറുപത്തഞ്ചുലക്ഷം ജനങ്ങളെ ദയാവാത്സല്യങ്ങളോടെ കാത്തുപരിപാലിച്ചുപോരുന്ന മഹാരാജാവ് തിരുമനസിലേക്ക് ആയുരാരോഗ്യസമ്പദ് സന്താനസമൃദ്ധി നേരുകയും യൂണിയനും അംഗങ്ങളും മഹാരാജാവിനോടും അദ്ദേഹത്തിന്റെ ഗവൺമെന്റിനോടും കൂറും ഭക്തിയും ഭയവുമുള്ളവരായിരിക്കുമെന്ന് പ്രതിജ്ഞ ചെയ്യുകയുംചെയ്യുന്നതാണ് രാജഭക്തി പ്രമേയം. അതുകഴിഞ്ഞാൽ വഞ്ചീമംഗളം ആലപിക്കുകയായി. 'വഞ്ചീഭൂതപതേചിരം പാലയ.' വഞ്ചിനാടിന്റെ മഹാരാജാവെ, ഞങ്ങളെ

ദീർഘകാലം പരിപാലിച്ചാലും — എന്നു തുടങ്ങുന്ന ഗാനം (ഇന്ന് നമ്മുടെ സ്കൂളുകളിൽ 'ജനഗണമന...' പാടാറുണ്ടല്ലോ. അക്കാലത്ത് ജനഗണ നക്കുപകരം വഞ്ചീശമംഗളമാണ് പാടിയിരുന്നത്)

തൊഴിലാളികൾ സംഘടിച്ചാലത്തെ 'അപകടം' ശ്രീ സി എ കാസ്പറും മറ്റും മനസിലാക്കിയിരുന്നില്ലെങ്കിലും മഹാരാജാവ് തിരുമന സുകൊണ്ടും അദ്ദേഹത്തിന്റെ സർക്കാരും അസ്സലായി മനസിലാക്കിയി രുന്നുവെന്ന് വ്യക്തം. അതുകൊണ്ടാണല്ലോ ഗവൺമെന്റ് യൂണിയനെ വരച്ചവരയിൽ നിർത്തി സി ഐ ഡിയെക്കൊണ്ട് യൂണിയൻ പ്രവർത്ത നങ്ങൾ നിയന്ത്രിക്കുകയോ തടയുകയോ ചെയ്തത്.

ആലപ്പുഴ വഴികാട്ടുന്നു

തൊഴിലാളികളെയും അവരുടെ യൂണിയനെയും വരിഞ്ഞു മുറുക്കി അവരുടെമേൽ അടിച്ചേൽപ്പിച്ച ഈ അടിമത്തത്തിന്റെ ഭീകരമായ അന്ത രീക്ഷത്തിലേക്ക് അന്നത്തെ തിരുവിതാംകൂർ കമ്യൂണിസ്റ്റ് പാർട്ടി ശക്ത മായൊരു ബോംബെറിഞ്ഞു. ആ ബോംബ് പൊട്ടിച്ചിതറിയുണ്ടാകാവുന്ന ശബ്ദത്തിന്റെയും മിന്നലിന്റെയും ഫലമായി വീർപ്പുമുട്ടിക്കുന്ന ഭീകരവും ഇരുണ്ടതുമായ അന്തരീക്ഷം മാറിമറിഞ്ഞ് കരുത്തുള്ള നവചൈതന്യം മൊട്ടിടുമെന്ന് പാർട്ടി കണക്കുകൂട്ടി. പക്ഷേ, നിർഭാഗ്യമെന്നു പറയട്ടെ, ആ ബോംബ് തൂറ്റിപ്പോയതേയുള്ളൂ. സംഭവം ഇതാണ്:

1942 ൽ ഇന്ത്യാഗവൺമെന്റ് കമ്യൂണിസ്റ്റ് പാർട്ടിയുടെ പേരിലുണ്ടാ യിരുന്ന നിരോധനം പിൻവലിച്ചു. പരസ്യമായ സംഘടനാ പ്രവർത്തന ങ്ങൾക്കുള്ള അവസരവും പൗരസ്വാതന്ത്ര്യങ്ങളും ലഭിച്ചപ്പോൾ കമ്യൂ ണിസ്റ്റ് പ്രസ്ഥാനത്തെ കൂടുതൽ വളർത്താനും വ്യാപിപ്പിക്കാനും സാധി ച്ചു. പുരോഗതിയുടെ ശത്രുക്കളും കടുത്ത കമ്യൂണിസ്റ്റ് വിരോധികളും സർവവിധ പഴികളും അപവാദങ്ങളും കല്ലുവെച്ച നുണകളും പറഞ്ഞുഫലിപ്പിക്കാൻ വിഫലശ്രമം നടത്തിയെങ്കിലും അവയെയെല്ലാം അതിജീവിച്ച കമ്യൂണിസ്റ്റ് പാർട്ടിയും ട്രേഡ് യൂണിയൻ, കർഷകസംഘം വിദ്യാർഥി ഫെഡറേഷൻ തുടങ്ങിയ ബഹുജനസംഘടനകളും വളർന്നു മുന്നേറി.

തിരുവിതാംകൂർ സംസ്ഥാനത്തിലെ വിപ്ലവപ്രസ്ഥാനത്തിന്റെ ഈറ്റി ല്ലമായിരുന്നു ആലപ്പുഴ. വ്യവസായവൽകൃത നഗരവും വാണിജ്യകേന്ദ്ര വുമായിരുന്നു അത്. ആയിരക്കണക്കിന് തൊഴിലാളികൾ കടുത്ത ചൂഷ ണത്തിന് വിധേയരായി നരകയാതന അനുഭവിക്കുകയായിരുന്നു അവി ടെ. ഈ പശ്ചാത്തലത്തിൽ ആണ് കമ്യൂണിസ്റ്റ് പാർട്ടിയുടെയും വിപ്ലവ പ്രസ്ഥാനത്തിന്റെയും ബീജാവാപം ആലപ്പുഴയിൽ നടന്നത്. താരതമ്യേന വളരെ ഹ്രസ്വമായ ഒരു കാലയളവിൽത്തന്നെ ആലപ്പുഴ പട്ടണത്തി ലെയും പരിസരപ്രദേശങ്ങളിലെയും അധ്വാനിക്കുന്ന ജനങ്ങൾക്ക് വിപ്ല വപ്രസ്ഥാനവുമായി താദാത്മ്യം പ്രാപിക്കാൻ കഴിഞ്ഞു.

വിപ്ലവപ്രസ്ഥാനം രാജ്യവ്യാപകമായി വളർന്ന് പന്തലിക്കണമെങ്കിൽ

സുശിക്ഷിതരും പരിചയസമ്പന്നരുമായ സംഘാടകരെ വാർത്തെടുത്ത് വിവിധ പ്രദേശങ്ങളിലേക്ക് നിയോഗിക്കേണ്ടതുണ്ട്. ഈ വ്യക്തമായ കാഴ്ചപ്പാടോടും ദീർഘകാല പരിപാടിയോടും കൂടിയാണ് പാർട്ടി കയർ ഫാക്ടറി വർക്കേഴ്സ് യൂണിയൻ പ്രവർത്തനത്തിൽ മുഴുകിയത്.

യൂണിയൻ പ്രവർത്തനങ്ങളിൽ സജീവതാൽപ്പര്യം കാണിക്കുന്ന തൊഴിലാളിസഖാക്കൾ പ്രത്യേകം ശ്രദ്ധിക്കപ്പെട്ടു. മറ്റ് രംഗങ്ങളിൽ ഏതെങ്കിലും മുൻകൈയും വാസനയുമുള്ള സഖാക്കളെ മണത്തറിഞ്ഞ് കണ്ടുപിടിച്ചു. അവർക്കെല്ലാം നിരന്തരമായ രാഷ്ട്രീയവിദ്യാഭ്യാസം നൽകി. എഴുത്തും വായനയും അറിഞ്ഞുകൂടാത്തവരെ എഴുതാനും വായിക്കാനും പഠിപ്പിച്ചു. പ്രസംഗപരിശീലനത്തിനും ലേഖനം തയാറാക്കുന്നതിനും പ്രത്യേകം ക്ലാസുകൾ ഏർപ്പെടുത്തി. കലാസാഹിത്യരംഗങ്ങളിൽ വാസനയുള്ള സഖാക്കളെ പ്രോത്സാഹിപ്പിക്കാനായി പ്രത്യേകം കലാസാംസ്കാരിക സമിതി രൂപീകരിച്ച് അവിടെയും ശാസ്ത്രീയശിക്ഷണത്തിന് ഏർപ്പാടുണ്ടായി. ബഹുജനങ്ങൾക്കിടയിലെ വിപ്ലവപ്രവർത്തനങ്ങളുടെ വിശദാംശങ്ങൾ പോലും അധ്യേതാക്കൾക്ക് പകർന്നുകൊടുത്തു. മാർക്സിസം – ലെനിനിസത്തിന്റെ അടിസ്ഥാനപ്രമാണങ്ങളെ ആധാരശിലയാക്കിക്കൊണ്ടുള്ള ഈ പരിശീലന പദ്ധതി അത്ഭുതകരമായ ഫലം ഉളവാക്കി. കഴിവുറ്റ നൂറുകണക്കിന് രാഷ്ട്രീയ ട്രേഡ് യൂണിയൻ പ്രക്ഷോഭകാരികൾ ഉയർന്നുവന്നു.

തൂറ്റിപ്പോയ ആറ്റംബോംബ്

വെറും സാധാരണ കയർത്തൊഴിലാളികളുടെ നിലവാരത്തിൽനിന്ന് വളർന്ന് ഉയർന്നുവന്ന സംഘാടകനായിരുന്നു സഖാവ് പി ജി രാഘവൻ. പാർട്ടിനേതൃത്വം സഖാവ് പി ജി രാഘവനെ ആലുവയിലേക്ക് നിയോഗിച്ചു. അത് 1943 ലാണ്.

150 ൽപ്പരം ബീഡിത്തൊഴിലാളികൾ ജോലി ചെയ്യുന്ന ബീഡി വ്യവസായകേന്ദ്രം കൂടിയായിരുന്നു ആലുവ. ആലുവാചന്തയിലാണ്—അരുണാസ്ക്വയർ—ബീഡി വ്യവസായം കേന്ദ്രീകരിച്ചിരുന്നത്. ആലുവായിലെത്തിയ സഖാവ് രാഘവൻ ആലുവാ ഫാക്ടറി ലേബറേഴ്സ് യൂണിയൻ നേതാക്കളുമായും ചിത്തിരാമിൽ തൊഴിലാളികളുമായി പരിചയപ്പെട്ടു. അദ്ദേഹം ആലുവ ബീഡി തൊഴിലാളികളുടെ കൂടെക്കൂടി. അവർക്കുവേണ്ടി പത്രംവായിക്കുന്ന ജോലി അദ്ദേഹം ഏറ്റെടുത്തു. ചമ്രം പടിഞ്ഞിരുന്ന് മടിയിൽ മുറവും മുറത്തിൽ സുക്കയും ബീഡിയിലയും വെച്ച് ചിലർ ശരീരമാകെയും മറ്റുചിലർ തല മാത്രമായും മെല്ലെ ഈണത്തിൽ ചലിപ്പിച്ച് മണിക്കൂറുകളോളം ഇരുന്ന് ബീഡി തെറുക്കുന്നതിനിടയിൽ അവർക്കുവേണ്ടി മറ്റാരെങ്കിലും പത്രം വായിച്ച് സഹായിക്കുന്നത് അവർക്ക് എന്തനുഗ്രഹമായിരുന്നെന്നോ! ചില പ്രദേശങ്ങളിൽ ബീഡിത്തൊഴിലാളികൾ തന്നെ മാറി മാറി പത്രം വായിക്കുന്ന പതിവുണ്ടായിരുന്നു. *മാതൃഭൂമി, കേരളഭൂഷണം* തുടങ്ങിയ അക്കാലത്തെ പുരോഗമന

പത്രങ്ങൾക്കുപുറമെ ആലപ്പുഴയിൽ നിന്നും കൊണ്ടുവന്നിരുന്ന ലഘു ലേഖകളും കൂടി വായിക്കാൻ തുടങ്ങി. സ. രാഘവനെ ആലുവാ ബീഡി ത്തൊഴിലാളികൾ അംഗീകരിച്ചു. അവർ അദ്ദേഹത്തിന് ചായയും ചോറും വാങ്ങിക്കൊടുത്തു. തങ്ങളുടെ കൂടെ താമസിപ്പിച്ചു.

ഏറെത്താമസിയാതെ സ. രാഘവൻ പ്രസിഡന്റും ബീഡിത്തൊഴി ലാളിയായ സ. കെ ബി ഇബ്രാഹിം ജനറൽസെക്രട്ടിയുമായുള്ള ആലുവാ ബീഡി വർക്കേഴ്സ് യൂണിയൻ രൂപീകരിക്കപ്പെട്ടു. പിന്നെയും ഒരുകൊ ല്ലത്തിനുശേഷമാണ് യൂണിയൻ രജിസ്റ്റർ ചെയ്യപ്പെട്ടത്.

അന്ന് ആയിരം ബീഡിതെറുത്താൽ കിട്ടുന്ന കൂലി വെറും അഞ്ച ണയായിരുന്നു. കൂലി വർധിപ്പിച്ചുകിട്ടാനുള്ള ഡിമാൻഡ് ഉയർത്തി. കൂടി യാലോചനകളുടെയും പ്രക്ഷോഭങ്ങളുടെയും ഫലമായി കൂലി എട്ടണ യായി ഉയർത്തിക്കിട്ടി. മടക്കുബീഡിക്ക് കൂലി പത്തണയായി നിജപ്പെടു ത്തി. കൂലികൂട്ടിയത് മുതലാളിമാർക്ക് തീരെ രുചിച്ചില്ല. ആലപ്പുഴക്കാ രൻവന്ന് കുഴപ്പമുണ്ടാക്കിയതിന് പ്രതികാരംചെയ്യാൻ അവർ തക്കം പാർത്തിരുന്നു. നിരീശ്വരവാദിയായ കമ്യൂണിസ്റ്റ് എന്ന ജിഹാദ് വിളി സഖാവ് രാഘവനെതിരെ ചന്തയിലുയർന്നു. ബീഡിത്തൊഴിലാളിമാർ ഒരു സംഘം ഗുണ്ടകളെക്കൊണ്ട് ചന്തയിൽവച്ച് പരസ്യമായി സഖാവ് രാഘ വനെ ക്രൂരമായി മർദിപ്പിച്ചു. അടുത്തത് രാഘവനെ അനുകൂലിക്കുന്ന വർക്കാണ് എന്ന് ഗുണ്ടകൾ വിളിച്ചുപറഞ്ഞു. ഇത് ബീഡിത്തൊഴിലാളി കളെ ഭീഷണിപ്പെടുത്താനായിരുന്നു. ചന്തയിലും പരിസരത്തും ഭീതിജ നകമായ ഒരന്തരീക്ഷം സൃഷ്ടിക്കപ്പെട്ടു. ബീഡിത്തൊഴിലാളികൾക്ക് സഖാവ് രാഘവനോട് മിണ്ടാൻ ഭയമായിത്തുടങ്ങി. അദ്ദേഹത്തിന് ചായയും ചോറും വാങ്ങിക്കൊടുക്കാൻ അവർ മടിച്ചു. കയറിയിരിക്കാനും കിടക്കാനും ഇടം നിഷേധിക്കപ്പെട്ടു.

അദ്ദേഹം പതറിയില്ല. കുറെ നാളുകൾകൂടി ആലുവായിലും കളമ ശ്ശേരിയിലും തന്റെ വിപ്ലവസന്ദേശവുമായി കഴിച്ചുകൂട്ടി.

സി ഐ ഡിയുടെ സാന്നിധ്യത്തിൽ രാജഭക്തി പ്രമേയം പാസാക്കി വഞ്ചീശമംഗളം പാടുന്നത് പ്രധാന ട്രേഡ് യൂണിയൻ പ്രവർത്തനമായി ശീലിച്ചവർക്ക് സഖാവ് രാഘവന്റെ സാന്നിധ്യവും പുതിയ പ്രവർത്തന ശൈലിയെക്കുറിച്ചുള്ള നിർദേശങ്ങളും തീരെ രുചിച്ചില്ല. അവർ സംശ യാലുക്കളായി. രാജഭക്തിപ്രമേയവും വഞ്ചീശമംഗളവും അജണ്ടയിൽ നിന്നും നീക്കിയാലത്തെ ഭവിഷ്യത്തോർത്ത് അവർ ഭീതി പൂണ്ടു. സഖാവ് രാഘവന്റെ വാക്കുകളും ചലനങ്ങളും സി ഐ ഡി അതത് സമയത്ത് മേലാവിലേക്ക് റിപ്പോർട്ട് ചെയ്തു. അദ്ദേഹത്തെ ആലുവാമേഖലയിൽ നിർബാധം പ്രവർത്തിക്കാൻ അനുവദിച്ചാലുണ്ടാകാവുന്ന ഭയാനകമായ ഭവിഷ്യത്തുക്കളെപ്പറ്റി അധികാരികൾക്ക് സംശയമൊന്നുമുണ്ടായിരുന്നില്ല.

ആലുവാ ഫാക്ടറി ലേബേഴ്സ് യൂണിയൻ പ്രസിഡന്റ് അഡ്വക്കേറ്റ് സി ഐ കാസ്പറിന് വലിയ ശല്യമായിരുന്നു. സ. രാഘവൻ. സഖാവ് രാഘവനെ അറസ്റ്റുചെയ്യണമെന്ന് കാസ്പറിൻ പൊലീസിനോട് ആവ

ശ്യപ്പെടുകയും അപേക്ഷിക്കുകയും ചെയ്തു. ഒരു സുപ്രഭാതത്തിൽ പൊലീസ് സ. രാഘവനെ പിടിച്ചുകൊണ്ടുപോയി അതിഭീമമായി മർദിച്ചു. മൂന്നുദിവസത്തെ തുടർച്ചയായ മർദനങ്ങൾക്കുശേഷം അദ്ദേഹത്തെ വിട്ടയച്ചു. രാജഭക്തി പ്രമേയക്കാർ രാഘവന്റെ അറസ്റ്റിലും മർദനത്തിലും പ്രതിഷേധിച്ചില്ല! ഭീതിപൂണ്ട ബീഡിത്തൊഴിലാളികൾ തിരിഞ്ഞുനോക്കിയില്ല!

അവശനായ സ. രാഘവൻ ആലപ്പുഴക്ക് മടങ്ങിപ്പോകാൻ നിർബന്ധിതനായി. കഠിനമായ മർദനത്തിന്റെ ഫലമായി ആ യുവ പ്രതിഭ അകാലത്തിൽ കെട്ടടങ്ങി.

4

വിപ്ലവ ട്രേഡ് യൂണിയൻ പ്രസ്ഥാനം ഉടലെടുക്കുന്നു

ഉജ്വലമായ സ. പി ജി രാഘവന്റെ രക്തസാക്ഷിത്വം കൊണ്ട് പാർട്ടി ചൂളിയില്ല. സഖാവ് രാഘവനെ തല്ലിക്കൊല്ലുകവഴി ഉയർത്തിയ വെല്ലുവിളിയെ ധൈര്യസമേതം നേരിടാൻതന്നെ പാർട്ടിനേതൃത്വം ഉറച്ചു. കയർത്തൊഴിലാളിയായി ജീവിതായോധനത്തിൽ ഇറങ്ങിവരികയും ട്രേഡ് യൂണിയൻ പ്രവർത്തനത്തിലൂടെ പാർട്ടിയിലേക്കും നേതൃത്വനിരയിലേക്കും ഉയർന്നുവരികയും ചെയ്ത്, കൂടുതൽ പരിചയവും അനുഭവജ്ഞാനവും സ്വായത്തമാക്കി പയറ്റിത്തെളിഞ്ഞ എൻ കെ മാധവനെയാണ് പാർട്ടി ഇത്തവണ ആലുവയിലേക്ക് തെരഞ്ഞെടുത്ത് നിയോഗിച്ചത്. ഉശിരൻ തൊഴിലാളിയും തൊഴിലാളി നേതാവുമായ എൻ കെ മാധവൻ ഉത്സാഹപൂർവം ആ ചുമതല ഏറ്റെടുത്തുകൊണ്ട് 1943 നവംബറിൽ ആലുവയിലേക്ക് കുതിച്ചു. വിവരം മണത്തറിഞ്ഞ ദിവാൻ സർ സി പിയുടെ സി ഐ ഡി കിങ്കരന്മാർ സഖാവിനെ അനുധാവനം ചെയ്തു. എറണാകുളത്തുവെച്ച് അവർ സഖാവിനെ വളഞ്ഞ് കുടുക്കുമെന്ന ദിക്കായി. അതിവിദഗ്ധമായി സി ഐ ഡി വലയം ഭേദിച്ച് സഖാവ് എൻ കെ കളമശ്ശേരിയിലെത്തി. ആദ്യമാദ്യം അദ്ദേഹം കമ്പനി ഗേറ്റിൽ പോവുകയോ വഞ്ചീശമംഗളം പാടുന്ന കമ്മിറ്റിയോഗങ്ങളിലും ജനറൽബോഡിയിലും പങ്കെടുക്കുകയോ ചെയ്തില്ല.

കേവലം യാദൃച്ഛികമായിട്ടാണെങ്കിലും ഭാഗ്യാതിരേകത്താൽ എൻ കെ മാധവൻ ആലുവമേഖലയിൽ ആദ്യമായി പരിചയപ്പെടുന്ന തൊഴിലാളി ശ്രീചിത്തിരാമില്ലിലെ സഖാവ് കെ ആർ കൃഷ്ണൻകുട്ടിയെയായിരുന്നു. തേടിയവള്ളി കാലിൽ ചുറ്റിയ പ്രതീതിയായിരുന്നു ആ സമാഗമത്തിന്. സഖാവ് കൃഷ്ണൻകുട്ടിവഴിയായി ആലപ്പുഴയിൽനിന്നും വന്ന നേതാവ് ശ്രീ ചിത്തിരാമില്ലിലെ മിക്ക തൊഴിലാളികളുമായി പരിചയപ്പെ

ട്ടു. രാത്രികാലങ്ങളിൽ തൊഴിലാളികളുടെ വീടുകളിൽ ചെറു ചെറുയോഗങ്ങൾ മുറയ്ക്കു നടന്നു. സജീവമായ ചർച്ചകളിൽ തൊഴിലാളികൾ ഉള്ളു തുറന്ന് അഭിപ്രായം പറയാൻ തുടങ്ങി. മുതലാളിത്തസമ്പ്രദായത്തിലെ ഉൽപ്പാദനരീതികളുടെ സവിശേഷതകൾ ചർച്ചായോഗങ്ങളിൽ വിശദമാക്കപ്പെട്ടു. കൂലിയും വിലയും ലാഭവും തമ്മിലുള്ള ബന്ധം തെളിയിക്കപ്പെട്ടു. ചൂഷക വർഗങ്ങളും ചൂഷിതവർഗങ്ങളും തമ്മിലുള്ള വൈരുധ്യങ്ങൾ വിവരിക്കപ്പെട്ടു. ഭരണകൂടമെന്നത് മർദക ചൂഷക വർഗങ്ങളുടെ കൈയിലെ മർദനോപകരണങ്ങളാണെന്ന് തൊഴിലാളികളെ പറഞ്ഞുമനസിലാക്കി. തങ്ങളുടെ ശത്രുക്കളായ രാജാവിനും അയാളുടെ ഗവൺമെന്റിനും സ്തുതിഗീതം പാടിക്കുന്നതിന്റെ പിന്നിലുള്ള വഞ്ചന തൊഴിലാളികൾക്ക് ബോധ്യമായി.

ബുദ്ധിജീവി തൊഴിലാളിമധ്യത്തിലേക്ക്

യൂണിയൻ ക്രിസ്ത്യൻകോളേജിലെ സമർഥനായ വിദ്യാർഥിയായിരുന്നു കെ സി മാത്യു. വിദ്യാർഥി പ്രക്ഷോഭത്തിൽ സജീവ പങ്കുവഹിച്ച അദ്ദേഹം വിപ്ലവപ്രസ്ഥാനത്തിലേക്ക് ആകൃഷ്ടനായി. ബിരുദമെടുത്തു കൊളേജിൽനിന്നിറങ്ങിയ അദ്ദേഹം എഞ്ചിനീയറായ തന്റെ പിതാവ് തനിക്കുവേണ്ടി തേടിവെച്ചിരുന്ന ആകർഷകമായ ഉദ്യോഗം തട്ടിക്കളഞ്ഞ്, നേരെ ആലപ്പുഴ കയർ ഫാക്ടറി വർക്കേഴ്സ് യൂണിയൻ ഓഫീസിലേക്കാണ് പോയത്. അവിടെ മാത്യു ആറുമാസക്കാലം കൊണ്ട് ട്രേഡ് യൂണിയൻ പ്രവർത്തനങ്ങളുടെ ബാലപാഠങ്ങൾ ഹൃദിസ്ഥമാക്കി. സ. മാത്യുവിന്റെ വിപ്ലവപ്രവർത്തനങ്ങളുടെ രംഗം പുതുതായി രൂപം പ്രാപിച്ചുവരുന്ന ആലുവ വ്യവസായമേഖലയായിരിക്കണമെന്ന് പാർട്ടി നേതൃത്വം തീരുമാനിച്ചു. അങ്ങനെ ബിരുദധാരിയും ബുദ്ധിജീവിയുമായിരുന്ന കെ സി മാത്യുവും ആലുവയിൽ എൻ കെ മാധവനോടൊപ്പം ചേർന്നു.

കെ സി മാത്യു

പിന്നെ ഒട്ടും താമസമുണ്ടായില്ല. രാജഭക്തി പ്രമേയത്തിൽ നിന്നും വഞ്ചീശമംഗളഗാനത്തിൽ നിന്നും ആലുവ ഫാക്ടറി ലേബറേഴ്സ് യൂണിയനെ മോചിപ്പിക്കാൻ 1944 ൽ ജെ ടി കായനാട്ട് വീണ്ടും യൂണിൻ പ്രസിഡന്റായി തിരഞ്ഞെടുക്കപ്പെട്ടു. സ. എൻ കെ മാധവനായിരുന്നു ജനറൽ സെക്രട്ടറി. യൂണിയനും

അംഗങ്ങൾക്കും ഇതുമൂലം നവോന്മേഷവും ചൈതന്യവും ലഭിച്ചു. എൻ കെ മാധവൻ, കെ സി മാത്യു, ജെ ടി കായനാട്ട് എന്നിവരുൾക്കൊള്ളുന്ന ആലുവയിലെ ആദ്യത്തെ കമ്യൂണിസ്റ്റ് പാർട്ടി സെൽ രൂപീകരിക്കപ്പെട്ടു.

ഒരു ഗാന്ധിയൻ ടി യു രംഗത്ത്

തികഞ്ഞ ഗാന്ധിയനും സ്റ്റേറ്റ് കോൺഗ്രസ് നേതാവുമായിരുന്ന ചെറിയാൻ കട്ടക്കയം തൊഴിലാളി രാഷ്ട്രീയത്തിൽ ആകൃഷ്ടനായി ട്രേഡ് യൂണിയൻ രംഗത്തേക്ക് കടന്നുവന്നു. അദ്ദേഹത്തെ കടത്തിക്കൊണ്ടുവന്നു വെന്നു പറയുന്നതായിരിക്കും കൂടുതൽ ശരി.

ഭേദപ്പെട്ട ഇടത്തരം കുടുംബങ്ങളിലെ അംഗം: ബിരുദധാരി: സാത്വികസ്വഭാവി; തികഞ്ഞ ഗാന്ധിഭക്തൻ — ഇനി ഇതിൽക്കൂടുതൽ എന്തു വേണം സ്റ്റേറ്റ് കോൺഗ്രസ് നേതൃത്വത്തിന്റെ വിശ്വസ്തനും വാത്സല്യ ഭാജനവുമാകാൻ? തിരുവിതാംകൂറിന്റെ വടക്കേ അറ്റത്ത്—ആലുവയിൽ—ചെങ്കൊടി ഉയരുകയും തൊഴിലാളികളുടെ ശബ്ദം മുഴങ്ങാൻ തുടങ്ങുകയും ചെയ്തതോടെ സ്റ്റേറ്റ് കോൺഗ്രസ് നേതൃത്വത്തിന് അങ്കലാപ്പ് തുടങ്ങിയതായി കട്ടക്കയം സൂചിപ്പിച്ചു. കോൺഗ്രസിന്റെ തിരഞ്ഞെടുക്കപ്പെട്ട കമ്മിറ്റികളിൽ കമ്യൂണിസ്റ്റുകാർ കയറി വരാതിരിക്കാൻ വേണ്ട ജാഗ്രത പാലിക്കണമെന്ന് തനിക്ക് സ്റ്റേറ്റ് കോൺഗ്രസ് നേതൃത്വം നിർദേശം നൽകിയതായി ചെറിയാൻ അനുസ്മരിക്കുന്നു. അക്കാലത്തെ കമ്യൂണിസ്റ്റുകാരെല്ലാം ദേശീയസംഘടനയായ സ്റ്റേറ്റ് കോൺഗ്രസിന്റെ മെമ്പർമാരും പ്രവർത്തകരുമായിരുന്നു 1114 ൽ ഏലൂരും മഞ്ഞുമ്മലും ഓരോ പ്രചാരണയോഗങ്ങൾ നടത്തിയതിനുശേഷം വ്യവസായമേഖലയിൽ ഇദംപ്രഥമമായി കോൺഗ്രസ് കമ്മിറ്റികൾ സംഘടിപ്പിച്ചതും തുരുതുരെ പ്രചാരണയോഗങ്ങളും ഘോഷയാത്രകളും സംഘടിപ്പിച്ച് കോൺഗ്രസിന്റെ സന്ദേശം എല്ലാ മുക്കിലും മൂലയിലും എത്തിച്ചതും കമ്യൂണിസ്റ്റുകാരായിരുന്നുവെന്ന വസ്തുത ഇപ്പോഴത്തെ പുത്തൻ കോൺഗ്രസുകാർക്കും ഐ എൻ ടി യു സി ക്കാർക്കും അറിയുമോ? അക്കാലത്ത് തൊഴിലാളികളോടും തൊഴിലാളിസംഘടനകളോടും കോൺഗ്രസ് നേതൃത്വം ഒരുതരം അയിത്തം ഭാവിച്ചിരുന്നു.

ചെറിയാൻ കട്ടക്കയം

കോൺഗ്രസ് നേതൃത്വം ശങ്കിച്ചുനിന്നപ്പോൾ

സി പി രാമസ്വാമി അയ്യരുടെ അമേരിക്കൻ മോഡൽ ഭരണഘടന തീരെ തള്ളിക്കളയരുതെന്നും പരീക്ഷിച്ചുനോക്കേണ്ടതാണെന്നും പട്ടം താണുപിള്ള. പി എസ് നടരാജപിള്ള തുടങ്ങിയ നേതാക്കന്മാർ അഭിപ്രായം പ്രകടിപ്പിക്കാൻ തുടങ്ങി. ഉത്തരവാദഭരണത്തിനുവേണ്ടി അലയടിച്ചുയർന്നുവന്ന സമരാവേശത്തിന് രൂപം നൽകാതെ സ്റ്റേറ്റ് കോൺഗ്രസ് നേതൃത്വം ശങ്കിച്ചുനിന്നു. തദവസരത്തിലാണ് സി പി യുടെ പൊലീസ് ഗുണ്ടാവാഴ്ചയെ വെല്ലുവിളിച്ചുകൊണ്ട് ജന്മി–നാടുവാഴിത്ത ശക്തികളെ കിടിലംകൊള്ളിച്ചുകൊണ്ട്, അമേരിക്കൻ മോഡൽ അറബിക്കടലിൽ, ദിവാൻ ഭരണം അവസാനിപ്പിക്കും എന്ന് തൊഴിലാളികൾ മുദ്രാവാക്യം മുഴക്കാൻ തുടങ്ങിയത്. തിരുവിതാംകൂർ രാഷ്ട്രീയാന്തരീക്ഷത്തിൽ പ്രകടമായ ഈ മാറ്റം ഉൽപ്പതിഷ്ണുക്കളും ഇടതുപക്ഷചായ്‌വുള്ളവരുമായ കോൺഗ്രസുകാരെ ഇരുത്തി ചിന്തിപ്പിച്ചു. ഒരുഭാഗത്ത് കോൺഗ്രസ് നേതൃത്വം സമരത്തിന് ആഹ്വാനം നൽകാതെ ശങ്കിച്ചുനിന്നു. മറുവശത്ത് സി പി പൊലീസ് ഗുണ്ടാതേർവാഴ്ചയിലൂടെ അമേരിക്കൻ മോഡൽ ഭരണഘടന നടപ്പാക്കാൻ ശ്രമിച്ചതിനെ തൊഴിലാളിവർഗം ചെറുത്തുനിന്നു. മുമ്പ് സൂചിപ്പിച്ച ഉൽപ്പതിഷ്ണുക്കളും ഇടതുപക്ഷചായ്‌വുള്ളവരുമായ കോൺഗ്രസുകാർ തൊഴിലാളികളുടെ പക്ഷത്ത് നിൽക്കാനുറച്ചു.

തൊഴിലാളികളുടെയും ഇടതുപക്ഷ കോൺഗ്രസുകാർ ഉൾപ്പെടെയുള്ള രാഷ്ട്രീനേതാക്കൻമാരുടെയും മേൽ സി പി സ്വീകരിച്ച മർദനനടപടികളെ ചെറുത്തുതോൽപ്പിക്കുന്നതിനെക്കുറിച്ച് ആലോചിക്കാനായി 1122 കന്നിമാസം 9 ന് ആലപ്പുഴയിൽ കൂടിയ 65 ൽപ്പരം ട്രേഡ് യൂണിയൻ സംഘടനകളുടെ യോഗത്തിൽ പങ്കെടുത്തുകൊണ്ട് കോൺഗ്രസ് നേതാവ് സി കേശവൻ നടത്തിയ പ്രസംഗം ശ്രദ്ധിക്കുക:

> ... നിങ്ങളുടെ ഇടയിൽ ഉള്ള യോജിപ്പിൽ ഞാൻ നിങ്ങളെ അഭിനന്ദിക്കുന്നു... ഞാൻ പുറപ്പെടുവിച്ച രണ്ടു പ്രസ്താവനകൾ നിങ്ങൾ കണ്ടിരിക്കുമല്ലോ. അതിനു മറുപടിയായി ഉത്തരവാദഭരണത്തിനുവേണ്ടിയുള്ള സമരം തുടങ്ങേണ്ട സമയം അതിക്രമിച്ചിരിക്കുന്നുവെന്നും സമരത്തിന്റെ നേതൃത്വം ഞാൻ ഏറ്റെടുക്കണമെന്നും അഭ്യർഥിച്ചുകൊണ്ട് രാജ്യത്തിന്റെ എല്ലാ ഭാഗത്തുനിന്നും ആയിരക്കണക്കിന് യുവജനങ്ങൾ എനിക്ക് കത്തുകൾ അയച്ചിട്ടുണ്ട്.... അടുത്ത (കോൺഗ്രസ്) വർക്കിങ് കമ്മിറ്റിയിൽ സമരത്തിനുള്ള തീരുമാനം എടുക്കാൻ കഴിയുമെന്നാണ് ഞങ്ങളുടെ പ്രതീക്ഷ. എന്നാൽ നിങ്ങളോട് ഒരുകാര്യം ഞാൻ പറയാം. (നെഞ്ചിൽകൈ വെച്ചുകൊണ്ട്) സ്റ്റേറ്റ് കോൺഗ്രസ് ഈ സമരം തുടങ്ങാൻ തീരുമാനിച്ചാലും ഇല്ലെങ്കിലും ശരി, ഞാനും കുമ്പളവും സമരരംഗത്തുണ്ടായിരിക്കും. ഈ രാജ്യത്ത് 75 ശതമാനം യുവജനങ്ങളും നമ്മുടെ കൂടെയുണ്ടായിരിക്കുമെന്ന് എനിക്കുറപ്പുണ്ട്... (*പുന്നപ്രവയലാർ:* കെ സി ജോർജ്, പേജ് 42)

സി കേശവനും കുമ്പളവും കണ്ടത് രണ്ടോ രണ്ടരയോ വർഷങ്ങൾക്കുമുമ്പ് ശ്രീ ചെറിയാൻ കട്ടക്കയം കണ്ടുവെന്നുമാത്രം. കട്ടക്കയം സമരത്തിൽ കേവലം സഹകരിക്കുകയല്ല ചെയ്തത്. തൊഴിലാളികളുടെ മധ്യത്തിലേക്ക് ചെന്ന് അവരുടെ സമരത്തിന് നേതൃത്വം നൽകുകയാണുണ്ടായത്. ആലുവ ഫാക്ടറി ലേബറേഴ്സ് യൂണിയന്റെ പ്രസിഡന്റായി ചെറിയാൻ കട്ടക്കയം തിരഞ്ഞെടുക്കപ്പെട്ടു.

മറ്റൊരു കോൺഗ്രസ് പ്രവർത്തകൻ

ഉത്തര തിരുവിതാംകൂർ കാത്തലിക് ലേബർ അസോസിയേഷന്റെ അടുത്ത ജനറൽ സെക്രട്ടറി ശ്രീ ജോൺപെട്ട ആലുവ ഫാക്ടറി ലേബറേഴ്സ് യൂണിയനുമായി ബന്ധപ്പെട്ടിരുന്നുവെന്ന് നേരത്തെ സൂചിപ്പിക്കുകയുണ്ടായല്ലോ. ശ്രീ ചിത്തിരാമില്ലിൽ ജോലിക്കാരനായിരുന്ന ശ്രീ പെട്ട *കേരളഭൂഷണ*ത്തിന്റെ ഇടപ്പള്ളി ലേഖകനും സ്റ്റേറ്റ് കോൺഗ്രസിന്റെ പ്രവർത്തകനുമായിരുന്നു. ചെറിയാൻ കട്ടക്കയത്തെക്കൂടാതെ ആലുവ ഫാക്ടറി ലേബറേഴ്സ് യൂണിയനുമായി ബന്ധപ്പെട്ടിരുന്ന രണ്ടാമത്തെ കോൺഗ്രസ് പ്രവർത്തകൻ ശ്രീ പെട്ടയായിരുന്നു. നിയമം ലംഘിച്ചു നടത്തിയ ഘോഷയാത്രയിൽ അദ്ദേഹം പങ്കെടുക്കുകയും അതേത്തുടർന്ന് അറസ്റ്റുചെയ്യപ്പെട്ട് ശിക്ഷിക്കപ്പെടുകയും ചെയ്തിട്ടുണ്ട്.

വ്യവസായമേഖല അന്വർഥമാക്കുന്നു

യഥാർഥത്തിൽ 1943–44 ഓടുകൂടിയാണ് ആലുവ വ്യവസായമേഖല എന്ന പേര് അന്വർഥമാകുന്നത്. കേവലം മൂന്ന് ഫാക്ടറികൾ മാത്രമുണ്ടായിരുന്ന ഈ മേഖലയിൽ ഇന്ത്യൻ അലുമിനിയം കമ്പനി (ഏലൂർ പഞ്ചായത്തിൽ) ആലുവ ടെക്സ്റ്റൈൽസ് (ഇന്നത്തെ കാത്തായി കോട്ടൺമിൽസ്, ആലുവ പട്ടണത്തിൽ) തുരുത്തുകരയിലും (ചെങ്ങമനാട് പഞ്ചായത്ത്) ആലുവാ പെരുമ്പാവൂർ റോഡിലും (കീഴ്മാട് വാഴക്കുളം പഞ്ചായത്തുകൾ) ഇന്ന് കാണുന്ന ടൈൽഫാക്ടറികൾ, മുടിക്കല്ലിലെ വഞ്ചിനാട് മാച്ചസ് (വാഴക്കുളം പഞ്ചായത്ത്), ട്രാവൻകൂർ ഒഗലെ ഗ്ലാസ് കമ്പനി (കളമശ്ശേരി പഞ്ചായത്ത്), എഫ് എ സി ടി (എലൂർ പഞ്ചായത്ത്) തുടങ്ങിയ വ്യവസായശാലകൾ രൂപം പ്രാപിച്ചു കഴിയുകയോ രൂപംകൊള്ളാൻ തുടങ്ങുകയോ ചെയ്തു. സ്വാഭാവികമായും കളമശ്ശേരിയിൽ ശ്രീ ചിത്തിരാമില്ലിലെ തൊഴിലാളികളെമാത്രം ചുറ്റിപ്പറ്റി പ്രവർത്തിച്ചിരുന്ന ആലുവ ഫാക്ടറി ലേബറേഴ്സ് യൂണിയനും അതിന്റെ പേർ അന്വർഥമാക്കിക്കൊണ്ട് ഉൽപ്പാദനം തുടങ്ങിക്കഴിഞ്ഞിരുന്ന മറ്റ് ഫാക്ടറികളിലേക്കും വ്യാപിക്കാൻ തുടങ്ങി. ഫാക്ടറിത്തൊഴിലാളികൾ മാത്രമല്ല, ആലുവയിലെ ബീഡിത്തൊഴിലാളികളും മുനിസിപ്പൽ തൊഴിലാളികളും അതതു സംഘടനയിൽ അണിനിരക്കാൻ തുടങ്ങി. വാഴക്കുളം റബർത്തോട്ടങ്ങളിലെ തൊഴിലാളികളും അവരുടെ സംഘടനയിൽ അണിനിരത്തപ്പെട്ടു.

പ്രക്ഷോഭത്തിന്റെ മറ്റൊരുവശം:
ഐ ആർ സി യിലൂടെ കൂടിയാലോചന

ആലുവാഫാക്ടറി ലേബറേഴ്സ് യൂണിയൻ ഓരോ ഫാക്ടറിയിലെയും തൊഴിലാളികളുടെ പൊതുവായ സാമ്പത്തികാവശ്യങ്ങൾ ഉന്നയിച്ച് അവ നേടിയെടുക്കാനുള്ള പ്രക്ഷോഭപരിപാടികൾ ആസൂത്രണം ചെയ്തു. ഇടക്കാലത്തുണ്ടായപോലെ പ്രക്ഷോഭപരിപാടികൾ തീരെ ചുരുക്കുകയോ വർജിക്കുകയോ ചെയ്ത് കൂടിയാലോചനകളെ മാത്രംആശ്രയിക്കുന്ന രീതിയല്ല സ്വീകരിക്കപ്പെട്ടിരുന്നത്. കൂടിയാലോചനകളുടെ നേരെ അയിത്തം പുലർത്തി പ്രക്ഷോഭപരിപാടികളെമാത്രം അവലംബിക്കുകയെന്ന സെക്ടേറിയൻനയവും സ്വീകരിച്ചില്ല. കൂടിയാലോചനകളുടെയും പ്രക്ഷോഭങ്ങളുടെയും മാർഗങ്ങൾ രണ്ടും സമഞ്ജസമായി സംയോജിപ്പിച്ചുകൊണ്ടാണ് യൂണിയൻ മുന്നേറിയത്.

ഇങ്ങനെ ഒരുവശത്ത് അതിരൂക്ഷവും അനുസ്യൂതവുമായ പ്രക്ഷോഭം വഴിയായും മറുവശത്ത് കൂടിയാലോചനകൾ വഴിയായും തൊഴിലാളികൾക്ക് നിസ്സാരമല്ലാത്ത സാമ്പത്തിനേട്ടങ്ങളും മറ്റും ഉണ്ടാക്കിക്കൊടുക്കാൻ നേതൃത്വത്തിനു കഴിഞ്ഞു.

1112 ലെ 8-ാം ആക്ടായി ട്രാവൻകൂർ ട്രേഡ് യൂണിയൻ ആക്ട് പ്രാബല്യത്തിൽ വന്നുവെങ്കിലും രണ്ടുവർഷങ്ങൾകൂടി പിന്നിട്ടതിനുശേഷമാണ്, ജീവൻമരണപ്പോരാട്ടത്തിലൂടെ ആലപ്പുഴ കയർത്തൊഴിലാളികൾക്ക് അവരുടെ യൂണിയൻ — കയർ ഫാക്ടറി വർക്കേഴ്സ് യൂണിയൻ — രജിസ്റ്റർ ചെയ്ത് കിട്ടിയത്. ഇനിയും വളരെക്കൊല്ലങ്ങൾക്കുശേഷമാണ് ശ്രീ വി കെ വേലായുധനെ തിരുവിതാംകൂറിലെ ആദ്യത്തെ ലേബർ കമ്മീഷണറായി നിയമിച്ചത്. ലേബർ കമ്മീഷൻ നിയമിതനായെങ്കിലും ഇന്നു കാണുന്നതുപോലെ അടുക്കുള്ളതും വ്യാപകവുമായ ലേബർ ഡിപ്പാർട്ട്മെന്റ് രൂപംകൊണ്ടത് ഇനിയും പല വർഷങ്ങൾക്കു ശേഷമാണ്. ആലുവ ഫാക്ടറി ലേബറേഴ്സ് യൂണിയൻ ശരിയായ തൊഴിലാളി യൂണിയൻ എന്ന നിലയിൽ പ്രവർത്തിക്കാൻ തുടങ്ങുന്ന 1119-1122 കാലഘട്ടത്തിലും തൊഴിൽ തർക്കങ്ങളിൽ ഇടപെടാനും അനുരഞ്ജനം ഉളവാക്കാനും ഉതകുന്ന ലേബർഡിപ്പാർട്ടുമെന്റ് പ്രവർത്തിച്ചിരുന്നില്ല. അക്കാലത്ത് പൊലീസുദ്യോഗസ്ഥന്മാരോ മജിസ്ട്രേട്ടുമാരോ ആണ് തൊഴിൽ തർക്കങ്ങളിൽ മധ്യസ്ഥം വഹിച്ചിരുന്നത്.

സ. ബാലാനന്ദൻ തന്നെ സ്വന്തം അനുഭവം വിവരിക്കയുണ്ടായി. യൂണിയൻ പ്രവർത്തനം സംഘടിപ്പിച്ചപ്പോൾ പ്രതികാരമായി സഖാവിനെ അലുമിനിയം കമ്പനിയിൽനിന്നും പിരിച്ചുവിട്ടു. മധ്യസ്ഥശ്രമങ്ങളൊന്നും വിജയിച്ചില്ല. തിരിച്ചെടുക്കില്ലെന്ന വാശിയായിരുന്നു മുതലാളിയായ സായ്പിന്. അവസാനം ദേഷ്യം വന്ന പൊലീസ് ഐ ജി പാർഥസാരഥി അയ്യങ്കാർ, ബാലാനന്ദനെ തിരിച്ചെടുക്കണമെന്ന് ശബ്ദം ഉയർത്തിപ്പറഞ്ഞിട്ടിറങ്ങിപ്പോയി. അടുത്തനിമിഷം സഖാവിനെ തിരിച്ചെടുത്തു കൊണ്ടുള്ള കത്ത് സായ്പ് ഒപ്പിട്ടുകൊടുത്തു. എന്നാൽ ആലപ്പുഴയിലെ സ്ഥിതി വ്യത്യ

ബാലാനന്ദൻ

സ്തമായിരുന്നു. അവിടെ തൊഴിലാളികൾ സംഘടിച്ചതിനോടൊപ്പമോ അതിനുമുമ്പായിത്തന്നെയോ തൊഴിലുടമകളുടെയും സംഘടന നിലവിൽ വന്നിരുന്നു. ബ്രിട്ടീഷ് മുതലാളിയായ മിസ്റ്റർ സ്മിത്ത് ചെയർമാനായുള്ള ട്രാവൻകൂർ ചേംബർ ഓഫ് കൊമേഴ്സ് സജീവമായിരുന്നു. തൊഴിലുടമാസംഘത്തിന്റെയും ട്രേഡ് യൂണിയനുകളുടെയും പ്രതിനിധികൾ അടങ്ങുന്ന ഇൻഡക്ട്രിയൽ റിലേഷൻസ് കമ്മിറ്റി (IRC) തൊഴിൽതർക്കങ്ങൾ അനുരഞ്ജിപ്പിക്കുന്നതിൽ വഹിച്ച പങ്ക് ചില്ലറയൊന്നുമല്ല.

ആലപ്പുഴയിൽ നിന്ന് ആവേശം പകരുകയും നേതൃത്വം സ്വീകരിക്കുകയും ചെയ്തിരുന്ന ആലുവ ഫാക്ടറി ലേബറേഴ്സ് യൂണിയൻ ആലുവയിലും വ്യവസായബന്ധകമ്മിറ്റി രൂപീകരിക്കാനുള്ള പ്രക്ഷോഭം ആരംഭിച്ചു. അവസാനം 1944 ഏപ്രിലിൽ കമ്മിറ്റി രൂപവൽകൃതമായി. യൂണിയൻ പ്രതിനിധിയായി ജെ ടി കായനാട്ട് വ്യവസായ ബന്ധകമ്മിറ്റിയിൽ അംഗമായി.

വിവിധ വ്യവസായശാലകളിൽ നിലനിന്നിരുന്ന തൊഴിൽത്തർക്കങ്ങളെക്കുറിച്ച് കൂടിയാലോചിച്ച് പരിഹാരം നിർദേശിക്കാനായി ആലുവ വ്യവസായ ബന്ധകമ്മിറ്റിയുടെ പ്രഥമയോഗം 1944 മെയ് 22,23 തീയതികളിൽ സ്റ്റാൻഡേർഡ് പോട്ടറിവർക്സിൽ വെച്ചുകൂടി. എന്നാൽ അനുരഞ്ജനത്തിനും ഒത്തുതീർപ്പിനും സഹായകമായ നിലപാടല്ല മുതലാളി പ്രതിനിധികൾ സ്വീകരിച്ചത്. തൊഴിലുടമകൾക്കുള്ള അധികാരാവകാശങ്ങളെക്കുറിച്ച് അതിരുകടന്ന അവകാശവാദങ്ങൾ ഉന്നയിച്ച് അവർ സംഭാഷണം സ്തംഭിപ്പിച്ചു.

ഒരു ഫാക്ടറി നടത്തിക്കൊണ്ടുപോകണമെങ്കിൽ കർശനമായ അച്ചടക്കപരിപാലനം വേണം. അച്ചടക്കലംഘനമുണ്ടായാൽ തക്കതായ നടപടി സ്വീകരിക്കാനും അച്ചടക്കം പ്രാബല്യത്തിൽ കൊണ്ടുവരാനുമുള്ള അധികാരവും ചുമതലയും മാനേജ്മന്റിനുള്ളതാണ്. ആ അധികാരം ചോദ്യംചെയ്യാൻ പാടില്ലാത്തതാണ്. അച്ചടക്കം ഫലത്തിൽ കൊണ്ടുവ

രുന്നതിന്റെ ഭാഗമായി തൊഴിലാളികളുടെമേൽ സസ്പെൻഷൻ, ഡിസ്മിസൽ, തരംതാഴ്ത്തൽ, സ്ഥലംമാറ്റം, പിഴയിടൽ തുടങ്ങിയ നടപടികൾ സ്വീകരിക്കാനുള്ള അവകാശവും അധികാരവും മാനേജ്മെന്റിനുള്ളതാണ്. തൊഴിലാളികളെയോ യൂണിയനെയോ, ഇത് ചോദ്യം ചെയ്യാനും തടസപ്പെടുത്താനും അനുവദിച്ചുകൂടാ. ചുരുക്കിപ്പറഞ്ഞാൽ ഇതൊക്കെയായിരുന്നു മുതലാളി പ്രതിനിധികളുടെ വാദഗതികളുടെ പോക്ക്. സ്റ്റാന്റേർഡ് പോട്ടറീസിലും ഗ്ലാസ് ഫാക്ടറിയിലും നിലവിലുണ്ടായിരുന്ന പോലെ തൊഴിലാളികളെ ശാരീരികമായി കയ്യേറ്റം ചെയ്യാനുള്ള തങ്ങളുടെ 'പരിപാവന'മായ അധികാരവും ചോദ്യംചെയ്യപ്പെടരുതെന്ന് വാദിക്കാനുള്ള ചങ്കൂറ്റം മുതലാളിമാർക്കില്ലായിരുന്നു. ഭാഗ്യം! തൊഴിലാളി പ്രതിനിധി എന്ന നിലയിൽ ആലുവ ഫാക്ടറി ലേബറേഴ്സ് യൂണിയനുവേണ്ടി അഖില തിരുവിതാംകൂർ ട്രേഡ് യൂണിയൻ കോൺഗ്രസ് (ATTUC) പ്രസിഡന്റ് ടി വി തോമസും ഈ യോഗങ്ങളിൽ സംബന്ധിക്കുന്നുണ്ടായിരുന്നു. സ്തംഭനം പരിഹരിക്കാനായി ടി വി ഒരു നിർദേശം മുന്നോട്ടുവച്ചു. തർക്കങ്ങളെല്ലാം ട്രാവൻകൂർ ചേംബർ ഓഫ് കൊമേഴ്സ് പ്രസിഡന്റ് മിസ്റ്റർ ഇ എൽ പോളാർഡിന്റെയും ഓണററി സെക്രട്ടി മിസ്റ്റർ കെ സി കരുണാകരന്റെയും മധ്യസ്ഥതക്ക് വിടണമെന്നതായിരുന്നു ആ നിർദേശം. അത് മുതലാളിമാർക്കെല്ലാവർക്കും സ്വീകാര്യമായിരുന്നു.

ആലപ്പുഴ മുതലാളിമാരുടെ അർബിട്രേഷനു വിട്ട തൊഴിൽ തർക്കങ്ങളിൽ ശ്രീ ചിത്തിരാമില്ലിലെ തൊഴിലാളികളുടെ പ്രശ്നങ്ങളെക്കുറിച്ചുള്ള വിവരങ്ങൾ മാത്രമേ ഇന്നു ലഭ്യമായിട്ടുള്ളൂ. ശ്രീ ചിത്തിരാമില്ലിന്റെ മാനേജ്മെന്റ് വഹിച്ചിരുന്ന ട്രാവൻകൂർ ഇൻഡസ്ട്രീസും യൂണിയനും സംയുക്തമായി 1944 ഒക്ടോബർ 21 ന് ആർബിട്രേഷനു വിടുകയും 1944 നവംബർ 13 ന് ആർബിട്രേഷൻ അവാർഡുനൽകുകയും ചെയ്തു. വെറും മൂന്നാഴ്ചകൾ മാത്രം.

ശ്രീ ചിത്തിരാമിൽ തൊഴിലാളികളുടെ അടിയന്തരാവശ്യങ്ങളെക്കുറിച്ച് ആർബിട്രേറ്റർമാർ തീർപ്പുകൽപ്പിക്കുംമുമ്പേ ആദ്യമായി ആലുവ വ്യവസായബന്ധകമ്മിറ്റിയിൽ തൊഴിലുടമകൾ ഉന്നയിച്ചതും അവിടെ ധാരണയിൽ എത്താതെ പോയതുമായ 'മൗലിക' പ്രശ്നങ്ങളെക്കുറിച്ചുള്ള തങ്ങളുടെ വിധി പ്രസ്താവിക്കുകയാണ് ചെയ്തിട്ടുള്ളത്.

1. ജീവനക്കാരെ സസ്പെന്റുചെയ്യാനും ഡിസ്മിസ് ചെയ്യാനുമുള്ള അധികാരമുൾപ്പെടെ അച്ചടക്കം പ്രാബല്യത്തിൽ കൊണ്ടുവരാനുള്ള ചുമതല മാനേജ്മെന്റിന്റേതാണ്. പക്ഷേ, അച്ചടക്കനടപടിക്ക് വിധേയനായ തൊഴിലാളിക്കോ യൂണിയനോ അപ്പീലുകൊടുക്കാനോ പ്രാഥമികാവകാശം നിഷേധിക്കപ്പെട്ടുകൂട.
2. ഒരു വ്യവസായസ്ഥാപനത്തിന്റെ ലാഭത്തോത് നോക്കി അടിസ്ഥാനകൂലി നിശ്ചയിക്കണമെന്ന തൊഴിലാളികളുടെ വാദഗതിയോടും ആർബിട്രേറ്റർമാർ വിയോജിച്ചു.

3. കൂടുതൽ ലാഭം ഉണ്ടാക്കുന്ന സ്ഥാപനങ്ങൾ വർധിച്ച നിരക്കിൽ ക്ഷാമബത്ത നൽകണമെന്ന വാദഗതിയും ആർബിട്രേറ്റർമാർ തള്ളിക്കളഞ്ഞു.

എന്നാൽ എല്ലാവർക്കും ഒരേ ഒരു നിശ്ചിത തോതിലുള്ള ക്ഷാമബത്ത എന്ന തത്വവും ആർബിട്രേറ്റർമാർ പാടെ തള്ളിക്കളഞ്ഞു. വ്യത്യസ്ത നിരക്കിൽ കൂലി വാങ്ങുന്ന തൊഴിലാളികൾക്ക് കൂലിയുടെ തോതനുസരിച്ചുള്ള ക്ഷാമബത്ത നിശ്ചയിക്കണമെന്നും എന്നാൽ ഏറ്റവും ചുരുങ്ങിയ ക്ഷാമബത്ത എത്രയെന്ന് തിട്ടപ്പെടുത്തണമെന്നും ആർബിട്രേറ്റർമാർ തർക്കരഹിതമായ വാക്കുകളിലൂടെ പ്രഖ്യാപിച്ചു.

അവാർഡിന്റെ 11–ാം ഖണ്ഡികയിൽ പറയുന്നു:

> ട്രാവൻകൂർ ഇൻഡസ്ട്രീസ് ലിമിറ്റഡ്, പ്രതിദിനം എട്ടണ എന്ന പൊതുനിരക്കിലാണ് ക്ഷാമബത്ത നൽകുന്നത്. ഈ സമ്പ്രദായത്തിൽ ചില മെച്ചങ്ങൾ ഉണ്ടെങ്കിലും അത് കൃത്യമായും ശാസ്ത്രീയമല്ല. അത് എല്ലാ കൂലിക്കാരെയും ഒരേ നിലയിൽ എത്തിക്കുന്നു. ജീവിതച്ചെലവോ ജീവിതനിലവാരമോ ആയി അതിന് ബന്ധവുമില്ല. ജീവിതച്ചെലവിനെ അടിസ്ഥാനമാക്കി, അതിന് അനുയോജ്യമായ രീതിയിലാണ് ഇന്ന് എങ്ങും കൂലി നിശ്ചയിക്കപ്പെടുന്നത്. ഇന്നത്തെ യുദ്ധകാല പരിതഃസ്ഥിതിയിൽ നൽകപ്പെടുന്ന ക്ഷാമബത്ത തീർച്ചയായും ജീവിതച്ചെലവുകളുമായി ബന്ധപ്പെട്ടതും വർധിച്ച ജീവിതച്ചെലവ് നികത്താൻ ഉദ്ദേശിക്കപ്പെട്ടിട്ടുള്ളതുമാണ്. അതുകൊണ്ട് ഞങ്ങളുടെ അഭിപ്രായം, അടിസ്ഥാനകൂലിയിൽനിന്നും 'പാഴ്ച്ചെലവിലേക്ക്' ഒന്നും നീക്കിവെക്കാൻ വകയില്ലാത്ത ചെറിയ വരുമാനക്കാരുടെ കാര്യം പ്രത്യേകം പരിഗണിച്ച് പൊതുനിരത്ത് എന്ന സമ്പ്രദായം മാറ്റി തൽസ്ഥാനത്ത് അടിസ്ഥാനകൂലിയുടെ ഒരു നിശ്ചിത ശതമാനം ക്ഷാമബത്ത എന്ന തത്വം നടപ്പാക്കണമെന്നാണ്. ഏറ്റവും താഴ്ന്ന കൂലിവാങ്ങുന്നവർക്കും വേദന ഉളവാകാത്ത വിധം ചുരുങ്ങിയ ക്ഷാമബത്ത നൽകണമെന്നും ഞങ്ങൾ അഭിപ്രായപ്പെടുന്നു. ഇവിടെ ഞങ്ങളുടെ മുമ്പിൽ ജീവിതനിലവാരസൂചികയൊന്നുമില്ല പരിശോധിക്കാൻ. അതിനാൽ അടിസ്ഥാനകൂലിയുടെ 75 ശതമാനം ക്ഷാമബത്ത നൽകണമെന്നും എന്നാൽ അത് പ്രതിദിനം ഒൻപതണയിൽ കുറയാൻപാടില്ലെന്നും ഞങ്ങൾ വിധിക്കുന്നു. അടിസ്ഥാന കൂലിയുടെ 75 ശതമാനമോ പ്രതിദിനം ഒൻപതണയോ ഇവയിൽ അധികമേതോ അത് ക്ഷാമബത്തയായി നിശ്ചയിക്കുമെന്ന് സാരം.

- ചുരുങ്ങിയ അടിസ്ഥാനകൂലി 11 അണയായി വർധിക്കുന്നതായിരുന്നു ആർബിട്രേറ്റർമാരുടെ അവാർഡ്.
- അവാർഡിലെ മറ്റൊരു ശുപാർശ, വ്യവസായബന്ധകമ്മിറ്റിപോലെ ഒരു മിൽക്കമ്മിറ്റി രൂപീകരിച്ച് സൗഹാർദപരമായ അന്തരീക്ഷം സൃഷ്ടിക്കണമെന്നതായിരുന്നു.

പ്രതിദിനവേതനം നാലണയിൽനിന്നും ഒന്നേകാൽ രൂപയായി (0 –11–1+0–9–0) ഉയർന്നത് ശ്രീ ചിത്തിരാമിൽ തൊഴിലാളികളെ സംബന്ധിച്ചിടത്തോളം ആവേശകരവും തെല്ല് ആശ്വാസകരവും അഭിമാനകരവുമായിരുന്നു.

5

സമരങ്ങളുടെ വേലിയേറ്റം

സ്റ്റാന്റേർഡ് പോട്ടറീസ്

ശ്രീചിത്തിരാമില്ലിനു പുറത്ത് ഇതര ഫാക്ടറികളിൽ യൂണിയൻ പ്രവർത്തനം വ്യാപിപ്പിക്കാൻ തുടങ്ങിയ കാലഘട്ടത്തിലെ ഉജ്ചലവും ഐതിഹാസികവുമായ സമരം 1119 ൽ നടന്ന സ്റ്റാന്റേർഡ് പോർട്ടറീസ് തൊഴിലാളികളുടെ ചെറുത്തുനിൽപ്പായിരുന്നു. തീക്ഷ്ണമായ ഒരു ചെറുത്തുനിൽപ്പിന് തൊഴിലാളികൾ തയാറാകാത്തവിധം അവരെ രോഷാകുലരും ദൃഢചിത്തരുമാക്കാൻ പ്രേരിപ്പിച്ച വസ്തുതകൾ ഏവയെന്നറിയണമെങ്കിൽ അക്കാലത്തെ ഓട്ടുതൊഴിലാളികളുടെ പൊതു സ്ഥിതിഗതികളും ജീവിതസാഹചര്യങ്ങളും മനസിലാക്കിയിരിക്കണമല്ലോ.

അന്ന് പ്രാബല്യത്തിൽ വന്നുകഴിഞ്ഞിരുന്ന ഫാക്ടറീസ് ആക്ടിന്റെ പരിധിയിൽ പെടുമായിരുന്നു ടൈൽ ഫാക്ടറികൾ. മിക്കവാറും എല്ലാ ഫാക്ടറികളിലും ഒന്നോ രണ്ടോ യന്ത്രങ്ങൾ വീതം ഉണ്ടായിരിക്കും. ഈ രണ്ടു സവിശേഷതകൾ നീക്കിയാൽ ഓട്ടുകമ്പനികൾക്ക് ഫാക്ടറികളുടെ കെട്ടും മട്ടും ഉണ്ടായിരുന്നതേയില്ല. യന്ത്രങ്ങളെക്കാൾ കൂടുതൽ മനുഷ്യാധ്വാനം വേണ്ടിയിരുന്നു, ഈ ഫാക്ടറികളിൽ ഓടും മറ്റുൽപ്പന്നങ്ങളും ഉൽപ്പാദിപ്പിക്കാൻ ഉൽപ്പാദനത്തിലേർപ്പെട്ടിരുന്ന തൊഴിലാളികളും തൊഴിലുടമകളും തമ്മിലുള്ള ബന്ധമാണെങ്കിൽ മുതലാളിത്ത സമ്പ്രദായത്തിൽ നിന്നും വളരെ പിന്നോക്കം നിൽക്കുന്ന പ്രാകൃതമായ ഒന്നായിരുന്നു. തൊഴിലുടമകൾക്ക് തൊഴിലാളികളെ ഭേദ്യം ചെയ്ത് കൊല്ലാനുള്ള നിയമപരമായ അധികാരം കൂടിയുണ്ടായിരുന്നുവെങ്കിൽ അത് അടിമ- ഉടമ ബന്ധത്തിനു സമമാകുമായിരുന്നുവെന്ന് പറഞ്ഞാൽ തീരെ അതിശയോക്തിയാവില്ല.

മുതലാളിയുടെ ആട്ടും തുപ്പും ചവിട്ടും തൊഴിയും തെറിയും എല്ലാം

കെ എൻ ഗോപാലപിള്ള

തൊഴിലാളികൾ സഹിച്ചുകൊള്ളണം. മുതലാളിതന്നെ തൊഴിലാളികളെ നേരിട്ടു തല്ലുകയോ കിങ്കരന്മാരെക്കൊണ്ട് തല്ലിക്കുകയോ ചെയ്യുന്നത് സാധാരണമാണ്. തൊഴിലാളികളെ മുതലാളി തന്നിഷ്ടംപോലെ പിരിച്ചുവിട്ടാൽ അതിനെ ചോദ്യം ചെയ്യാൻ ആരും ധൈര്യപ്പെട്ടിരുന്നില്ല. സ്ത്രീത്തൊഴിലാളികളെ അപമാനിക്കുന്നതും അവരുടെ ചാരിത്ര്യത്തിൽ കൈവെക്കുന്നതും ടൈൽ ഫാക്ടറികളെ സംബന്ധിച്ചിടത്തോളം വെറും സാധാരണമായിരുന്നു.

ഫാക്ടറീസ് ആക്ട് പ്രകാരം കുട്ടികളെ ജോലിയിൽ നിയമിച്ചുകൂടായിരുന്നു. എന്നാൽ ഓട്ടുകമ്പനികളിൽ ധാരാളം കുട്ടികളെ നിയമിച്ചുപോന്നിരുന്നു. കുട്ടികളായ തൊഴിലാളികളെ സംബന്ധിച്ച ഒരു രേഖകളും രജിസ്റ്ററുകളും കമ്പനികളിൽ സൂക്ഷിച്ചിരുന്നില്ല. ഈ കുട്ടികൾ അതിക്രൂരമായ ചൂഷണത്തിനും മർദനത്തിനും വിധേയരായിരുന്നു. വല്ലപ്പോഴും ഫാക്ടറീസ് ഇൻസ്പെക്ടർ പരിശോധനയ്ക്ക് വരുമ്പോൾ മുതലാളിമാർ ഈ കുട്ടികളെ ഇൻസ്പെക്ടറുടെ കണ്ണിൽപ്പെടാതിരിക്കാനായി ഒളിപ്പിച്ചുനിർത്തും. ഒരു ദശകത്തിനുശേഷവും — അതായത് 1952 ൽ പോലും — മുതലാളിമാർ കുട്ടികളെ ഒളിപ്പിച്ചുനിർത്തുമായിരുന്നുവെന്ന് അക്കാലത്ത് ആലുവ ടൈൽ ആന്റ് പോട്ടറീസ് വർക്കേഴ്സ് യൂണിയൻ പ്രസിഡന്റായിരുന്നിട്ടുള്ള കെ എൻ ഗോപാലപിള്ള അനുസ്മരിക്കുന്നു. ഫാക്ടറീസ് ഇൻസ്പെക്ടർ ഒരിക്കലും മുന്നറിയിപ്പില്ലാതെ സന്ദർശിക്കാറില്ലാത്തതിനാൽ മുതലാളിമാരുടെ ഈ കള്ളത്തരം കണ്ടുപിടിക്കാൻ കഴിയുമായിരുന്നില്ല.

"തൊഴിലാളിക്കുട്ടികളുടെ കണക്കു പറയുകയാണെങ്കിൽ ഒരു രൂപക്ക് എട്ടും പത്തും പന്ത്രണ്ടും കുട്ടികൾ പണിയെടുക്കണമെന്നുള്ളതായിരുന്നു നില." (*വാർഷിക റിപ്പോർട്ട്*. എൻ കെ മാധവൻ, പേജ് 13)

ഇക്കഴിഞ്ഞ വർഷം ആലുവ ടൈൽ ആന്റ് പോട്ടറിസ് വർക്കേഴ്സ് യൂണിയൻ (CITU) ജനറൽ സെക്രട്ടറിയായിരുന്ന പി എൽ ശൗരിക്ക് അന്ന് 1944 ൽ സ്റ്റാന്റേർഡ് പോട്ടറീസിൽ പ്രതിദിനം കിട്ടിക്കൊണ്ടിരുന്ന കൂലി രണ്ടരയണ (15 പൈസ) ആയിരുന്നെന്നുപറഞ്ഞാൽ ഇന്നാരും വിശ്വസി

ക്കില്ലായിരിക്കാം. പിന്നീട് തൊഴിലാളികൾ സമരം ചെയ്ത് പിടിച്ചുവാങ്ങിയ കാന്റീൻ സൗകര്യം അന്നില്ലായിരുന്നുവെങ്കിലും സ്റ്റാന്റേർഡ് പോട്ടറീസ് മുതലാളി സദയം ഒരു മഹാസൗജന്യം അനുവദിച്ചുകൊടുത്തിരുന്നു. തീൻപുല്ല്, കുടപ്പുല്ല്, പഞ്ഞപ്പുല്ല് എന്ന പേരിലൊക്കെ അറിയപ്പെടുന്ന പുല്ലുകൊണ്ട് (റാഗി) ഒരു കഷണം പുട്ടും ഒരുഗ്ലാസ് ചക്കരക്കാപ്പിയും കൊടുത്തിരുന്നു.

തിരുവിതാംകൂറിലെ സംഘടിത തൊഴിലാളിവർഗം സമരത്തിലൂടെ ദിവാൻ സർ സി പി രാമസ്വാമി അയ്യരിൽനിന്നും പിടിച്ചുവാങ്ങിയ ഒരവകാശമാണ് മാറ്റിവെക്കപ്പെട്ട കൂലി എന്ന നിലയിലുള്ള 4 ശതമാനം ബോണസ്. സ്റ്റാന്റേർഡ് പോർട്ടറീസ് ബോണസ് എന്ന തത്വം അംഗീകരിക്കപ്പെട്ടുവെങ്കിലും വിലകുറഞ്ഞ രണ്ട് കൈലി മുണ്ടും രണ്ട് ബനിയനും എന്ന രൂപത്തിലാണ് ബോണസ് വിതരണംചെയ്യപ്പെട്ടിരുന്നത്. യൂണിഫോം എന്ന നിലയിൽ സൗജന്യമായി വിതരണം ചെയ്യപ്പെടേണ്ട ഈ വസ്ത്രങ്ങൾ തൊഴിലാളികളുടെ ബോണസിൽ കണക്കെഴുതിത്തള്ളി. മുതലാളി ചൂഷണത്തിന്റെ ആഴം വർധിപ്പിക്കുകയാണുണ്ടായത്. 5 രൂപ മുതൽ 21 രൂപ വരെ പണമായി ബോണസ് നൽകപ്പെട്ടിരുന്ന തൊഴിലാളികളും ഉണ്ട്.

ഇടവേളയില്ലാതെ 9 മണിക്കൂറായിരുന്നു പ്രവൃത്തിസമയം. ചില ഫാക്ടറികളിൽ ചൂളകളിൽ തീയിടുന്നവർക്ക് 24 മണിക്കൂറാണ് ജോലിസമയം. ഓവർടൈം കൂലിയേ ഇല്ല. ചായക്കുള്ള വക എന്തെങ്കിലും കൊടുത്താൽ തൊഴിലാളിക്ക് ബഹുസന്തോഷമായി. പിൽക്കാലത്ത് ഫാക്ടറീസ് ആക്ടിൽ ഭേദഗതി കൊണ്ടുവന്നതിനുശേഷമാണ് ഇടയ്ക്ക് ഒരു മണിക്കൂർ ഇടവേളയാക്കിക്കൊണ്ട് ജോലിസമയം 8 മണിക്കൂറാക്കി ചുരുക്കിയത്. എന്നാൽ അതോടൊപ്പം 8 മണിക്കൂറിനുള്ളിൽ അടിക്കേണ്ട ഓടിന്റെ എണ്ണം കൂട്ടി നിശ്ചയിച്ചുവെന്നതും പ്രസ്താവ്യമാണ്.

ഓട്ടു കമ്പനി തൊഴിലാളികൾക്ക് ഒരുവിധ വൈദ്യസഹായവും ഇല്ലായിരുന്നു. അപകടം ഉണ്ടാവുകയോ തൽഫലമായി അംഗഭംഗമോ മരണംതന്നെ സംഭവിക്കുകയോ ചെയ്താൽ വിധിയെ പഴിക്കുകയല്ലാതെ ഗത്യന്തരമില്ല. ഇന്നത്തെ വർക്‌മെൻസ് കോമ്പൻസേഷൻ ആക്ട് പ്രാബല്യത്തിൽ വന്നുകഴിഞ്ഞിട്ടില്ലായിരുന്നു. പിൽക്കാലത്ത് കെ എൻ ഗോപാലപിള്ള പ്രസിഡന്റായിരുന്നപ്പോൾ എസ് എൻ വിലാസം ടൈൽ വർക്സിൽ ഉണ്ടായ ഒരു സംഭവം അദ്ദേഹം വിവരിക്കുകയുണ്ടായി.

ഓട് അടിക്കുന്ന പ്രസിനുള്ളിൽപ്പെട്ട് തൊഴിലാളിയായ കുഞ്ഞപ്പന്റെ കൈവിരൽ മുറിഞ്ഞ് അറ്റുപോയി. അപകടം പിണഞ്ഞത് കുഞ്ഞപ്പന്റെ അശ്രദ്ധകൊണ്ടാണെന്ന് ഒരു സങ്കോചവും കൂടാതെ മുതലാളി തീർപ്പുകൽപ്പിച്ചു. യൂണിയൻ തർക്കം ഉന്നയിക്കുകയും അവസാനം ലേബർ കമ്മീഷണർ പി എൻ കൃഷ്ണപിള്ളയുടെ സാന്നിധ്യത്തിൽ എത്തുകയും ചെയ്തു. പ്രഗത്ഭനായൊരു അഭിഭാഷകനുമൊത്താണ് മുതലാളി ലേബർ കമ്മീഷണർ വിളിച്ച അനുരഞ്ജനസമ്മേളനത്തിൽ ഹാജരായത്. അവ

സാനം ലേബർ കമ്മീഷണർ നഷ്ടപരിഹാരം നൽകാൻ വിധിച്ചു. അരിശം മൂത്ത മുതലാളി എന്തു ചെയ്തെന്നോ? നഷ്ടപരിഹാരത്തുക തിരുവനന്തപുരത്ത് ട്രഷറിയിൽ അടച്ചു. താൻ നൽകുന്ന തുകയിൽനിന്നും തിരുവനന്തപുരം വരെയും അവിടനിന്നിങ്ങോട്ടുമുള്ള യാത്രച്ചെലവ് തൊഴിലാളിക്ക് നഷ്ടപ്പെടട്ടെയെന്ന അൽപ്പത്തവും വാശിയും നിറഞ്ഞ പ്രതികാര മനോഭാവമായിരുന്നു മുതലാളിക്ക്.

ഈ കഥ ഇവിടെ ഉദ്ധരിച്ചത്, യൂണിയനുകൾ രൂപീകരിച്ച് പ്രവർത്തനം തുടങ്ങി ഒരു ദശകം പിന്നിട്ടിട്ടും മുതലാളി-തൊഴിലാളി ബന്ധം വഷളായിത്തന്നെ തുടർന്നിരുന്നുവെന്ന് കാണിക്കാനാണ് അപ്പോൾ പിന്നെ പ്രാരംഭകാലത്തെ കഥ വിവരിക്കാനില്ലല്ലോ.

സ്റ്റാന്റേർഡ് പോട്ടറീസിലെ സ്ഥിതിഗതികളെക്കുറിച്ച് എൻ കെ മാധവൻ തന്റെ *വാർഷികറിപ്പോർട്ടിൽ* (പേജ് 5) പരാമർശിക്കുന്നത് ഇപ്രകാരമാണ്:

> ഈ കമ്പനിയിൽ പ്രവർത്തനനിരതരായിത്തീർന്നിരുന്ന തൊഴിലാളികൾ അനുഭവിക്കേണ്ടിവന്നിട്ടുള്ള മർദനങ്ങളുടെ പൂർണരൂപം നാമേവരും അറിഞ്ഞിരിക്കേണ്ടതാണ്. വെറും കൂലിഅടിമകളിൽ കവിഞ്ഞ ഒരു സ്വാതന്ത്ര്യവും അവർക്കുണ്ടായിരുന്നില്ല. ജപ്പാനിലെ തൊഴിലാളികളെപ്പോലെ 12 ഉം 14 ഉം മണിക്കൂർ കഷ്ടപ്പെട്ട് പണിയെടുത്താൽ കൂലി പോരെന്ന് പറയാനുള്ള അവകാശമുണ്ടായിരുന്നില്ല. കമ്പനിയിൽ നടക്കുന്ന അപരിഷ്കൃത സമ്പ്രദായങ്ങളെക്കുറിച്ച് തൊഴിലാളികൾക്ക് തമ്മിൽതമ്മിൽ അഭിപ്രായം പറയുന്നതിനുള്ള സ്വാതന്ത്ര്യം പോലും ഉണ്ടായിരുന്നില്ല കൃത്യസമയത്ത് കമ്പനിയിൽ എത്തിച്ചേരാതിരുന്നാൽ പോത്തിനെ അടിക്കുന്നതുപോലെ തൊഴിലാളികളെ അടിക്കുക, കമ്പനിയിൽ പ്രവൃത്തിക്ക് നിൽക്കുന്ന സമയത്തുപോലും പല കാരണങ്ങളുടെ പേരിലും തൊഴിലാളികളെ ഉപദ്രവിക്കുക എന്നു തുടങ്ങിയ മർദനങ്ങളും ഇടയ്ക്കിടക്ക് പൊലീസിനെ വരുത്തി കാര്യം പറയുന്ന തൊഴിലാളികളെ ഭീഷണിപ്പെടുത്തുക തുടങ്ങിയ നീചവും നിന്ദാർഹവുമായ നടപടികളും ഈ കമ്പനിയിൽ നിലവിലുണ്ടായിരുന്നു.

കഠിനമായ ചൂഷണത്തിനും കടുത്ത അവഗണനയും ക്രൂരമായ പ്രതികാര നടപടികൾക്കും മർദനത്തിനും ഓട്ടുതൊഴിലാളികൾ വിധേയരായിരുന്ന സാഹചര്യത്തിലാണ് സ്റ്റാന്റേർഡ് പോട്ടറി വർക്സിൽ 1119 ലെ ഐതിഹാസികവും ധീരോജ്വലവുമായ ചെറുത്തുനിൽപ്പുണ്ടായത്.

ജാപ്പ് ഫാസിസ്റ്റുകൾ ഇന്ത്യയിലേക്ക് അതിക്രമിച്ച് തള്ളിവരുന്നതിനെ തടയാൻ സഹായകമാകത്തക്കവിധം ഉൽപ്പാദനം വർധിപ്പിക്കുക എന്ന നയം എ ഐ ടി യു സി സ്വീകരിച്ചിരുന്നു. മുതലാളിയുടെ മർദനനടപടികൾക്കെതിരായും സാമ്പത്തികാവശ്യങ്ങൾക്കുവേണ്ടിയും പ്രക്ഷോഭം

കൂട്ടുന്നതിനിടയിൽ തന്നെ, എ ഐ ടി യു സി പുതുതായി സ്വീകരിച്ച നയത്തിന്റെ അടിസ്ഥാനത്തിൽ ഈ ഫാക്ടറിയിലെ തൊഴിലാളികൾ മുൻകൈ എടുത്ത് 50 ശതമാനത്തിൽ കുറയാത്ത നിലയിൽ ഉൽപ്പാദനം വർധിപ്പിക്കാൻ 1944 മാർച്ച് 13ന് തീരുമാനിച്ചു. തൊഴിലാളികളുടെ തീരുമാനം എന്തായാലും അതിനെ എതിർത്ത് തോൽപ്പിക്കയാണ് തങ്ങളുടെ കർത്തവ്യം എന്നു ധരിച്ചുവശായ മാനേജ്മെന്റ് ഈ തീരുമാനത്തെ തുരങ്കംവെക്കാൻ ശ്രമമായി. തദനുസരണം യൂണിയന്റെ സജീവ പ്രവർത്തകനായ എം എം തങ്കപ്പൻപിള്ളയുൾപ്പെടെ അഞ്ചു തൊഴിലാളിസഖാക്കളെ മാർച്ച് 10–ാം തീയതി കാരണം പറയാതെ പിരിച്ചുവിട്ടു. ഇതിനെതിരെ യോജിച്ച ശക്തിമത്തായ പ്രക്ഷോഭം ഉയർന്നുവന്നു. ഡി എസ് പിയുടെയും മജിസ്ട്രേറ്റിന്റെയും സാന്നിധ്യത്തിൽ ഒത്തുതീർപ്പുണ്ടായി. പിരിച്ചുവിട്ടവരെ തിരിച്ചെടുക്കാനും, എന്നാൽ മാനേജരുടെ അന്തസ്സ് പാലിക്കാനായി തൽക്കാലം ഒരാഴ്ച അവരെ ഡിപ്പാർട്ടുമെന്റ് മാറ്റി ജോലിയെടുപ്പിക്കാനും ആയിരുന്നു ഒത്തുതീർപ്പു വ്യവസ്ഥ.

സൗഹാർദബന്ധം തുടരണമെന്നില്ലായിരുന്നു മാനേജ്മെന്റിന്. അക്കൊല്ലം കർക്കിടമാസം 22–ാം തീയതി യാതൊരു കാരണവും പറയാതെ ഒരു തൊഴിലാളിയെ പുറന്തള്ളി. ഇതേപ്പറ്റി സംസാരിക്കാൻ ചെന്ന യൂണിയൻ പ്രവർത്തകനായ എം എം ചെല്ലപ്പൻപിള്ളയെ മാനേജർ ആപ്പീസ് മുറിയിൽവെച്ച് കയ്യേറ്റം ചെയ്യിച്ചു.

യൂണിയനിൽ തൊഴിലാളികൾ അണിനിരന്നതോടുകൂടി പുത്തൻ ഉയിരും ആവേശവും സ്വായത്തമാക്കിക്കഴിഞ്ഞിരുന്ന തൊഴിലാളികൾ ഒന്നടങ്കം മാലപ്പടക്കത്തിന് തീപിടിച്ചപോലെ മുദ്രാവാക്യം മുഴക്കിക്കൊണ്ട് സംഭവം അറിഞ്ഞ ഉടനെ ജോലിസ്ഥലം വിട്ടിറങ്ങി. അവർ കൂട്ടമായി ഫാക്ടറിക്കുള്ളിൽ കുത്തിയിരുന്നുകൊണ്ട് 'മാനേജരെ പ്രോസിക്യൂട്ടു ചെയ്യുക' എന്ന് മുദ്രാവാക്യം മുഴക്കി. കളമശ്ശേരിയിൽ നിന്നും ശ്രീചിത്തിരാമിൽസ് തൊഴിലാളികളും ആലുവയിൽനിന്ന് ബീഡിത്തൊഴിലാളികളും ജാഥകളായി വന്നു. ആ ജാഥകൾ കമ്പനിക്കുള്ളിലേക്ക് തള്ളിക്കയറി മാനേജരെ പ്രോസിക്യൂട്ടു ചെയ്യുന്ന ചുമതല സ്വയം ഏറ്റെടുക്കുമെന്ന പ്രതീതിയുളവാക്കി. സംഘടിത തൊഴിലാളികളുടെ ഉയിർത്തെഴുന്നേൽപ്പും മുന്നേറ്റവും കണ്ട് കമ്പനിമേധാവികളും പൊലീസധികാരികളും പരിഭ്രമിച്ചവശായി. അവർ തമ്മിൽ കൂടിയാലോചിച്ചു. ആദ്യദിവസം തന്നെ യൂണിയൻ നേതാക്കളായ ജെ ടി കായനാട്ടിനെയും കെ സി മാത്യുവിനെയും എൻ കെ മാധവനെയും തിരുവിതാംകൂർ രാജ്യരക്ഷാനിയമപ്രകാരം (D T R) അറസ്റ്റു ചെയ്തു.

നേതാക്കന്മാരുടെ അറസ്റ്റിൽ പ്രതിഷേധിച്ച് ചിത്തിരാമിൽസിൽ സംഘടിതമായ പണിമുടക്കം നടന്നു.

രണ്ടാം ദിവസം അറസ്റ്റുചെയ്ത നേതാക്കന്മാരെ പൊലീസ് അകമ്പടിയോടുകൂടി സ്റ്റാന്റേർഡ് പോട്ടറീസിൽ കുത്തിയിരിപ്പ് നടത്തിയിരുന്ന

തൊഴിലാളികളുടെ മുമ്പിൽ കൊണ്ടുവന്നു. എന്നാൽ പൊലീസും മാനേജരും ആശിച്ചപോലെ തൊഴിലാളികൾ ഭയന്നോടിയില്ലെന്നുമാത്രമല്ല കമ്പനിയുടെ ഭിത്തികളെ അക്ഷരാർഥത്തിൽത്തന്നെ പ്രകമ്പനം കൊള്ളിച്ചുകൊണ്ട് അവർ "അറസ്റ്റു ചെയ്ത നേതാക്കന്മാരെ വിട്ടയക്കുക" എന്ന മുദ്രാവാക്യം ഉച്ചത്തിൽ മുഴക്കി. മുദ്രാവാക്യം വിളികളുടെ അലയൊലികൾ ചൂർണിക്കരഗ്രാമത്തിൽ ചലനം സൃഷ്ടിച്ചു. രാത്രികാലങ്ങളിൽ അനേകം തൊഴിലാളിഭവനങ്ങളിൽ നടന്നിരുന്ന ക്ലാസുകളുടെയും ചർച്ചകളുടെയും ഫലമായി ഏറെക്കുറെ ഉദ്ബുദ്ധരായിരുന്നു ഗ്രാമീണർ. അവർ കമ്പനിപ്പടിക്കൽ തടിച്ചുകൂടാൻ തുടങ്ങി.

അധികാരികളുടെ അങ്കലാപ്പിന് ആക്കംകൂടി. യൂണിഫോറം ധരിച്ച പൊലീസുകാരൻ വഴിയേപോകുന്നതുകണ്ടാൽ വഴിയരികിലുള്ള പീടികകളിൽ ഇരിക്കുന്ന ഗ്രാമീണർ, ചാടിയെണീറ്റ് തോളിൽക്കിടക്കുന്ന തോർത്തെടുത്ത് കക്ഷത്തിൽ ഇറുക്കിപ്പിടിക്കുകയോ, അല്ലെങ്കിൽ അരയിൽ കെട്ടുകയോ ചെയ്തിട്ട്, പൊലീസുകാരൻ ഇങ്ങോട്ടു നോക്കിയാലും ഇല്ലെങ്കിലും അയാളെ കുമ്പിട്ടുവണങ്ങുമായിരുന്നു. ആ ഗ്രാമീണർ ഇപ്പോൾ ഈറ്റപ്പുലികളെപ്പോലെ കമ്പനിഗേറ്റിൽ കൂടിനിന്ന് പൊലീസിനെ പുല്ലായിക്കണക്കാക്കി അകത്ത് തൊഴിലാളികൾ മുഴക്കുന്ന മുദ്രാവാക്യങ്ങൾ ഏറ്റുവിളിക്കുന്നു. ഒറ്റക്കൊറ്റക്ക് ഇവരെ കൈയിൽ കിട്ടിയിരുന്നെങ്കിൽ ഞെരിച്ച് പതംവരുത്തുമായിരുന്ന പൊലീസ് പകച്ചുനിന്നുപോയി.

അണിയറയിൽ അധികാരികൾ തിരക്കിട്ട് കൂടിയാലോചിച്ചു. പിറ്റേദിവസം ഡിക്ട്രിക്ട് മജിസ്ട്രേറ്റ് കമ്പനിക്കകത്ത് വന്നു. പണിമുടക്കി കുത്തിയിരിപ്പു സത്യഗ്രഹം നടത്തുന്ന തൊഴിലാളികളോട് ഈ ഉദ്യോഗസ്ഥൻ പഞ്ചാരവാക്കുകൾ പറഞ്ഞു. തൊഴിലാളികളുടെ എല്ലാ അവകാശങ്ങളും അനുവദിക്കാം, അവർ പണിമുടക്കം പിൻവലിച്ച് ജോലി തുടങ്ങണം. ജോലിയാരംഭിച്ച് അരമണിക്കൂർ കഴിഞ്ഞാൽ നേതാക്കളെ വിട്ടയക്കാം. എന്നാൽ തൊഴിലാളികൾ ഉറച്ചുനിന്നതേയുള്ളൂ. ആദ്യം നേതാക്കന്മാരെ വിട്ടയക്കണം. രണ്ടാമത് മാനേജരെ പ്രോസിക്യൂട്ട് ചെയ്യണം. അവർ ആവർത്തിച്ചു. അധോമുഖനായി ഡിസ്ട്രിക്ട് മജിസ്ട്രേട്ട് മടങ്ങി.

നാലാം ദിവസം മജിസ്ട്രേട്ടും അസിസ്റ്റന്റ് പൊലീസ് സൂപ്രണ്ടുമാണ് വന്നത്. ശ്രീചിത്തിരാമിൽസിലെ പണിമുടക്കം പിൻവലിച്ച സ്ഥിതിക്ക് സ്റ്റാന്റേർഡിലും പണിമുടക്കം പിൻവലിക്കണം— അധികാരികൾ ആവശ്യപ്പെട്ടു. അധികാരികളുടെ ആവശ്യം പതിവുപോലെ തൊഴിലാളികൾ നിരാകരിച്ചു. നേതാക്കന്മാരെ വിട്ടുകിട്ടാനും മാനേജരെ പ്രോസിക്യൂട്ടു ചെയ്യാനും അവർ ഉറച്ചുനിന്നു. ഇതിനിടയിൽ കമ്പനിയാകെ പൊലീസിനെക്കൊണ്ട് നിറഞ്ഞു.

അഞ്ചാംദിവസം പൊലീസ് പഞ്ചാരവാക്കുകളും മോഹിനിവേഷവും അവസാനിപ്പിച്ച് കരാളരൂപം പ്രദർശിപ്പിച്ചു. കമ്പനിക്കകത്തും പുറത്തും ഭീകരവും ക്രൂരവുമായ ലാത്തിച്ചാർജ് നടത്തി. ലാത്തിച്ചാർജിനുമുമ്പ്

കുത്തിയിരിപ്പു സത്യഗ്രഹം നടത്തിയിരുന്ന തൊഴിലാളികളിൽ നിന്നും യൂണിയൻ കമ്മിറ്റി മെമ്പർമാരെ അറസ്റ്റുചെയ്ത് നീക്കിയിരുന്നു. പിറ്റേന്നു മുതൽ കമ്പനി തുറന്നുപ്രവർത്തിച്ചു. എന്നാൽ എല്ലാവരേയും ജോലിക്ക് പ്രവേശിപ്പിച്ചില്ല. 20 ഉശിരന്മാരായ സഖാക്കളെ പിരിച്ചുവിട്ടു.

എൻ കെ തന്റെ *വാർഷികറിപ്പോർട്ടിൽ* (പേജ് 32) പരാമർശിക്കുന്നു:

> ...... ഇരുഭാഗത്തുനിന്നുമുള്ള വാദങ്ങൾ സ്വീകരിച്ച് സമാധാനം സൃഷ്ടിക്കാൻ സാധിക്കുമായിരുന്നെങ്കിൽ ഈ കുഴപ്പത്തിന് ഇട യാകുമായിരുന്നില്ലെന്ന് അവസാന നിമിഷത്തിൽ ഗവൺമെന്റിനു തന്നെ ബോധ്യമാവുകയും ചെയ്തിട്ടുണ്ട്.
>
> തൊഴിൽ കുഴപ്പങ്ങൾ ഗവൺമെന്റും എ ടി ടി യു സി യും ഇട പെട്ട് പരിപൂർണമായി അവസാനിപ്പിച്ചെങ്കിലും ചില പൊലീസു കാർ ഈ അവസരം ഉപയോഗിച്ച് തൊഴിലാളികളെ ഭീഷണിപ്പെ ടുത്തി പണം വാങ്ങുകയും മറ്റും ചെയ്ത അനാശാസ്യസംഭവ ങ്ങൾക്ക് പരിഹാരം സൃഷ്ടിക്കാൻ നമുക്ക് കഴിഞ്ഞില്ലെന്ന് വ്യസന സമേതം സമ്മതിക്കുന്നു.

ആലുവ ഫാക്ടറി ലേബറേഴ്സ് യൂണിയൻ രാജഭക്തിപ്രമേയവും വഞ്ചീശമംഗളവും അവസാനിപ്പിച്ച് പുതിയ പ്രവർത്തനശൈലി അംഗീ കരിച്ചത് 1119 തുലാം 3 ലാണ്. യൂണിയൻ രജിസ്റ്റർ ചെയ്ത 1116 തുലാം മുതൽ ഈ മൂന്നു വർഷത്തിനിടയിൽ ഒരണ രണ്ടണവരെ മാത്രമെ കൂലി കൂടുതൽ ലഭിച്ചിട്ടുള്ളൂ. എന്നാൽ പുതിയ രീതിയിലുള്ള പ്രവർത്തനം തുടങ്ങിയതിനുശേഷം ലഭിച്ചിട്ടുള്ള കൂലിക്കൂടുതലിന്റെ വിവരം താഴെ ചേർക്കുന്നു:

> ഇന്നാണെങ്കിൽ മുമ്പ് ഏഴണകൊടുത്തിരുന്ന തൊഴിലാളികൾക്ക് ഒരു രൂപ ഒന്നരയണ കൂലികിട്ടിവരുന്നുണ്ട്. ആൺ-പെൺ-കുട്ടി കൾ എന്ന നിലയിൽ തരം തിരിച്ചുനോക്കിയാൽത്തന്നെയും അഞ്ചണ മുതൽ പത്തരയണവരെ കൂലിക്കൂടുതൽ ലഭിക്കുവാൻ യൂണിയൻ പ്രവർത്തനം സഹായകരമായിത്തീർന്നിട്ടുണ്ട്.
>
> ഞായറാഴ്ചയും മറ്റും പണിയെടുത്താൽ സാധാരണ ദിവസങ്ങ ളിൽ ലഭിക്കുന്ന കൂലിപോലും ലഭിക്കാത്ത സ്ഥിതിമാറി, ഒന്നിന്, ഒന്നരക്കൂലി കിട്ടുകയെന്നുള്ള നിലയും രാത്രി പണിയെടുത്താൽ മണിക്കൂറനുസരിച്ച് 50 ശതമാനം കൂടുതൽ കൂലി കിട്ടുന്ന നിലയും ഉണ്ടായിത്തീർന്നിട്ടുണ്ട്.
>
> വാർ അലവൻസ് അടിസ്ഥാന കൂലി ഇവകൾ എത്രയെന്ന് തിട്ട പ്പെടുത്തുവാൻ സാധിച്ചിട്ടില്ലെന്ന കാരണത്താൽ നാം ഇന്നും പ്രക്ഷോഭം നടത്തിക്കൊണ്ടിരിക്കുകയുമാണ്. (എൻ കെ മാധവൻ, *പ്രസ്തുത വാർഷികറിപ്പോർട്ട്*, പേജ് 14)

വഞ്ചിനാട് മാച്ചസ് ഫാക്ടറിയിൽ

ആലുവ വ്യവസായമേഖലയിലെ ആദ്യത്തെ തീപ്പെട്ടിക്കമ്പനി ആലുവ-പെരുമ്പാവൂർ റോഡിൽ മുടിക്കൽ എന്ന സ്ഥലത്ത് പെരിയാറിന്റെ കരയിൽ സ്ഥിതിചെയ്യുന്ന വഞ്ചിനാട് മാച്ചസാണ്. 1944-46 കാലത്ത് സ്ത്രീകൾ ഉൾപ്പെടെ മുന്നൂറിൽപ്പരം തൊഴിലാളികൾ അവിടെ പണിയെടുത്തിരുന്നു. മറ്റു ഫാക്ടറികളിലെ സ്ഥിതികളെക്കാൾ തുലോം ദയനീയമായിരുന്നു ഇവിടത്തെ തൊഴിലാളികളുടെ സ്ഥിതിഗതികൾ. ഭയാനകമാംവിധം കുറഞ്ഞകൂലി. നിജമില്ലാത്ത പ്രവൃത്തിസമയം. സ്ത്രീത്തൊഴിലാളികളോടുള്ള മര്യാദകെട്ട പെരുമാറ്റം. ആലുവയിലെ തൊഴിലാളിപ്രസ്ഥാനത്തിന്റെ ചലനങ്ങൾ വീർപ്പുമുട്ടിക്കഴിയുന്ന വഞ്ചിനാട് മാച്ചസ് തൊഴിലാളികളുടെ ശ്രദ്ധയിൽപ്പെട്ടു എങ്കിലും അവർ സംശയാലുക്കളും ഭയചകിതരുമായിരുന്നു. ആലുവഫാക്ടറി ലേബറേഴ്സ് യൂണിയന്റെ നേതാവ് ചെറിയാൻ കട്ടക്കയം തങ്ങളുടെ തൊട്ടടുത്ത് വാഴക്കുളത്താണ് താമസിക്കുന്നതെന്ന് അവർക്കറിയാമായിരുന്നു. അവരിൽ ഉദ്ബുദ്ധരായ ഒന്നുരണ്ടു പേർ ചെറിയാനെ കണ്ട് പരാതിപ്പെട്ടതും ആലുവ ഫാക്ടറി ലേബറേഴ്സ് യൂണിയൻ മുടിക്കൽ മാച്ചസ് ഫാക്ടറിയിലേക്ക് കൂടി തങ്ങളുടെ പ്രവർത്തനം വ്യാപിപ്പിക്കണമെന്ന് തീരുമാനിച്ചതും അടുത്തടുത്ത ദിവസങ്ങളിലായിരുന്നു.

ആദ്യത്തെ ആലോചനായോഗത്തിൽ ആ യോഗം വിളിച്ചു കൂട്ടാൻ വെമ്പിനടന്നവർപോലും പങ്കെടുത്തില്ല. രണ്ടാമത് കൂടിയ യോഗത്തിലും ആളുകൾ നാമമാത്രമായിരുന്നു. പ്രതിസന്ധി തരണം ചെയ്യാനായി എൻ കെ മാധവനെ കൊണ്ടുവന്നു. എൻ കെ യുടെ അനിതരസാധാരണമായ സംഘടനാവൈഭവം സുപ്രസിദ്ധമാണ്.

എൻ കെ തൊഴിലാളികളെ ഒറ്റക്കൊറ്റക്ക് വീടുകളിൽ പോയി കണ്ടു സംസാരിച്ചു. പിന്നീട് കൂടിയ ജനറൽ ബോഡിയോഗങ്ങളിൽ അൽപ്പാൽപ്പമായി അവർ വരാൻതുടങ്ങി. എന്നാൽ യോഗത്തിൽ പങ്കെടുക്കന്നവരിൽ ചിലർതന്നെ തീരുമാനങ്ങളും വിശദവിവരങ്ങളും മാനേജ്മെന്റിന് നൽകിക്കൊണ്ടിരുന്നു. അതിനാൽ അറച്ചറച്ചാണ് തൊഴിലാളികൾ യൂണിയൻ അംഗങ്ങളായത്. അത്രക്കും ഭയമായിരുന്നു അവർക്ക്. നീണ്ട ആറു മാസങ്ങൾകൊണ്ടാണ് സൂപ്പർ വൈസർമാർ അടക്കം മുഴുവൻ തൊഴിലാളികളും യൂണിയനിൽ ചേർന്നത്.

തൊഴിലാളികളുടെ മുഴുവൻ പിന്തുണയും ഉറപ്പായപ്പോൾ യൂണിയൻ അടിയന്തരാവശ്യങ്ങൾ അടങ്ങുന്ന അവകാശപത്രിക സമർപ്പിച്ചു. യൂണിയനുമായി സംഭാഷണം നടത്തി രഹസ്യമായി പ്രശ്നം പരിഹരിക്കാനല്ല, പ്രകോപനം സൃഷ്ടിച്ച് പ്രക്ഷുബ്ധമായ അന്തരീക്ഷം സൃഷ്ടിക്കാനാണ് മാനേജ്മെന്റ് തുനിഞ്ഞത്.

യൂണിയന്റെ അവകാശപത്രികക്കുള്ള മറുപടിയെന്നോണം ജോലിയില്ലെന്ന കാരണം പറഞ്ഞ് മാനേജ്മെന്റ് 40 തൊഴിലാളികളെ പിരിച്ചു

വിട്ടു. പ്രകോപനപരമായ മാനേജ്മെന്റിന്റെ നടപടി പ്രശാന്തമായ മുടിക്കൽ ഗ്രാമാന്തരീക്ഷത്തിൽ കരിമരുന്നുശാലക്ക് തീപിടിച്ച പ്രതീതി തന്നെ ജനിപ്പിച്ചു. പിരിച്ചുവിടൽ തീരുമാനം പുറത്തുവരേണ്ടതാമസം, മിന്നൽവേഗത്തിൽ 300 തൊഴിലാളികളും പണിമുടക്കി കുത്തിയിരിപ്പു സത്യഗ്രഹം ആരംഭിച്ചു. ജനറൽബോഡി–കമ്മിറ്റി യോഗങ്ങളിൽ പങ്കെടുക്കുന്ന ഭീരുക്കളും ചാഞ്ചാട്ടക്കാരും സേവപിടുത്തക്കാരുമായ സിൽബന്ധികൾ നൽകിയ അയഥാർഥവും അതിശയോക്തി കലർന്നതുമായ റിപ്പോർട്ടുകളെ ആശ്രയിച്ച് മാനേജ്മെന്റ് യൂണിയന്റെ ശക്തിയെ കുറച്ചുകണ്ടു എന്ന് വ്യക്തം.

കമ്പനിക്കകത്ത് കുത്തിയിരുന്നുകൊണ്ട് ദിഗന്തങ്ങൾ പൊട്ടുമാറ് തൊഴിലാളികൾ വിളിച്ച മുദ്രാവാക്യങ്ങൾ മുടിക്കൽ ഗ്രാമത്തെ പ്രകമ്പനം കൊള്ളിച്ചുവെന്ന് മാത്രമല്ല, അതിന്റെ അലയൊലികൾ തൊട്ടടുത്ത പട്ടണമായ പെരുമ്പാവൂർ വരെ എത്തുകയും ചെയ്തു. കോരിത്തരിപ്പിക്കുന്ന സമരവാശിയായിരുന്നു തൊഴിലാളികൾക്ക്, എന്തെന്നാൽ അവർ അത്രയ്ക്കും ചൂഷിതരും പീഡിതരും അപമാനിതരുമായിരുന്നു. അവർക്കു വേണ്ട ഭക്ഷണം കമ്പനിക്ക് പുറത്ത് പാകംചെയ്ത് മൂന്നുനേരവും ഗേറ്റിൽ എത്തിച്ചുകൊടുത്തു. ഭക്ഷണക്കാര്യം തുടങ്ങി ഈ സമരത്തിന്റെ എല്ലാ ഘട്ടങ്ങളിലും ശ്രീ എം ഇ കുഞ്ഞിപ്പരീത് നിർവഹിച്ചിട്ടുള്ള സേവനം അമൂല്യവും അവിസ്മരണീയവുമാണ്.

തൊഴിലാളികൾ കുത്തിയിരിപ്പ് സത്യഗ്രഹം അനുഷ്ഠിക്കുന്നത് വെറും തെമ്മാടിത്തമാണ്; ശ്രീ കുഞ്ഞിപ്പരീത് തെമ്മാടികളെ സഹായിക്കുകയാണ് മുടിക്കലും പരിസരത്തുമുള്ള ധനികരായ മുസ്ലിം പ്രമാണിമാർ പിറുപിറുക്കാൻ തുടങ്ങി. മുസ്ലിങ്ങൾക്ക് ഭൂരിപക്ഷമുള്ള പ്രദേശമാണ് മുട്ടിക്കൽ എന്നോർക്കണം. തൊഴിലാളികളിൽ ഗണ്യമായ വിഭാഗം മുസ്ലീം സമുദായത്തിൽപ്പെട്ടവരുമായിരുന്നു. ഈ സമരം നോമ്പുദിവസങ്ങളിലുമായിരുന്നു. പിറുപിറുപ്പുകാരുടെ ബുദ്ധിശാലയിൽ പുതിയ പുതിയ തന്ത്രങ്ങൾ മൊട്ടിട്ടു. നോമ്പുകാലത്ത് സമരംചെയ്യുന്നതും മുദ്രാവാക്യങ്ങൾ മുഴക്കുന്നതെല്ലാം ഇസ്ലാം തത്വങ്ങൾക്ക് നിരക്കാത്തതാണെന്ന് അവർ പ്രചരിപ്പിച്ചു. അവരുടെ പ്രചാരണം കുറെയൊക്കെ ഫലിച്ചു. മുസ്ലീങ്ങളായ തൊഴിലാളികളെ അവരുടെ ബന്ധുക്കളും വീട്ടുകാരും പിന്തിരിപ്പിക്കാൻ ശ്രമം തുടങ്ങി. പിറുപിറുപ്പുകാരുടെ കുതന്ത്രങ്ങൾക്ക് യൂണിയൻ നേതൃത്വം മോസ്കോ മൗലവിയെക്കൊണ്ട് കനത്ത തിരിച്ചടി കൊടുപ്പിച്ചു.

മോസ്കോ മൗലവി

ആലുവ ഫാക്ടറി ലേബറേഴ്സ് യൂണിയൻ ഓഫീസ് പ്രവർത്തിച്ചിരുന്നത് ആലുവ–എറണാകുളം റോഡിൽ പൊയ്യക്കരയിൽ സ്റ്റാൻഡേർഡ് പോട്ടറീസ് കവലയിലുള്ള ഒരു പീടികമുറിയിലായിരുന്നു. ഇന്നത്തെ ചില സ്വതന്ത്രട്രേഡ് യൂണിയനുകളെപ്പോലെ അന്ന് യൂണിയൻ തൊഴിലാളി

കളുടെ കൂലി കൂടുതലിനും ബോണസിനും പ്രമോഷനും മറ്റാനുകൂല്യങ്ങൾക്കും വേണ്ടി മാത്രമല്ല പ്രവർത്തിച്ചിരുന്നത്. പിന്നെയോ? നാടിന്റെ പൊതുവായ പ്രശ്നങ്ങൾകൂടി യൂണിയന്റെ പ്രക്ഷോഭ പരിപാടികളിൽപ്പെടുമായിരുന്നു. ഇതിന്റെ കുറെക്കൂടി വിശദമായ ചിത്രം പിന്നാലെ നൽകാൻ ശ്രമിക്കുന്നുണ്ട്. നാടിന്റെ പൊതുവായ ആവശ്യങ്ങൾക്കുവേണ്ടി പ്രക്ഷോഭംനടത്തിയിരുന്നതിനാൽ തദ്ദേശീയരിൽ വലിയൊരുവിഭാഗം യൂണിയന്റെയും യൂണിയൻ നേതൃത്വം നൽകുന്ന കമ്യൂണിസ്റ്റ് പാർട്ടിയുടെയും അനുഭാവികളായി മാറിയിരുന്നു.

മുസ്ലിം കുടുംബങ്ങൾ തിങ്ങിപ്പാർത്തിരുന്ന തായിക്കാട്ടുകര, കുന്നത്തേരി മുസ്ലിംപള്ളിയുടെ അധികാരാതിർത്തിയിലായിരുന്നു. തികഞ്ഞ കമ്യൂണിസ്റ്റനുഭാവിയായി മാറിയിരുന്ന ഈ പള്ളിയിലെ മൗലവിയെ ആലുവയിലെ ധനികമുസ്ലിം പ്രമാണികൾ പരിഹാസമായി മോസ്കോ മൗലവി എന്നു വിളിക്കാൻ തുടങ്ങി. കമ്യൂണിസ്റ്റനുഭാവികളായ മുസ്ലിം സാമാന്യജനങ്ങൾക്ക് ആദരവിനെ സൂചിപ്പിക്കുന്ന പേരായി മോസ്കോ മൗലവി മാറിയിരുന്നു.

മോസ്കോ മൗലവി മുടിക്കലിലേക്ക് ആനയിക്കപ്പെട്ടു. അനീതിക്കും അക്രമത്തിനും എതിരായ സമരം നടത്തേണ്ട സമയം അല്ലാഹു ക്ലിപ്തപ്പെടുത്തിയിട്ടില്ലെന്ന് അദ്ദേഹം വിശുദ്ധ *ഖുറാൻ* ഉദ്ദരിച്ചുകൊണ്ട് സ്ഥാപിച്ചു. തീപ്പെട്ടി മുതലാളി അവിടത്തെ തൊഴിലാളികളോട് കടുത്ത ദ്രോഹവും അനീതിയുമാണ് ചെയ്തുകൊണ്ടിരിക്കുന്നത്. അതിനെതിരെ നോമ്പുകാലത്തും സമരം ചെയ്യുന്നത് *ഖുറാനിൽ* നിഷിദ്ധമല്ലെന്ന് അദ്ദേഹം തൊഴിലാളി കുടുംബങ്ങളിൽ കയറിയിറങ്ങി ബോധ്യപ്പെടുത്തി; തൊഴിലാളികളെ സമരത്തിൽനിന്നും പിന്തിരിപ്പിക്കാൻ പ്രേരിപ്പിക്കുന്ന കുടുംബാംഗങ്ങളെ അപ്രകാരം പിന്തിരിപ്പിച്ചു. ഊർജസ്വലമായ കുത്തിയിരിപ്പുസത്യഗ്രഹ സമരം ഒരാഴ്ചയോളം തുടർന്നു.

പണിമുടക്കി കുത്തിയിരിപ്പു സത്യഗ്രഹം തുടങ്ങിയ അന്നുതന്നെ മുതലാളിയുടെ രക്ഷക്കായി പൊലീസ് എത്തിയിരുന്നു. രണ്ടാംദിവസം കുറെ പൊലീസുകാർ കൂടെയെത്തി. മൂന്നാംദിവസം ഇൻസ്പെക്ടർതന്നെ വന്ന് തൊഴിലാളികളോട് പിരിഞ്ഞു പോകാൻ ആജ്ഞാപിച്ചു. തൊഴിലാളികൾ കൂസിയില്ല. പിരിഞ്ഞുപോയില്ലെങ്കിൽ ഭവിഷ്യത്ത് ഭയാനകമായിരിക്കുമെന്ന് ഭീഷണിപ്പെടുത്തിക്കൊണ്ട് ഇൻസ്പെക്ടർ മടങ്ങിപ്പോയി.

മൂന്നരത്തരം പിരിഞ്ഞു പോവുകയില്ല!

നാലാം ദിവസം രാത്രിയായപ്പോൾ ഒരു വലിയ സംഘം റിസർവ് പൊലീസിന്റെ അകമ്പടിയോടുകൂടി അസിസ്റ്റന്റ് പൊലീസ് സൂപ്രണ്ട് മി. ശർമ്മ എത്തി. സൂപ്രണ്ട് മി. ശർമ്മ കമ്പനിക്കകത്ത് ചുറ്റിക്കറങ്ങി. അതിനിടയിൽ പൊലീസുകാർ കുത്തിയിരിപ്പു സത്യഗ്രഹം അനുഷ്ഠി

ക്കുന്ന തൊഴിലാളികളെ വളഞ്ഞുനിന്നു. ഏതുനിമിഷവും തൊഴിലാളികളുടെ മേൽ പൈശാചികമായ ആക്രമണം ഉണ്ടാകാം. കമ്പനിവളപ്പിൽ കറങ്ങിത്തിരിഞ്ഞുവന്ന എ എസ് പി തൊഴിലാളികളുടെ മുമ്പിൽ വന്നു നിന്ന് നല്ല അനുനയത്തിൽ പറഞ്ഞു:

"നിങ്ങളുടെ ആവശ്യങ്ങളെല്ലാം അനുവദിച്ചുതരാം. ആദ്യം പിരിഞ്ഞു പോകണം."

എ എസ് പി പ്രതീക്ഷിച്ച അനുകൂല പ്രതികരണമൊന്നും തൊഴിലാളി ഭാഗത്തുനിന്നും ഉണ്ടായില്ല. അവർ ദൃഢചിത്തരായിരുന്നു.

പൊലീസ് സൂപ്രണ്ടിനു ദേഷ്യംവന്നു. അദ്ദേഹം സ്വരമുയർത്തി ആജ്ഞാപിച്ചു:

"നിങ്ങൾ പിരിഞ്ഞുപോകണം. ഇല്ലെങ്കിൽ ഭയാനകങ്ങളായ ഭവിഷ്യത്തുകൾ അനുഭവിക്കേണ്ടിവരും."

തൊഴിലാളികൾ കൂസാതെ ഇരുന്നതേയുള്ളൂ. പൊലീസുദ്യോഗസ്ഥൻ അലറി:

"പിരിഞ്ഞുപോയില്ലെങ്കിൽ ലാത്തിച്ചാർജുചെയ്യും. ഒരുതരം!"

ഒരൊറ്റത്തൊഴിലാളിയും ഇരുന്നിടത്തുനിന്നും അനങ്ങിയില്ല. വർധിച്ച കോപത്തോടുകൂടി എ എസ് പി കൂടുതൽ ഉച്ചത്തിൽ വിളിച്ചുകൂവി:

"ലാത്തിച്ചാർജുചെയ്യും രണ്ടുതരം!"

ഭയാനകമായ ആ നിമിഷം അടുത്തുവരികയാണ്. അടുത്ത മുന്നറിയിപ്പോടുകൂടി ഇരുമ്പുലാടങ്ങൾ തറച്ചിട്ടുള്ള കനത്ത ബൂട്ട്സുകളും ലാത്തികളും ധരിച്ചിട്ടുള്ള ആ വലിയ സംഘം പൊലീസ് സ്ത്രീകളുൾപ്പെടെ നിരായുധരായ തൊഴിലാളികളുടെമേൽ ചാടിവീഴും. പൈശാചികമായ കുരുതിക്കളമാകാൻ പോവുകയാണവിടം. ഓരോ നിമിഷവും ഉൽക്കണ്ഠ നിറഞ്ഞു തുളുമ്പി.

"ലാത്തിച്ചാർജു ചെയ്യും മൂന്നുതരം!"

എ എസ് പി മൂന്നുതരം പറഞ്ഞ് ചുണ്ടുകൾ കൂടുംമുമ്പേ നാടകീയമായ ആ പൊട്ടിത്തെറിയുണ്ടായി. തൊഴിലാളികളുടെ മുൻനിരയിൽ ഇരുന്നിരുന്ന അഞ്ചടി തികച്ച് പൊക്കമില്ലാത്ത കൃശഗാത്രനായൊരു ചെറുപ്പക്കാരൻ ചാടിയെണീറ്റ് കൈമുന്നോട്ടുചൂണ്ടി വിറപ്പിച്ചുകൊണ്ടലറി:

"മൂന്നുതരം, ഞങ്ങൾപിരിഞ്ഞുപോകില്ല."

ക്രുദ്ധനായിരുന്ന എ എസ് പി പെട്ടെന്ന് ചിരിച്ചുപോയി. മേലുദ്യോഗസ്ഥൻ ചിരിച്ചപ്പോൾ ഭൂരിഭാഗം പൊലീസുകാർക്കും ചിരിവന്നു.

കെ എം സെയ്താലിയായിരുന്നു ആ ചെറുപ്പകാരൻ. ഇന്നദ്ദേഹം വാഴക്കുളം റബർ എസ്റ്റേറ്റ് വർക്കേഴ്സ് യൂണിയൻ (സി ഐ ടി യു) പ്രവർത്തകനാണ്.

കുറെനേരമായി നിശ്ശബ്ദരായിരുന്ന തൊഴിലാളികൾ ദിവ്യമായൊരു വെളിപാട് കൈവന്നതുപോലെ ആവേശഭരിതരായി ഉച്ചത്തിൽ മുദ്രാവാക്യങ്ങൾ മുഴക്കി. പരാജയം സമ്മതിച്ചുകൊണ്ട് എ എസ് പിയും പരിവാരങ്ങളും പിൻവാങ്ങി.

കുത്തിയിരിപ്പ് രണ്ടു മൂന്നു ദിവസങ്ങൾകൂടി നീണ്ടു. മാനേജ്മെന്റും അധികാരികളും തിരിഞ്ഞുനോക്കുന്നില്ല. ചില പൊലീസുകാരുടെ സാന്നിധ്യമൊഴിച്ചാൽ, സ്റ്റാന്റേർഡ് പോട്ടറീസിലേതിൽനിന്നും തികച്ചും വ്യത്യസ്തവും ആവേശകരവുമായ അനുഭവമായിരുന്നിട്ടും കുത്തിയിരിപ്പ് തൊഴിലാളികൾക്ക് മടുത്തുതുടങ്ങി. എന്തെന്നാൽ ആദ്യഘട്ടം കഴിഞ്ഞപ്പോൾ അവരെ തീരെ അവഗണിക്കുന്ന ഒരു നയം പൊലീസും മാനേജ്മെന്റും അവലംബിച്ചു.

നിയമലംഘനം

യൂണിയൻ കമ്മിറ്റി യോഗം ചേർന്ന് പുതിയ മുറകൾ പയറ്റാൻ തീരുമാനിച്ചു. അന്ന് വ്യവസായമേഖലയിലാകെ പൊതുയോഗങ്ങളും ഘോഷയാത്രകളും നിരോധിച്ചിരുന്നു. ഈ നിരോധന ഉത്തരവിനെ വെല്ലുവിളിച്ച് മുഴുവൻ തൊഴിലാളികളെയും പങ്കെടുപ്പിച്ച് ഘോഷയാത്ര നടത്താനും പെരുമ്പാവൂരിൽ പൊതുയോഗം നടത്താനുമായിരുന്നു യൂണിയൻ തീരുമാനം. ഘോഷയാത്രയെ പോലീസ് തടഞ്ഞില്ല. അനുയാത്ര ചെയ്തതേയുള്ളൂ. പെരുമ്പാവൂരിൽ പൊതുയോഗം കഴിഞ്ഞ് മടങ്ങുമ്പോൾ കട്ടക്കയമുൾപ്പടെ ഏതാനും പേരെ അറസ്റ്റുചെയ്തു. അറസ്റ്റിന്റെ സൂചന കണ്ടപ്പോൾ എൻ കെ മാധവൻ വിദഗ്ധമായി അറസ്റ്റിൽനിന്നൊഴിഞ്ഞുമാറി ഒളിവിൽപ്പോയി.

നിയമംലംഘിച്ച് ഘോഷയാത്രയും പൊതുയോഗവും നടത്താൻ വേണ്ടി തൊഴിലാളികൾ കുത്തിയിരിപ്പുസത്യഗ്രഹം ഉപേക്ഷിച്ചപ്പോൾ പോലീസ് കമ്പനിക്കകത്ത് ക്യാമ്പടിച്ചു. മുഴുവൻ ഫാക്ടറിയും കസ്റ്റഡിയിലെടുത്തതുപോലെയായിരുന്നു. പൊലീസുകാർക്കുള്ള ഭക്ഷണം കമ്പനിക്കുപുറത്തുവെച്ച് പാകപ്പെടുത്തി കമ്പനിയിൽ എത്തിച്ചിരുന്നു.

തൊഴിലാളികളെ സംബന്ധിച്ചിടത്തോളം അവർ വല്ലാത്തൊരു പ്രതിസന്ധിയിൽ പെടുകയാണുണ്ടായത്. കുത്തിയിരിപ്പു സത്യാഗ്രഹം ഉപേക്ഷിക്കയാൽ ഇപ്പോൾ കമ്പനിക്കകത്ത് കയറാനോ എന്തെങ്കിലും സമരപരിപാടി നടത്താനോ വയ്യാത്ത ദിക്കായി. യൂണിയൻ പ്രസിഡന്റ് ചെറിയാൻ കട്ടക്കയമുൾപ്പെടെ പല നേതാക്കൻമാരും ജയിലിനുള്ളിലുമായി. സമരം ഇനിയും എങ്ങനെ മുന്നോട്ടു നയിക്കണമെന്ന് അവർ തലപുകഞ്ഞാലോചിച്ചു.

ഒളിവിലായിരുന്ന എൻ കെ മാധവനുമായാലോചിച്ച് സമരം ഊർജിതപ്പെടുത്താൻ തീരുമാനിച്ചു. അതുപ്രകാരം പൊലീസിനുള്ള ഭക്ഷണം കമ്പനിക്കകത്തേക്ക് കൊണ്ടുപോകുന്നത് തടയാൻ തീരുമാനിച്ചു. ഈ പുതിയ സമരരൂപം പൊലീസുദ്യോഗസ്ഥന്മാരെ പരിഭ്രാന്തരാക്കി, പൊലീസുകാരെ പട്ടിണിക്കിട്ടാൽ പന്തിയാകില്ലെന്നവർക്കറിയാമായിരുന്നു. ഉയർന്ന പൊലീസുദ്യോഗസ്ഥന്മാർ തന്നെ സന്ധിസംഭാഷണവുമായി തൊഴിലാളികളെ സമീപിച്ചു. തങ്ങളുടെ യൂണിയൻ പ്രസിഡന്റ് ചെറി

യാൻ കട്ടക്കയത്തിന്റെ നിർദേശമില്ലെങ്കിൽ തങ്ങൾ പിൻമാറുന്ന പ്രശ്നമേയില്ലെന്ന് തൊഴിലാളികൾ തീർത്തും പറഞ്ഞു. പൊലീസുദ്യോഗസ്ഥന്മാർ ചെറിയാനെ കാണാനായി പറവൂർ ലോക്കപ്പിലേക്ക് ഓടി. പിരിച്ചുവിട്ടവരെ തിരിച്ചെടുക്കാതെ യാതൊരു സംഭാഷണവുമില്ലെന്ന് കട്ടക്കയം നിർബന്ധം പിടിച്ചു... പിരിച്ചുവിട്ട 40 പേരെയും തിരിച്ചെടുത്തു. പൊലീസിന്റെ ഭക്ഷണം തടയുക എന്ന സമരപരിപാടി പിൻവലിക്കപ്പെട്ടു. ഉടനടി കൂലിക്കൂടുതൽ നേടാൻ കഴിഞ്ഞില്ലെങ്കിലും ഈ സമരം ഗംഭീരവിജയമായിരുന്നെന്നാണ് പരിഗണിക്കപ്പെട്ടിട്ടുള്ളത്.

6

അലുമിനിയം ഫാക്ടറി വർക്കേഴ്സ് യൂണിയൻ

കാനഡക്കാരൻ മുതലാളി മുതൽമുടക്കി ആരംഭിച്ച വ്യവസായ ശാലയാണ് അലുമിനിയം പ്രോഡക്ഷൻ കമ്പനി ഓഫ് ഇന്ത്യ. പിൽക്കാലത്ത് ഇതിന്റെ പേര് ഇന്ത്യൻ അലുമിനിയം കമ്പനി എന്നാക്കി. തിരുവിതാംകൂർ ഗവൺമെന്റിൽ നിന്ന് നാമമാത്രമായ വിലയ്ക്ക് ലഭിച്ചിരുന്ന വിദ്യുച്ഛക്തിയുടെ സഹായത്തോടെ ലോകത്തിലേക്കുംവെച്ച് ഏറ്റവും ചുരുങ്ങിയ കൂലിയുള്ള തൊഴിലാളികളെക്കൊണ്ട് പണിയെടുപ്പിച്ച് അലുമിനിയം അയിരിൽ നിന്ന് അലുമിനിയം കട്ടകൾ ഉൽപ്പാദിപ്പിക്കുകയായിരുന്നു ഈ സ്ഥാപനത്തിൽ.

ഇവിടത്തെ തൊഴിലാളികളോടും ഏറ്റവും നിഷ്ഠൂരവും നിർഭയവുമായ മർദനനടപടികൾ മാനേജ്മെന്റ് സ്വീകരിച്ചിരുന്നു. വെള്ളക്കാരൻ മുതലാളിയെ കടത്തിവെട്ടുന്ന ഹീനമായ മർദനമുറകൾ നാട്ടുകാരായ ഉദ്യോഗസ്ഥമേധാവികൾ കൈക്കൊണ്ടു.

1943 ൽ തന്നെ ഇവിടെ ഉൽപ്പാദനം ആരംഭിച്ചിരുന്നു. അന്ന് അഡ്വക്കേറ്റായ സി എ കാസ്പറിന്റെ നേതൃത്വത്തിലുണ്ടായിരുന്ന ആലുവ ഫാക്ടറി ലേബറേഴ്സ് യൂണിയന്റെ പ്രവർത്തനം സ്വാഭാവികമായും ഈ ഫാക്ടറിയിലേക്കും വ്യാപിക്കുകയുണ്ടായി. എന്നാലും യൂണിയൻ പ്രവർത്തനം തീരെ തൃപ്തികരമോ ഫലപ്രദമോ ആയിരുന്നില്ല എന്തെന്നാൽ "തൊഴിലാളിപ്രസ്ഥാനങ്ങളിൽ ബുദ്ധിജീവികളുടെ സഹായം തികച്ചും ഉപയോഗപ്പെടുത്തേണ്ടത് എങ്ങനെയെന്ന് നാം മനസിലാക്കാതിരുന്നതുകൊണ്ട് മി. കാസ്പറുടെ ഭരണകാലവും ശരിദശയിൽത്തന്നെയാണ് കലാശിച്ചത്." (എൻ കെ മാധവൻ, മൂന്നാമത് *വാർഷികറിപ്പോർട്ട്*: പേജ് 8)

ആലുവ ഫാക്ടറി ലേബറേഴ്സ് യൂണിയന് ഓജസും തേജസും

പ്രദാനംചെയ്ത് പുതിയ പ്രവർത്തനശൈലി ആവിഷ്കരിക്കുന്നതിനുതൊട്ടുമുൻപ് അലുമിനിയം കമ്പനിയിലുണ്ടായ പ്രധാന സംഭവം (1944 ജനുവരിയിൽ) കൊറയ എന്ന ക്രെയിൻ ഓപ്പറേറ്റർ ജോലി ചെയ്തുകൊണ്ടിരിക്കേ ഷോക്കേറ്റ് മരിച്ചതാണ്. തൊഴിലാളികളുടെ കുറ്റവും അശ്രദ്ധയും കൊണ്ടാണ് അയാൾ മരിച്ചതെന്നും കമ്പനിക്ക് അതിൽ യാതൊരു ഉത്തരവാദിത്വവുമില്ലെന്നും പറഞ്ഞൊഴിഞ്ഞ് മാനേജ്മെന്റ് കൈകഴുകി. ഈ അടുത്തയിടക്ക് പോട്ട് റൂമിൽ ഒരു പോട്ടിലുണ്ടായ പൊട്ടിത്തെറിയെത്തുടർന്ന് ജീവപായം വന്ന തൊഴിലാളികളുടെ അവകാശികളും പരിക്കുപറ്റി ചികിത്സക്കു വിധേയരാകേണ്ടിവന്ന തൊഴിലാളികളും കനത്ത നഷ്ടപരിഹാരത്തുക വാങ്ങുന്നതുകണ്ട അലുമിനിയം തൊഴിലാളികൾക്ക് 1944ൽ കൊറയയുടെ കഥ അവിശ്വസനീയമായി തോന്നിയേക്കാം. വരാപ്പുഴക്കാരനായ കൊറയയുടെ അകാലചരമത്തിൽ അനുശോചിക്കാൻ വരാപ്പുഴയിലെ ഒരു പൗരമുഖ്യനും കോൺട്രാക്ടറുമായ ശ്രീ മത്തേവൂസ് പെരേരയുടെ അധ്യക്ഷതയിൽ പൊതുയോഗം കൂടി പരേതന്റെ ആത്മാവിന് നിത്യശാന്തി ലഭിക്കട്ടെ എന്ന് പ്രാർഥിക്കാനല്ലാതെ ശ്രീ കാസ്പറുടെ നേതൃത്വത്തിലായിരുന്ന യൂണിയന് ഒന്നും ചെയ്യാൻ കഴിഞ്ഞില്ല.

ശ്രീ കാസ്പറുടെ സ്ഥാനത്തുവന്ന പുതിയ നേതൃത്വം കൊറയയുടെ കേസ് ഏറ്റുപിടിച്ചു. ഗവൺമെന്റും കമ്പനിയുമായി യൂണിയൻ എഴുത്തുകുത്തുകൾ നടത്തിയതിന്റെ ഫലമായി കൊറയയുടെ കുടുംബാംഗങ്ങളും അനന്തരാവകാശികളുമായവർക്ക് ഇൻഷ്വറൻസ് കമ്പനിയിൽനിന്നും 1500 രൂപ മൂന്നുമാസങ്ങൾക്കുള്ളിൽ അനുവദിക്കുകയുണ്ടായി.

കൊറയക്ക് നഷ്ടപരിഹാരം ലഭിച്ച സംഭവം അലുമിനിയം കമ്പനിത്തൊഴിലാളികൾക്ക് ആശയും ആവേശവും പകർന്നുവെങ്കിലും മാനേജ്മെന്റിന് രോഷവും വൈരാഗ്യബുദ്ധിയുമുളവാക്കി. അവർ യൂണിയനോട് ഒരു കുരിശുയുദ്ധംതന്നെ പ്രഖ്യാപിച്ചു. ഇതര ഫാക്ടറികളിലെ മാനേജ്മെന്റുകൾ ഒന്നു രണ്ടുവട്ടം തൊഴിലാളി സംഘടനകളുമായി ഏറ്റുമുട്ടുകയും വാശിയും വൈരാഗ്യവും കാണിക്കുകയും ചെയ്തു എങ്കിലും അവരെല്ലാം പിൻതിരിയുകയുണ്ടായി. കഴിയുന്നത്ര നല്ല സൗഹാർദ ബന്ധം പുലർത്തുന്നതാണ് ഉത്തമം എന്ന് അവർക്ക് ബോധ്യപ്പെട്ടു.

ഒന്നര ദശാബ്ദങ്ങൾക്കു ശേഷം 1956 ലെ ആദ്യത്തെ ത്രിവത്സരക്കരാർ ഒപ്പിട്ടതോടുകൂടി മാത്രമേ അലുമിനിയം മാനേജ്മെന്റ് തൊഴിലാളി യൂണിയനോട് അൽപ്പം മാന്യവും സൗഹാർദപരവുമായ മനോഭാവം കൈക്കൊണ്ടുള്ളൂ.

അലുമിനിയം ഫാക്ടറി വർക്കേഴ്സ് യൂണിയനും അലുമിനിയം ഫാക്ടറി സ്റ്റാഫ് അസോസിയേഷനും കൂടി 1957 ജൂലായ് 30 ന് പുറപ്പെടുവിച്ചതായ സംയുക്ത പ്രസ്താവനയിൽ ഇപ്രകാരം പറയുന്നു:

> ഈ ഫാക്ടറിയിലെ ജീവനക്കാർ ജീവിതാവശ്യങ്ങൾ ഉന്നയിച്ചുകൊണ്ട് മുന്നോട്ടുവന്ന കാലംമുതൽ എന്തെന്തു മർദനമുറകളാണ് തൊഴിലാളി സംഘടനകളെ പൊളിക്കാൻ വേണ്ടി കൈകൊണ്ടി

ട്ടുള്ളതെന്ന് യൂണിയൻ ഇതിനകം വ്യക്തമാക്കിയിട്ടുണ്ട്. ഈ വ്യവസായശാലയിലെ ജോലി പ്രത്യേകം പലവിധ സംരക്ഷണങ്ങൾ അർഹിക്കുന്ന വിധത്തിലുള്ളവയാണ്. പരിഷ്കൃതരാജ്യങ്ങളിൽ ഈ വ്യവസായത്തിലെ പോട്ട്റൂം ജോലിക്കാർക്ക് മരണക്കൂലി (Death wages) ആണ് നിജപ്പെടുത്തിയിരിക്കുന്നത്. കാരണം ഈ സെക്ഷനിൽ ജോലി ചെയ്യുന്ന എത്ര ആരോഗ്യമുള്ള മനുഷ്യനും ഏഴും എട്ടും വർഷം പണിയെടുത്തുകഴിഞ്ഞാൽ പിന്നീട് ഒരു ജോലിക്കും പോകാൻ കഴിയാത്തവനാകും എന്നതുകൊണ്ടുതന്നെ. ഇതിനുപുറമെ ഒരുമണിക്കൂർ ജോലി അതുകഴിഞ്ഞ് ഒരു മണിക്കൂർ ശീതോഷ്ണസ്ഥിതി നിയന്ത്രിച്ചിട്ടുള്ള (എയർകണ്ടീഷൻഡ്) മുറികളിൽ വിശ്രമം എന്ന കണക്കിനു മാത്രമേ ആറുമണിക്കൂർ ജോലിചെയ്യിക്കാറുള്ളൂ. പാൽ തുടങ്ങിയ പോഷകാഹാരങ്ങൾ ജോലി സമയത്ത് ഇവർക്ക് നൽകിവരുന്നുമുണ്ട്. എന്നാൽ ഇവിടെയോ? കഴിഞ്ഞ അഞ്ചാറു കൊല്ലക്കാലമായി തൊഴിലാളികൾ ജീവിതക്കൂലിക്കുവേണ്ടി കോടതികയറി നടക്കുകയാണ്. ഒരു മണിക്കൂർ ജോലിക്കുശേഷം സ്വൽപ്പസമയമെങ്കിലും വിശ്രമിക്കാനുള്ള സമയമില്ല. പ്രത്യേക ആഹാരം പോകട്ടെ ഫാക്ടറി കാന്റീനിൽ പണം കൊടുത്താൽ കാൽവയറുനിറയാനുള്ള ആഹാരം പോലും ലഭിക്കുന്നില്ല. പലരും രോഗികളായി തീർന്നിരിക്കുകയാണ്. 1000 ഡിഗ്രി ചൂടുള്ള, കരിയും പുകയും നിറഞ്ഞ, അന്തരീക്ഷത്തിൽ ഭാരമേറിയ പണിയായുധങ്ങളും പേറി പണിചെയ്യുന്നതുമൂലമാണിത്. ആലുവയിലെ ഡിസ്ട്രിക്ട് സർജനായിരുന്ന ഡോ. പി എൻ നാരായണൻ, അലുമിനിയം ഫാക്ടറിയിലെ പോട്ട്റൂമിലെ ജോലി ആരോഗ്യത്തിന് ഹാനികരമാണെന്ന് തൊഴിൽത്തർക്ക കോടതിയിൽ മൊഴികൊടുത്തിട്ടുണ്ട്. ഇതിനു മുമ്പിലത്തെ തൊഴിൽത്തർക്ക കോടതി തന്നെ ഇവിടത്തെ പോട്ട്റൂം ജോലിക്ക് 45 മിനിറ്റ് ജോലിയും 45 മിനിറ്റ് വിശ്രമവും എന്ന കണക്കിനേ ജോലി ചെയ്യിക്കാനാവൂ എന്ന് പറഞ്ഞിട്ടുണ്ട്. എന്നാൽ ഇതൊന്നും മാനിക്കാൻ മാനേജ്മെന്റ് തയാറല്ലെന്ന് മാത്രമല്ല...

ഇതായിരുന്നു 1951 ലെ സ്ഥിതിയെങ്കിൽ ഉൽപ്പാദനം ആരംഭിച്ച 1943–46 കാലഘട്ടത്തിലെ തൊഴിലാളികളുടെ ദുരിതങ്ങളെക്കുറിച്ച് പറയേണ്ടതുണ്ടോ?

യൂണിയനിൽ അംഗമായി ചേരാനും മാസവരി കൊടുക്കാനും യൂണിയനാപ്പീസിൽ പോകാനും യൂണിയൻ ജനറൽ ബോഡിയിൽ പങ്കെടുക്കാനും മറ്റും അക്കാലത്ത് തൊഴിലാളികൾക്ക് എന്തു ഭയമായിരുന്നെന്നോ?

യൂണിയൻ പ്രവർത്തനം നടത്തുന്നതിനുള്ള അവകാശം ആലുവയിലെ വ്യവസായങ്ങളിൽ പ്രവൃത്തിയെടുക്കുന്ന തൊഴിലാളി

> കൾക്ക് ബാധകമല്ലെന്ന് ഇവിടത്തെ ബഹുജനങ്ങൾക്ക് പൊതുവിലും തൊഴിലാളികൾക്ക് പ്രത്യേകിച്ചും ബോധ്യമായിരുന്നു. ഈ അന്ധവിശ്വാസത്തിന്റെ പരമാവധിയിൽ എത്തിയിരുന്നത് അലുമിനിയം തൊഴിലാളികളാണ്. (എൻ കെ മാധവൻ, *മൂന്നാമത് വാർഷിക റിപ്പോർട്ട്*, പേജ് 15)

പോരെങ്കിൽ മാനേജ്മെന്റും അവരുടെ വൈതാളികരും കൂടി ശക്തിയായൊരു പ്രചാരണം കൂടി അഴിച്ചുവിട്ടു. അലുമിനിയം ഒരു യുദ്ധവ്യവസായമാണ്. അതിലിടപെട്ടിരിക്കുന്ന തൊഴിലാളികൾക്ക് സംഘടനാപ്രവർത്തനം നടത്തി തങ്ങളുടെ ദൈനംദിന ദുരിതങ്ങളും ആവശ്യങ്ങളും യൂണിയൻ മുഖേന പുറത്തുകൊണ്ടുവരാൻ അവകാശമില്ല. അങ്ങനെ ചെയ്യുന്നതായാൽ തൊഴിലാളികളെ വെടിവെച്ചുകൊന്നുകളയും.

രാഷ്ട്രീയബോധമോ പ്രബുദ്ധതയോ ഇല്ലാത്ത ഒരുതരം അടിമമനോഭാവം പേറിനടന്നിരുന്ന തൊഴിലാളികളിൽ മിക്കവാറും അന്നത്തെ യുദ്ധകാല പരിതസ്ഥിതിയിൽ ഈ പ്രചാരണത്തിൽ ഒഴുകുകയുണ്ടായി.

അക്കാലത്ത് അലുമിനിയം ഫാക്ടറിയിൽ തൊഴിലാളിയായിരുന്ന പിന്നീട് പ്രശസ്ത സാഹിത്യകാരനായ പോഞ്ഞിക്കര റാഫി, കമ്പനിയെയും അവിടത്തെ തൊഴിലാളികളെയും പുതുതായി സംഘടിപ്പിച്ച യൂണിയനെയും പശ്ചാത്തലമാക്കി രചിച്ച് 'ഭാവി' എന്ന ചെറുകഥയിലെ കേശവനാശാരി എന്ന കഥാപാത്രം അന്നത്തെ തൊഴിലാളികളുടെ ഏറ്റവും മികച്ച പ്രതീകമാണ്. സായ്പ് തുടങ്ങിയ കമ്പനിയിൽ ജോലി ലഭിച്ച കേശവനാശാരി ഒരു ദിവസം പണി കഴിഞ്ഞ് താമസസ്ഥലത്തു ചെന്നു കയറി ഭാര്യയെ വിളിച്ചുപറയുകയാണ്:

> കേട്ടോടീ കല്യാണിക്കുട്ടി, ഇന്നും അവരെല്ലാവരും എന്നോടും യൂണിയനാപ്പീസിൽ മീറ്റിങ്ങിന് ചെല്ലണമെന്ന് പറഞ്ഞു. ഞാൻ പോകുവോടീ. കൊന്നാൽ പോവില്ല... ആ ബാലചന്ദ്രൻ മൂന്ന്നാല് ദിവസമായി എന്നെ കൊണ്ടുപോകാൻ പഠിച്ചപണി പതിനെട്ടും നോക്കി, മട്ടത്തിന് ഓരോ സൂത്രം പറഞ്ഞ് ഞാനിങ്ങോട്ടുപോരും. എന്നുമാത്രം. കുഞ്ഞിനു മരുന്നുവാങ്ങണം, നിനക്ക് സുഖമില്ല നൂറുകൂട്ടം നുണകൾ പറഞ്ഞു. നാളെ എന്തായാലും ചെല്ലണമെന്ന് പറഞ്ഞെടീ. ചെന്നില്ലെങ്കിൽ പിടിച്ചുകൊണ്ടുപോകുമെന്ന്! അത് സാധിക്കുമോടീ!...

അന്നുതന്നെ ഭാര്യയും ഭർത്താവും തമ്മിൽ വലിയൊരു സൗന്ദര്യപ്പിണക്കമുണ്ടായി. രണ്ടുപേരും മിണ്ടാതെ മുഖം വീർപ്പിച്ചുകിടക്കുകയാണ്. അപ്പോഴാണ് രാത്രി 11 മണിയായപ്പോൾ തൊട്ടടുത്ത മുറിയിൽ താമസിക്കുന്ന യൂണിയൻ സെക്രട്ടറി ബാലചന്ദ്രന്റെ വരവ്. കേശവനാശാരി ബാലചന്ദ്രനോട് ഒരു ബീഡി ആവശ്യപ്പെടുന്നു. സംഘടനയിൽ ചേരേണ്ടതിനെപ്പറ്റി കേശവനാശാരിയോട് സംസാരിക്കാൻ ഇതുതന്നെ അവ

സരമെന്നു കണക്കാക്കി ബാലചന്ദ്രൻ ബീഡികൊടുത്ത് സംഭാഷണം ആരംഭിക്കുന്നു.

കേശവനാശാരി ബാലചന്ദ്രനോട് ചോദിക്കുകയാണ്:

"പിന്നെ ഈ യൂണിയൻ ജയിക്കുമോ... സായ്പുമാരോട് എതിരിട്ടാൽ ജയിക്കുമോ? സർക്കാരിലേക്ക് വേണ്ട എഴുത്തുകുത്തുകൾ നടത്തി യൂണിയൻ ഇല്ലാതാക്കാൻ അവർക്ക് സാധിക്കില്ലെന്ന് തോന്നുന്നുണ്ടോ?"

അന്ന് ഈ വ്യവസായമേഖലയിലെ ഓരോ തൊഴിലാളിയുടെ മനസിലും തളം കെട്ടിനിന്നിരുന്ന ഭയവും ആശങ്കയുമാണ് കേശവനാശാരിയുടെ ഈ വാക്കുകളിൽ സ്ഫുരിക്കുന്നത്.

ശ്രീചിത്തിരാമില്ലിലും സ്റ്റാന്റേർഡ് പോട്ടറീസിലും വഞ്ചിനാട് മാച്ചസ്സിലും നാം കണ്ടുകഴിഞ്ഞപോലെ നിരന്തരമായ തീവ്രശ്രമത്തിനുശേഷമാണ് ഭൂരിഭാഗം തൊഴിലാളികളെയും യൂണിയനിൽ അണിനിരത്താൻ കഴിഞ്ഞത്.

ബഹുഭൂരിപക്ഷം തൊഴിലാളികളും യൂണിയനിൽ അണിനിരന്നപ്പോൾ മാനേജ്മന്റും അടവൊന്നു മാറ്റി. ആലുവ ഫാക്ടറി ലേബറേഴ്സ് യൂണിയന് അലുമിനിയം ഫാക്ടറി തൊഴിലാളികളെ പ്രതിനിധീകരിക്കാനവകാശമില്ല. വ്യവസായാടിസ്ഥാനത്തിൽ പ്രത്യേകം യൂണിയൻ രൂപീകരിച്ചാൽ മാത്രമേ കമ്പനി അംഗീകരിക്കുകയുള്ളൂവെന്ന് അവർ ശഠിച്ചു.

സംഘടന കൂടുതൽ സുശക്തമാക്കാനും പ്രവർത്തനം കൂടുതൽ ഊർജസ്വലവും ചിട്ടയുള്ളതുമാക്കാനും ഉതകുന്ന നിർദേശമാകയാൽ ആലുവ ഫാക്ടറി ലേബറേഴ്സ് യൂണിയൻ നേതൃത്വവും ഇതംഗീകരിച്ചു. വ്യവസായാടിസ്ഥാനത്തിൽ യൂണിയൻ രൂപീകൃതമായി.

13–8–1119 ൽ അലുമിനിയം ഫാക്ടറി തൊഴിലാളികളുടെ പൊതുയോഗം കൂടി. അലുമിനിയം ഫാക്ടറി വർക്കേഴ്സ് യൂണിയൻ രൂപീകരിക്കാൻ തീരുമാനിക്കുകയും യൂണിയൻ രജിസ്റ്റർ ചെയ്യുന്നതിനുള്ള അപേക്ഷയിൽ ഒപ്പിടുന്നതിന് 1. സി കെ അബ്ദുൾ ഖാദർ, 2. എം പൗലോസ്, 3. എം എസ് രാവുണ്ണി, 4. എം ബെയ്സിൽ, 5. ഇ ബാലാനന്ദൻ, 6. ടി ആർ തങ്കപ്പൻപിള്ള 7. കെ കൊച്ചുചെറുക്കൻ എന്നിവരെ അധികാരപ്പെടുത്തുകയും യൂണിയൻ രജിസ്റ്റർ ചെയ്യുന്നതിനുള്ള എഴുത്തുകുത്തുകൾ രജിസ്ട്രാറുമായി നടത്തുന്നതിന് യൂണിയൻപ്രസിഡന്റ് ജെ ടി കായനാട്ടിനെ അധികാരപ്പെടുത്തുകയും ചെയ്തു. ആ യൂണിയന് 19–8–1119 ൽ 1119 ലെ 6–ാം നമ്പറായി രജിസ്ട്രേഷൻ ലഭിച്ചു.

ആ യോഗത്തിൽ താൻ പങ്കെടുത്തത് ബോധപൂർവമായിരുന്നില്ലെന്നാണ് ബാലാനന്ദൻ പ്രസ്താവിക്കുന്നത്. താൻ റോഡിലൂടെ നടന്നുപോവുകയായിരുന്നു. കുറെയാളുകൾ കൂടിയിരിക്കുന്നതുകണ്ട് അങ്ങോട്ട് എത്തിനോക്കിയതാണ്. യൂണിയൻ ഉണ്ടാക്കാനുള്ള ആലോചനായോഗമാണെന്ന് അപ്പോൾ മനസിലായി. യൂണിയൻ രൂപീകരിച്ചാൽ ഉണ്ടാകാവുന്ന ഗുണങ്ങളെക്കുറിച്ചോ അപകടങ്ങളെക്കുറിച്ചോ തനിക്ക് ഒന്നും അറിഞ്ഞുകൂടായിരുന്നു. യൂണിയൻ രജിസ്റ്റർ ചെയ്യാനുള്ള അപേക്ഷയിൽ ഒപ്പി

ടുന്നതിന് തന്റെ പേരുംകൂടി ഉൾപ്പെടുത്തി. മാസശമ്പളക്കാരനായിരുന്ന (മിക്കവാറും എല്ലാ തൊഴിലാളികൾക്കും ദിവസക്കൂലി ആയിരുന്നു. ബാലാനന്ദനും കമ്പനിയിൽ ചേരുമ്പോൾ ദിവസക്കൂലിയായിരുന്നു) തന്നെ യൂണിയനിൽ ഉൾപ്പെടുത്തണമോ എന്ന് ചില സഖാക്കൾ അപ്പോൾത്തന്നെ ആശങ്ക പ്രകടിപ്പിക്കുകകൂടി ചെയ്തു.

രണ്ടുദിവസം കഴിഞ്ഞപ്പോൾ കാമറോൺ സായ്പ് തന്നെ വിളിപ്പിച്ചു. ആദ്യമായിട്ടാണ് കാമറോൺ സായ്പുമായി നേരിട്ട് സംസാരിക്കുന്നത്. അതുവരെ ഡിപ്പാർട്ടുമെന്റ് മേധാവിയായിരുന്ന കാർട്ടർ സായ്പുമായിട്ടേ സംസാരിക്കേണ്ടിവന്നിട്ടുള്ളൂ. കാമറോൺ പറഞ്ഞു: "യൂണിയൻ ഉണ്ടാക്കാൻ പോകുന്നതായി അറിഞ്ഞു. അത് നന്ന്. പക്ഷേ നേതൃത്വം പുറത്തു നിന്നായിരിക്കരുത്."

കാമറോൺ സായ്പിന്റെ ഉന്നം ബാലാനന്ദനെ സ്വാധീനിച്ച് പ്രലോഭിപ്പിച്ച് യൂണിയനിൽ കലാപമുണ്ടാക്കി അതിനെ പൊളിക്കുക എന്നതായിരിക്കണം. പുറത്തുനിന്നുള്ള നേതൃത്വവും തൊഴിലാളികളുടെ തന്നെ നേതൃത്വവും തമ്മിൽ വിവേചിച്ചറിയാനുള്ള ബോധം അന്ന് ഇല്ലാതിരുന്ന ബാലാനന്ദൻ, നേതൃത്വം ഏതായാലെന്ത്; യൂണിയൻ ഉണ്ടാക്കട്ടെ എന്ന് മറുപടി പറഞ്ഞപ്പോൾ മി. കാമറോൺ ബാലാനന്ദനെ തികഞ്ഞ കമ്യൂണിസ്റ്റായി കണക്കാക്കിയിരിക്കണം.

എന്നാൽ ഫാക്ടറി അടിസ്ഥാനത്തിലുള്ള യൂണിയനെ അംഗീകരിക്കാമെന്ന് വാക്കുപറഞ്ഞിരുന്ന അലുമിനിയം മുതലാളിയായ കാമറോൺ സായ്പ് യൂണിയനുമായി സൗഹാർദബന്ധം സ്ഥാപിച്ച് അനുരഞ്ജന മനോഭാവം കൈക്കൊള്ളാൻ തയാറില്ലായിരുന്നു. പാർശ്വവർത്തികളായ ചില വൈതാളികരെക്കൊണ്ടും ശിങ്കിടികളെക്കൊണ്ടും ഒരെതിർ യൂണിയൻ ഉണ്ടാക്കാനാണ് അയാൾ ശ്രമിച്ചത്. സായ്പും വൈതാളികരും അൽപ്പം വൈകിപ്പോയി. അലുമിനിയം ഫാക്ടറി വർക്കേഴ്സ് യൂണിയൻ രൂപീകരിക്കാൻ യോഗം നടന്ന വിവരം ലഭിച്ച ഉടനെ സായ്പിന്റെ സൂത്രധാരത്വത്തിൻകീഴിൽ എതിർ യൂണിയൻ തട്ടിപ്പടച്ചുണ്ടാക്കാനുള്ള ശ്രമം ധൃതഗതിയിൽ നടന്നു. കമ്പനി സ്റ്റാഫിൽപ്പെട്ടയാളും കോൺഗ്രസ് പ്രവർത്തകനുമായിരുന്ന മി. കുരുവിളയാണ് മുന്നിൽ നിന്ന് പ്രവർത്തിച്ചത്. രജിസ്ട്രേഷനുവേണ്ട കടലാസുമായി അദ്ദേഹം തിരുവനന്തപുരത്ത് പാഞ്ഞെത്തി. സായ്പിന്റെയും കുരുവിളയുടെയും നിർഭാഗ്യം എന്നു പറയട്ടെ, അലുമിനിയം ഫാക്ടറി വർക്കേഴ്സ് യൂണിയന് തലേന്ന് രജിസ്ട്രേഷൻ നൽകിക്കഴിഞ്ഞിരുന്നു. ഇന്നത്തെപ്പോലെ ഭരണകക്ഷികളുടെ ആവശ്യാനുസരണം, തൊഴിലാളികളുടെ പിൻബലമില്ലെങ്കിലും ഓരോ കക്ഷിക്കും യൂണിയൻ രജിസ്റ്റർ ചെയ്തുകൊടുക്കുന്ന പതിവ് അന്നില്ലായിരുന്നു. സായ്പിന്റെയും കുരുവിളയുടെയും യൂണിയന് രജിസ്ട്രേഷൻ ലഭിച്ചിരുന്നെങ്കിൽ അലുമിനിയം ഫാക്ടറി തൊഴിലാളികളുടെ മാത്രമല്ല, ആലുവയിലെ ട്രേഡ് യൂണിയൻ പ്രസ്ഥാനത്തിന്റെ തന്നെ ചരിത്രഗതി തികച്ചും വ്യത്യസ്തമാകുമായിരുന്നു.

പ്രസ്തുത സംരംഭത്തെപ്പറ്റി അലുമിനിയം ഫാക്ടറി വർക്കേഴ്സ് യൂണിയന്റെ പ്രഥമ വാർഷികസമ്മേളനത്തിൽ പ്രസിഡന്റ് ജെ ടി കായനാട്ട് തന്റെ സ്വാഗതപ്രസംഗത്തിൽ ഇപ്രകാരം പരാമർശിച്ചതായി കാണുന്നു:

> പക്ഷേ, കുറുക്കൻ കോഴിക്കൂടു കെട്ടുന്നതുപോലെ ചില പ്രത്യേകസാറൻമാർ ഈയവസരത്തിൽ അകത്ത് ഒരു യൂണിയൻ ഉണ്ടാക്കി സായ്പിനെ പ്രീണിപ്പിക്കുവാൻ ചെയ്തുകൊണ്ടിരുന്ന വിഫലമെങ്കിലും ലജ്ജാവഹമായ പ്രവർത്തനത്തിൽ അവർ പരാജിതരായി. എങ്കിലും അന്നുമുതൽ ഇന്നുവരെ ഈ പരാജിതവർഗം മാനേജ്മെന്റിന്റെ ഉള്ളഴിഞ്ഞ സഹായത്തോടുകൂടി എന്തെല്ലാം വിക്രിയകളാണ് ചെയ്തുകൊണ്ടിരിക്കുന്നതെന്ന് ഇന്നാട്ടിലെ മുഴുവൻ ജനതക്കും ഇവിടത്തെ അധികാരിവർഗത്തിനും അറിയാവുന്നതാകയാൽ ഇവിടെ വിവരിക്കുന്നില്ല.

യൂണിയൻ പ്രവർത്തകരോടും യൂണിയനിൽ ഉറച്ചുനിൽക്കുന്ന തൊഴിലാളികളോടും എത്ര ക്രൂരവും നിർദയവുമായാണ് പ്രതികാരം ചെയ്തിരുന്നതെന്ന് കായനാട്ട് തന്റെ സ്വാഗതപ്രസംഗത്തിൽ തുടർന്നു പ്രസ്താവിക്കുന്നത് ഇപ്രകാരമാണ്.

> യൂണിയൻ പ്രവർത്തകരെ അകാരണമായി കള്ളറിപ്പോർട്ടുകൾ സൃഷ്ടിച്ച് പിരിച്ചുവിടുന്ന സമ്പ്രദായങ്ങളെ തെളിവുസഹിതം മാനേജ്മെന്റിന്റെയും ഗവൺമെന്റിന്റെയും അധികാരികളുടെയും മുമ്പാകെ നമ്മൾ സമർപ്പിച്ചാൽ ഒന്നും ഗൗനിക്കുകയില്ല. ഇതിൽനിന്നും ഉത്തരവാദിത്വബോധമില്ലാത്ത ഈ കാട്ടാളസമ്പ്രദായത്തെ ഈ കമ്പനിയിൽ നിന്ന് നീക്കം ചെയ്യുന്നതിന് തൊഴിലാളികളെ പ്രക്ഷോഭം കൂട്ടുകയാണ്
>
> തൊഴിലാളികൾ ഘോഷയാത്രയായി റോഡിൽക്കൂടി പോയാൽ ചില സാറന്മാർ പൊലീസിൽ ഹരജികൊടുക്കുക; സേവകന്മാരായി ആരെങ്കിലും ഉണ്ടെങ്കിൽ അവരെക്കൊണ്ട് യൂണിയൻ പ്രവർത്തകർക്കെതിരായി ഹരജി കൊടുപ്പിക്കുക, തൊഴിലാളികളെ അന്യായമായി കമ്പനിക്കകത്തുള്ള ഫോർമാൻ ഫിലിപ്പ്സാറിന്റെ മുറിയിൽ തടങ്കലിൽവെക്കുക, കള്ളറിപ്പോർട്ടുകൾ ശേഖരിക്കുക. അതിനെതിരെ തെളിവു കൊടുക്കാത്തവരെ ഭീഷണിപ്പെടുത്തുക, സൈക്കിൾ തുടച്ചില്ലെങ്കിൽ സൈഫൻ (ഓട) വൃത്തിയാക്കുന്നതിന് ക്രെയിൻ ഡ്രൈവറെപ്പോലെ ഉയർന്ന ജോലിയുള്ള തൊഴിലാളികളെ തരംതാഴ്ത്തുക, യൂണിയൻ സെക്രട്ടറിയെ തൊലിനൊമ്പരപ്പിച്ച് പറഞ്ഞയക്കുമെന്ന് ഭീഷണിപ്പെടുത്തുക, ഏഷണികളും ഭൂഷണങ്ങളും തെറ്റിദ്ധാരണകളും പരത്തുവാൻ എന്തും ചെയ്യാൻ സന്നദ്ധമാവുക മുതലായ മുഴുവൻ പിന്തിരിപ്പൻ കുസൃ

തികളും ചില വ്യക്തികൾ തുടർന്നുവന്നിരുന്നു...

യൂണിയൻ വൈസ് പ്രസിഡന്റായിരുന്ന സി കെ അബ്ദുൾ ഖാദർ, ജോയിന്റ് സെക്രട്ടറി റാഫി, കമ്മിറ്റി മെമ്പർ ബെയ്സിൽ എന്നു തുടങ്ങി എത്രയോ സഖാക്കളെ പിരിച്ചുവിട്ടു. വാളന്റിയർ ക്യാപ്റ്റൻ, സെബാസ്റ്റ്യൻ ചാർജുമാൻ ഉണിക്കോരൻ തുടങ്ങിയ എത്രപേരെ കൃത്രിമക്കേസുണ്ടാക്കി തരംതാഴ്ത്തി...

ആലപ്പുഴയിലെ ചേംബർ ഓഫ് കൊമേഴ്സ് പ്രസിഡന്റ് ഇ എം. പോളാർഡും കെ സി കരുണാകരനും തങ്ങളുടെ അവാർഡിൽ നിർദേശിച്ചിരുന്നതിനനുസരിച്ച് അലുമിനിയം ഫാക്ടറിക്കും ഒരു ഇൻഡസ്ട്രിയൽ റിലേഷൻസ് കമ്മിറ്റി (വ്യവസായ ബന്ധകമ്മിറ്റി) രൂപീകരിച്ചു. കാമറോൺ സായിപ്പായിരുന്നു കമ്മിറ്റി ചെയർമാൻ. ഈ കമ്മിറ്റിയെ നിർജീവമാക്കി നിഷ്പ്രയോജനമാക്കിയതിനെപ്പറ്റിയും സ. കായനാട്ട് തന്റെ സ്വാഗതപ്രസംഗത്തിൽ ചൂണ്ടിക്കാണിച്ചിട്ടുണ്ട്.

മുതലാളി–തൊഴിലാളി പ്രതിനിധികൾ ചേർന്ന ഒരനുരഞ്ജക സമിതിയുണ്ടാക്കി. (കായനാട്ട് തന്റെ പ്രസംഗത്തിലും എൻ കെ മാധവൻ തയാറാക്കിയ വാർഷിക റിപ്പോർട്ടിലും ഇൻഡസ്ട്രിയൽ റിലേഷൻസ് കമ്മിറ്റിക്ക് കൊടുത്തിരിക്കുന്ന പരിഭാഷ അനുരഞ്ജക സമിതി എന്നാണ്. എന്നാൽ ഇന്ന് പ്രചുരപ്രചാരത്തിലായിരിക്കുന്ന വ്യവസായ ബന്ധകമ്മിറ്റി എന്ന തർജമയാണ് ഞാൻ തെരഞ്ഞെടുത്തിട്ടുള്ളത് — പയ്യപ്പിള്ളി ബാലൻ) അതിൽ പല തൊഴിൽ കുഴപ്പങ്ങളും അവസാനിപ്പിക്കുന്നതിനുള്ള യത്നങ്ങളിൽ നമ്മുടെ യൂണിയൻ സഹായഹസ്തം നീട്ടി. പക്ഷേ, അകത്ത് കത്തിയും പുറത്ത് പത്തിയുമായി കാമറോൺ സായ്പ് പല തന്ത്രങ്ങളും പ്രയോഗിച്ച് അതിനെ നിർജീവമാക്കി. അതിന്റെ പ്രസിഡന്റായിരുന്ന കാമറോൺ അതിനെ തകർത്തു. പക്ഷേ, ഞങ്ങളെ പൊളിക്കാൻ സാധിക്കുകയില്ല. ഈ കൊള്ളരുതായ്മക്കൊരറുതിവരുത്താൻ ഇവിടത്തെ ഗവൺമെന്റ് തയാറാക്കുമോ?

അലുമിനിയം കമ്പനിയിലെ വ്യവസായബന്ധത്തെപ്പറ്റി എൻ കെ മാധവൻ തന്റെ വാർഷിക റിപ്പോർട്ടിൽ പരാമർശിച്ചിട്ടുള്ളതിപ്രകാരമാണ്:

യൂണിയനും മാനേജുമെന്റുമായി തൊഴിൽ തർക്കങ്ങൾക്കൊരൊത്തുതീർപ്പുവരുത്തുവാൻ ഇടയാക്കുന്ന സാഹചര്യങ്ങൾ സൃഷ്ടിച്ചെങ്കിലും അധികാരികളെന്ന് പറയപ്പെടുന്ന ചിലയാളുകളുടെ പ്രേരണാശക്തിമൂലം അത് പരാജയത്തിലെത്തി. അതിനെ അതിലംഘിക്കുന്ന സംഘടനാശക്തി നമ്മളിൽ ഇല്ലാതിരുന്നതിനാൽ തർക്കങ്ങൾ വിജയകരമായി അവസാനിപ്പിക്കാൻ നമുക്ക് സാധിച്ചില്ല. (പേജ് 18)

ഇങ്ങനെ ക്രൂരമായ പ്രതികാര-മർദന നടപടികൾക്കു വിധേയരായിരുന്ന തൊഴിലാളികളെ സംഘടിതവും തീവ്രവും നിരന്തരവുമായ ശ്രമത്തിന്റെ ഫലമായി യൂണിയനിൽ അണിനിരത്തി. യൂണിയന്റെ മാനേജിങ് കമ്മിറ്റിയും ജനറൽബോഡിയും കൃത്യസമയത്ത് യോഗംചേർന്ന് ദൈനംദിന പ്രശ്നങ്ങളും സംഘടനാകാര്യങ്ങളും ചർച്ച ചെയ്യുകയും ആവശ്യമായ തീരുമാനങ്ങൾ കൈക്കൊള്ളുകയും ചെയ്തു. യൂണിയൻ എടുത്തിട്ടുള്ള തീരുമാനങ്ങളും ഉന്നയിച്ചിട്ടുള്ള ആവശ്യങ്ങളും രാഷ്ട്രീയ ലക്ഷ്യങ്ങളും വിവരിക്കാനായി പ്രചാരണയോഗങ്ങളും ഘോഷയാത്രകളും നടത്തപ്പെട്ടു. നിരക്ഷരരായ തൊഴിലാളികൾക്കുവേണ്ടി നിശാപാഠശാലകൾ തുറക്കപ്പെട്ടു. രാഷ്ട്രീയ ചർച്ചായോഗങ്ങളും സ്റ്റഡിക്ലാസുകളും സംഘടിപ്പിച്ച് തൊഴിലാളികളുടെ പൊതുനിലവാരവും വർഗബോധവും ഉയർത്തി.

മറ്റു ഫാക്ടറികളിൽ കണ്ടുകഴിഞ്ഞപോലെതന്നെ ഇവിടെയും ഒരു വശത്ത് ചിട്ടയോടുകൂടിയ സംഘടനാപ്രവർത്തനവും മറുവശത്ത് നിരന്തരമായ പ്രക്ഷോഭവും കൂടിയാലോചനകളും നടത്തി. പ്രക്ഷോഭത്തിന്റെയും കൂടിയാലോചനകളുടെയും ഫലമായി ഈ ഫാക്ടറിയിലും വാർ അലവൻസ് അനുവദിപ്പിക്കുന്ന കാര്യത്തിലും അടിസ്ഥാനകൂലിയിൽ ന്യായമായ വർധനവ് വാങ്ങുന്ന കാര്യത്തിലും യൂണിയൻ വിജയിക്കുകതന്നെ ചെയ്തു.

ആലുവ ഫാക്ടറികളിൽ നിലവിലുണ്ടായിരുന്ന തൊഴിൽ തർക്കങ്ങളിൽ പരിഹാരം ഉണ്ടാക്കുന്നതിനായി ആലുവ വ്യവസായബന്ധകമ്മിറ്റിയിൽ നടന്ന ചർച്ചകൾ പരാജയപ്പെട്ടപ്പോൾ ആലപ്പുഴയിലെ ചേംബർ ഓഫ് കൊമേഴ്സ് പ്രസിഡന്റിന്റെയും ഓണററി സെക്രട്ടറിയുടെയും ആർബിട്രേഷന് വിട്ടിരുന്ന കാര്യവും ആർബിട്രേഷൻ അവാർഡിന്റെ വിവരങ്ങളും നേരത്തെ വിവരിച്ചിട്ടുണ്ടല്ലോ. ആലപ്പുഴ ആർബിട്രേഷൻ കോടതിയിൽ അലുമിനിയം മുതലാളി പങ്കെടുത്തുവെങ്കിലും അവാർഡിനെ മാനിക്കാനോ നടപ്പിൽവരുത്താനോ ഉള്ള മര്യാദപോലും അയാൾ കാണിച്ചില്ല.

പ്രതികാരവിറളിപൂണ്ട മാനേജ്മെന്റ് കണ്ണിൽച്ചോരയില്ലാതെ മർദനനടപടികൾ തുടർന്നു. കായനാട്ടിന്റെ വസതിയിൽ നിന്നും കണ്ടുകിട്ടിയ പഴകിദ്രവിച്ച ചില കടലാസുഷീറ്റുകളിൽനിന്നും മനസിലാക്കാൻ കഴിഞ്ഞ മർദനനടപടികളുടെ വിവരം ഇന്നത്തെ അലുമിനിയം തൊഴിലാളികളിൽ കടംകഥകളുടെ പ്രതീതിയായിരിക്കും ജനിപ്പിക്കുക. (ഈ രേഖ യൂണിയൻ ഗവൺമെന്റിന് സമർപ്പിച്ച പരാതിയുടെ പകർപ്പിന്റെ ഏടുകളോ അല്ലെങ്കിൽ ആലപ്പുഴ ആർബിട്രേറ്റർമാരുടെ കോടതിയിൽ ഹാജരാക്കുന്നതിനുവേണ്ടി ശേഖരിച്ച തെളിവകളോ ആയിരിക്കാനാണ് സാധ്യത.) ഒരു നീതീകരണവുമില്ലാതെ 42 പേരെ പിരിച്ചുവിട്ടു. സീനിയോറിട്ടി കുറഞ്ഞവരെ സർവീസിൽ തുടരാൻ അനുവദിച്ചപ്പോൾ കൂടുതൽ സീനിയോറിട്ടിയുള്ളവരെ പിരിച്ചുവിട്ടു. ചില തസ്തികകളിൽ കഴി

ഞ്ഞകാലങ്ങളിൽ ജോലിചെയ്തുവന്നിരുന്നവരെ പിരിച്ചുവിട്ട് പുതിയ ആളുകളെ നിയമിച്ചു.

1945 ജനുവരിയിൽ ഇൻക്രിമെന്റ് നൽകിയപ്പോൾ ഭയങ്കരമായ വിവേചനവും പ്രതികാരവും ആണ് മാനേജ്മെന്റ് പ്രകടിപ്പിച്ചത്. താഴെ കൊടുത്തിട്ടുള്ള പട്ടിക നോക്കുക.

ഡിപ്പാർട്ട്മെന്റ് അല്ലെങ്കിൽ സെക്ഷൻ	ഒരു ഇൻക്രിമെന്റും നൽകപ്പെടാത്തവർ	1 അണ ഇൻക്രിമെന്റ് ലഭിച്ചവർ	2 അണ ഇൻക്രിമെന്റ് ലഭിച്ചവർ
കാസ്റ്റിങ്ങ്	3	–	10
പെയ്സ്റ്റ് പ്ലാന്റ്	16	–	4
വർക്ക്ഷോപ്പ്	40	(രണ്ടു കൂടി	വിഭാഗത്തിലും 30 പേരെ)
കാൻസിനേറ്റർ	27	–	–
മെക്കാനിക്കൽ	4	4	4
സർവീസ്	6	3	10
പോട്ട്റൂം			
എ ഷിഫ്റ്റ്	8	6	10
ബി ഷിഫ്റ്റ്	8	7	12
സി ഷിഫ്റ്റ്	6	7	10
റിലീഫ്	3	4	5
ലോഡിങ്	30	–	7
പൗഡർ ചാർജിങ്	10	1	3
കൺസ്ട്രക്ഷൻ	20	–	1
കാർപെന്ററി	10	–	1

യൂണിയൻ പ്രവർത്തകരോടും യൂണിയനിൽ ഉറച്ചു നിൽക്കുന്ന തൊഴിലാളികളോടുമാണ് വിവേചനം കാണിച്ച് ഇൻക്രിമെന്റ് നൽകാതിരുന്നത്.

ഏക ക്രെയിൻഡ്രൈവർ അഗസ്റ്റിൻ ജോണിനും ഏക ഹെഡ്മാൻ പി പാപ്പുവിനും അവർ യൂണിയനിൽ സജീവമായിരുന്നതിനാൽ ഇൻക്രിമെന്റ് കൊടുത്തില്ല.

വിവേചനപരമായ അച്ചടക്കനടപടികളുടെ ചില ഉദാഹരണങ്ങൾ

ഒന്ന്, സൂപ്പർവൈസർക്ക് ഇഷ്ടപ്പെടാത്ത കാരണത്താൽ എൻ സി സെബാസ്റ്റ്യനോട് ജോലി നിർത്തി വീട്ടിൽപ്പോകാൻപറഞ്ഞു: സെബാസ്റ്റ്യൻ വിസമ്മതിച്ചു സെബാസ്റ്റ്യൻ ജോലി ചെയ്യുന്നതു തടയാൻ സൂപ്പർവൈസർ ശ്രമിച്ചു. സെബാസ്റ്റ്യൻ ചെറുത്തുനിന്നതിനാൽ അദ്ദേഹത്തെ സസ്പെന്റു ചെയ്തു.

സിക്ക് ലീവ് ആവശ്യപ്പെട്ട എം ടി സേവ്യറോട് ഡോക്ടർ, സൂപ്പർവൈസറെ സമീപിക്കാനാവശ്യപ്പെട്ടു. സൂപ്പർ വൈസർ ലീവ് നിഷേധിച്ചു. അസുഖത്താൽ അവശനായിരുന്ന സേവ്യർ, ആലുവ അസിസ്റ്റന്റ് സർജനെക്കൊണ്ട് ചികിത്സിപ്പിച്ച് സുഖം പ്രാപിച്ചതിനുശേഷം അദ്ദേഹത്തിന്റെ സർട്ടിഫിക്കറ്റുമായി ഹാജരായപ്പോൾ സേവ്യറെ പിരിച്ചുവിട്ടു.

ഷൂമെയ്കർ എം എ സേവ്യറിനെ തൂത്തുവാരാൻ വിസമ്മതിച്ചുവെന്ന കാരണത്താൽ പിരിച്ചുവിട്ടു.

ടി കെ കുമാരൻ, ഉണ്ണിക്കുട്ടപ്പൻ, കെ കൃഷ്ണൻ എന്നീ കൊല്ലപ്പണിക്കാർ പൊതുഒഴിവുദിവസമായ 16–10–1944 ൽ ജോലിക്ക് ഹാജരായില്ലെന്ന കാരണത്താൽ അവരെ 2 ദിവസത്തേക്ക് സസ്പെന്റു ചെയ്തു. പൊതു ഒഴിവുദിവസം ജോലിക്ക് ഹാജരാക്കണമെന്ന് ഈ സഖാക്കളോട് മുൻകൂട്ടി ആവശ്യപ്പെട്ടിരുന്നില്ലതാനും.

കമ്പനിയിൽനിന്നും നൽകിയിരുന്ന ചീത്ത ചായ കുടിക്കരുതെന്ന് തൊഴിലാളികളോട് പറഞ്ഞു എന്ന കാരണത്താൽ മോൾഡർ എം ബെയ്സിലിനെ പിരിച്ചുവിട്ടു.

ജോലിക്ക് തടസം സൃഷ്ടിച്ചുവെന്ന കള്ളാരോപണമുണ്ടാക്കി സി കെ അബ്ദുൾ ഖാദറിനെ പിരിച്ചുവിട്ടു.

ഫോർമാൻ വി വി ഫിലിപ്പിന്റെ സൈക്കിൾ തുടക്കാൻ വിസമ്മതിച്ച കാരണത്താൽ ക്രെയിൻ ഓപ്പറേറ്റർ പോഞ്ഞിക്കര റാഫിയെ പിരിച്ചുവിട്ടു.

1945 ഏപ്രിൽ 18, 19 തീയതികളിലേക്ക് കമ്പനി മെഡിക്കൽ ആപ്പീസർ കെ ആലിക്കുട്ടിക്ക് ലീവ് അനുവദിച്ചിരുന്നുവെങ്കിലും മാനേജ്മെന്റ് ആ രണ്ടുദിവസങ്ങളിലേക്ക് അദ്ദേഹത്തെ സസ്പെൻഡ് ചെയ്തു.

ജോലിക്ക് തടസം സൃഷ്ടിച്ചെന്ന അടിസ്ഥാനരഹിതമായ ആരോപണത്തിന്മേൽ ഇ ബാലാനന്ദനെ രണ്ടുദിവസം സസ്പെന്റുചെയ്തു.

എൻ പി സെബാസ്റ്റ്യനെതിരെ കള്ളത്തെളിവുകൾ ഹാജരാക്കി എന്നാരോപിച്ചുകൊണ്ട് പോട്ട് റൂമിലെ എം മാനിവെൽ, അയ്യപ്പൻ വള്ളോൻ, ടി തോമസ് എന്നിവരെ ഫോർമാൻ ഫിലിപ്പ് തന്റെ ഓഫീസിൽ പൂട്ടിയിട്ടു.

എൻ പി സെബാസ്റ്റ്യൻ, ഈച്ചരൻ, ഉണിക്കോരൻ, ടി എം സുകുമാരൻ എന്നിവർ പോട്ട് റൂമിൽവെച്ച്, പണപ്പിരിവ് നടത്തി. പേയ്മെന്റ് ഓഫ് വേജസ് ആക്ടും കമ്പനിയിലെ ചട്ടങ്ങളും ലംഘിച്ചെന്നു പറഞ്ഞ് ആദ്യത്തെ രണ്ടുപേരെ തരംതാഴ്ത്തുകയും രണ്ടുപേർക്ക് അവസാന വാണിങ് നൽകുകയുംചെയ്തു.

ഏഴുമണിക്കൂർ നേരത്തെ കഠിനാധ്വാനത്തിനുശേഷം ക്ഷീണം തോന്നുന്നുവെന്ന് ഫോർമൻ ഫിലിപ്പിനോട് പറഞ്ഞതിന് എസ് ആർ ഈശിയെ ഉടനടി പിരിച്ചുവിട്ടു.

ഒന്നരക്കൊല്ലം പോട്ട്റൂമിൽ ജോലിചെയ്ത കെ അബ്ദുൾ റഹ്മാനെ അവിടെ സ്ഥിരപ്പെടുത്താതെ 1946 മാർച്ചിൽ ലോഡിങ് ഡിപ്പാർട്ടുമെന്റി

ലേക്ക് സ്ഥലംമാറ്റി, അവിടെനിന്ന് മറ്റൊരാളെ പോട്ട്റൂമിലേക്കും സ്ഥലം മാറ്റി. ഫോർമാൻ ഫിലിപ്പിന്റെ അനിഷ്ടമാണ് കാരണം.

അന്യായമായ ഉത്തരവുകൾ അനുസരിച്ചില്ലെന്ന ന്യായം പറഞ്ഞ് പോട്ട്മാൻ കെ പരമേശ്വരൻ പിള്ളയെ പിരിച്ചുവിട്ടു.

വെൽഡർ ജോൺമനയലിനെ പിരിച്ചുവിട്ടതിനുള്ള കാരണം ഇനിയും വ്യക്തമല്ല.

ഹെഡ്മാൻ ചാക്കോവിനെതിരെ കള്ളത്തെളിവുകൾ നൽകാൻ സി ഷിപ്ടിലെ ചീക്കു (ബാഡ്ജ് നമ്പർ 739) വിനെ നിർബന്ധിക്കുകയും ചാക്കൊവിനെതിരായുള്ള ഒരു കടലാസിൽ ഒപ്പിട്ടുകൊടുക്കാൻ ആവശ്യപ്പെടുകയും ചെയ്തു.

കാന്റീനിൽ

പകൽ പത്തു മണിക്കൂർ ഷിഫ്റ്റിൽ 15 പേരും രാത്രി 14 മണിക്കൂർ ഷിഫ്റ്റിൽ മൂന്നുപേരുമാണ് ജോലി ചെയ്യുന്നത്. മൂന്നുപേരെക്കൂടി കൂടുതലായി കാന്റീനിൽ നിയമിച്ച് 8 മണിക്കൂർ വീതം മൂന്നു ഷിഫ്റ്റുകളായി യഥാക്രമം 15, 3, 3 എന്ന ക്രമത്തിൽ തൊഴിലാളികളെ വിതരണം ചെയ്യണമെന്നാണ് യൂണിയന്റെ നിർദേശം.

കാന്റീൻ തൊഴിലാളികളുടെ പ്രതിമാസ ശമ്പളമായ 18 ക. യിൽനിന്നും ഉച്ചഭക്ഷണത്തിന് 11 ക പിടിച്ചിരുന്നു. ഭക്ഷണം ഇഷ്ടമുള്ളിടത്തുനിന്നും കഴിക്കാൻ സ്വാതന്ത്ര്യം നൽകി 11 ക. പിടിക്കുന്നത് നിർത്തലാക്കണമെന്ന് യൂണിയൻ ആവശ്യപ്പെട്ടു.

മെഡിക്കൽ ഓഫീസർ സി ക്ക് ലീവ് അനുവദിക്കണമെങ്കിൽ സൂപ്പർവൈസറുടെ മുൻകൂട്ടിയുള്ള സമ്മതം വേണമെന്ന് നിർബന്ധിക്കുന്നതിനാൽ യൂണിയൻ പ്രവർത്തകർ നന്നേ ക്ലേശിക്കുകയാണ്.

ലീവ് അനുവദിക്കുന്ന കാര്യത്തിൽ രൂക്ഷമായ വിവേചനം കാണിക്കുന്നു. കെ എം ആന്റണി, ഫോർമൻ ഫിലിപ്പന്റെ ശിങ്കിടിയായതുകൊണ്ട്, ലീവില്ലാതെ മൂന്നുദിവസം ആസ്ബന്റായിട്ടും ഒരു നടപടിയും സ്വീകരിക്കാതെ ജോലിയിൽ പ്രവേശിപ്പിച്ചു.

അസുഖത്താൽ മൂന്നുദിവസം ആബ്സന്റായ പി കെ കേശവനെ അദ്ദേഹം മുൻകൂട്ടി ടെലിഫോണിൽക്കൂടി അറിയിച്ചിരുന്നിട്ടും സസ്പെന്റു ചെയ്തു. തുടർന്നുണ്ടായ പ്രക്ഷോഭത്തെത്തുടർന്ന് സസ്പെൻഷൻ റദ്ദാക്കി.

പോട്ട്റൂമിൽ നൽകിവന്നിരുന്ന ആക്ടിങ് അലവൻസ് നിർത്തിക്കളഞ്ഞു. എന്നാൽ സന്ദർഭം ആവശ്യപ്പെടുംപോലെ പല സഖാക്കളെക്കൊണ്ടും ആക്ടിങ് ചെയ്യിക്കുകയും ചെയ്യും.

മറ്റു ഡിപ്പാർട്ടുമെന്റുകളിൽ നിന്ന് പോട്ട്റൂമിലേക്ക് ട്രാൻസ്ഫർ ചെയ്യപ്പെട്ട യൂണിയൻ പ്രവർത്തകരായ സഖാക്കളെ ഒരു വർഷത്തിലേറെ കഴിഞ്ഞിട്ടും സ്ഥിരപ്പെടുത്തിയില്ല.

റേഷൻ സാധനങ്ങളും മറ്റും വിതരണം ചെയ്യുന്നതിനുവേണ്ടി തുറന്ന

സ്റ്റോറിൽ കൺട്രോൾ തുണി വിതരണം നടക്കുന്നത് എന്നും സ്റ്റാഫംഗ ങ്ങൾക്ക് മുൻഗണന നൽകിയതാണ്. ഇത് അന്യായമായതിനാൽ സ്റ്റോറിന്റെ മേൽനോട്ടം തൊഴിലാളി– മാനേജ്മെന്റ് പ്രതിനിധികളടങ്ങുന്ന കമ്മിറ്റി വഹിക്കണം.

സ്റ്റേറ്റിൽനിന്നും വിതരണംചെയ്യുന്ന അരിക്ക് തൊഴിലാളികളിൽ നിന്ന് യൂണിറ്റ് ഒന്നിന് 6 അണ 6 പൈസ ഈടാക്കുന്നു. എന്നാൽ നോട്ടീസ് ബോർഡിൽ ഇട്ടിരിക്കുന്ന വില 5 അണ 9 പൈസയാണ്.

മാനേജ്മെന്റിന്റെ കിരാത നടപടികളുടെ നീണ്ട പട്ടിക ഇവിടെ അവ സാനിക്കുന്നില്ല. പോട്ട്റൂം കമ്മിറ്റി എന്ന തലക്കെട്ടിനു കീഴിൽ "മാനേ ജ്മെന്റും പൊങ്ങച്ചം ഭാവിക്കുന്ന സബ്കമ്മിറ്റിയുടെ റിപ്പോർട്ട് ബുക്കും" എന്നും മറ്റുമുള്ള പരാമർശമുണ്ട്. എന്നാൽ അതിനുശേഷമുള്ള കടലാ സുകൾ കിട്ടിയിട്ടില്ല. നിയമപരമായി സംഘടിപ്പിക്കപ്പെട്ടിട്ടുള്ള ഏതോ കമ്മിറ്റിയെ മാനേജ്മെന്റ് നിർജീവമാക്കിയതിനെപ്പറ്റിയാണ് പരാമർശം എന്നു തോന്നുന്നു.

ദുസ്സഹമായ ഈ സ്ഥിതിയിലാണ് 1946 ൽ അലുമിനിയം തൊഴിലാ ളികൾ പണിമുടക്കിയത്. ഉടനെ എത്തി പൊലീസ്. സംഘർഷാവസ്ഥയ്ക്ക് മാറ്റുകൂട്ടിക്കൊണ്ട് പൊലീസുദ്യോഗസ്ഥൻ, തൊഴിലാളികളുടെ നേരെ തോക്ക് ചൂണ്ടിക്കൊണ്ട് പിരിഞ്ഞു പോകണമെന്നും പിരിഞ്ഞുപോയില്ലെ ങ്കിൽ വെടിവെക്കുമെന്നും ഭീഷണിപ്പെടുത്തി. ഗേറ്റിൽ കുത്തിയിരിക്കയാ യിരുന്ന തൊഴിലാളികൾക്കിടയിൽ നിന്നും ചുണ്ണാമ്പുകാരി അന്നംകുട്ടി എന്ന സ്ത്രീ സഖാവ് ചാടിയെണീറ്റ് മുന്നോട്ടുവന്ന് രണ്ടു കൈകൊണ്ടും ബ്ലൗസ് വലിച്ചുകീറി നെഞ്ചുകാണിച്ചുകൊടുത്ത് വെടിവെക്കാനാവശ്യ പ്പെട്ടുകൊണ്ട് കോരിത്തരിപ്പിക്കുന്ന രംഗം സൃഷ്ടിച്ചു. പിൻനിരയിൽ എങ്ങോ ഇരുന്നിരുന്ന പി എ റപ്പായി ഞൊടിയിടകൊണ്ട് അന്നംകുട്ടി യുടെ മുമ്പിൽ ചാടിവീണ് തന്റെ ഷർട്ട് വലിച്ചുകീറി ദൂരെയെറിഞ്ഞിട്ട് വിരിമാറ് തോക്കിനു നേരെ കാണിച്ച് ആദ്യം തന്നെ വെടിവെച്ചു കൊന്നിട്ട് മതി തന്റെ സഹോദരിയെ വെടിവെക്കാൻ എന്നലറി. ഗർവിഷ്ഠനായ പൊലീസ് ഉദ്യോഗസ്ഥൻ അസ്ത്രവീര്യനായി മടങ്ങി.

ആ പണിമുടക്കത്തോടുകൂടി അന്നംകുട്ടിയെ പിരിച്ചുവിട്ടു. അവർ പിന്നീട് നീറ്റുകക്ക വാങ്ങി ചുണ്ണാമ്പാക്കി ആ ചുണ്ണാമ്പുവിറ്റ് ഉപജീവനം കഴിക്കുകയാൽ ചുണ്ണാമ്പുകാരി എന്നറിയപ്പെടാൻ ഇടയായി. അറസ്റ്റ് ചെയ്ത് കോടതി 2 വർഷം തടവിന് ശിക്ഷിച്ച കാരണത്താൽ സ. റപ്പാ യിയെയും പിരിച്ചുവിട്ടു.

തൊഴിൽ തർക്കങ്ങൾ നിർബന്ധിത അഡ്ജ്യുഡിക്കേഷന് വിടുക യാൽ പണിമുടക്കം പിൻവലിക്കാൻ നിർബന്ധിതമായി. കൊല്ലം ജില്ലാ മജിസ്ട്രേറ്റായിരുന്നു അഡ്ജ്യുഡിക്കേറ്റർ.

അഡ്ജ്യുഡിക്കേഷൻ കോടതിയിൽ തെളിവ് നൽകവേ കാമറോൺ സായ്പ്, സ. ബാലാനന്ദൻ നല്ല പ്രാപ്തനായ തൊഴിലാളിയാണെന്നും എന്നാൽ കമ്യൂണിസ്റ്റായിപ്പോയി എന്നും പ്രസ്താവിച്ചത് സ്മരണീയ മാണ്.

തൊഴിലാളികളോട് അതിനീചമായും നിന്ദ്യമായും പെരുമാറിയിരുന്ന മാനേജ്മെന്റ്, പ്രത്യേകിച്ച് കാമറോൺ സായ്പ് തൊഴിലാളികളിൽനിന്നും അതേ നാണയത്തിൽത്തന്നെ തിരിച്ചടി പ്രതീക്ഷിച്ചിരുന്നുവെന്ന് ബാലാനന്ദൻ പറഞ്ഞ ഒരു കഥയിൽ നിന്നും അനുമാനിക്കാവുന്നതാണ്.

ഒരു നാടൻ ഉദ്യോഗസ്ഥന്റെ ഗർഹണീയമായ പെരുമാറ്റത്തെപ്പറ്റിയാണെന്നാണോർമ, കാമറോൺ സായ്പ്പിനോട് പരാതി പറയാനായി യൂണിയൻ കമ്മിറ്റിയിലെ മൂന്നുനാലുപേർ സായ്പിന്റെ ഓഫീസിലേക്കു ചെന്നു. ശരീരവലുപ്പത്തിൽ ഏറ്റവും ചെറിയ ആൾ ബാലാനന്ദനായിരുന്നു. അദ്ദേഹം ഏറ്റവും പിറകിലായിരുന്നുതാനും. അദ്ദേഹം മുറിയിലേക്കു കടക്കുമ്പോൾ കണ്ട കാഴ്ച, പേടിച്ചുവിറച്ച് സായ്പ് അഴികളില്ലാത്ത ജനാലയിൽക്കൂടി ചാടി ഓടി രക്ഷപ്പെടുന്നതായിരുന്നു. വാസ്തവത്തിൽ മി. കാമറോൺ വെപ്രാളം കാണിക്കേണ്ടതില്ലായിരുന്നു. ഭീഷണിയുടെതായ വാക്കുകളോ ഒരു നോട്ടംപോലുമോ തൊഴിലാളികളുടെ ഭാഗത്തുനിന്നുമുണ്ടായില്ല. എന്നാൽ തടിമിടുക്കും ചുറുചുറുക്കുമുള്ള നാലു ചെറുപ്പക്കാരുമായി നേരിട്ട് അതും താനൊറ്റക്ക് സംസാരിക്കുന്ന കാര്യം സായ്പിന് ചിന്തിക്കാൻകൂടി വയ്യായിരുന്നു.

എന്നാൽ അന്നോ, അതിനു മുമ്പോ, ശേഷമോ ഒരിക്കലും യൂണിയന്റെയോ തൊഴിലാളികളുടെയോ ഭാഗത്തുനിന്ന് സായ്പിന്റെ നേരെയോ നാടൻ ഉദ്യോഗസ്ഥന്മാരുടെ നേരെയോ അപമര്യാദയായിട്ടോ പ്രകോപനപരമായിട്ടോ ഒരു പെരുമാറ്റവും ഉണ്ടായിട്ടില്ലെന്ന് തീർത്തും ഉറപ്പിച്ചു പറയാൻ കഴിയും.

അഡ്ജ്യുഡിക്കേറ്റർ കേസ് വിസ്തരിച്ച് യഥാകാലം അവാർഡ് ഗവൺമെന്റിലേക്ക് സമർപ്പിക്കുകയുണ്ടായി. എന്നാൽ അന്നത്തെ ദിവാൻഭരണത്തെ തുടർന്നധികാരമേറ്റ ഒഫീഷ്യേറ്റിങ് ദിവാൻ ശ്രീ പി ജി എൻ ഉണ്ണിത്താന്റെ ഗവൺമെന്റോ അതിനുശേഷം വന്ന കോൺഗ്രസ് ഗവൺമെന്റുകളോ പ്രസ്തുത അഡ്ജ്യുഡിക്കേഷൻ അവാർഡ് പ്രസിദ്ധീകരിക്കുകയോ അതിലെ ശുപാർശകൾ നടപ്പാക്കാൻ മാനേജ്മെന്റിനോട് ആവശ്യപ്പെടുകയോ ചെയ്തിട്ടില്ല. ഒഫീഷ്യേറ്റിങ് ദിവാൻ മുതലുള്ള എല്ലാ ഭരണാധികാരികൾക്കും തൊഴിലാളികൾ തുടർച്ചയായി നിവേദനം സമർപ്പിച്ചുകൊണ്ടേയിരുന്നു.

കൊല്ലം ജില്ല മജിസ്ട്രേറ്റിന്റെ അഡ്ജ്യുഡിക്കേഷൻ അവാർഡ് തീരെ അപ്രസക്തമാണെന്ന് തെളിയിക്കുംവിധത്തിലുള്ള കൊടുംക്രൂരവും ഭീകരവുമായ കടന്നാക്രമണമാണ് അലുമിനിയം മാനേജ്മെന്റ് തൊഴിലാളികളുടെ നേരെ അഴിച്ചുവിട്ടത്. പുന്നപ്ര-വയലാർ സമരം വരെയുള്ള നിയമവിധേയകാലഘട്ടത്തിൽ മാനേജ്മെന്റിന്റെ ഏതു തോന്ന്യാസത്തെയും ചെറുക്കാനും പ്രതിഷേധിക്കാനും തർക്കമുന്നയിക്കാനും വ്യവസായബന്ധ കമ്മിറ്റിയിലും പുറത്തും പ്രക്ഷോഭം നടത്താനും യൂണിയന് അവകാശമുണ്ടായിരുന്നു. അതിന് നേതൃത്വം നൽകാൻ ഉശിരൻമാ

രായ തൊഴിലാളിപ്രവർത്തകരും സമർഥരായ നേതാക്കന്മാരും ജാഗരൂകരായിരുന്നു. ഇങ്ങനെയുള്ള കാലഘട്ടത്തിൽ മാനേജ്മെന്റിന്റെ കാട്ടാളത്തരങ്ങൾ മേൽവിവരിച്ച പ്രകാരമായിരുന്നുവെങ്കിൽ എല്ലാ പൗരസ്വാതന്ത്ര്യവും നിഷേധിച്ച് തൊഴിലാളികളെ വരിഞ്ഞുമുറുക്കിക്കെട്ടി ഉശിരൻമാരായ തൊഴിലാളിപ്രവർത്തകരെയും നേതാക്കന്മാരെയും ജയിലിലടച്ച് തൊഴിലാളിസംഘടനകളെയെല്ലാം നിയമവിരുദ്ധമായി പ്രഖ്യാപിച്ചിരുന്ന കാലത്തെ സ്ഥിതിഗതികൾ എന്തായിരുന്നിരിക്കും എന്ന് ഊഹിച്ചാൽ മതിയാകും.

പുന്നപ്ര—വയലാർ സമരത്തെ തൊട്ട് തുടർന്നുള്ള ദിവസങ്ങളിലായി 76 ഉശിരന്മാരായ തൊഴിലാളികളെ അലുമിനിയം കമ്പനിയിൽനിന്നും പിരിച്ചുവിട്ടു. ഗവൺമെന്റ് പ്രേരണയാൽ വീണ്ടും ഉടലെടുത്ത വ്യവസായബന്ധ കമ്മിറ്റി തികച്ചും ജനാധിപത്യവിരുദ്ധമായ രീതിയിലും മാനേജ്മെന്റിന് ഇഷ്ടപ്പെട്ടവരെമാത്രം ഉൾപ്പെടുത്തിക്കൊണ്ടുമാണ് രൂപീകരിച്ചത്. ഈ വ്യവസായബന്ധ കമ്മിറ്റിയും മാനേജ്മെന്റിന്റെ കൈയിൽ തൊഴിലാളി ദ്രോഹത്തിനുള്ള ശക്തമായ ഉപകരണമായിത്തീരുകയാണുണ്ടായത്.

മിക്കവാറും എല്ലാ തൊഴിലാളികളുടെയും കൂലി വെട്ടിക്കുറച്ചു. വിദഗ്ധ തൊഴിലാളികളെക്കൊണ്ട് തൂത്തുവാരുക, ഓട ക്ലീൻ ചെയ്യുക തുടങ്ങിയ ജോലികൾ നിർബന്ധപൂർവം ചെയ്യിച്ചു. അഭിമാനികളായ അനേകംപേർ സ്വമേധയാ ജോലിയുപേക്ഷിച്ചുപോകാൻ നിർബന്ധിതരായി. 1947 ഒക്ടോബർ 27–ാം തീയതി യാദൃച്ഛികമായിരുന്നുവെങ്കിലും അന്ന് വയലാർ വെടിവെപ്പിന്റെ പ്രഥമ വാർഷികദിനമായിരുന്നു. അലുമിനിയം തൊഴിലാളികൾ യോഗം കൂടി. മാനേജ്മെന്റിന്റെ മേൽപ്പറഞ്ഞ ദ്രോഹനടപടികളിൽ പ്രതിഷേധിച്ചും, അലുമിനിയം ഫാക്ടറിവർക്കേഴ്സ് യൂണിയന്റെ നിരോധനം പിൻവലിക്കാനും ജയിലിൽ കിടക്കുന്ന പി ജി പൗലൂസ് (അലുമിനിയം ഫാക്ടറിയിലെ തൊഴിലാളി) എൻ കെ മാധവൻ (ഒളിവിൽ കഴിയവെ പെരുമ്പാവൂർവച്ച് സഖാവിനെ അറസ്റ്റുചെയ്തു) തുടങ്ങിയവരെ വിട്ടയക്കാൻ ആവശ്യപ്പെട്ടുകൊണ്ടും ഒഫീഷ്യേറ്റിങ് ദിവാന് നിവേദനം സമർപ്പിച്ചു. എന്നാൽ നേരത്തെ സൂചിപ്പിച്ചതുപോലെ 1956 ലെ ആദ്യത്തെ ത്രിവൽസരക്കരാർ ഒപ്പിടുന്നതുവരെ മാനേജ്മെന്റ് സൗഹൃദമനോഭാവം കൈക്കൊണ്ടില്ല.

1946 ൽ നടന്ന അലുമിനിയം ഫാക്ടറി വർക്കേഴ്സ് യൂണിയന്റെ പ്രഥമവാർഷിക ആഘോഷപരിപാടികൾ അലുമിനിയം തൊഴിലാളികളെ സംബന്ധിച്ചിടത്തോളം മാത്രമല്ല ഏലൂർ വ്യവസായമേഖലയിലെതന്നെ ഒരു ചരിത്രസംഭവമാണ്. കെട്ടി അലങ്കരിച്ച് തയാറാക്കിയ വിശാലമായ സമ്മേളനപ്പന്തൽ; പട്ടാളച്ചിട്ടയിലുള്ള ചെങ്കുപ്പായധാരികളായ വളന്റിയർമാർ; മുഖത്ത് പട്ടാളമേധാവിയുടെ ഗാംഭീര്യം തുടിക്കുന്നുവെങ്കിലും ചുണ്ടിൽ സദാ മധുസ്മിതവുമായി ഓടിനടന്ന് നിർദേശം നൽകുന്ന സുന്ദരനായ വളന്റിയൻ ക്യാപ്റ്റൻ സെബാസ്റ്റ്യൻ, അന്തസും ഗൗരവവും

മുറ്റിയ ബിസിനസ് മീറ്റിങ്, തങ്ങളഭിമുഖീരിക്കുന്ന നീറുന്ന പ്രശ്നങ്ങളെക്കുറിച്ച് തീക്ഷ്ണമായ വാദപ്രതിവാദങ്ങളും ചർച്ചകളും വർണശബളമായ പൊതുയോഗം (ഘോഷയാത്ര ഇല്ലാതിരുന്നുവെന്നാണ് ഓർമ), എ ടി ടി യു സി പ്രസിഡന്റ് ടി വി തോമസ്, ജനറൽ സെക്രട്ടറി സുഗതൻ, തിരുവിതാംകൂർ കമ്യൂണിസ്റ്റ് പാർട്ടി ചെയർമാൻ കെ സി ജോർജ് തുടങ്ങിയ പ്രമുഖ രാഷ്ട്രീയ നേതാക്കന്മാരുടെ ഉജ്വല പ്രസംഗങ്ങൾ, ചോര തിളപ്പിക്കുന്ന വിപ്ലവഗാനങ്ങളും ആവേശകരമായ ഡാൻസും നാടകവും എല്ലാം അടങ്ങുന്ന കലാപരിപാടികൾ.... അടുക്കും ചിട്ടയും ഗാംഭീര്യവും മുറ്റിനിന്നിരുന്ന ഓരോ പരിപാടിയും അതിന് സാക്ഷ്യം വഹിച്ചിട്ടുള്ളവരുടെ സ്മരണയിൽ എന്നുമെന്നും പച്ചപിടിച്ചു നിൽക്കും.

ട്രേഡ് യൂണിയൻ പ്രവർത്തനം ശാസ്ത്രീയമായി ആസൂത്രണം ചെയ്തതിന്റെ ഫലമായി അലുമിനിയം തൊഴിലാളികളിൽനിന്നും അനേകം കാഡർമാർ വളർന്നുവന്നു — പോഞ്ഞിക്കര റാഫി, സി കെ അബ്ദുൾഖാദർ, ടി സി കണ്ണൻ, പി ഒ ജോൺ, കെ കൊച്ചുചെറുക്കൻ, ഇ ബാലാനന്ദൻ തുടങ്ങിയവർ. ഇവരിൽ കൊച്ചുചെറുക്കൻ, ടി സി കണ്ണൻ, സി കെ അബ്ദുൾ ഖാദർ, പി ഒ ജോൺ തുടങ്ങിയവർ കാലയവനികക്കുള്ളിൽ മറഞ്ഞു. പോഞ്ഞിക്കര റാഫി പ്രശസ്ത സാഹിത്യകാരനായി ഉയർന്നു. (പിന്നീടദ്ദേഹം മാർക്സിസത്തെ വികൃതപ്പെടുത്തി കുപ്രസിദ്ധിയാർജിച്ചു) ബാലാനന്ദനാകട്ടെ, കമ്പനിയിൽ നിന്നും പിരിച്ചുവിടപ്പെട്ട ശേഷവും സ്ഥിരമായും തുടർച്ചയായും തന്റെ മുഴുവൻ സമയവും കഴിവുകളും ട്രേഡ് യൂണിയൻ രംഗത്തും രാഷ്ട്രീയരംഗത്തും വിനിയോഗിച്ചു. അദ്ദേഹം പടിപടിയായുയർന്ന് കമ്യൂണിസ്റ്റ് (മാർക്സിസ്റ്റ്) പാർട്ടിയുടെ സമുന്നത സമിതിയായ പോളിറ്റ് ബ്യൂറോവരെ എത്തി. ഇന്ത്യൻ വിപ്ലവപ്രസ്ഥാനത്തിന് അലുമിനിയം തൊഴിലാളികൾ ഉൾപ്പെടെയുള്ള ആലുവായിലെ സംഘടിതതൊഴിലാളി വർഗം കാഴ്ചവെച്ച അമൂല്യസംഭാവനയാണ് ബാലാനന്ദൻ. ആലുവയിലെ തൊഴിലാളികൾക്ക് ഇതിൽ തികച്ചും അഭിമാനിക്കാം. (ബാലാനന്ദൻ അലുമിനിയം ഫാക്ടറി വർക്കേഴ്സ് യൂണിയന്റെ ജനറൽ സെക്രട്ടറിയായിരുന്നു.)

7

ഗ്ലാസ് ഫാക്ടറിയിൽ

ഇതര ഫാക്ടറികളുമായി താരതമ്യപ്പെടുത്തിയാൽ വളരെ തുച്ഛമായ മൂലധനം മുടക്കിയാണ് ട്രാവൻകൂർ ഒഗലേഗ്ലാസ് മാനുഫാക്ചറിങ് കമ്പനി പ്രവർത്തനം തുടങ്ങിയത്. മുഖ്യമായും മനുഷ്യാധ്വാനത്തെ ആശ്രയിച്ചുള്ള ഉൽപ്പാദനപ്രക്രിയയാണ് ഇവിടത്തേത്. അക്കാരണത്താൽ ഈ വ്യവസായശാലക്ക് കുടിൽവ്യവസായത്തിന്റെ ചില സവിശേഷ സ്വഭാവങ്ങൾ ഇപ്പോഴുമുണ്ട്. അതുകൊണ്ടുതന്നെയാണ് ആധുനികയന്ത്രവൽക്കൃത ഗ്ലാസ് വ്യവസായത്തോട് മത്സരിച്ച് മുന്നേറാനാകാതെ ഈ വ്യവസായശാല ഇന്ന് രോഗിയായിത്തീർന്നതും. ഇതിനിടയിൽ കുറെയൊക്കെ ആധുനികവൽക്കരണം നടപ്പാക്കിയിട്ടുണ്ടെങ്കിലും ഈ വ്യവസായത്തിലെ മല്ലൻമാരുടെ അടുത്തു നിൽക്കാനുള്ള ശേഷിപോലുമിതിനായിട്ടില്ല.

ഗെലെ എന്ന മറാത്തികുടുംബത്തിനായിരുന്നു ഗ്ലാസ് ഫാക്ടറിയുടെ മാനേജ്മെന്റ്. ആദ്യത്തെ മാനേജരായിവന്ന ശ്രീ ജി പി ഒഗലെ. ഉൽപ്പതിഷ്ണുവായ മുതലാളിയല്ല. ഭള്ളും മാടമ്പിത്തരങ്ങളും നിറഞ്ഞ ഒരു നാടുവഴിയായിരുന്നു. പ്രാരംഭകാലങ്ങളിൽ ഈ മാനേജർ തൊഴിലാളികളോട് അനുവർത്തിച്ചിരുന്ന നയത്തിൽനിന്നും പെരുമാറ്റത്തിൽനിന്നും ഇത് വ്യക്തമാക്കുന്നതാണ്.

ഫാക്ടറിയുടെ കൺസ്ട്രക്ഷൻ നടന്നുകൊണ്ടിരുന്നപ്പോൾത്തന്നെ ഏതാനും തൊഴിലാളികളെ മഹാരാഷ്ട്രയിലെ ഒഗലെവാഡിയിൽ ഇതേ മുതലാളിയുടെതന്നെ ഉടമയിലുണ്ടായിരുന്ന ഗ്ലാസ് ഫാക്ടറിയിൽ പരിശീലനത്തിനുവേണ്ടി അയച്ചിരുന്നു. ഇവിടെ ഉൽപ്പാദനം ആരംഭിച്ചപ്പോൾ സ്വാഭാവികമായും നേരത്തേ പരിശീലനം നേടിയ ഈ തൊഴിലാളികൾ പ്രമുഖ സ്ഥാനത്തേക്കുയർന്നു. അവരിൽ ചിലർ മുൻകൈ എടുത്ത് ഒരു

യൂണിയൻ രൂപീകരിച്ചു. കമ്പനിവളപ്പിലുള്ള ക്വാർട്ടേഴ്സിൽ യൂണിയനാഫീസ് തുറന്ന് പ്രവർത്തിച്ചു. യൂണിയന്റെ തലപ്പത്തിരുന്ന നേതാക്കന്മാർ മിക്കവാറും എല്ലാവരും തന്നെ മാനേജ്മെന്റിന്റെ നല്ലപിള്ളകളായിരുന്നു. അല്ലെങ്കിൽ മാനേജർ നിർദേശിക്കുന്നതിൽ കവിഞ്ഞൊരു യൂണിയൻ പ്രവർത്തനം അവർക്കില്ലായിരുന്നു. യൂണിയൻ ഔപചാരികമായി രജിസ്റ്റർ ചെയ്യേണ്ടതാണെന്ന് മാനേജർ നിർദേശിച്ചിട്ടില്ലാത്തതിനാൽ നേതാക്കന്മാർ അതിനൊട്ടു മിനക്കെട്ടുമില്ല.

നിജപ്പെടുത്തിയിരുന്ന ജോലിസമയം 9 മണിക്കൂറായിരുന്നു. എന്നാൽ പത്തും പത്തരയും മണിക്കൂർ ജോലി സാധാരണമായിരുന്നു. അന്ന് ചെറിയ അഞ്ചോ ആറോ പോട്ടുകൾ (മൂശ) അടങ്ങുന്നതായിരുന്നു ഫർണസ്. ഒരുപോട്ടിലെ ഉരുകിയ ഗ്ലാസ് എടുത്തുതുടങ്ങിയാൽ അതുമുഴുവൻ തീർക്കണമായിരുന്നു. പോട്ടിൽ ഉരുകിയ ഗ്ലാസ് അവശേഷിപ്പിച്ചുകൂടായിരുന്നുവെന്നർഥം. രാവിലെ ജോലിക്കുകയറുമ്പോൾ പോട്ടിലെ ഗ്ലാസ് ഉരുകി പാകമായില്ലെങ്കിൽ നിർദിഷ്ടമായ 9 മണിക്കൂറിനുള്ളിൽ ആ ജോലി തീരുകയില്ല. ക്ഷീണിതരായ തൊഴിലാളികൾ കടന്നു പുറത്തുപോകാതിരിക്കാൻവേണ്ടി ഗേറ്റ് അടച്ചിടുമായിരുന്നു.

1400 ഡിഗ്രി സെൽഷ്യസ് ചൂടിലാണ് മണലും ചില രാവസ്തുക്കളുമടങ്ങുന്ന ഗ്ലാസ് ഉരുകുന്നത്. ഫർണസിലും മാനുഫാക്ചറിങ് സെക്ഷനിലും മറ്റും പണിയെടുക്കുന്ന തൊഴിലാളികൾ വിയർത്തുകുളിക്കുകയും ദാഹിച്ചു വരളുകയും ചെയ്യും. അടുത്ത് മൺകുടത്തിൽ പച്ചവെള്ളം കരുതിവെക്കുന്നതല്ലാതെ കാന്റീൻ സൗകര്യമോ മറ്റെന്തെങ്കിലും ആനുകൂല്യങ്ങളോ ആദ്യകാലത്ത് നൽകപ്പെട്ടിരുന്നില്ല. തൊഴിലാളികൾ തനിയെ വെള്ളം പകർന്നു കുടിക്കാൻ പോയാൽ അത്രയും സമയം നഷ്ടപ്പെടുമല്ലോ എന്ന ഭയത്താൽ വെള്ളം വിതരണം ചെയ്യുന്നതിന് 'വാട്ടർ ബോയ്'കളെ നിയമിച്ചിരുന്നു.

മാനേജരുടെയും മറ്റുദ്യോഗസ്ഥന്മാരുടെയും തൊഴിലാളികളോടുള്ള പെരുമാറ്റം മധ്യയുഗത്തെ അനുസ്മരിപ്പിക്കുമായിരുന്നു. മാനേജർതന്നെ തൊഴിലാളികളെ കയ്യേറ്റം ചെയ്തിട്ടുണ്ട്. ഒരു റൗഡി സംഘത്തെ മാനേജർ പരിപാലിച്ചുപോന്നു. കമ്പനിക്കുള്ളിലെ പ്രധാന മേസ്തിരി മിറ്റത്തുള്ളി അപ്പു ആയിരുന്നു. ഇയാൾ കമ്പനിയിൽ വരുന്നതിനുമുമ്പേ അടിപിടി ലഹളയ്ക്ക് പേർ കേട്ടയാളാണ്. നല്ല വണ്ണവും പൊക്കവും നീണ്ട കൃതാവ്, കോളറില്ലാത്ത വട്ടക്കഴുത്തുള്ള മുറിക്കയ്യൻ കുപ്പായം. തോളിൽ അശ്രദ്ധമായിട്ടിരിക്കുന്ന തോർത്ത്, കയ്യിൽ നീണ്ടവടി — ഇതാണ് അപ്പു മേസ്തിരി. ഇയാളെ കമ്പനിക്കകത്ത് എപ്പോഴും എവിടെയും കാണാം. ആദ്യകാലങ്ങളിൽ ഇയാൾ തൊഴിലാളികൾക്ക് പേടിസ്വപ്നമായിരുന്നു.

ഒരു വൈദ്യസഹായവും ലഭ്യമായിരുന്നില്ല. പ്രഥമശുശ്രൂഷയ്ക്കുള്ള ഫസ്റ്റ് എയ്ഡ് ബോക്സുപോലും ഇല്ലായിരുന്നു.

ഒരു ബബ്ളർ, ഒരു ഗ്യാതറർ, ഒരു ബ്ലോയർ അഥവാ മെഷിൻ ഓപ്പറേറ്റർ, ഒരു കട്ടർ, ഒരു മോൾഡർ—ഇത്രയും ചേർന്നുള്ള ഒരു ബാച്ചാണ്

കുപ്പി, ടംബ്ലർ, ചിമ്മിനി തുടങ്ങിയ ഓരോ ഉൽപ്പന്നവും ഉൽപ്പാദിപ്പിക്കുന്നത്. ഒരുദിവസം വൈകുന്നേരം ആറര മണിയായപ്പോൾ മോൾഡർ ജോർജ് കുഴഞ്ഞുതളർന്നു. പൊള്ളയായ ഇരുമ്പുകമ്പിയുടെ ഒരറ്റത്ത് പോട്ടിൽനിന്നും ശേഖരിക്കുന്ന ഉരുകിയ ഗ്ലാസ് മോൾഡിനുള്ളിലാക്കി ഇരുമ്പുകുഴലിലൂടെ ഊതിവീർപ്പിച്ച ഉൽപ്പന്നം രൂപപ്പെടുത്തുമ്പോൾ മോൾഡ് അനങ്ങാതെ പിടിക്കേണ്ട ചുമതലയാണ് മോൾഡറുടേത്. ജോർജിന്റെ കൈകൾ വിറക്കുകയാൽ മോൾഡ് കുലുങ്ങുകയും മൂന്നുനാലു സാധനങ്ങൾ വികൃതമായിപ്പോവുകയും ചെയ്തു. ബ്ലോയർക്ക് എങ്ങനെ അരിശം വരാതിരിക്കും? കോട്ടങ്ങൾ ഇല്ലാത്ത സാധനങ്ങൾ നിശ്ചിതതോതിൽ ചെയ്തുതീർക്കേണ്ടതുണ്ട്. ഓരോ ഷിഫ്ടിലും മോൾഡിൽനിന്ന് വികൃതമായ സാധനങ്ങൾ വലിച്ചെറിയുകയേ വഴിയുള്ളൂ. എന്നാൽ ബ്ലോയർ അയാളുടെ അരിശം പ്രകടിപ്പിക്കുംമുമ്പേ, തീരെ അവശനായിക്കഴിഞ്ഞിരുന്ന മോൾഡർ ജോർജ് പിറകോട്ടു മറിഞ്ഞുവീണു. സഹപ്രവർത്തകർ അദ്ദേഹത്തെ എടുത്ത് ഫർണസ് റൂമിന് പുറത്തുകൊണ്ടുപോയി കിടത്തി.

അരമൈൽ അകലെ മഞ്ഞുമ്മൽ ആശുപത്രിയുണ്ട്. പക്ഷേ, സ്വകാര്യ സ്ഥാപനമാണ്. ഏറ്റവും അടുത്തുള്ള ഗവൺമെന്റാശുപത്രി അഞ്ചുമൈൽ അകലെയുള്ള ആലുവയിലാണ്. ബസ് ഓടുന്ന ആലുവാ–എറണാകുളം റോഡ്, ഫാക്ടറിയിൽനിന്നും ഏതാണ്ട് മുക്കാൽ മൈൽ ദൂരെയാണ്.

ടാക്സിയോ മറ്റെന്തെങ്കിലും വാഹനസൗകര്യമോ അക്കാലത്തുണ്ടായിരുന്നില്ല. കമ്പനിയിൽ ആകെയുള്ള ഒരു ജീപ്പിൽ 5 മണിക്കുശേഷം മാനേജർ എവിടെയോ പോയിരിക്കയാണ്. തങ്ങളുടെ സഖാവിനെ ആശുപത്രിയിൽ എത്തിക്കാനോ എന്തെങ്കിലും വൈദ്യസഹായം നൽകാനോ ആവാതെ തൊഴിലാളികൾ നിസ്സഹയരായി നോക്കിനിൽക്കെ ജോർജിന്റെ ശ്വാസം നിലച്ചു. ചേതനയറ്റു.

വീട്ടിൽ ഒരു പാറ്റയോ ഗൗളിയോ ചത്തുവീണാൽ അതിനെ എടുത്ത് ദൂരെ എറിഞ്ഞുകളയുന്ന ലാഘവത്തോടെ ജോർജിന്റെ ജഡം കമ്പനിക്കുപുറത്തേക്കു നീങ്ങി. തൊഴിലാളി സഖാക്കൾ അവരുടെ ചെലവിൽ ഒരു വള്ളംപിടിച്ച് ജഡം അദ്ദേഹത്തിന്റെ വീട്ടിൽ എത്തിച്ചു. അതോടെ ആ അധ്യായവും തീർന്നു. ജോർജിന് തക്കതായ ശുശ്രൂഷ തക്കസമയത്ത് നൽകിയിരുന്നുവെങ്കിൽ അദ്ദേഹം അകാലചരമം അടയുകയില്ലായിരുന്നുവെന്ന് തൊഴിലാളികൾ ഇന്നും വിശ്വസിക്കുന്നു.

ഫാക്ടറിയിൽ ഉൽപ്പാദനം ആരംഭിച്ചപ്പോൾ ഗ്ലാസ് നിർമാണത്തിൽ പരിചയം സിദ്ധിച്ചിട്ടുള്ള ഏതാനും മറാത്തിത്തൊഴിലാളികളെ മുതലാളി ഇറക്കുമതി ചെയ്തിരുന്നു. ഇവർക്ക് പ്രതിമാസം നല്ല ശമ്പളവും പോക്കുവരവിനുള്ള യാത്രാച്ചെലവും കൊടുത്തിരുന്നു. കൂടുതൽ പ്രതിഫലം ലഭിക്കുന്ന വൈദഗ്ധ്യമേറിയവർ എന്ന ഗർവുകൊണ്ടോ മഹാരാഷ്ട്രയിൽ ഈ മുതലാളിയുമായി ജന്മി–കുടിയാൻ ബന്ധമുണ്ടായിരുന്നതു കൊണ്ടോ

എന്തോ മറത്തിത്തൊഴിലാളികൾ നാട്ടുകാരായ തൊഴിലാളികളെ ഭീഷണിപ്പെടുത്തുകയും ചില സന്ദർഭങ്ങളിൽ കയ്യേറ്റം നടത്തുകയും ചെയ്തിട്ടുണ്ട്. മാനേജർ ഒരിക്കലും ഇതിനെ ഒരുതരത്തിലും നിരുത്സാഹപ്പെടുത്തിയിട്ടില്ല. പിൽക്കാലത്ത് യൂണിയൻ പ്രവർത്തനം ശക്തവും സജീവവുമായ അവസരങ്ങളിൽപ്പോലും ഈ മറാത്തിത്തൊഴിലാളികൾ യൂണിയനുമായി സഹകരിക്കാതെ മാറിനിന്നിട്ടേയുള്ളൂ.

അഞ്ചണയായിരുന്നു അന്ന് ചുരുങ്ങിയ കൂലി. ഏറ്റവും മുന്തിയ കൂലി മറാത്തികൾക്ക് മാത്രമാണ് ലഭിച്ചിരുന്നത്. തൊഴിലാളികളിൽ ബഹുഭൂരിപക്ഷവും 'കുട്ടിത്തം' വിട്ടുമാറിയിട്ടില്ലാത്ത, യൗവനത്തിലേക്ക് കാലൂന്നാൻ തുടങ്ങിയ, ചെറുപ്പക്കാരായിരുന്നു.

വിഷമകരമായ പ്രവൃത്തി സാഹചര്യങ്ങളും തുച്ഛമായ കൂലിയും മാനേജരുടെ മർദനവും കൊണ്ട് സഹികെട്ട തൊഴിലാളികൾ മഞ്ഞുമ്മൽ കോട്ടക്കുന്നിലുള്ള ഇന്നത്തെ മഠത്തിന്റെ മുറ്റത്തു യോഗം ചേർന്നു. മഞ്ഞുമ്മലെ ഒരു നാട്ടുപ്രമാണിയായ ശ്രീ ആന്റണി പി വേലശ്ശേരിയെ പ്രസിഡന്റായും ഒരു ഹോമിയോ ഡോക്ടർ എസ് പി ശിവശങ്കരപ്പിള്ളയെ സെക്രട്ടറിയായും തിരഞ്ഞെടുത്തുകൊണ്ട് അവർ ഒരു യൂണിയന് രൂപം നൽകി.

യൂണിയൻ രജിസ്ട്രേഷനുള്ള നടപടികൾ പൂർത്തിയായി. ഇത് ജി പി ഒഗലേക്ക് തീരെ സഹിച്ചില്ല. ഇക്കാര്യത്തിൽ മുൻകയ്യുള്ള ഓരോ തൊഴിലാളിയെയും അയാൾ വിരട്ടി. ഒന്ന് വേലായുധനായിരുന്നു. കൂസലില്ലാതെ സംസാരിക്കുന്ന വേലായുധനെ അടിക്കാൻ ഒഗലെ കൈപൊക്കി. തൊഴിലാളി പിൻവാങ്ങി. മാനേജർ മുന്നോട്ടാഞ്ഞു. തല നരച്ചുവെങ്കിലും കരുത്തനായ ജി പി ഒഗലെയുടെ അടി ഒഴിവാക്കാനായി വേലായുധൻ ഓടി. മാനേജർ പിറകെയും. വേലായുധൻ ഓഫിസുകെട്ടിടത്തിന് മൂന്നു പ്രാവശ്യം വലംവച്ചു. പിറകെ മാനേജരും. അവസാനം ജി പി ഒഗലെ തന്നെ പിൻമാറി. ഇതേ കാരണത്തിന് മാനേജർ മറ്റു തൊഴിലാളികളെയും തല്ലാൻ ശ്രമിച്ചിട്ടുണ്ട്. ചിലർ ധൈര്യസമേതം തിരിച്ചടിക്കുമെന്ന് പറഞ്ഞു. ചിലർ അതോടെ ഗ്ലാസ് ഫാക്ടറി വിടുകയും ചെയ്തിട്ടുണ്ട്. അങ്ങനെ ആ രണ്ടാമത്തെ യൂണിയനും ഉയിർകൊണ്ടില്ല. മാനേജരുടെ മർദനങ്ങളും തൊഴിലാളികളുടെ ദുരിതങ്ങളും തുടർന്നുപോന്നു.

ഈ സാഹചര്യത്തിലാമ് 1944 ൽ എൻ കെ മാധവനും കെ സി മാത്യുവും ഗ്ലാസ് ഫാക്ടറി ഗേറ്റിൽ പ്രത്യക്ഷപ്പെടുന്നത്. ചിത്തിരാമില്ലിലും സ്റ്റാന്റേർഡ് പോട്ടറീസിലും അലുമിനിയത്തിലും തൊഴിലാളികളെ ഒറ്റയ്ക്കൊറ്റക്ക് അവരുടെ വാർഡുകളിലും വീടുകളിലും ചെന്നുകണ്ടു സംസാരിക്കുക എന്ന രീതിയല്ല നേതാക്കന്മാർ ഇവിടെ പ്രയോഗിച്ചത്. പരസ്യമായ സംഘടനാ പ്രവർത്തനങ്ങൾക്ക് അനുകൂലമായ സാഹചര്യങ്ങൾ അപ്പോഴേക്ക് ഉളവായിക്കഴിഞ്ഞിരുന്നു. അവർ കമ്പനിഗേറ്റിൽ വന്നുനിന്ന് പരസ്യമായി പ്രസംഗിച്ച് തൊഴിലാളികളെ യൂണിയൻ അംഗങ്ങളാകാൻ ഉദ്ബോധിപ്പിച്ചു. ആദ്യമാദ്യം തൊഴിലാളികൾക്ക് എന്തു ഭയ

മായിരുന്നെന്നോ! ഒളിഞ്ഞു നിന്നാണ് അവരിൽ പലരും പ്രസംഗങ്ങൾ ശ്രവിച്ചിരുന്നത്. ജനറൽ മാനേജർ ജി പി ഒഗലെയുടെയും പേടിസ്വപ്ന മായ അപ്പുമേസ്തിരിയുടെയും ചിത്രങ്ങൾ അവരുടെ മനോമുകുരത്തിൽ നിഴലിച്ചിരിക്കാം!

മാടമ്പിയായ ഒഗലെയുടെ മുഷ്ക്കും മുട്ടാളത്തവും പതിന്മടങ്ങു വർധിച്ചു. നേരിട്ട് തൊഴിലാളികളെ അടിച്ചാൽ തിരിച്ചടിക്കുമെന്ന് അയാൾക്ക് ഉറപ്പുണ്ടായിരുന്നു. അതുകൊണ്ടദ്ദേഹം പൊലീസിൽ അഭയം തേടി. ഗവൺമെന്റും പൊലീസും ആകട്ടെ, എല്ലാവിധ പൗരസ്വാതന്ത്ര്യ ങ്ങളെയും തടഞ്ഞ് തൊഴിലാളികളുടെമേൽ ആക്രമണം അഴിച്ചുവിടാ നുള്ള ഭാവമായിരുന്നു. എൻ കെ മാധവൻ പ്രസ്താവിക്കുന്നു.

> ഒഗലെ ഗ്ലാസ്മാനുഫാക്ചറിങ് കമ്പനിയിൽ പ്രവർത്തിയെടുക്കു ന്നവരിൽ ഇന്നാട്ടുകാരായ തൊഴിലാളികൾക്ക് ഒരു ദിവസം പ്രയ ത്നക്കൂലിയായി അഞ്ചണമുതൽ ഒമ്പതണവരെ നൽകുകയും അതേപണിയിൽ പ്രവേശിച്ചിരുന്ന ഒഗലെവാഡിക്കാരായ തൊഴി ലാളികൾക്ക് പ്രതിമാസം 85 രൂപയും മറ്റു സൗകര്യങ്ങളും കൊടു ക്കുകയും ചെയ്യുന്ന സമ്പ്രദായം ന്യായരഹിതമാണെന്ന് തൊഴി ലാളികൾ വാദിച്ചു എന്ന കാരണത്താൽ അവരെ അവിടെനിന്നും പുറന്തള്ളുകയുണ്ടായി.
>
> തൊഴിലാളികൾ പുറത്തുവന്ന് യൂണിയൻ പ്രവർത്തനം നടത്തി. എന്ന കാരണത്താൽ 1119 മിഥുനം 15-ാം തീയതി (28-6-1944) ഇട പ്പള്ളി പൊലീസ് ഇൻസ്പെക്ടർ സ്ഥലത്തുവന്ന്, ഏഴ് തൊഴിലാ ളികൾക്ക് ആലുവയിലും പരിസരങ്ങളിലുമുള്ള ഫാക്ടറിപ്രദേശ ത്തുനിന്ന് നാട് കടന്നുകൊള്ളണമെന്ന്, ഒരു നിരോധന ഉത്തരവ് നൽകുകയുണ്ടായി. ഈ ഉത്തരവിന്റെ സാധുതയെപ്പറ്റി അറിയാൻ വേണ്ടി ആലുവ പൊലീസ് സ്റ്റേഷനിൽ യൂണിയൻ വഴി അന്വേ ഷണം നടത്തുകയും ആലുവസ്റ്റേഷൻ അതിർത്തിയെ ബാധി ക്കുന്ന ഈ കാര്യത്തെപ്പറ്റി അവിടെ അറിവില്ലെന്ന് മനസിലാവു കയും ചെയ്തു.
>
> 1119 മിഥുനം 22-ാം തീയതി (5-7-44) ഗ്ലാസ് കമ്പനിയുടെ സമീപം വെച്ച് നടത്തുവാൻ തീരുമാനിച്ച പൊതുയോഗം ഒരു മുന്നറിയിപ്പും കാരണവും കൂടാതെ സ്ഥലം എ എസ് പിയും ആലുവ-ഇടപ്പള്ളി ഇൻസ്പെക്ടർമാരും ഇരുപതിൽ കുറയാത്ത പൊലീസുകാരും കൂടി ചേർന്ന് സ്ഥലത്തുവന്ന് നിരോധിക്കയുണ്ടായി. ഇതിനു ശേഷം ജെ ടി കായനാട്ട്, കെ സി മാത്യു, ഗ്ലാസ് ഫാക്ടറിയിൽ നിന്നും പിരിച്ചു വിട്ട് നാടുകടത്താൻ ഉത്തരവുകൊടുത്തിരുന്ന അഞ്ച് തൊഴിലാളി കൾ ഇങ്ങനെ ഏഴുപേരെ അറസ്റ്റുചെയ്ത് ആലുവ സ്റ്റേഷനിൽ കൊണ്ടുവന്ന 24 മണിക്കൂർ ഭക്ഷണം കൊടുക്കാതെ ഇരുത്തുകയും ചെയ്യുകയുണ്ടായി. (*മൂന്നാമത് വാർഷികറിപ്പോർട്ട്*, പേജ് 27-28)

അറസ്റ്റു ചെയ്ത സഖാക്കളെ ജാമ്യത്തിലിറക്കാൻ ചെന്ന പൗരമുഖ്യന്മാരോടും പൊലീസ് മാന്യമായി പെരുമാറിയില്ല. യൂണിയന്റെ മാനേജിങ് കമ്മിറ്റിയോഗം കൂടി ഡി എസ് പി ഡിസ്ട്രിക്റ്റ് മജിസ്ട്രേറ്റ് എന്നിവർക്ക് നിവേദനം സമർപ്പിച്ചുവെങ്കിലും പ്രയോജനമുണ്ടായില്ല.

ആലുവ ഫാക്ടറി ലേബറേഴ്സ് യൂണിയനെ എക്കാലത്തും പ്രതിസന്ധികളിൽനിന്നും രക്ഷിക്കാൻ ഓടിയെത്താറുള്ള എ ടി ടി യു സി 6–7–44 ൽ ചീഫ് സെക്രട്ടറിക്ക് നൂറ്റിപ്പതിനഞ്ച് വാക്കുകളുള്ള കമ്പിസന്ദേശം അയച്ചു. കമ്പിയുടെ പരിഭാഷ:

ചീഫ് സെക്രട്ടറി തിരുവനന്തപുരം

ആലവയിലെ സ്ഥിതി വളരെ ഗുരുതരം. ചിത്തിരാമിൽ–അലുമിനിയം തൊഴിലാളികളുടെ ഡിമാന്റുകൾ ഒരു മാസം മുമ്പ് ചേംബർ ഓഫ് കൊമേഴ്സ് പ്രസിഡന്റിന്റെയും സെക്രട്ടറിയുടെയും മധ്യസ്ഥതയ്ക്ക് വിട്ടിരുന്നു. ഇനിയും തീരുമാനിച്ചിട്ടില്ല. തങ്ങളുടെ അവശതകൾ പരിഹരിക്കണമെന്നാവശ്യപ്പെടുന്ന മെമ്മോറാണ്ടം സമർപ്പിച്ച കാരണത്താൽ ഗ്ലാസ് ഫാക്ടറി തൊഴിലാളികൾ ക്രമാനുഗതമായി ശിക്ഷിക്കപ്പെടുന്നു. അവരിൽ പലരും ശാരീരികമായി കയ്യേറ്റം ചെയ്യപ്പെടുന്നു. ലോക്കൽ പൊലീസിന്റെ സഹാനുഭൂതിയില്ല. ഏഴു തൊഴിലാളികളെ ആലുവയിൽ നിന്നും നാടുകടത്തിയിരിക്കുന്നു. തൊഴിലാളികളുടെ യോഗം പിരിച്ചുവിടപ്പെട്ടിരുന്നു. ആലുവ ഫാക്ടറി ലേബറേഴ്സ് യൂണിയന്റെ പ്രസിഡന്റും സെക്രട്ടറിയുമുൾപ്പടെ അഞ്ചുപേരെ അറസ്റ്റുചെയ്ത് ആറ് മൈൽ നടത്തിച്ച് പൊലീസ് സ്റ്റേഷനിലേക്കു കൊണ്ടുപോയി. ആലുവയിലെ പ്രാദേശിക യൂണിയനും ഈ കോൺഗ്രസും സഹകരിക്കാൻ പരമാവധി ശ്രമിക്കുന്നു. എന്നാൽ തൊഴിലുടമയും പ്രാദേശികാധികാരങ്ങളും തീരെ വഴങ്ങുന്നില്ല. സത്വര ഇടപെടലിന് അപേക്ഷിക്കുന്നു.

പ്രസിഡന്റ്
ട്രാൻകൂർ ട്രേഡ് യൂണിയൻ കോൺഗ്രസ്

എ ടി ടി യു സി വൈസ് പ്രസിഡന്റും ജനറൽ സെക്രട്ടറിയും തിരുവനന്തപുരത്തുപോയി നിവേദനം നടത്തുകയും കൂടിയാലോചന നടത്തുകയും ചെയ്തതിന്റെ ഫലമായാണ് ആലുവയിലെ പിരിമുറുക്കത്തിന് ലേശം അയവുണ്ടായത്.

അങ്ങനെ മാനേജരുടെ ഗുണ്ടാപ്പടയുടെയും പൊലീസിന്റെയും പീപ്പിടികൾ വിലപ്പോയില്ല. ഗ്ലാസ് ഫാക്ടറി തൊഴിലാളികൾ ഓരോരുത്തരായി യൂണിയനിൽ അംഗമായിച്ചേർന്നു.

ഫാക്ടറിയിൽ നിന്നും അരമൈലകലെ പുഴയുടെ മറുകരയിൽ മഞ്ഞുമ്മേൽ വാർഡിൽ ഒരു പീടികയിൽ ആലുവ ഫാക്ടറി ലേബറേഴ്സ്

യൂണിയന്റെ ഗ്ലാസ് ഫാക്ടറി കമ്മിറ്റി ആപ്പീസ് തുറന്നു പ്രവർത്തനം തുടങ്ങി.

1119 മിഥുനമാസം 11–ാം തീയതി മഞ്ഞുമ്മൽ സ്കൂൾ കെട്ടിടത്തിനു മുൻവശം ശ്രീ എൻ വി ജോസഫ് ബി എ എൽ എൽ ബിയുടെ അധ്യക്ഷതയിൽ ട്രാവൻകൂർ ഗ്ലാസ് ഫാക്ടറി വർക്കേഴ്സ് യൂണിയൻ ജനറൽ ബോഡികൂടി നിയമാവലി വായിച്ചംഗീകരിക്കുകയും യൂണിയൻ രജിസ്റ്റർ ചെയ്യാനുള്ള അപേക്ഷ ട്രേഡ് യൂണിയൻ രജിസ്ട്രാർക്ക് അയച്ചുകൊടുക്കാൻ ഏഴു സഖാക്കളെ ചുമതലപ്പെടുത്തുകയും എഴുത്തുകുത്തുകൾ നടത്താൻ ജെ ടി കായനാട്ടിനെ അധികാരപ്പെടുത്തുകയുമുണ്ടായി. പ്രസ്തുത തീരുമാനങ്ങൾ രേഖപ്പെടുത്തിയ കടലാസിന്റെ ഫോട്ടോസ്റ്റാറ്റാണ് ചുവടെ ചേർത്തിരിക്കുന്നത്.

എന്നാൽ 1120 മീനമാസത്തിൽ എൻ കെ മാധവൻ ആലുവാ ഫാക്ടറി ലേബറേഴ്സ് യൂണിയന്റെ വാർഷിക സമ്മേളനത്തിൽ 3–ാം വാർഷിക റിപ്പോർട്ട് അവതരിപ്പിക്കുന്നതുവരെ പ്രസ്തുത ഗ്ലാസ് ഫാക്ടറി വർക്കേഴ്സ് യൂണിയൻ പ്രത്യേകം രജിസ്ട്രേഷൻ ലഭിച്ചിരുന്നില്ലെന്ന് വ്യക്തമാണ്. എന്തെന്നാൽ വാർഷികറിപ്പോർട്ടിൽ അലുമിനിയം കമ്പനി ത്തൊഴിലാളികൾ ആലുവ ഫാക്ടറി ലേബറേഴ്സ് യൂണിയനിൽ നിന്നും വേറിട്ടുപോയി പ്രത്യേകം യൂണിയൻ സംഘടിപ്പിക്കാൻ നിർബന്ധിതമായ വസ്തുത എടുത്തുപറയുമ്പോൾത്തന്നെ ആലുവാഫാക്ടറി ലേബറേഴ്സ് യൂണിയന്റെ ഗ്ലാസ് ഫാക്ടറി യൂണിറ്റ് എന്നുകൂടി എടുത്തുപറയുന്നുണ്ട്. 1123 ൽ 68–ാം നമ്പരായി രജിസ്റ്റർ ചെയ്ത 'ഒഗലെ ഗ്ലാസ് ഫാക്ടറി തൊഴിലാളി യൂണിയൻ' (സി ഐ ടി യു) ആണ് ഇന്ന് നിലവിലുള്ള ഏറ്റവും പഴക്കമേറിയ യൂണിയൻ, ഇതാണ് ഗ്ലാസ് ഫാക്ടറിയിലെ ആദ്യത്തെ രജിസ്റ്റേർഡ് യൂണിയൻ.

തൊഴിലാളികളുടെ അടിയന്തരാവശ്യങ്ങൾ അടങ്ങുന്ന അവകാശ പത്രിക സമർപ്പിക്കപ്പെട്ടു. തൊഴിലാളികളോട് കുരിശുയുദ്ധം പ്രഖ്യാപിച്ചിട്ടുള്ള മാനേജ്മെന്റ് അത് ഗൗനിക്കാൻ തയാറായില്ല. അതുകൊണ്ട് തൊഴിലാളികൾ ഒരു സമരത്തിന് തയാറെടുത്തു. തങ്ങളുടെ അടിയന്തരാവശ്യങ്ങളെക്കുറിച്ച് ആവശ്യമായ പ്രചാരണം നൽകുന്നതിനുവേണ്ടി ദിനംപ്രതിയെന്നോണം അവർ ഘോഷയാത്രകളും പൊതുയോഗങ്ങളും നടത്തി. ചുറുചുറുക്കുള്ള ചെറുപ്പക്കാരായ തൊഴിലാളികളായിരുന്നു എവിടെയും എന്തിനും മുൻപിൽ. അടിച്ചമർത്തലിന്റെയും ഭീതിയുടെയും അന്തരീക്ഷത്തിൽ ഊർജസ്വലമായ സമരാവേശം അലതല്ലി.

അതിനിടയിൽ കെ കെ ഉണ്ണികൃഷ്ണനെ — ഗ്ലാസ് ഫാക്ടറി തൊഴിലാളി യൂണിയന്റെ (സി ഐ ടി യു) സജീവ പ്രവർത്തകർ — വർക്ഷോപ്പിൽവെച്ച് എഞ്ചിനീയർ പി കെ ഒഗലെ കയ്യേറ്റം ചെയ്തു. പുണ്ണിൽ കൊള്ളികൊണ്ടുകുത്തിയ പ്രതീതിയായിരുന്നു തൊഴിലാളികൾക്ക്. മാനേജുമെന്റ് ഉദ്യോഗസ്ഥന്മാർ ഉണ്ണിക്കൃഷ്ണനെ തല്ലി എന്ന് കേൾക്കേണ്ട താമസം, മുഴുവൻ തൊഴിലാളികളും പണിയായുധം താഴെവെച്ച് ഇറങ്ങി

വന്നു. ഓഫീസിനും ഗേറ്റിനും ഇടയിൽ അവർ കുത്തിയിരുന്ന് പ്രതിഷേധമുദ്രാവാക്യങ്ങൾ ഉച്ചത്തിൽ മുഴക്കി. ചില മിരട്ടുവിദ്യകൾകൊണ്ട് തൊഴിലാളികളെ പിന്തിരിപ്പിക്കാൻ ഒഗലെ ശ്രമിക്കാതിരുന്നില്ല. എന്നാൽ അവ വിലപ്പോവുന്ന കാലം കഴിഞ്ഞുപോയിരുന്നു. പൊലീസിനെ സമീപിക്കാനും ഒഗലെക്ക് സങ്കോചമുണ്ടായിരുന്നു. അതുകൊണ്ട് അവസാനം രണ്ടര മണിക്കൂർ കഴിഞ്ഞപ്പോൾ എഞ്ചിനീയർ പി കെ ഒഗലെ കൂപ്പുകൈയുമായി തൊഴിലാളികളുടെ മുമ്പിൽ വന്നുനിന്ന് മാപ്പുചോദിച്ചു. സംഘടിതതൊഴിലാളികളുടെ അപ്രതിരോധ്യമായി ശക്തിയുടെ മുമ്പിൽ മാടമ്പിയായ ഒഗലെ ആദ്യമായി തലകുനിച്ചു. പ്രശ്നങ്ങൾ കൂടിയാലോചിച്ച് പരിഹരിക്കയല്ലാതെ മറ്റു പോംവഴികളില്ലെന്ന് ഇപ്പോൾ പി കെ ഒഗലെക്ക് ബോധ്യപ്പെട്ടു.

തൽഫലമായി പുരുഷ തൊഴിലാളികളുടെ ഏറ്റവും ചുരുങ്ങിയ കൂലി പ്രതിമാസം 26 രൂപയായി നിജപ്പെടുത്തി. വാർ അലവൻസ് ഇനത്തിലും അടിസ്ഥാന കൂലിയിലും സാമാന്യമായ വിജയം ഉണ്ടായിക്കഴിഞ്ഞിട്ടുണ്ടെന്ന് എൻ കെ മാധവൻ തന്റെ *വാർഷിക റിപ്പോർട്ടിൽ* വിവരിക്കുന്നുണ്ട്. മൂന്നണ മൂന്നരയണ എന്ന തോതിൽ കൂലി ലഭിച്ചിരുന്നിടത്ത് സ്ത്രീ തൊഴിലാളികൾക്ക് ഏഴണയിൽ കുറയാത്ത കൂലി ലഭിക്കുന്ന സ്ഥിതി എത്തി.

പുന്നപ്ര- വയലാർ സമരത്തെത്തുടർന്ന് നിയമവിരുദ്ധാവസ്ഥ പ്രഖ്യാപിക്കപ്പെടുന്നതുവരെ ഈ യൂണിയൻ സജീവമായിരുന്നു. യൂണിയന്റെ ഓഫീസ് മഞ്ഞുമ്മലിലായിരുന്നുവെന്ന് മുമ്പ് പ്രസ്താവിച്ചിട്ടുണ്ടല്ലോ. ഈ ഓഫീസിൽനിന്നും മുഴങ്ങിയ കാഹളധ്വനി മഞ്ഞുമ്മൽ ഗ്രാമത്തിന്റെ രാഷ്ട്രീയ-സാമൂഹ്യ-സാംസ്കാരിക രംഗങ്ങളിൽ വരുത്തിയ പരിവർത്തനങ്ങൾ പിന്നാലെ വിവരിക്കുന്നുണ്ട്.

8

പുതിയ യൂണിയനുകൾ

ആലുവ ടെക്സ്റ്റൈൽസ് വർക്കേഴ്സ് യൂണിയൻ

ആലുവ പട്ടണത്തിൽത്തന്നെയുള്ള 'കാത്തായി കോട്ടൺ മിൽസി'ൽ അന്നത്തെ പേര് ആലുവ ടെക്സ്റ്റൈൽസ് എന്നായിരുന്നു. മില്ലിന്റെ ഉടമാവകാശം കൈമാറ്റം ചെയ്തതിനെത്തുടർന്നാണ് പുതിയ പേർ സിദ്ധിച്ചത്.

ആലുവ ഫാക്ടറി ലേബറേഴ്സ് യൂണിയന്റെ ആദ്യത്തെ ഫാക്ടറി കമ്മിറ്റി സംഘടിപ്പിച്ചത് ഈ മില്ലിൽ ആയിരുന്നു. ഇവിടത്തെ തൊഴിലാളികൾ ആലുവാ ഫാക്ടറി ലേബറേഴ്സ് യൂണിയനിൽ അംഗങ്ങളാവുകയും യൂണിയന്റെ യൂണിറ്റ് എന്ന നിലയിൽ ടെക്സ്റ്റൈൽസ് ഫാക്ടറി കമ്മിറ്റി രൂപീകരിക്കുകയും ചെയ്തതോടെ ക്രുദ്ധനായ മുതലാളി ഏതാനും തൊഴിലാളികളെ പിരിച്ചുവിട്ടു.

ബലമായി കമ്പനിയിൽ കയറി ജോലി ചെയ്തുകൊണ്ടാണ് മുതലാളിയുടെ ധിക്കാരത്തെ ചെറുക്കാൻ യൂണിയൻ തീരുമാനിച്ചത്. അന്ന് ജാപ്പ് ഫാസിസ്റ്റ് പട്ടാളം ഇന്ത്യയുടെ വാതിൽക്കൽ എത്തിയിരുന്നു. ജാപ്പനീസ് ആക്രമണത്തെ ചെറുത്തുനിൽക്കാൻ മുന്നണിയിൽ പൊരുതുന്ന പട്ടാളക്കാർക്ക് സഹായകമാംവിധം പിന്നണിയിൽ തൊഴിലാളികളും കൃഷിക്കാരും കൂടുതൽ കൂടുതൽ ഉൽപ്പാദിപ്പിക്കണമെന്ന മുദ്രാവാക്യം അംഗീകരിക്കപ്പെട്ടിരുന്നതിനാലാണ് ഇപ്രകാരം ഒരു നടപടി സ്വീകരിക്കാൻ യൂണിയൻ തയാറായത്. പോരെങ്കിൽ അന്ന് പട്ടാളത്തിന്റെ ആവശ്യത്തിനുവേണ്ട ജമുക്കാളം ആയിരുന്നു ഈ മില്ലിൽ ഉൽപ്പാദിപ്പിച്ചിരുന്നത്. തൊഴിലാളികളെ പിരിച്ചുവിട്ട് ഉൽപ്പാദനം സ്തംഭിപ്പിക്കുകയോ കുറവുവരുത്തുകയോ ചെയ്യുന്ന മുതലാളി രാജ്യദ്രോഹമാണ് ചെയ്യുന്നതെന്ന് പ്രചരിപ്പിക്കപ്പെട്ടു. തൊഴിലാളികൾ കമ്പനിക്കകത്തുകയറി നിർബാധം ഉൽപ്പാദനം തുടരണമെന്ന് തീരുമാനിക്കപ്പെട്ടു.

മുതലാളി സ്വാഭാവികമായും പൊലീസിനെ വിളിച്ചു. പൊലീസു വന്നപ്പോൾ തൊഴിലാളികളിൽ പലരും വിരണ്ടു. ചിലർ തനിയെ കമ്പനിക്ക് പുറത്തേക്കുപോയി.

ലക്ഷ്മിമാത്രം യാതൊരു കൂസലും കൂടാതെ പഞ്ഞിനന്നാക്കിക്കൊണ്ടിരുന്ന ജോലി തുടർന്നു. മുതലാളിക്കും കൂടെയുള്ള പൊലീസ് ഇൻസ്പെക്ടർ ക്ലീറ്റസിനും ശുണ്ഠിവരാതിരിക്കുന്നതെങ്ങനെ? കൈയിലിരുന്ന ചൂരൽ ചുഴറ്റിക്കൊണ്ട് ഇൻസ്പെക്ടർ ക്ലീറ്റസ് ചീറിയെടുത്ത് ഗർജിച്ചു:

"നിന്നെ പിരിച്ചുവിട്ടതല്ലേ? ആരു പറഞ്ഞു കമ്പനിയിൽ കേറാൻ?"

ലക്ഷ്മി അഭ്യസ്തവിദ്യയല്ല. പ്രസംഗകയുമല്ല എന്നാൽ യൂണിയൻ കമ്മിറ്റിയോഗങ്ങളിലും ജനറൽബോഡിയോഗങ്ങളിലും നടക്കുന്ന ചർച്ചകളും തീരുമാനങ്ങളും ആ സഖാവിന് ഹൃദ്യസ്ഥമായിരുന്നു. പതർച്ചയോ സങ്കോചമോ കൂടാതെ ലക്ഷ്മി മറുപടി പറഞ്ഞു:

"കേവലം കൂലിക്കുവേണ്ടി മാത്രമല്ലാ ഞങ്ങൾ ജോലിചെയ്യുന്നത്. മുന്നണിയിൽ ജാപ്പ് ഫാസിസ്റ്റുകളുമായി പൊരുതുന്ന പട്ടാളത്തിന്റെ പിന്നണിയിൽനിന്ന് ഈ രാജ്യത്തെ സംരക്ഷിക്കേണ്ട ചുമതല ഞങ്ങൾക്കുണ്ട്."

ലക്ഷ്മിയുടെ പ്രസംഗം ഇൻസ്പെക്ടർക്ക് സഹിക്കാമായിരുന്നില്ല. അയാളുടെ ചൂരൽ ചുളുചുളാ ലക്ഷ്മിയുടെ ദേഹത്ത് പല പ്രാവശ്യം പതിച്ചു. വേദനകൊണ്ടു പുളഞ്ഞ ലക്ഷ്മിക്ക് ഓടിപ്പോവുകയല്ലാതെ മറ്റൊരു മാർഗവുമില്ലായിരുന്നു.

ടെക്സ്റ്റൈൽ മുതലാളിയുടെ വിജയം താൽക്കാലികം മാത്രമായിരുന്നു. ക്ഷമാപൂർവവും വാശിയേറിയതും നിരന്തരവുമായ പ്രക്ഷോഭങ്ങളിലൂടെ ടെക്സ്റ്റൈൽ തൊഴിലാളികൾ അഗണ്യമല്ലാത്ത നേട്ടങ്ങൾ പിടിച്ചുവാങ്ങുകതന്നെ ചെയ്തു. സ്ത്രീ തൊഴിലാളികളുടെ കുറഞ്ഞ കൂലി മൂന്നര അണിയിൽ നിന്നും ഏഴ് അണിയായി ഉയർന്നു. പത്തുറുപ്പികമുതൽ പതിനാറു ഉറുപ്പിക വരെ മാസക്കൂലി ഉണ്ടായിരുന്നത് 15 രൂപ മുതൽ 25 രൂപ വരെയായി വർധിപ്പിക്കാൻ കഴിഞ്ഞു.

എൻ കെ മാധവൻ എഴുതുന്നു:

> "പിരിച്ചുവിടൽ, സ്ത്രീകളെ ചീത്തപറയൽ, തൊഴിലാളികളെ ദ്രോഹോപദ്രവമേൽപ്പിക്കൽ ഉൾപ്പെടെ 20 തൊഴിൽ തർക്കങ്ങൾ ഉണ്ടായിട്ടുണ്ട്. ഇതിൽ 16 പിരിച്ചുവിടലും മൂന്ന് അടിയും മറ്റൊന്ന് ചീത്തപറയലുമാകുന്നു. ഇതിൽ രണ്ട് പിരിച്ചുവിടൽ ഒഴിച്ച് എല്ലാ കേസുകളും യൂണിയൻ ഇടപെട്ടു സമാധാനം ഉണ്ടാക്കീട്ടുള്ളതുമാകുന്നു. (*മൂന്നാംവാർഷിക റിപ്പോർട്ട്,* പേജ് 18)

സംഘടിത യൂണിയൻ പ്രവർത്തനം സുശക്തമാകുന്നതുവരെ ടെക്സ്റ്റൈൽ മില്ലിലെ സ്ത്രീ തൊഴിലാളികളുടെ സ്ഥിതി അത്യധികം ദയനീയവും ഞെട്ടിപ്പിക്കുന്നതുമായിരുന്നു. മേലുദ്യോഗസ്ഥന്മാരുടെ മാംസ

ദാഹത്തിന് വിധേയരാകാൻ നിർബന്ധിതരാവുകയോ അല്ലെങ്കിൽ ബലാൽസംഗം ചെയ്യപ്പെടുകയോ ചെയ്യാത്ത സ്ത്രീത്തൊഴിലാളികൾ പ്രായേണ വിരളമായിരുന്നു. അപമാനഭയത്താൽ പലരും പുറത്തുപറയാറില്ലായിരുന്നുവെന്നുമാത്രം. യൂണിയന്റെ ശക്തിയായ ചെറുത്തുനിൽപ്പ് വന്നതോടെ സ്ത്രീകളുടെ നേരെയുള്ള ആക്രമണത്തിന്റെ രൂപം 'ചീത്ത പറയൽ' ആയി മാറി.

ഏലൂരിലെ ദേശാഭിമാനി ഏജന്റ് കെ കെ ഗംഗാധരൻ ഈ യൂണിയനിലൂടെ പാർട്ടിയിലേക്കുവന്ന പ്രവർത്തകനാണ്.

മുനിസിപ്പൽ വർക്കേഴ്സ് യൂണിയൻ

ഫാക്ടറി ജോലിക്കാരും ബീഡിതെറുപ്പുകാരും സംഘടിച്ചപ്പോൾ അതിന്റെ അലയടികൾ മുനിസിപ്പൽ തൊഴിലാളികളിലേക്കും വ്യാപിച്ചു. മുനിസിപ്പൽ തൊഴിലാളികൾ നികൃഷ്ട ജീവികളായിട്ടാണ് കരുതപ്പെട്ടിരുന്നത്. അവരുടെ ജോലി നികൃഷ്ട രീതിയിലായിരുന്നുതാനും. പാട്ടക്കക്കൂസുകളായിരുന്നു മിക്കവാറും എല്ലാം. ബക്കറ്റും ചൂലും മലം നിറച്ച ഉന്തുവണ്ടികളുമായി ജോലിചെയ്യുന്ന ഈ വിഭാഗം തൊഴിലാളികളെ നികൃഷ്ടരായി പരിഗണിച്ചില്ലെങ്കിലേ അത്ഭുതത്തിനു വകയുള്ളൂ. അവരെ കാണുന്ന മാത്രയിൽ ആളുകൾ മൂക്കുപൊത്തി ഒഴിഞ്ഞുമാറും. അവരുടെ കൂലി വളരെ തുച്ഛമായിരുന്നെങ്കിലും അധികാരികളിൽനിന്നും എല്ലാവിധ പീഡനങ്ങളും സഹിക്കേണ്ടതുണ്ടായിരുന്നു. മുനിസിപ്പൽ പ്രസിഡന്റും ഹെൽത്ത് ഇൻസ്പെക്ടറുമായിരുന്നു അക്കാലത്തെ തൊഴിലാളി മർദകവീരന്മാർ.

അക്കാലത്ത്, 1945 ലോ 1946 ലോ കോഴിക്കോടു നഗരത്തിൽ നടന്ന മുനിസിപ്പൽ തൊഴിലാളികളുടെ ഐതിഹാസികമായ പണിമുടക്കുസമരവും കരിങ്കാലിപ്പണിക്ക് ഇറങ്ങിയ കോൺഗ്രസ് സേവാദൾ വളന്റിയർമാരെ മുനിസിപ്പൽ തൊഴിലാളിയായ മാണി എന്ന അമ്മ ചൂലുകൊണ്ടു നേരിട്ടതുമായ സംഭവങ്ങൾ ഇവിടത്തെ മുനിസിപ്പൽ തൊഴിലാളികളെ കോരിത്തരിപ്പിച്ചു. അങ്ങനെയാണവർ സംഘടനയിൽ അണിനിരക്കാൻ ആരംഭിച്ചത്.

ആലുവ മുനിസിപ്പൽ വർക്കേഴ്സ് യൂണിയൻ രജിസ്റ്റർ ചെയ്ത് കിട്ടിയത് അനായാസമായിട്ടല്ലായിരുന്നു. മുനിസിപ്പൽപ്രസിഡന്റിന്റെയും ഹെൽത്ത് ഇൻസ്പെക്ടറുടെയും ചവിട്ടടിയിൽക്കിടന്ന് ഞെരിയാനുള്ള പുഴുക്കൾ സംഘടിക്കുകയോ? സ്ഥാപിത താൽപര്യക്കാർ ഇതെങ്ങനെ സഹിക്കും? നഗരത്തിലെ ധനാഢ്യന്മാർ മുനിസിപ്പൽ തൊഴിലാളികളുടെ ധിക്കാരത്തിൽ നെറ്റിചുളിച്ചു. മുനിസിപ്പൽ തൊഴിലാളികൾ സംഘടിക്കാൻ പോകുന്നുവെന്ന സി ഐ ഡി റിപ്പോർട്ട് കണ്ട് പൊലീസ് ഇൻസ്പെക്ടർ ജനറൽ കലിതുള്ളി ചന്ദ്രഹാസമിളക്കി. തൊഴിലാളികൾ യൂണിയനായി സംഘടിക്കുന്നതുപോലും അധികാരികൾക്ക് തീരെ അരോചകമായിരുന്നെന്നാണ് താഴെ പകർത്തുന്ന പൊലീസ് ഐ ജി യുടെ കത്ത് തെളിയിക്കുന്നത്.

പൊലീസ് ഐ ജിയുടെ ഇംഗ്ലീഷിലുള്ള കത്തിന്റെ മലയാള വിവർത്തനം താഴെ കൊടുക്കുന്നു;

ജെ ടി കായനാട്ട് അവർകൾക്ക്, പ്രസിഡന്റ് ലേബർ യൂണിയൻ ആലുവ.
സർ,
ആലുവയിലെ തോട്ടിപ്പണിക്കാരുടെ യൂണിയൻ സംഘടിപ്പിക്കാൻ നിങ്ങൾ ശ്രമിക്കുന്നതായി റിപ്പോർട്ടു ചെയ്യപ്പെട്ടിരിക്കുന്നു. തോട്ടിപ്പണിക്കാരുടെ പണിമുടക്കം തുടങ്ങാനാണ് യൂണിയന്റെ ഉദ്ദേശ്യമെങ്കിൽ ആയത് എല്ലാവർക്കും അസ്വാസ്ഥ്യജനകമായിരിക്കുമെന്ന് ഈ സന്ദർഭത്തിൽ ഞാൻ ചൂണ്ടിക്കാണിച്ചുകൊള്ളട്ടെ.

ഒപ്പ്
പൊലീസ് ഐ ജി

1945 – 46 ൽ ഐ ജി "എല്ലാവർക്കും അസ്വാസ്ഥ്യജനക"മെന്നു പറയുന്നതിന് വെറും വാച്യാർഥത്തേക്കാൾ കൂടുതൽ അർഥവ്യാപ്തിയുണ്ടെന്ന് ധരിക്കണം. ഐ ജിയോ മുനിസിപ്പൽ പ്രസിഡന്റോ ഹെൽത്ത് ഇൻസ്പെക്ടറോ പട്ടണത്തിലെ ധനാഢ്യരോ ഈ എല്ലാവരിലും ഉൾപ്പെടുകയില്ലെന്ന് വ്യക്തം. അർധപട്ടിണിക്കാരും പീഡിതരും ചൂഷിതരുമായ പാവപ്പെട്ട മുനിസിപ്പൽ തൊഴിലാളികളും അവരെ സംഘടനയിൽ അണിനിരത്താൻ ശ്രമിക്കുന്ന നേതാക്കന്മാരും മാത്രമാണ് ഐ ജി യുടെ 'എല്ലാവരിലും' പെടുന്നത്. അസ്വാസ്ഥ്യം കൊണ്ട് ഐ ജി ഉദ്ദേശിക്കുന്നത് പി ജി രാഘവനെപ്പോലെ തല്ലുകൊണ്ട് മരിക്കുമെന്നുതന്നെയാണ്. അല്ലെങ്കിൽ ചുരുങ്ങിയത് തല്ലി എല്ലൊടിച്ച് ജയിലിൽ അടയ്ക്കുകയെങ്കിലും ചെയ്യും. ചുരുക്കത്തിൽ മുനിസിപ്പൽ തൊഴിലാളികളെ സംഘടിപ്പിക്കുന്നതിനെതിരെ നഗ്നമായ ഭീഷണിയാണ് ഈ കത്തിലൂടെ ഐ ജി പ്രയോഗിച്ചത്. പക്ഷേ രാജവാഴ്ചയുടെ പ്രതീകമായ ദിവാൻ ഭരണമവസാനിപ്പിക്കാൻ കച്ചകെട്ടിയിറങ്ങിയ കമ്യൂണിസ്റ്റ് പാർട്ടിയും തൊഴിലാളിവർഗവുമുണ്ടോ ഐ ജിയുടെ ഓലപ്പാമ്പിന്റെ മുമ്പിൽ ചൂളാൻ പോകുന്നു? ഭീഷണിയെ പുല്ലായിത്തള്ളിക്കൊണ്ട് മുനിസിപ്പൽ തൊഴിലാളികളെ സംഘടിപ്പിക്കുകയും അവരുടെ നീറുന്ന ആവശ്യങ്ങൾ ഉന്നയിച്ച് പ്രക്ഷോഭം തുടങ്ങുകയും ചെയ്തു.

പെട്ടെന്ന് ഗണ്യമായ സാമ്പത്തികനേട്ടങ്ങൾ ഒന്നും ലഭിച്ചില്ലെങ്കിലും മുനിസിപ്പൽ തൊഴിലാളികൾക്ക് ജീവിതത്തിലാദ്യമായി നട്ടെല്ല് നിവർത്തിപ്പിടിച്ച് നിൽക്കാൻ ചെങ്കൊടി സഹായിച്ചു എന്നത് അവിസ്മരണീയമായി അവശേഷിക്കുന്നു.

ബീഡി വർക്കേഴ്സ് യൂണിയൻ

നഗരങ്ങളിൽ മാത്രമല്ല ചില നാട്ടിൻപുറങ്ങളിലും ആദ്യകാലങ്ങളിൽ ഇടതുപക്ഷ രാഷ്ട്രീയ പ്രസ്ഥാനത്തിന് — ബീഡിത്തൊഴിലാളികളും —

അവരുടെ യൂണിയനുകളും നൽകിയിട്ടുള്ള സംഭാവന വിലമതിക്കാനാവാത്തതാണ്. ഇടതുരാഷ്ട്രീയ പ്രസ്ഥാനത്തിന്റെ വിപ്ലവപ്രസ്ഥാനത്തിന്റെ നട്ടെല്ലായിരുന്നു ബീഡിത്തൊഴിലാളികൾ എന്നുപറയാം. ആലുവ പട്ടണത്തിലെ എന്നല്ല. ആലുവ വ്യവസായ മേഖലയിലെതന്നെ ആദ്യത്തെ ചെങ്കൊടിയൂണിയനായ ബീഡിവർക്കേഴ്സ് യൂണിയനും ഗണ്യമായ ഒരു കാലയളവോളം രാഷ്ട്രീയരംഗത്തെ നിർണായക ശക്തിയായിരുന്നു. സർവശ്രീ കെ എസ് രാമൻപിള്ള വക്കീൽ, യു ജെ പോൾ, എം സി വർക്കി, സി കെ പിള്ള തുടങ്ങിയ നേതാക്കന്മാരെയും ഏതാണ്ട് മുഴുവൻ ജനങ്ങളുടെ അനുഭാവവും സ്വായത്തമാക്കിയിരുന്ന സ്റ്റേറ്റ് കോൺഗ്രസ് ആലുവപ്പട്ടണത്തിലും സമീപപ്രദേശങ്ങളിലും വലിയൊരു പ്രസ്ഥാനമായിരുന്നുവെങ്കിൽ, ബീഡിത്തൊഴിലാളികളും അവരുടെ യൂണിയനും അതിന് നേതൃത്വം നൽകിയ ചെറിയ കമ്യൂണിസ്റ്റ് പാർട്ടിയും കോൺഗ്രസിനേക്കാൾ മികച്ച സംഘടിതരാഷ്ട്രീയശക്തിയായിരുന്നു.

ആലപ്പുഴയിൽ നിന്നുവന്ന പി ജി രാഘവൻ ബീഡിത്തൊഴിലാളിക്കുവേണ്ടി പത്രപാരായണം തുടങ്ങിയതും തൊഴിലാളികളെ സംഘടിപ്പിച്ചതും മറ്റും ആദ്യമേ സൂചിപ്പിച്ചിട്ടുണ്ടല്ലോ. ബീഡിത്തൊഴിലാളികളുടെ യൂണിയൻ രജിസ്റ്റർചെയ്യുന്നതിനുള്ള നടപടികൾ പൂർത്തിയാകുംമുമ്പേ രാഘവൻ ഗുണ്ടകളുടെയും പൊലീസിന്റെയും മർദനമേറ്റ് നിസ്സഹായനായി ആലുവാവിടാൻ നിർബന്ധിതനായതിനെ തുടർന്ന് ബീഡിത്തൊഴിലാളികളെ താൽക്കാലികമായിട്ടാണെങ്കിലും ഭയവും പരിഭ്രാന്തിയും ബാധിക്കുകയുണ്ടായി. എന്നാൽ ആലുവയുടെ രാഷ്ട്രീയാന്തരീക്ഷം കൂടുതൽ ചുകപ്പാർന്നപ്പോൾ ഈ സഖാക്കളും അവസരത്തിനൊത്തുയർന്നു. ആലുവ ഫാക്ടറി ലേബറേഴ്സ് യൂണിയന്റെ രൂപത്തിലും ഭാവത്തിലും വിപ്ലവകരമായ മാറ്റംവന്നപ്പോൾ വീണ്ടും ആവേശഭരിതരായ ബീഡിത്തൊഴിലാളികൾക്ക് സ്വന്തം സംഘടന കെട്ടിപ്പടുക്കേണ്ടതിന്റെ ആവശ്യകത എന്നത്തേക്കാളും കൂടുതൽ ബോധ്യപ്പെട്ടു. ആലുവക്കാരൻതന്നെയായ ജെ ടി കായനാട്ടിലും ശ്രീ ഒ പി തൊമ്മിയിലും അവർ തങ്ങളുടെ നേതാക്കന്മാരെ കണ്ടെത്തി.

കായനാട്ട് പ്രസിഡന്റും ശ്രീ ഒ പി തൊമ്മി ജനറൽ സെക്രട്ടറിയുമായുള്ള ആലുവ ബീഡിവർക്കേഴ്സ് യൂണിയന്റെ രജിസ്റ്റർ നമ്പർ 2/1118 ആണെന്നാണ് അക്കാലത്ത് ബീഡിത്തൊഴിലാളിയായിരുന്ന ഇന്നത്തെ കമ്യൂണിസ്റ്റ് (മാർക്സിസ്റ്റ്) പാർട്ടി ആലുവ ഏരിയാക്കമ്മിറ്റി മെമ്പർ കെ എ അലിയാർ പറയുന്നത്.

പി ജി രാഘവന്റെ നേതൃത്വത്തിൽ തന്നെ ബീഡിത്തൊഴിലാളികൾക്ക് കൂലിക്കൂടുതൽ ലഭിച്ചുവെങ്കിലും കേവലം കൂലിക്കൂടുതൽ മാത്രം അവരെ തൃപ്തരാക്കിയില്ല. ആദ്യമായി രാഘവനിൽനിന്നും അതേത്തുടർന്നും അവർക്കു ലഭിച്ച രാഷ്ട്രീയവിദ്യാഭ്യാസം കൂലിക്കൂടുതൽ കൊണ്ടുമാത്രം അവരെ അടക്കി ഒതുക്കിനിറുത്തുന്നതല്ലായിരുന്നു.

1121 ൽ ബീഡിവർക്കേഴ്സ് യൂണിയൻ സി എസ് ഗോപാലപിള്ളക്ക് നൽകിയ ഗംഭീരസ്വീകരണവും അതിന്റെ പ്രത്യാഘാതങ്ങളും അത്യന്തം ആവേശത്തോടുകൂടിയാണ് കെ എ അലിയാർ അനുസ്മരിക്കുന്നത്. അന്നുതന്നെ തലയെടുപ്പുള്ള അനേകം കമ്യൂണിസ്റ്റ് നേതാക്കൾ വേറെയും ഉണ്ടായിരുന്നപ്പോൾ സി എസ് ഗോപാലപിള്ളയെമാത്രം തിരഞ്ഞെടുത്ത് സ്വീകരണം നൽകാനുള്ള തീരുമാനത്തിന്റെ ഔചിത്യവും പ്രാധാന്യവും മനസിലാക്കണമെങ്കിൽ അന്നത്തെ തിരുവിതാംകൂർ രാഷ്ട്രീയത്തിന്റെ സജീവമായ മറ്റൊരുവശം ഹ്രസ്വമായിട്ടെങ്കിലും ഈ സന്ദർഭത്തിൽ വിവരിക്കേണ്ടതുണ്ട്.

ജനങ്ങളെ ഭിന്നിപ്പിച്ചും തമ്മിലടിപ്പിച്ചും ഭരിക്കുക എന്ന ബ്രിട്ടീഷ് മാതൃക അതിവിദഗ്ധമായി നടപ്പാക്കുന്നതിൽ മുമ്പനായിരുന്ന സചിവോത്തമ സർ സി പി തിരുവിതാംകൂറിൽ വിവിധ സമുദായങ്ങൾ യോജിച്ചു നടത്തിയ 'സംയുക്ത പ്രക്ഷോഭം' ഒടുവിൽ സ്റ്റേറ്റ് കോൺഗ്രസിന്റെ നവീകരണത്തിന് അടിത്തറയിടുകയും സ്റ്റേറ്റ് കോൺഗ്രസിന്റെ നേതൃത്വത്തിൽ ഉത്തരവാദഭരണത്തിനുള്ള സമരം ശക്തിയാർജിക്കുകയും ചെയ്തു. ഈ ജനകീയൈക്യത്തെ തകർക്കാനും ക്രൈസ്തവരെയും ക്രൈസ്തവേതരെയും തമ്മിലടിപ്പിക്കാനും വേണ്ടി ബോധപൂർവം സർ സി പി കൊണ്ടുവന്ന പദ്ധതിയാണ് വിദ്യാഭ്യാസപരിഷ്കരണം അഥവ നിർബന്ധിത വിദ്യാഭ്യാസ പദ്ധതി.

പേര് സൂചിപ്പിക്കുന്നതുപോലെ പാഠ്യവിഷയങ്ങളെക്കുറിച്ചുള്ള പരിഷ്കരണമൊന്നുമല്ലായിരുന്നു. വിദ്യാലയങ്ങളുടെ നടത്തിപ്പിനെ സംബന്ധിക്കുന്ന നിബന്ധനകൾ മാത്രമാണ് പദ്ധതിയിൽ അടങ്ങിയിരുന്നത്.

തിരുവിതാംകൂറിൽ വിദ്യാഭ്യാസം പ്രചരിപ്പിക്കുന്നതിലും സ്കൂളുകളും കോളേജുകളും സ്ഥാപിക്കുന്നതിലും മറ്റും കത്തോലിക്കാസഭ നൽകിയിട്ടുള്ള സേവനങ്ങൾ ചില്ലറയൊന്നുമല്ല. സ്വകാര്യമേഖലയിലുള്ള വിദ്യാലയങ്ങൾക്ക് സർക്കാർ ഗ്രാന്റും മറ്റു സഹായങ്ങളും ലഭിച്ചിരുന്നുവെങ്കിലും അവയുടെ ഭരണപരമായ നടത്തിപ്പിൽ മിക്കവാറും ഗവൺമെന്റിന് യാതൊരു അധികാരവുമില്ലായിരുന്നു. ഈ അപര്യാപ്തത പരിഹരിക്കുന്നതിനായിരുന്നു സർ സി പി യുടെ പരിഷ്ക്കാരങ്ങൾ. മറ്റു വാക്കുകളിൽ പറഞ്ഞാൽ വിദ്യാഭ്യാസം ദേശവൽക്കരിക്കുന്നതിനു തുല്യമായിരുന്നു വിദ്യാഭ്യാസ പരിഷ്കരണ പദ്ധതി. പദ്ധതിയെ എതിർക്കുന്ന വിദ്യാലയങ്ങൾക്ക് സർക്കാർ ഗ്രാന്റ് ലഭിക്കുകയുമില്ല.

സർ സി പി യുടെ വിദ്യാഭ്യാസപരിഷ്കരണപദ്ധതി കത്തോലിക്കരെ സംബന്ധിച്ചിടത്തോളം മാരകമായ പ്രഹരമായിരുന്നു. അവരുടെനേരെയുള്ള കടന്നാക്രമണമായി ഇതിനെ അവർ ചിത്രീകരിച്ചു. സർക്കാർ അംഗീകരിച്ചിട്ടുള്ള പാഠ്യവിഷയങ്ങൾക്ക് പുറമെ തങ്ങളുടെ കുട്ടികൾക്ക് മതപഠനം നടത്തുന്നതിനുള്ള സ്വാതന്ത്ര്യവും 'കത്തോലിക്കാ അന്തരീക്ഷ'ത്തിൽ തങ്ങളുടെ കുട്ടികളെ വിദ്യാഭ്യാസം ചെയ്യിക്കുന്നതിനുള്ള സ്വാതന്ത്ര്യവും നിഷേധിക്കുന്നതിനു തുല്യമാണിതെന്നവർ വാദിച്ചു. സമു

ദായത്തിന്റെ പേരിൽ സർ സി പി ക്ക് മംഗളപത്രം നൽകി ആദരിച്ചിരുന്ന കത്തോലിക്കരും ദിവാനും തമ്മിൽ അകന്നു.

ഈ പദ്ധതിയെ ശക്തിയായി എതിർത്തുകൊണ്ട് ചങ്ങനാശ്ശേരി മെത്രാൻ കാളശ്ശേരി ഒരു ഇടയലേഖനം പുറപ്പെടുവിച്ചു. ഇടയലേഖനം നിയമവിരുദ്ധമാണെന്നും അത് പിൻവലിക്കണമെന്നും ആവശ്യപ്പെട്ടു കൊണ്ടും ഗവൺമെന്റ് മെത്രാന് നോട്ടീസു നൽകി. അതിൽ നിയമവിരുദ്ധമായി ഒന്നുമില്ലെന്നും അതിനാൽ പിൻവലിക്കുന്ന പ്രശ്നമേയില്ലെന്നും മെത്രാൻ മറുപടി നൽകി. തുടർന്ന് നിർബന്ധിതവിദ്യാഭ്യാസ പദ്ധതിയെയും ഇടയലേഖനത്തെയും അനുകൂലിച്ചും പ്രതികൂലിച്ചും രാജ്യത്തുണ്ടായ വാദപ്രതിവാദങ്ങൾക്കും കോലാഹലങ്ങൾക്കും കയ്യും കണക്കുമില്ലായിരുന്നു.

മള്ളൂർ ഗോവിന്ദപ്പിള്ളയും നായർ സമുദായത്തിന്റെ പേരിൽ മന്നത്തു പത്മനാഭപിള്ളയും ഈഴവരുടെ പേരിൽ ആർ ശങ്കറും കേരള കൗമുദി പത്രവും അതിന്റെ പത്രാധിപർ കെ സുകുമാരനും ഹിന്ദുമതത്തിന്റെ പേരിൽ കാലടിയിലെ ആഗമാനന്ദ സ്വാമികളും മറ്റും ഇടയലേഖനത്തിനെതിരെ ശബ്ദമുയർത്തി. നിവർത്തന പ്രക്ഷോഭത്തിൽക്കണ്ട വിവിധ സമുദായങ്ങൾ തമ്മിലുള്ള ഐക്യം, പ്രത്യേകിച്ച് ക്രിസ്ത്യൻ ഈഴവ സമുദായൈക്യം തകർന്നു.

ഇങ്ങനെ തിരുവിതാംകൂർ രാഷ്ട്രീയാന്തരീക്ഷം സാമുദായികചേരിതിരിവിലൂടെ കലുഷിതവും ദുർഗന്ധപൂരിതവും ആകാൻ തുടങ്ങിയ സാഹചര്യത്തിലാണ് ആലുവ ബീഡിവർക്കേഴ്സ് യൂണിയൻ സി എസ് ഗോപാലപിള്ളക്ക് അരുണാസ്ക്വയറിൽവെച്ച് സ്വീകരണം നൽകാൻ തീരുമാനിച്ചത്. ഈ തീരുമാനം എ ടി ടി യു സി നേതൃത്വവും കമ്യൂണിസ്റ്റ് പാർട്ടിയും അംഗീകരിച്ചിരുന്ന നയത്തിന് തികച്ചും അനുസൃതവുമായിരുന്നു. എൻ കെ മാധവൻ ഇപ്രകാരം പ്രസ്താവിക്കുന്നു:

> ഈ രാജ്യത്തിലെ ജനകീയ സംഘടനകളായ എസ് എൻ ഡി പി, എൻ എസ് എസ് മുസ്ലിംലീഗ്, കത്തോലിക്കാ കോൺഗ്രസ്, സ്റ്റേറ്റ് കോൺഗ്രസ്, കമ്യൂണിസ്റ്റുപാർട്ടി എന്നീ സംഘടനകളുമായി യോജിച്ച് പ്രവർത്തിക്കാനും നമ്മുടെ യൂണിയൻ പരിശ്രമിച്ചുകൊണ്ടിരിക്കുകയാണ്.
>
> ജനകീയ സംഘടനകളുടെ ഐക്യം കൊണ്ടു മാത്രമേ പ്രായപൂർത്തി വോട്ടവകാശം, ഉത്തരവാദഭരണം എന്നു തുടങ്ങിയ പൗരാവകാശങ്ങൾ പരിരക്ഷിക്കപ്പെടുവാൻ സാധിക്കയുള്ളൂവെന്നും ഏവരും ധരിക്കേണ്ടതാണ്. നമ്മുടെ നാട്ടിൽ പൊതുവിൽ ബാധിച്ചിരിക്കുന്ന ആഹാരക്കുഴപ്പം. പട്ടിണി, പകർച്ചവ്യാധി, സാമ്പത്തികക്കുഴപ്പം ആദിയായവകളിൽ നിന്ന് നാടിനെയും നാട്ടുകാരെയും രക്ഷിക്കാനാവശ്യമായ നടപടികൾ സ്വീകരിച്ചുകൊണ്ട് എല്ലാ വിഭാകക്കാരും കക്ഷികളും തമ്മിൽ യോജിച്ച് പ്രവർത്തിക്കണമെന്ന്

പറയുന്നത് ഇതേ അടിസ്ഥാനത്തിൽ തന്നെയാണ്. (3–ാമത് *വാർഷികറിപ്പോർട്ട്:* പേജ് 35 36)

അങ്ങനെ അനേകം സാമുദായിക സംഘടനകളുമായി ഭിന്നിച്ച് ചിന്നിച്ചിതറിക്കിടന്നിരുന്ന ബഹുജനങ്ങളെ കൂട്ടിയോജിപ്പിച്ച് പൊതു ശത്രുവായ ദിവാൻ ഭരണത്തിനെതിരെ അണിനിരത്തുകയെന്ന ലക്ഷ്യം മുന്നിൽ കണ്ടുകൊണ്ടാണ് ഉജ്വലവാദിയായ സി എസിനെപ്പോലുള്ളവർക്ക് സ്വീകരണവും അവരുടെ പ്രസംഗപരമ്പരകളും സംഘടിപ്പിക്കപ്പെട്ടത്. എന്നാൽ സ്റ്റേറ്റ് കോൺഗ്രസിനെപ്പോലെ, സർവ സമുദായങ്ങളും ചേർത്ത് ഒരു അവിയൽപ്രസ്ഥാനം എന്ന കാഴ്ചപ്പാടിനു പകരം തൊഴിലാളിവർഗത്തിന്റെ പ്രാമുഖ്യം അർഹിക്കുന്ന ഗൗരവത്തിൽത്തന്നെ കണ്ടിരുന്നുവെന്നതും പ്രസ്താവ്യമാണ്. എന്തെന്നാൽ "തൊഴിലാളികളുടെ അടിയന്തരാവശ്യങ്ങളും രാഷ്ട്രീയാവകാശങ്ങളും സ്ഥാപിതമാകുന്നതിൽകൂടി മാത്രമെ എല്ലാ സമുദായസംഘടനകളിലുമുള്ള അവശതകൾ ഒന്നുപോലെ പരിഹരിക്കപ്പെടുകയുള്ളൂ." (എൻ കെ മാധവൻ, 3–ാമതു *വാർഷികറിപ്പോർട്ട്,* പേജ് 36)

സി എസ് ഗോപാലപിള്ളക്കുള്ള സ്വീകരണം അരുണാ സ്ക്വയറിൽവച്ച് നൽകാൻ തീരുമാനിച്ചതിലും പ്രത്യേകകാരണമുണ്ട്. ആലുവായിലെ പ്രധാന കത്തോലിക്കാ പള്ളി സ്ഥിതി ചെയ്യുന്നത് ചന്തയിലാണ്. പരിസരവാസികളിൽ ഭൂരിപക്ഷവും കത്തോലിക്കരും. ഈ പള്ളി കേന്ദ്രമാക്കിക്കൊണ്ട് കമ്യൂണിസ്റ്റുപാർട്ടിയെയും മറ്റു പുരോഗമന പ്രസ്ഥാനങ്ങളെയും ഈ കഴിഞ്ഞനാളുകൾവരെ പിന്തിരിപ്പൻമാർ തങ്ങളാലാവുംവിധം എതിർത്തുപോന്നിട്ടുണ്ട്.

ബീഡിത്തൊഴിലാളികൾ കമ്യൂണിസ്റ്റ് നേതാവിനു നൽകിയ സ്വീകരണം വമ്പിച്ച പ്രത്യാഘാതങ്ങൾ ഉളവാക്കി സ. സി എസ് തന്റെ ഉജ്വലവമായ പ്രസംഗത്തിൽ സ്വാഭാവികമായും സർ സി പി യുടെ നിർബന്ധിതവിദ്യാഭ്യാസ പദ്ധതിയെ നിശിതമായി വിമർശിച്ചു. വിവിധ സമുദായങ്ങൾ തമ്മിലുള്ള സൗഹാർദവും ഐക്യവും നിവർത്തനകാലത്തെക്കാൾ കൂടുതൽ ശക്തമായി വളർത്തേണ്ടതിന്റെ ആവശ്യകതയെ അദ്ദേഹം ഊന്നിപ്രസ്താവിച്ചു. അതുവരെ, കമ്യൂണിസ്റ്റ് എന്നു കേട്ടാൽ കലിതുള്ളിയിരുന്ന കത്തോലിക്കർ സർ സി പി യുടെ വിദ്യാഭ്യാസപദ്ധതിയിൽ പ്രതിഷേധിക്കാനായി പള്ളിമുറ്റങ്ങളിൽ കൂടിയ വമ്പിച്ച പൊതുയോഗങ്ങളിൽ സി എസിനെ സാദരം സ്വീകരിച്ചു. അൾത്താരയിൽനിന്നുള്ള പ്രസംഗങ്ങളെക്കാൾ കൂടുതൽ ശ്രദ്ധയോടെ സി എസിന്റെ പ്രസംഗം അവർ ശ്രദ്ധിച്ചു. ഈ യോഗങ്ങളിൽ കത്തോലിക്കരെ കൂടാതെ വിവിധ സമുദായാംഗങ്ങൾകൂടി അടികൂടാൻതുടങ്ങി. സർ സി പി സൃഷ്ടിച്ച ക്രൈസ്തവ–ക്രൈസ്തവേതര ചേരിതിരിവ് ദുർബലപ്പെട്ടു. മാത്രമല്ല താൽക്കാലികമായിട്ടാണെങ്കിലും അരുണാസ്ക്വയറിൽ ഗുണ്ടാശല്യം കൂടാതെ കമ്യൂണിസ്റ്റുകാർക്ക് സഞ്ചരിക്കാവുന്ന സ്ഥിതിയും ഉണ്ടായി.

ആലുവ പട്ടണത്തിന്റെ രാഷ്ട്രീയ–സാംസ്കാരിക ചരിത്രത്തിൽ അവി

സ്മരണീയ സംഭവമാണ് 1119 ൽ നടന്ന യൂണിയൻ വാർഷിക സമ്മേളനം. തീവണ്ടിമാർഗം എത്തിച്ചേർന്ന സഖാക്കൾ പി കൃഷ്ണപിള്ള, ഇസഹാക് എന്നിവരെ കാക്കിട്രൗസറും ചുവന്ന ഷർട്ടും ധരിച്ച ചുറുചുറുക്കുള്ള വളണ്ടിയർമാർ റയിൽവേസ്റ്റേഷനിൽച്ചെന്ന് സല്യൂട്ടുചെയ്ത് സ്വീകരിച്ച് സമ്മേളനസ്ഥലത്തേക്ക് ആനയിച്ചു. പൊതുസമ്മേളനം, സാംസ്കാരികസമ്മേളനം, ആലപ്പുഴ തൊഴിലാളി സാംസ്കാരികകേന്ദ്രത്തിന്റെ മികച്ച കലാപരിപാടികൾ — ഇങ്ങനെ വർണശബളവും ഘനഗംഭീരവുമായിരുന്നു സമ്മേളനനടപടികൾ.

അക്കാലത്ത് ബീഡിത്തൊഴിലാളിയും പിന്നീട് യൂണിയൻ സെക്രട്ടറിയുമായിരുന്ന മൂപ്പൻ കെ പി മുഹമ്മദ് പറയുന്നു:

> 1946 ൽ നടന്ന സൗത്ത് ഇന്ത്യൻ റയിൽവെ തൊഴിലാളികളുടെ പണിമുടക്കിന് പിൻതുണ പ്രഖ്യാപിച്ചുകൊണ്ടും ഗോൾഡൻ റോക്കിൽ നടന്ന വെടിവെയ്പിൽ പ്രതിഷേധിച്ചുകൊണ്ടും ശ്രീ ചിത്തിരാമിൽസ്, ഗ്ലാസ് ഫാക്ടറി, അലുമിനിയം ഫാക്ടറി എന്നിവിടങ്ങളിലെ തൊഴിലാളികൾ ജാഥയായി ആലുവയിലേക്കു വന്നു. പൊലീസ് സ്റ്റേഷനു മുമ്പിലൂടെ ജാഥ കടന്നുപോകുമ്പോൾ വെടിവെക്കാനോ അല്ലെങ്കിൽ ചുരുങ്ങിയത് ലാത്തിച്ചാർജു നടത്താനോ പൊലീസ് പ്ലാനിട്ടിരുന്നതായി എനിക്ക് സൂക്ഷ്മമായി അറിവുകിട്ടി. ഉടനെ ഞാൻ ജാഥയെ ലക്ഷ്യമാക്കിപ്പാഞ്ഞു. അരമൈൽ അകലെവെച്ച് ഞാനും ജാഥയിൽ ചേർന്ന്, ജാഥയുടെ മുമ്പിൽ നിന്ന് നയിച്ചു. ജാഥ പൊലീസ് സ്റ്റേഷനുമുമ്പിൽക്കൂടി കടന്നുപോകാതെ സ്റ്റേഷന്റെ പിൻഭാഗത്തുള്ള അരുണാസ്ക്വയറിലേക്ക് ജാഥ നയിച്ചു. അരുണാസ്വാക്യറിൽ പ്രതിഷേധയോഗം തുടങ്ങിയപ്പോൾത്തന്നെ പ്രസംഗകരുടെ നേരെ കല്ലേറും ആരംഭിച്ചു. ജീവൻപോയാലും യോഗം നടക്കണമെന്ന് ഞങ്ങൾ തീരുമാനിച്ചു. ചന്തയിലെ ചില കടയിൽ നിന്ന് ക്ഷണം കൊണ്ട് ശേഖരിച്ച കാർഡ്ബോർഡുകൾ വീഞ്ഞപ്പെട്ടി പായവെട്ടികൾ തുടങ്ങിയവ ഞങ്ങൾ ഉയർത്തിപ്പിടിച്ച് ബാരിക്കേടുകൾ സൃഷ്ടിച്ച് പ്രസംഗകരെ കല്ലേറിൽ നിന്നും രക്ഷപ്പെടുത്തി. കല്ലേറുകാർക്ക് പിന്തിരിയേണ്ടി വന്നു.

കെ പി മുഹമ്മദിനു പറയാനുള്ള മറ്റൊരു കഥ കൂടി. ആലുവ ബീഡി വർക്കേഴ്സ് യൂണിയൻ ജനറൽ സെക്രട്ടറിയായിരുന്ന അദ്ദേഹം എ ടി ടി യു സി കൗൺസിൽ മെമ്പർകൂടിയായിരുന്നു. ആലപ്പുഴവച്ചാണ് സാധാരണയായി കൗൺസിൽ യോഗം ചേരുക. ഒരിക്കൽ കൗൺസിൽ യോഗത്തിൽ പങ്കെടുക്കാനായി ആലപ്പുഴ കയർ ഫാക്ടറി വർക്കേഴ്സ് യൂണിയൻ ഓഫീസിൽ എത്തിയ അദ്ദേഹത്തോട് എ ടി ടി യു സി പ്രസിഡന്റ് സ. ടി വി തോമസ് വളരെ പരുഷമായി തട്ടിക്കയറിയെന്നാണ് സ. മുഹമ്മദിന്റെ പരാതി. അന്നു വളരെ ചൂടനായിരുന്ന സ. മുഹമ്മദും വിട്ടില്ല.

അദ്ദേഹവും സ. ടി വിയോടും കയർത്തുത്തന്നെ മറുപടി പറയാൻ തുടങ്ങിയപ്പോൾ തദവസരത്തിൽ അവിടെ സന്നിഹിതരായിരുന്ന സ. കെ വി പത്രോസും മറ്റും ഇടപെട്ടാണ് സ്ഥിതിഗതികൾ കൂടുതൽ വഷളാകാതെ നോക്കിയത്. താമസിയാതെ തന്നെ, സ. ടി വി യെപ്പറ്റി തനിക്കുണ്ടായ പരാതിയും അമർഷവും അസ്ഥാനത്തായിരുന്നെന്ന് സ. മുഹമ്മദിന് ബോധ്യമാവുകയും ചെയ്തു.

അക്കഥ ഇങ്ങനെയാണ്. ബീഡിത്തൊഴിലാളി യൂണിയൻ രൂപമെടുത്തതും കൂലി കൂട്ടിക്കൊടുക്കേണ്ടിവന്നതും ആലുവയിലെ ബീഡി മുതലാളിമാർക്ക് തീരെ രുചിച്ചില്ലെന്ന് മുമ്പ് പ്രസ്താവിച്ചിട്ടുണ്ടല്ലോ. 'എ' ക്ലാസോ 'ബി' ക്ലാസോ ലൈസൻസ് എടുത്ത് പുകയില–ബീഡി വ്യാപാരവും ബിസിനസും നടത്താൻ മറ്റു വ്യവസായങ്ങളിലെപ്പോലെ ഭീമമായ മൂലധനം മുടക്കേണ്ട ആവശ്യമില്ലായിരുന്നു. അതിനാൽ സ്വാഭാവികമായും ബീഡി മുതലാളിമാർ കൂറ്റൻ ധനാഢ്യരൊന്നുമല്ലായിരുന്നു. എന്നാൽ ബീഡിവ്യവസായത്തിൽ ലാഭത്തോത് വലുതായിരുന്നതുകൊണ്ടോ, ബീഡി മുതലാളിമാർ പെറ്റിബൂർഷ്വാ മനോഭാവക്കാരായിരുന്നതുകൊണ്ടോ എന്തോ അവർ യൂണിയനോടും തൊഴിലാളികളോടും അൽപ്പത്വവും പ്രതികാരവും വാശിയും നിറഞ്ഞ രീതിയിലാണ് പെരുമാറിയിരുന്നത്. ഏത് നിസ്സാര കാരണവും അവരിൽ തൊഴിലാളികളോട് പ്രതികാരേച്ഛ ഉളവാക്കി. തങ്ങൾ രൂപമുടക്കി തുടങ്ങിയ ബിസിനസിൽ ജോലി കൊടുത്തിട്ട് തൊഴിലാളികൾ തങ്ങളോട് കൃതജ്ഞരായിരിക്കേണ്ടതിനു പകരം ഓരോ ആവശ്യങ്ങൾ ഉന്നയിച്ച് അലോസരപ്പെടുത്തുന്നത് അവർക്ക് അസഹനീയമായിരുന്നു. അതിനാൽ ആദ്യം ലഭിക്കുന്ന സന്ദർഭത്തിൽത്തന്നെ കമ്പനി ലോക്കോട്ടു ചെയ്തു തൊഴിലാളികൾക്ക് ജോലി നിഷേധിക്കുക എന്നത് ആലുവ ബീഡിമുതലാളിമാർ സ്വീകരിച്ചിരുന്ന ഒരു അടവായിരുന്നു.

രണ്ടോ മൂന്നോ കമ്പനികൾ ഇപ്രകാരം മതിയായ കാരണങ്ങളില്ലാതെ ലോക്കൗട്ട് ചെയ്യുകയും തൊഴിലാളികളെ പുറന്തള്ളുകയും ലോക്കോട്ടു പിൻവലിച്ച് കമ്പനി തുറക്കാൻ യൂണിയൻ നടത്തിയ പ്രക്ഷോഭം വിജയിക്കാതിരിക്കുകയും ചെയ്തപ്പോൾ യൂണിയൻ മറ്റൊരടവ് പ്രയോഗിച്ചു. യൂണിയൻ നേതാക്കൻമാർ മുൻകയ്യെടുത്ത് അൽപ്പസ്വൽപ്പം പണം സ്വരൂപിച്ച് തൊഴിലില്ലാതായ ഏതെങ്കിലും ഒരു തൊഴിലാളിയുടെ പേരിൽ ലൈസൻസ് എടുത്തു. അയൽസംസ്ഥാനമായ കൊച്ചിയിൽപ്പെട്ട എറണാകുളത്തുനിന്ന് എക്സൈസ് തീരുവ അടച്ച് ആദായവിലക്ക് ചുക്കയും ബീഡിയിലയും കൊണ്ടുവന്ന് പുതിയ കമ്പനി ആരംഭിച്ച് തൊഴിലില്ലാതായ തൊഴിലാളിസഖാക്കൾക്ക് തൊഴിലസവരം ഉണ്ടാക്കിക്കൊടുത്തു. ബീഡിക്കമ്പനി ലോക്കൗട്ടു ചെയ്താൽ അതായത് യൂണിയന് വലിയ ഒരു പ്രശ്നമല്ലാതാകാൻ തുടങ്ങി.

ബീഡി വർക്കേഴ്സ് യൂണിയൻ സെക്രട്ടറിയെ കണ്ടപ്പോൾ സ. ടി വി ആലുവയിലെ ചില പ്രവണത മനസിൽവച്ചുകൊണ്ടു ചോദിച്ചു:

“അലുമിനിയം ഫാക്ടറിപൂട്ടിയാൽ നിങ്ങൾ പകരം പുതിയ കമ്പനി തുറന്ന് തൊഴിലാളികൾക്ക് ജോലി കൊടുക്കുമോ?” ടി വിയുടെ വാക്കുകളിൽ സ്വതസിദ്ധമായ മൂർച്ചയും പരിഹാസവും കലർന്നിരിക്കുമെന്നതിൽ സംശയിക്കാനില്ല. സ. ടി വി യുടെ ഈ ചോദ്യമാണ് നമ്മുടെ ജനറൽ സെക്രട്ടറിയെ വല്ലാതെ ചൊടിപ്പിച്ചത്.

മുതലാളി, തൊഴിലാളികളുടെ നേരെ ആക്രമണം അഴിച്ചുവിട്ടാൽ തൊഴിലാളികളെ യോജിപ്പിച്ചുനിറുത്തി സമരംചെയ്തു മുന്നേറുകയല്ലാതെ, സ്വയം മുതലാളിയാകാൻ ശ്രമിക്കുകയല്ല വേണ്ടത് എന്ന പാഠം തന്നെ സ. ടി വി പഠിപ്പിക്കുകയായിരുന്നെന്ന് കുറെകഴിഞ്ഞപ്പോഴാണ് തനിക്ക് മസിലായതെന്ന് സ. മുഹമ്മദ് പറഞ്ഞു.

എസ്റ്റേറ്റ് വർക്കേഴ്സ് യൂണിയൻ

ഈ കാലഘട്ടത്തിൽത്തന്നെ ആലുവ ഫാക്ടറി ലേബറേഴ്സ് യൂണിയൻ നേതൃത്വം നൽകി സംഘടിപ്പിച്ച മറ്റൊരു യൂണിയനാണ് വാഴക്കുളത്തെ റബർത്തോട്ടങ്ങളിലെ തൊഴിലാളികളുടെ എസ്റ്റേറ്റ് വർക്കേഴ്സ് യൂണിയൻ. തോട്ടം ഉടമകളിൽ കട്ടക്കയം കുടുംബവും ഉൾപ്പെട്ടിരുന്നുവെന്നത് സ്മരണീയമാണ്. മുടിക്കൽ തീപ്പെട്ടിക്കമ്പനിയിൽ കുത്തിയിരുപ്പ് നടത്തിയിരുന്ന തൊഴിലാളികളോട് പിരിഞ്ഞുപോയില്ലെങ്കിൽ ലാത്തിചാർജ് ചെയ്യുമെന്ന് മൂന്നുവട്ടവും എ എസ് പി വിളിച്ചു പറഞ്ഞപ്പോൾ “മൂന്നരത്തരം പിരിഞ്ഞുപോവുകയില്ലെ”ന്ന് പ്രഖ്യാപിച്ച് തിരിച്ചടി നൽകിയ കെ എം സെയ്താലി ഈ യൂണിയന്റെ നേതൃത്വത്തിലേക്കുയർന്നുവന്നു. ഇന്ന് ഈ യൂണിയൻ സി ഐ ടി യു വുമായി അഫിലിയേറ്റ് ചെയ്തിരിക്കുന്നു.

എഫ് എ സി ടി യിൽ

1944 ലോ 45 ലോ എന്ന് കൃത്യമായി പറയുക വയ്യ, ഏലൂരിലെ ഫാക്ടിലും ആലുവാ ഫാക്ടറി ലേബറേഴ്സ് യൂണിയൻ ഇടപെട്ടിട്ടുണ്ട്. തക്കതായ കാരണങ്ങളോ നീതികരണമോ ഇല്ലാതെ എഫ് എ സി ടി യിലെ ഏതാനും വെൽഡർമാരെ പിരിച്ചുവിട്ടു. അന്ന് ഫാക്ടിൽ ട്രേഡ് യൂണിയൻ സംഘടന ഒന്നും രൂപം കൊണ്ടിരുന്നില്ല. അതിനാൽ ആലുവ ഫാക്ടറി ലേബറേഴ്സ് യൂണിയൻ ഈ പിരിച്ചുവിടൽ പ്രശ്നത്തിൽ ഇടപെടുവാൻ തീരുമാനിച്ചു. മാനേജ്മെന്റുമായി സംസാരിച്ച് രമ്യമായ പരിഹാരം കാണാൻ എത്തിയ യൂണിയൻ നേതാക്കന്മാർ കണ്ടത് പിരിച്ചുവിടൽ പ്രശ്നം പരിഹരിച്ചതായിട്ടാണ്. തൊഴിലാളി താൽപ്പര്യങ്ങൾ വിട്ടുവീഴ്ചയില്ലാതെ സംരക്ഷിക്കുന്ന ഈ നേതാക്കന്മാർ ഇടപെട്ടാൽ ഉണ്ടായേക്കാവുന്ന ദൂരവ്യാപകമായ ഭവിഷ്യത്ത് മുൻകൂട്ടി കാണാൻ കഴിയുമായിരുന്ന കൗശലക്കാരായ ഫാക്ട് മാനേജ്മെന്റ് 50 ഉറുപ്പികവീതം ഓരോ വെൽഡർക്കും നഷ്ടപരിഹാരം നൽകി പിരിച്ചുവിടൽ തീരുമാനം തൊഴിലാളികളെ കൊണ്ട് അംഗീകരിപ്പിക്കുകയാണുണ്ടായത്.

9

പുന്നപ്ര–വയലാർ സമരത്തിന്റെ രണ്ടാംനിര

എന്തെല്ലാം അപവാദങ്ങളും കള്ളപ്രചാരണങ്ങളുമാണ് പുന്നപ്ര–വയലാറിനെതിരായി ദിവാൻ സർ സി പി രാമസ്വാമി അയ്യർ അഴിച്ചുവിട്ടത്! ആളോഹരി പതിമൂന്നര സെന്റ് വീതം പങ്കുവെക്കാൻ കമ്യൂണിസ്റ്റുകാർ കൊലയും കൊള്ളയും അഴിച്ചുവിട്ടിരിക്കുന്നു എന്നെല്ലാം പത്രങ്ങളായ പത്രങ്ങളെല്ലാം എഴുതി. തൊഴിലാളിസമരത്തെ പരസ്യമായി അനുകൂലിച്ച സി കേശവൻ ജയിലിനുള്ളിലായിരുന്നുവെങ്കിലും പുറത്തുള്ള കോൺഗ്രസുകാർ ഒന്നടങ്കം സർ സി പിയുടെ പ്രചാരണം ഏറ്റെടുത്ത് പ്രചരിപ്പിച്ചു. തൊഴിലാളികളോടൊപ്പം നിന്നിരുന്ന വിപ്ലവ സോഷ്യലിസ്റ്റ് നേതാവ് ശ്രീകണ്ഠൻനായർ നിർണായകഘട്ടത്തിൽ മാറിനിൽക്കുകയും സമരത്തെ അടിച്ചമർത്തിയപ്പോൾ സമരത്തെയും അതിന്റെ സംഘാടകരെയും അധിക്ഷേപിച്ചുകൊണ്ട് *വഞ്ചിക്കപ്പെട്ട വേണാട്* എന്ന ലഘുലേഖയെഴുതി സർക്കാർ കള്ളപ്രചാരണത്തിന് ആക്കംകൂട്ടുകയും ചെയ്തു.

എന്നാൽ ഇവയെല്ലാം നട്ടാൽ കുരുക്കാത്ത നുണകളായിരുന്നുവെന്ന് ചരിത്രം തെളിയിച്ചു. കോൺഗ്രസുകാരും വിപ്ലവസോഷ്യലിസ്റ്റുകാരും എല്ലാവിധ കമ്യൂണിസ്റ്റ് വിരോധികളും പുന്നപ്ര–വയലാർ സമരത്തിന്റെ യഥാർഥ പിൻതുടർച്ചാവകാശികളായ കമ്യൂണിസ്റ്റുകാരും അടങ്ങുന്ന കേരള നിയമസഭ, പുന്നപ്ര–വയലാർ സമരത്തെ ദേശീയ സ്വാതന്ത്ര്യസമരത്തിന്റെ ഭാഗമായി അംഗീകരിക്കണമെന്ന് കേന്ദ്രത്തോടഭ്യർഥിക്കുന്ന പ്രമേയം ഏകകണ്ഠമായി പാസാക്കി.

ഒരു സുപ്രഭാതത്തിൽ യാദൃച്ഛികമായി പൊട്ടിപ്പുറപ്പെട്ടതല്ല പുന്നപ്ര–വയലാർ സമരം. ദിവാൻ ഭരണം അവസാനിപ്പിക്കാനായി തിരുവിതാംകൂർ ജനത ഒറ്റക്കെട്ടായി ഉണർന്നെണീറ്റ് അണിനിരക്കും മുമ്പേ സംഘടിത തൊഴിലാളികളെയും കമ്യൂണിസ്റ്റ്പാർട്ടിയെയും ഒറ്റപ്പെടുത്തി

അടിച്ചമർത്താൻ സർ സി പി മാസങ്ങൾക്കുമുമ്പേ പ്ലാൻ ചെയ്തിരുന്നു. സർ സി പിയുടെ പൊലീസ് - ഗുണ്ടാ തേർവാഴ്ചക്കെതിരെ നടത്തിയ ചെറുത്തുനിൽപ്പിന്റെ ഉഗ്രരൂപമായിരുന്നു പുന്നപ്ര-വയലാർ സമരം. പുന്നപ്രയിലും വയലാറിലും തൊഴിലാളികൾ ആയുധമെടുക്കുന്നതിന് എത്രയോ മുമ്പേ രാജ്യവ്യാപകമായി കൂട്ട അറസ്റ്റുകളും ലോക്കപ്പ് മർദനങ്ങളും ഗുണ്ടാ ആക്രമണങ്ങളും തൊഴിലാളി സ്ത്രീകളെ മാനഭംഗപ്പെടുത്തലും തുടങ്ങിക്കഴിഞ്ഞിരുന്നു. 1122 ചിങ്ങമാസം മൂന്നാംവാരത്തിൽ മാത്രം അറസ്റ്റുചെയ്യപ്പെട്ട ടി യു പ്രവർത്തകരുടെ കണക്ക് ഇതാ:

ആലുവാ	–	16
വൈക്കം	–	16
ആലപ്പുഴ	–	2
കൊല്ലം	–	15
പുനലൂർ	–	1
പൂഞ്ഞാർ (കർഷകസംഘം പ്രവർത്തകർ)	–	25

1122 ചിങ്ങം 16-ാം തീയതി കൊല്ലത്തുവച്ച് എ ടി ടി യു സി വർക്കിങ് കമ്മിറ്റിയോഗം കൂടി. ചിങ്ങം 20-ാം തീയതി വ്യാഴാഴ്ച ഒരു ദിവസത്തെ സൂചനാപണിമുടക്കം നടത്തി അറസ്റ്റിൽ പ്രതിഷേധിക്കാൻ ആഹ്വാനം നൽകി. ഈ യോഗത്തിൽ ബാലാനന്ദനുൾപ്പെടെയുള്ള ആലുവ ഫാക്ടറി ലേബറേഴ്സ് യൂണിയൻ പ്രതിനിധികളും ഭാഗഭാക്കുകളായിരുന്നു. സ്വാഭാവികമായും ആലുവ യൂണിയനുകൾ ഈ പണിമുടക്കിൽ സഹകരിച്ചു.

എ ടി ടി യു സി ജനറൽ സെക്രട്ടറി ആർ സുഗതൻ കയ്യൊപ്പിട്ട് അയച്ച സർക്കുലറിൽ അലുമിനിയം ഫാക്ടറിയിൽ തുടർച്ചയായി പണിചെയ്യുന്ന സഖാക്കളെയും മറ്റ് അത്യാവശ്യ സർവീസുകാരായ തൊഴിലാളികളെയും പണിമുടക്കിൽനിന്ന് ഒഴിവാക്കിയിട്ടുണ്ടെന്ന് കാണാം. ഇതിൽനിന്ന് സർ സി പി യുടെയും ഗവൺമെന്റിന്റെയും മർദന നടപടികളോട് മാത്രമായിരുന്നു തൊഴിലാളികളുടെ എതിർപ്പ് എന്ന് തെളിയുന്നുണ്ടല്ലോ.

സൂചനാ പണിമുടക്കിനുശേഷവും സർ സി പിയുടെ പൊലീസ് ഗുണ്ടാ തേർവാഴ്ച കൂടുതൽ ഭീകരമായതേയുള്ളൂ. പൊറുതിമുട്ടിയ തൊഴിലാളികൾക്ക് ചെറുത്തുനിൽപ്പ് സംഘടിപ്പിക്കാതെ ഗത്യന്തരമില്ലെന്ന ദിക്കായി.

"അമേരിക്കൻ മോഡൽ ഭരണഘടന പിൻവലിക്കുക."

"ദിവാൻഭരണം അവസാനിപ്പിക്കുക."

"പൊലീസ് ഗുണ്ടാ തേർവാഴ്ച അവസാനിപ്പിക്കുക."

എന്നു തുടങ്ങി ഇരുപത്തേഴ് അടിയന്തരാവശ്യങ്ങളുന്നയിച്ചുകൊണ്ട് 1122 തുലാം 5-ാം തീയതി മുതൽ പണിമുടക്കാൻ എ ടി ടി യു സി ആഹ്വാനംനൽകി. ആലപ്പുഴയിൽ കൂടിയ വർക്കിങ് കമ്മിറ്റിയാണ് പൊതുപണിമുടക്കിനുള്ള തീരുമാനം കൈക്കൊണ്ടത്. വർക്കിങ് കമ്മിറ്റിയോഗത്തിൽ ആലുവയെ പ്രതിനിധീകരിച്ച് സ. ബാലാനന്ദൻ പങ്കെടുത്തു.

പൊതുപണിമുടക്കിൽ പങ്കുചേരാൻ ആലുവാ ഫാക്ടറി ലേബറേഴ്സ് യൂണിയനും അതിന്റെ ഘടകങ്ങളും ആലുവയിലെ ഇതര യൂണിയനുകളും തീരുമാനിച്ചു.

വ്യവസായ മേഖലയിലാകെ പൊതുയോഗങ്ങൾ ചേരുന്നതും ഘോഷയാത്ര നടത്തുന്നതും നിരോധിച്ചുകൊണ്ടായിരുന്നു സചിവോത്തമ സർ സി പി ആലുവയിലെ തൊഴിലാളികളുടെ നേരെ കടന്നാക്രമണം അഴിച്ചുവിട്ടത്. സ്റ്റേറ്റിലുടനീളം പൗരസ്വാതന്ത്ര്യങ്ങൾ നിഷേധിച്ചത് സ്റ്റേറ്റ് കോൺഗ്രസിനെ നേരിടാൻ വേണ്ടിയല്ലായിരുന്നു. എന്തെന്നാൽ സ്റ്റേറ്റ് കോൺഗ്രസ് പ്രസിഡന്റ് പട്ടംതാണുപിള്ളയുടെ വാക്കുകളിൽ ആ സംഘടന ഉമിത്തീപോലെ നീറിക്കൊണ്ടിരുന്നതേയുള്ളൂ. (പട്ടത്തിന്റെ 1119 ലെ പ്രസിദ്ധമായ പാലാപ്രസംഗം) തൊഴിലാളി പ്രസ്ഥാനത്തെപ്പോലെ ആളിക്കത്തിപ്പടർന്നുപിടിച്ചില്ല.

ആലുവയിലെ ട്രേഡ് യൂണിയൻ സംഘടനകൾ സർ സി പിയുടെ നിരോധനാജ്ഞയെ വെല്ലുവിളിച്ചു. ഓരോ ഫാക്ടറിയിലേയും തൊഴിലാളികൾ നിരോധനം ലംഘിച്ച് ആലുവയിലേക്ക് മാർച്ചുചെയ്യുകയും അവിടെ പൊതുയോഗം ചേരുകയും ചെയ്തു. ദിവാൻ ഭരണമാകട്ടെ, ഓരോ ഫാക്ടറിയിലെയും പ്രധാന സജീവപ്രവർത്തകരെ തെരഞ്ഞുപിടിച്ച് അറസ്റ്റുചെയ്ത് കേസ് ചാർജു ചെയ്തു. ആ സഖാക്കൾ ജാമ്യത്തിൽ പുറത്തിറങ്ങി.

ദിവാൻ ഭരണം അവസാനിപ്പിക്കാനും അമേരിക്കൻ മോഡൽ ഭരണഘടന അറബിക്കടലിൽ കെട്ടിത്താഴ്ത്താനും പൊലീസ്-ഗുണ്ടാ തേർവാഴ്ച അവസാനിപ്പിക്കാനും മറ്റ് സാമ്പത്തികാനുകൂല്യങ്ങൾ അനുവദിക്കാനും വേണ്ടി തുലാം അഞ്ചാം തീയതി ആലപ്പുഴ തൊഴിലാളികൾ പണിമുടക്കിയപ്പോൾ ആലുവയിലെ അലുമിനിയം, ശ്രീചിത്തിരാ മിൽസ്, ഗ്ലാസ് ഫാക്ടറി, സ്റ്റാന്റേർഡ് പോട്ടറീസ്, വഞ്ചിനാട് മാച്ചസ് തൊഴിലാളികളും പണിമുടക്കി. പണിമുടക്കം മൂന്ന് ദിവസം വിജയകരമായി നീണ്ടുനിന്നു. തുലാം ഏഴാം തീയതി പുന്നപ്ര പൊലീസ് ക്യാമ്പ് ആക്രമിക്കപ്പെട്ടതോടുകൂടി ആലുവ പൊലീസ് അധികാരികൾ തൊഴിലാളികളുടെ മേൽ ചാടി വീണു. നിരോധന ഉത്തരവ് ലംഘിച്ച് ഘോഷയാത്രയും പൊതുയോഗവും നടത്തിയ കേസുകളിൽ ജാമ്യത്തിൽ പുറത്തുനിൽക്കുകയായിരുന്ന ഫാക്ടറിത്തൊഴിലാളികളായ എല്ലാ സഖാക്കളുടെയും ജാമ്യം റദ്ദുചെയ്ത് കസ്റ്റഡിയിലെടുത്തു. ജെ ടി കായനാട്ട്, ചെറിയാൻ കട്ടക്കയം, കെ സി മാത്യു തുടങ്ങിയ നേതാക്കളെ പൊതുപണിമുടക്കം ആരംഭിക്കുന്നതിന് വളരെ നേരത്തെതന്നെ ജയിലിലടച്ചിരുന്നു. എക്കാലത്തും ആലുവക്ക് താങ്ങുംതണലും ഏകിയിരുന്ന ആലപ്പുഴയുടെ സഹായം ഇല്ലായിരുന്നതുകൊണ്ടും നേതാക്കന്മാരുടെയും ഓരോ ഫാക്ടറിയിലെയും ഉശിരൻ പ്രവർത്തകരുടെയും അഭാവം കൊണ്ടും എട്ടാം തീയതി മുതൽ പണിമുടക്കം തളരാൻ തുടങ്ങിയിരുന്നു. പത്താം തീയതിയിലെ വയലാറിലെ കൂട്ടക്കൊലയുടെ വാർത്ത പര

ന്നതോടെ പണിമുടക്കിയവരിൽ ഭൂരിഭാഗവും ജോലിയിൽ പ്രവേശിച്ചു. അന്ന് ഹാജരാകാതിരുന്നവരെയും ജയിലിൽപോകാതെ അവശേഷിച്ചിരുന്ന യൂണിയൻ പ്രവർത്തകരെയും ഓരോ ഫാക്ടറിയിൽ നിന്നും പിരിച്ചുവിട്ടു. ജയിലിൽ അടച്ച സഖാക്കളെയെല്ലാം പിരിച്ചുവിട്ടുവെന്ന് പ്രത്യേകം എടുത്തുപറയേണ്ടതില്ലല്ലോ.

സർ സി പി യുടെ പട്ടാളം വയലാറിൽ കൂട്ടക്കശാപ്പ് നടത്തിയ തുലാം പത്താം തീയതി രാത്രി അവശേഷിച്ചിരുന്നവരും ഒളിവിൽക്കഴിഞ്ഞിരുന്നവരും ആയ നേതാക്കന്മാർ ഉൾപ്പെടെയുള്ള ആലുവയിലെ ആക്ഷൻ കൗൺസിൽ അംഗങ്ങൾ അലുമിനിയം കമ്പനിക്ക് തൊട്ടടുത്തുള്ള ബാലാനന്ദന്റെ വസതിയിൽ ഒത്തുകൂടി. എൻ കെ മാധവൻ, ആന്റണി സെബാസ്റ്റ്യൻ (സണ്ണി), സി കെ അബ്ദുൾ ഖാദർ, ബാലാനന്ദൻ തുടങ്ങിയവരാണ് ഒത്തുചേർന്നത്. പണിമുടക്കിന്റെ അടുത്തഗതിയെന്തെണ് നിർണയിക്കുകയായിരുന്നു അവരുടെ ഉദ്ദേശ്യം. ആക്ഷൻ കൗൺസിൽ യോഗത്തിന്റെ വിവരം സി ഐ ഡി മണത്തറിഞ്ഞു. നിമിഷങ്ങൾക്കകം എ എസ് പി ശർമ്മയുടെ നേതൃത്വത്തിൽ ഒരു സംഘം പൊലീസുകാർ ആ കൊച്ചുവീട് വളഞ്ഞു. എന്നാൽ സഖാക്കൾ എല്ലാവരും അപാരമായ മനഃസാന്നിധ്യംകൊണ്ട് സമർഥമായി പൊലീസിന്റെ പിടിയിൽനിന്നും രക്ഷപ്പെട്ടു.

എൻ കെ മാധവൻ തൊട്ടടുത്തുള്ള ഇല്ലിക്കൂട്ടിൽ 'അനായാസേന' ഒളിച്ചു. പകൽസമയത്തുപോലും വിഷപ്പാമ്പുകൾ സ്വൈരവിഹാരം നടത്തിയിരുന്ന ആ ഇല്ലിക്കൂട്ടിൽ, വിദഗ്ധനായ മുള്ളുവെട്ടുകാരൻപോലും വാക്കത്തിയുമായി കയറാൻ മടിക്കുന്ന ഇല്ലിക്കൂട്ടിൽ, പൊലീസിന്റെ ശക്തമായ ടോർച്ചിനു പോലും കണ്ടുപിടിക്കാനാവാത്തവിധം എൻ കെ ഉള്ളിലോട്ടുകയറി രക്ഷപ്പെട്ട കഥ ഇന്ന് വിവരിക്കാൻ സാധ്യമല്ല.

ബാലാനന്ദനും ആന്റണി സെബാസ്റ്റ്യനും പടിഞ്ഞാട്ട് ഓടി. പൊലീസിന്റെ ടോർച്ച് ലൈറ്റിൽ നിന്നും രക്ഷപ്പെടാനായി അവർ തങ്ങളുടെ വെളുത്ത ഷർട്ടും മുണ്ടും ഉരിഞ്ഞ് ചുരുട്ടിപ്പിടിച്ചുകൊണ്ടാണ് ഓടിയത്. കുണ്ടിലും കുഴിയിലും പാടത്തും ചെളിയിലും വീണ അവർ ഒരു തൊഴിലാളിയുടെ സഹായത്തോടെ ഒരു വഞ്ചിപിടിച്ച് പുഴയിലൂടെ ആലുവായിലെത്തി. ആന്റണി സെബാസ്റ്റ്യൻ ആലുവ കൊട്ടാരത്തിന്റെയും പൊലീസ് സ്റ്റേഷന്റെയും മാർത്താണ്ഡവർമ്മ പാലത്തിന്റെയും മുകളിൽ രക്തപതാക നാട്ടി പിറ്റേദിവസം രാവിലെ പൊലീസിനെ ഞെട്ടിപ്പിച്ചുകളഞ്ഞു.

സി കെ അബ്ദുൾഖാദർ കുറ്റിക്കാട്ടുകര പുഞ്ചയിലേക്കാണ് ചാടിയത്. പുഞ്ച നീന്തിക്കയറി, ഇന്ന് ടി സി സി – എച്ച് ഐ എൽ – ഫാക്ടറികോളനികൾ സ്ഥിതിചെയ്യുന്ന കുന്നുകളും താണ്ടി മഞ്ഞുമ്മൽ ടി എം കൃഷ്ണന്റെ വീട്ടിലെത്തി. ഇല്ലിക്കൂട്ടിൽ നിന്നും ജീവനോട് പുറത്തുചാടിയ എൻ കെയും അവിടെയെത്തി. ഈ വീട് നേരത്തെതന്നെ പൊലീസിന്റെ നോട്ടത്തിൽപ്പെട്ടിരുന്നതിനാൽ പൊലീസ് എത്തി വീടുവളഞ്ഞു. വീടിനുള്ളിൽ എത്ര കമ്യൂണിസ്റ്റുകാരുണ്ടെന്ന് പൊലീസിന് തിട്ടമില്ല. കമ്യൂ

ണിസ്റ്റുകാർ ആയുധങ്ങൾ ശേഖരിച്ചിട്ടുണ്ടോ എന്ന് അവർക്ക് സംശയമുണ്ടായിരുന്നു. അതിനാൽ കടന്നാക്രമിക്കാതെ നേരം പുലരുന്നതുവരെ കാത്തിരിക്കാൻ പൊലീസ് തീരുമാനിച്ചു.

അയലത്തെ കൃഷിക്കാരൻ പാടത്തുപോയി കണ്ടത്തിൽ വെള്ളം തിരിച്ചിട്ടുവരുമ്പോൾ വേലിയരികിൽ തെങ്ങിന്റെ ചുവട്ടിൽ ഒരാൾ പരുങ്ങുന്നതുകണ്ടു. കള്ളനായിരിക്കുമത് എന്ന് ഊഹിച്ച കൃഷിക്കാരൻ കയ്യിൽ കിട്ടിയ അടയ്ക്കാമര പാരക്കോൽ കൊണ്ട് ശക്തിയായൊരു പ്രഹരം കൊടുത്തു. അടികൊണ്ട പ്രാണവേദനയാൽ പൊലീസുകാരൻ ഓടിപ്പോയി. സംഘടിതമായ ആക്രമണം വരുന്നു എന്ന് ധരിച്ച മറ്റു പൊലീസുകാരും തുരുതുരാ ഓടിപ്പോയി. ആ ബഹളത്തിനിടയിൽ സുരക്ഷിതത്വത്തിൽ സംശയംതോന്നിയ നേതാക്കന്മാരും സ്ഥലംവിട്ടു.

പിറ്റേന്ന് അതിരാവിലെ ഒരു വണ്ടി പൊലീസ് വന്നു. ടി എം കൃഷ്ണൻ, അനുജൻ ടി എം വാസുദേവൻ (യുവജനസമാജത്തിന്റെയും കലാസമിതിയുടെയും സെക്രട്ടറി) കെ ആർ കൃഷ്ണൻകുട്ടിയുടെ അനുജൻ ശ്രീധരൻ തുടങ്ങി കണ്ടവരെയും കിട്ടിയവരെയും എല്ലാം അറസ്റ്റു ചെയ്തു. ടി എം കൃഷ്ണന്റെ പിതാവ് എൺപതു വയസുള്ള മാക്കോതയെ തല്ലി. റോഡിൽ കണ്ടവരെയെല്ലാം ഓടിച്ചിട്ടുതല്ലി. “എവിടേടാ എൻ കെ മാധവൻ?” പൊലീസ് അലറി. വഴിയേപോയ ഒരു മാധവനെ ആരോ ചൂണ്ടിക്കാണിച്ചു. മരപ്പണിക്കാരനായിരുന്ന ആ സാധുവിനെ തല്ലിച്ചതച്ച് വാനിലേക്കെറിഞ്ഞു. മഞ്ഞുമ്മൽ റോഡിൽ പൊലീസിന്റെ ഭീകരതാണ്ഡവം മണിക്കൂറുകളോളം നീണ്ടുനിന്നു.

അന്നുച്ചതിരിഞ്ഞ് ഒരു സംഘം പട്ടാളക്കാർ ബോട്ടിൽക്കയറി മുടിക്കൽ വഞ്ചിനാട് മാച്ച് ഫാക്ടറി മുതൽ അലുമിനിയം കമ്പനിവരെ ആലുവാപുഴയിൽ അങ്ങോട്ടും ഇങ്ങോട്ടും സഞ്ചരിച്ചു. കളമശ്ശേരി ക്യാമ്പിലെ പട്ടാളക്കാർ ഏലൂർവരെ റൂട്ട്മാർച്ച് നടത്തുകയുണ്ടായി. ഒരിക്കലല്ല, പല പ്രാവശ്യവും. അതേത്തുടർന്ന് കളമശ്ശേരി ക്യാമ്പിലെ പട്ടാളക്കാർ കുളിക്കാൻ വന്നുകൊണ്ടിരുന്നത് അലുമിനിയം കമ്പനിക്ക് പടിഞ്ഞാറുവശമുള്ള കുളക്കടവിലായിരുന്നു.

അമ്പലപ്പുഴ- ചേർത്തല താലൂക്കിലേതുപോലെ തൊഴിലാളികളുടെ ചെറുത്തുനിൽപ്പ് ഗവൺമെന്റ് ഇവിടെയും പ്രതീക്ഷിച്ചതുകൊണ്ടായിരിക്കണം പട്ടാളത്തിന്റെ പ്രകടനം നടത്തിയത്. ഏതാനും നേതാക്കൾ അറസ്റ്റിൽപ്പെടാതെ ഒളിവിൽപ്പോയതും മഞ്ഞുമ്മൽ വെച്ച് ഒരു പൊലീസുകാരന് യാദൃച്ഛികമായി കിട്ടിയ പ്രഹരവും അധികാരികളുടെ ഭയത്തിന് ആക്കം കൂട്ടിയിരിക്കാം.

പൊതുപണിമുടക്കത്തിനുള്ള തീരുമാനം കൈകൊണ്ട ആലപ്പുഴ വർക്കിങ് കമ്മിറ്റിയോഗത്തിൽ സന്നിഹിതനായിരുന്നതിനാൽ ബാലാനന്ദനെ വയലാർ - പുന്നപ്ര ഗൂഢാലോചനക്കേസിലെ മുപ്പത്തിയൊന്നാം പ്രതിയാക്കിയിരുന്നു. എന്നാൽ സഖാവ് ഒഴിവിൽപ്പോയി.

പുന്നപ്ര-വയാലാർ സമരത്തോടുകൂടി ആലുവ ട്രേഡ് യൂണിയൻ പ്രസ്ഥാനത്തിന്റെ ആദ്യഘട്ടം പര്യവസാനിച്ചെന്ന് കണക്കാക്കാവുന്നതാണ്.

10

യൂണിയൻ പ്രവർത്തനം കലാ-സാംസ്കാരിക രംഗങ്ങളിലും

പിൽക്കാലത്ത് ഉദയം ചെയ്ത പല ട്രേഡ് യൂണിയനുകളും തൊഴിലാളികൾക്ക് അൽപ്പസ്വൽപ്പം സാമ്പത്തികനേട്ടങ്ങൾ ഉണ്ടാക്കിക്കൊടുക്കുന്നതൊഴിച്ചാൽ മറ്റൊരു രംഗത്തും യാതൊരുവിധ ബാധ്യകളുമില്ലാത്ത സർവതന്ത്രസ്വതന്ത്ര യൂണിയനുകളായാണ് വളർന്നുവന്നത്. ആലുവ ഫാക്ടറി ലേബറേഴ്സ് യൂണിയൻ അത്തരത്തിൽ പെടുമായിരുന്നില്ലെന്ന് അത് മുഴക്കിയ രാഷ്ട്രീയ മുദ്രാവാക്യങ്ങളിൽനിന്നും വ്യക്തമായല്ലോ. രാഷ്ട്രീയരംഗത്തുമാത്രമല്ല, തൊഴിലാളിവർഗ താൽപ്പര്യമുള്ള എല്ലാ രംഗങ്ങളിലും പ്രശ്നങ്ങളിലും ഇടപെടാൻ യൂണിയൻ ശ്രദ്ധിച്ചിരുന്നു. സാമൂഹ്യജീവികളായ തൊഴിലാളികളുടെ സാമ്പത്തികവും രാഷ്ട്രീയവും സാമൂഹ്യവുമായ ആവശ്യങ്ങൾക്കുവേണ്ടി യൂണിയൻ പോരാടിയെന്നു സാരം.

മൂലധനം മുടക്കി ബൂർഷ്വാസി തൊഴിലാളികളുടെ അധ്വാനശേഷി മാത്രമല്ല ചൂഷണം ചെയ്തിരുന്നത് എന്ന് ആലുവ ഫാക്ടറി ലേബറേഴ്സ് യൂണിയൻ നേതാക്കൾക്കറിയാമായിരുന്നു. മൂലധനത്തിന്റെയും സ്വകാര്യസ്വത്തിന്റെയും പരിപാവനത്വവും അലംഘനീയതയും പ്രകീർത്തിക്കുന്ന നിയമസംഹിതകളും വിശ്വാസങ്ങളും ആചാരാനുഷ്ഠാനങ്ങളും, ഈ നിയമ-വിശ്വാസാചാരാദികളെ സനിഷ്കർഷം കാത്തുസൂക്ഷിച്ചുപോന്നിരുന്ന ഭരണകൂടവും എല്ലാം ചൂഷണത്തിനുള്ള ഉപാധികളായിരുന്നു. ഇവക്കെതിരായിക്കൂടി സമരംചെയ്യാതെ ചൂഷണമവസാനിപ്പിക്കാൻ സാധ്യമല്ലെന്നും അവർക്കറിയാമായിരുന്നു. തൊഴിലാളികളും മറ്റ് അധഃസ്ഥിതരായ സാമാന്യജനങ്ങളും ഇപ്പറഞ്ഞ വിശ്വാസപ്രമാണങ്ങളുടെയും ആചാരമര്യാദകളുടെയും അടിമകൾ ആയിരുന്നു. സാമാന്യജനങ്ങൾ, പ്രത്യേകിച്ചും മുൻപന്തിയിൽ നിൽക്കുന്ന വ്യവസായ തൊഴിലാളികൾ — ചൂഷണത്തിനും സ്വത്തുടമാവർഗത്തിന്റെ ആധിപത്യത്തിനും എതി

രായ സമരത്തിൽ അണിനിരക്കണമെങ്കിൽ ആദ്യം അവർതന്നെ തെറ്റായ വിശ്വാസങ്ങളുടെയും ആചാരങ്ങളുടെയും കടുംപിടിയിൽ നിന്നും വിമോചിതരാകണം. ചുരുക്കിപ്പറഞ്ഞാൽ, 'വർഗബോധം' 'വർഗൈക്യം' തുടങ്ങിയ പദങ്ങൾ പ്രസംഗത്തിന്റെ കൊഴുപ്പിനും ഭംഗിക്കുംവേണ്ടി തട്ടിമൂളിക്കാവുന്ന വീൺവാക്കുകളായിട്ടല്ല ആലുവ ഫാക്ടറി ലേബറേഴ്സ് യൂണിയന്റെ സംഘാടകരും നേതാക്കളും കണ്ടിരുന്നത്. നാടുവാഴി സമ്പ്രദായത്തിന്റെ സൃഷ്ടിയായിരുന്ന അടിമമനോഭാവത്തിൽനിന്ന് തൊഴിലാളികളെ വിമോചിപ്പിച്ച് ആശയപരവും രാഷ്ട്രീയപരവുമായ ആയുധം അണിയിക്കാതെ മറ്റു പോംവഴികൾ ഉണ്ടായിരുന്നില്ല.

കലാസാഹിത്യാദികളെ തൊഴിലാളിവർഗത്തിനെതിരായ ആക്രമണത്തിൽ പ്രചാരണോപാധിയായി സ്വത്തുടമാവർഗം ഉപയോഗിച്ചുവരുന്നു. വിപ്ലവകാരികളായ തൊഴിലാളിവർഗത്തിനും കലാ സാഹിത്യാദികളെ മൂർച്ചയുള്ള ആയുധമാക്കിത്തീർക്കാൻ കഴിയുമെന്ന് മാർക്സിസ്റ്റ് ആചാര്യന്മാർ സിദ്ധാന്തിക്കുകയും ചെയ്തിട്ടുണ്ട്. അതിനാൽ ആലപ്പുഴയിലെ ട്രേഡ് യൂണിയൻ നേതൃത്വം ഒരു പ്രോലിട്ടേറിയൻ സാഹിത്യവും സംസ്കാരവും വളർത്തിയെടുക്കാൻ തുടക്കം മുതലേ ശ്രമിച്ചു. ആലുവാ ഫാക്ടറി ലേബറേഴ്സ് യൂണിയൻ നേതൃത്വം ഇക്കാര്യത്തിൽ ആലപ്പുഴയെ അനുകരിച്ചു. ആലപ്പുഴയിലേതുപോലെ ആലുവയിൽ പൂർണവിജയം കൈവരിക്കാൻ സാധിച്ചില്ലെങ്കിലും പ്രോലിട്ടേറിയൻ കലാ-സാഹിത്യ-സംസ്കാരങ്ങളുടെ ബീജവാപം ചെയ്തു എന്ന് തീർച്ചയായും അഭിമാനിക്കാവുന്നതാണ്.

അലുമിനിയം ഫാക്ടറി വർക്കേഴ്സ് യൂണിയന്റെ നിയമാവലിയിൽ രണ്ടാം വകുപ്പിൽ സി ഉപവകുപ്പ് പറയുന്നത് ശ്രദ്ധിക്കുക.

> തൊഴിലാളികളുടെ താൽപ്പര്യങ്ങളും അവകാശങ്ങളും അവരെ പറഞ്ഞു മനസിലാക്കുന്നതിനുവേണ്ടി പ്രചാരണവേലകൾ ചെയ്യുകയും അതേ ഉദ്ദേശ്യത്തോടുകൂടി പത്രങ്ങൾ, ലഘുലേഖകൾ തുടങ്ങിയവ പ്രസിദ്ധീകരിക്കുകയും ഗ്രന്ഥശാലകൾ, വായനശാലകൾ മുതലായവ സ്ഥാപിച്ചു നടത്തുകയും ചെയ്യുക."

യൂണിയൻ കൊണ്ടുള്ള പ്രയോജനങ്ങൾ വിവരിക്കുന്ന വകുപ്പ് 8 സി ഉപവകുപ്പിൽ ഇപ്രകാരം പറയുന്നു:

"ഒരു വരിയും പ്രത്യേകം ചുമത്താതെ സൗജന്യമായി യൂണിയനിൽ നിന്നും നടത്തുന്ന ഗ്രന്ഥശാലകളും വായനശാലകളും ഉപയോഗിക്കുക." ഓരോ അംഗത്തിന്റെയും അവകാശമാണ്. ഈ അവകാശം ഓരോ മെമ്പറും ശരിക്കും ഉപയോഗിക്കാനുള്ള പ്രേരണയും നിരന്തരമായും സ്ഥിരമായും ചെലുത്തുക നേതൃത്വത്തിന്റെ കടമ ആയിരുന്നു.

ആലുവയിലെ തൊഴിലാളികൾക്കിടയിലും ആലുവ പട്ടണത്തിലും ആദ്യമായിട്ടാണ് 1119 ൽ ബീഡി വർക്കേഴ്സ് യൂണിയന്റെ വാർഷികത്തോടനുബന്ധിച്ച് ഒരു തൊഴിലാളി സാംസ്കാരികയോഗം കൂടുന്നത്. കേരള

ത്തിലെ സാഹിത്യ-സാംസ്കാരിക നവോത്ഥാനത്തിന്റെ അതികായനായ നേതാവ് ശ്രീ കുറ്റിപ്പുഴ കൃഷ്ണപിള്ള ഇദംപ്രഥമമായി ഒരു തൊഴിലാളി യോഗത്തിൽ പ്രത്യക്ഷനാവുകയും ആ യോഗത്തിൽവച്ചുതന്നെ വലി യൊരു സോഷ്യലിസ്റ്റ് സൈദ്ധാന്തികനായ കുറ്റിപ്പുഴയിൽ ഈ സമ്മേള നവും സമ്മേളനത്തിൽ ആർ സുഗതൻ സാഹിത്യത്തെപ്പറ്റി ചെയ്ത പ്രസംഗവും വലിയ മതിപ്പുളവാക്കിയ വസ്തുതകളാണ്. ഇതേത്തു ടർന്നാണ് കല-സാംസ്കാരിക സാഹിത്യരംഗങ്ങളിലെ പ്രവർത്തനങ്ങൾ കൂടി ആലുവ ട്രേഡ് യൂണിയൻ പ്രവർത്തനത്തിന്റെ അവിഭാജ്യഘടക മായി മാറുന്നത്.

ആലുവ ഫാക്ടറി ലേബറേഴ്സ് യൂണിയൻ നേതൃത്വം, പ്രത്യേ കിച്ചും എൻ കെ മാധവൻ മുൻകൈയെടുത്ത് മഞ്ഞുമ്മൽ കേന്ദ്രമാക്കി ക്കൊണ്ട് ഒരു കലാസമിതി രൂപീകരിച്ചു. കലാസമിതിക്ക് നേതൃത്വവും ശിക്ഷണവും നൽകാൻ ആലപ്പുഴ തൊഴിലാളി സാംസ്കാരിക കേന്ദ്ര ത്തിലെ സുശിക്ഷിതനും അനുഭവസമ്പന്നനും വാസനാനുഗ്രഹീതനും ആയ കെ സി ധർമദേവിനെ (രാമൻകുട്ടി ആശാൻ) വരുത്തി.

പ്രാരംഭത്തിൽ വിവരിച്ചതുപോലെ ശാന്തവും നിശ്ശബ്ദവുമായിരുന്ന ഗ്രാമീണാന്തരീക്ഷത്തിൽ ചെങ്കൊടി ഉയർത്തി വിപ്ലവ മുദ്രാവാക്യങ്ങൾ മുഴക്കിയതോടൊപ്പം രക്തം തിളക്കുന്ന വിപ്ലവഗാനങ്ങളാലും ഇരുത്തി ചിന്തിപ്പിക്കുന്ന സമൂഹഗാനങ്ങളാലും സദസിനെ ആകെ വശീകരിക്കുന്ന നയനമോഹനങ്ങളായ നൃത്തങ്ങളാലും പ്രേക്ഷകഹൃദയങ്ങളിൽ മായാത്ത മുദ്രകൾ പതിപ്പിക്കുന്ന നാടകങ്ങളാലും വില്ലടിച്ചാൻപാട്ടുകൾ കോൽക്കളി തുടങ്ങിയ മറ്റു കലാരൂപങ്ങളാലും ഒരു കോളിളക്കം തന്നെ സൃഷ്ടിക്ക പ്പെട്ടു. കലാപരിപാടികളുടെ രൂപങ്ങൾ മിക്കവാറും പഴയ നാടോടി കല കളുടേതുതന്നെ. പക്ഷേ, ഉള്ളടക്കം പാടേ നൂതനങ്ങളാണ്. പണിയെടു ക്കുന്നവന്റെ വിയർപ്പിന്റെ മണം പേറിയിരുന്നു അവ. മർദകരോടുള്ള വെല്ലുവിളി അവയിൽ മുഴങ്ങിക്കേൾക്കുമായിരുന്നു. മർദിതർ ചിന്തുന്ന ചോരയുടെ ചുവപ്പുണ്ടായിരുന്നു അവയ്ക്ക്. അമ്പലമുറ്റങ്ങളിലെ കലാ പരിപാടികൾക്ക് മുൻപന്തിയിൽ സ്ഥലം പിടിക്കാറുള്ള കുടുമ്മകളുടെയും കുടവയറുകളുടെയും ഉടമകൾ പുതിയ പ്രേക്ഷകരിൽ പെടുമായിരുന്നി ല്ല. പള്ളിഅങ്കണങ്ങളിൽ പതിവുകാരായ ളോഹക്കാർ ഇങ്ങോട്ടുതിരിഞ്ഞു നോക്കിയില്ല. ഫാക്ടറിയിലെ കൂലിവേലക്കാരും നാട്ടിൻപുറത്തെ പട്ടി ണിപ്പാവങ്ങളും ഉൽപ്പതിഷ്ണുക്കളായ ചെറുപ്പക്കാരും അടങ്ങുന്നതായി രുന്നു പുതിയ പ്രേക്ഷകലോകം.

അക്കാലത്ത് അലുമിനിയം കമ്പനിയിൽ കൂലിക്കാരനും പിൽക്കാ ലത്ത് പ്രശസ്ത സാഹിത്യകാരനും ആയ പോഞ്ഞിക്കര റാഫി എഴു തിയ *ഭാവി* എന്ന ചെറുകഥാസമാഹാരം യൂണിയൻ പ്രസിഡന്റായ കായ നാട്ട് വ്യക്തിപരമായ നഷ്ടം സഹിച്ചുകൊണ്ടാണ് അച്ചടിച്ച് പ്രസിദ്ധം ചെയ്തത്.

മറ്റു ചില സവിശേഷതകൾ

സർ സി പിയുടെ സ്വേച്ഛാധിപത്യത്തിനും മാറ്റാൻപാടില്ലാത്തതും ഉറപ്പുള്ളതുമായ എക്സിക്യൂട്ടീവോടുകൂടിയ അമേരിക്കൻ മോഡൽ ഭരണഘടനക്കും എതിരായി സമരം ചെയ്യാൻ സ്റ്റേറ്റ് കോൺഗ്രസ് നേതൃത്വം ശങ്കിച്ചുനിന്നപ്പോൾ അതേറ്റെടുത്തുകൊണ്ട് തൊഴിലാളിവർഗം ദേശീയ നേതൃത്വത്തിലേക്ക് ഉയരാൻ ശ്രമിച്ചത് നാം കണ്ടുകഴിഞ്ഞു. മഞ്ഞുമ്മൽ പ്രദേശത്ത് ഗ്ലാസ് ഫാക്ടറി വർക്കേഴ്സ് യൂണിയനാപ്പീസും തായിക്കാട്ടുകരയിൽ ആലുവാ ഫാക്ടറി ലേബറേഴ്സ് യൂണിയൻ ഓഫീസും അലുപുരത്ത് അലുമിനിയം ഫാക്ടറി വർക്കേഴ്സ് യൂണിയനാപ്പീസും തുറന്ന് പ്രവർത്തിച്ചിരുന്നു. യൂണിയനുകളും യൂണിയൻനേതാക്കൻമാരും തൊഴിലാളിപ്രശ്നങ്ങളിൽ മാത്രം ഒതുങ്ങിനിൽക്കാതെ അതതുപ്രദേശങ്ങളിലെ ജനങ്ങളുടെ പൊതുവായ സജീവപ്രശ്നങ്ങൾ കൂടി ശ്രദ്ധിച്ചിരുന്നു. അതുകൊണ്ട് ചുരുങ്ങിയ ആഴ്ചകൾക്കുള്ളിലോ മാസങ്ങൾക്കുള്ളിലോ യൂണിയനുകൾക്ക് അതതു പ്രദേശങ്ങളിലെ ജനനായകത്വം കൈവരിക്കാൻ കഴിഞ്ഞു.

മഞ്ഞുമ്മൽ പ്രദേശത്തെ ഉദ്ബുദ്ധരായ ചെറുപ്പക്കാരെ യുവജനസമാജത്തിൽ അണിനിരത്തി. യുവജനസമാജം ഇന്നത്തെ ഡി വൈ എഫ് ഐയെപ്പോലെതന്നെ ഗ്രാമത്തിന്റെ പൊതുവായ പ്രശ്നങ്ങൾക്കുവേണ്ടി ശബ്ദമുയർത്തി.

സർ സി പി പൊതുയോഗങ്ങളും ഘോഷയാത്രകളും നിരോധിക്കുകയും പൗരാവകാശധ്വംസകങ്ങളായ നടപടികൾ സ്വീകരിക്കുകയും ചെയ്തപ്പോൾ മഞ്ഞുമ്മൽ പ്രദേശത്ത് വിപുലമായ പൗരാവകാശസമിതി രൂപീകരിച്ചു. നാട്ടിലെ പൗരമുഖ്യന്മാർ എന്നു വിളിക്കാവുന്ന നാട്ടുപ്രമാണികളിൽ പലരും പൗരാവകാശസമിതിയുടെ രക്ഷാധികാരികളും പ്രസിഡന്റുമായിരുന്ന് സേവനം അനുഷ്ഠിച്ചിട്ടുണ്ട്...

രണ്ടാം ലോകമഹായുദ്ധം കൊടുമ്പിരികൊണ്ടു നടക്കുകയാണ്, നാട്ടിൽ കൊടിയ ഭക്ഷ്യക്ഷാമം, റേഷൻകടകളിൽനിന്നും പേരിനു മാത്രം ഒരുപിടി നാറിപ്പുഴുത്ത പുഴുക്കലരിയും പശപ്പച്ചരിയും പിന്നെ ഗോതമ്പ്, കമ്പം, ചോളം, ബജ്റ തുടങ്ങിയ ധാന്യങ്ങളും വിതരണം ചെയ്തിരുന്നു. അരിമാത്രം ഭക്ഷിച്ചു ശീലിച്ചവർക്ക് പലതരം രോഗങ്ങൾ വരുത്തിവച്ചു. നല്ല അരി വെന്ത കഞ്ഞിവെള്ളം ഇറ്റുകുടിക്കാൻ പാവപ്പെട്ടവർ എത്രമാത്രം കൊതിച്ചിരുന്നെന്നോ!

അന്നാളിൽ ഒരുദിവസം രാത്രിയിൽ യൂണിയൻ എക്സിക്യൂട്ടീവ് കമ്മിറ്റിയോഗം കൂടിക്കൊണ്ടിരുന്നപ്പോൾ ധനിക കൃഷിക്കാരൻ എന്ന് വിളിക്കാവുന്ന ഭേദപ്പെട്ട ഒരാൾ കരിഞ്ചന്ത വിൽപ്പനക്കുവേണ്ടി കടത്തിക്കൊണ്ടുപോവുകയായിരുന്നു ഒരു വണ്ടി നെല്ല്. കമ്മിറ്റിയംഗങ്ങൾ കരിഞ്ചന്ത അവസാനിപ്പിക്കുമെന്ന് മുദ്രാവാക്യം വിളിച്ചു. മുദ്രാവാക്യത്തിന്റെ ശബ്ദം കേട്ട് ഓടിക്കൂടിയ നാട്ടുകാർക്ക് നെല്ലു മുഴുവനും ഹുണ്ടികപ്പിരിവിന് കരുതിയിരുന്ന പാട്ടകൊണ്ട് അളന്ന് സൗജന്യമായി വിതരണം ചെയ്തു.

എന്തു കൊടുങ്കാറ്റാണ് ഈ സംഭവം ഇളക്കിവിട്ടതെന്നോ! ശാന്തമായിരുന്ന ഗ്രാമീണാന്തരീക്ഷത്തെ ഒരു കൊടുങ്കാറ്റെന്നപോലെ ഇളക്കിമറിച്ചുകളഞ്ഞു.

തായിക്കാട്ടുകരയിലെ കൃഷിക്കാരെ കർഷകസംഘത്തിൽ കൊണ്ടുവന്നു. സഖാക്കളെല്ലാം കൊച്ചാപ്പാ എന്ന് സ്നേഹപൂർവം വിളിക്കുന്ന കെ ബി അഹമ്മദ് കർഷകസംഘം പ്രവർത്തകനായി ഉയർന്നുവന്നു. പക്ഷേ കർഷകസംഘം ശക്തിയാർജിച്ചു എന്നു പറയാവുന്നതല്ല, സ്റ്റേറ്റ് കോൺഗ്രസ് നേതാക്കന്മാർ സ്റ്റേറ്റിലെ ഏക രാഷ്ട്രീയസംഘടനയാണ് തങ്ങളുടേതെന്ന് അവകാശപ്പെടാറുണ്ടായിരുന്നുവെങ്കിലും ആലുവയിലെയും പരിസരപ്രദേശങ്ങളിലെയും മുഖ്യരാഷ്ട്രീയ സംഘടിതശക്തി ട്രേഡ് യൂണിയനുകളും അവയ്ക്ക് നേതൃത്വം നൽകിയിരുന്ന കമ്യൂണിസ്റ്റ് പാർട്ടിയുമായിരുന്നുവെന്നത് നിസ്തർക്കമാണ്.

രണ്ടാം ഭാഗം

1

എഫ് എ സി റ്റി യിൽ

എഫ് എ സി റ്റി ഈ വ്യവസായ മേഖലയിലെ കേരള സംസ്ഥാനത്തിലെ തന്നെ ഏറ്റവും വലിയ കേന്ദ്ര പൊതുമേഖലാ സ്ഥാപനമാണ്. ട്രാവൻകൂർ കൊച്ചിൻ കെമിക്കൽസ്, ഹിന്ദുസ്ഥാൻ ഇൻസെക്റ്റിസൈഡ്സ്, പുഴയുടെ മറുകരയിലുള്ള പെരിയാർ കെമിക്കൽസ് തുടങ്ങിയ വൻകിട രാസനിർമാണ ശാലഖൾ ഉൾപ്പെടെ അനേകം ചെറുകിട യൂണിയനുകൾകൂടി ഈ മേഖലയിൽ സ്ഥാപിക്കപ്പെടാനുള്ള സാഹചര്യം സൃഷ്ടിച്ചത് എഫ് എ സി റ്റി തന്നെയാണ്. വ്യവസായശാലകൾ മാത്രമല്ല അവയോട് അനുബന്ധമായുള്ള ഇതരസ്ഥാപനങ്ങൾ, വ്യാപാരകേന്ദ്രങ്ങൾ, ഗതാഗതസൗകര്യങ്ങൾ, വിദ്യാലയങ്ങൾ, സാംസ്കാരിക സ്ഥാപനങ്ങൾ, ജനസംഖ്യാ വർധന തുടങ്ങി സവർവതല സ്പർശിയായ വളർച്ചയാണുണ്ടായിട്ടുള്ളത്. ഏലൂർ ഇന്ന് വ്യവസായ നഗരമായി മാറിയിരിക്കുന്നു.

ഫാക്ട് ഉദ്യോഗമണ്ഡൽ ഡിവിഷന്റെ ഇന്നത്തെ മെയിൻ ഗേറ്റിന്റെ സ്ഥാനത്ത് എട്ട് ദശകങ്ങൾക്കുമുമ്പ്, ആറുകാലിന്മേൽ ഒരു കൂര. അത് അമ്മുണ്ണിപ്പിള്ളയുടെ ചായക്കട. ഒരു മൂലയിൽ ഒരടുപ്പ്. രണ്ടോ മൂന്നോ പലകകൾ. അവ ബഞ്ചുകളാണ്. കാലുകളുടെ സ്ഥാനത്ത് മീതേയ്ക്കുമീതേ കയറ്റി വച്ചിരിക്കുന്ന കല്ലുകളാണ്. പ്രകാശം പരക്കും മുമ്പേ അമ്മുണ്ണിപ്പിള്ള ഒരു കുട്ടയിൽ പുട്ടും കടലയും ഗ്ലാസുകളും ഇല ചീന്തുകളും കലവും ചായബീത്തുന്ന പാട്ടയും എല്ലാമായി എത്തുന്നു. ചായ ഉണ്ടാക്കുന്നത് കടയിൽ വച്ച്. എട്ടുമണിക്കുമുമ്പേ കച്ചവടം തീരും. ഗ്ലാസും കലവും മറ്റും പെറുക്കി കുട്ടയിലാക്കി അമ്മുണ്ണിപ്പിള്ള സ്ഥലം വിടും.

അവിടെ നിന്ന് വടക്ക് കിഴക്കോട്ടു നോക്കിയാൽ മാർത്താണ്ഡവർമ്മ ഇളയരാജ ഉദ്ഘാടനം ചെയ്ത മെയിൻ ഓഫീസ് കെട്ടിടം നിൽക്കുന്ന

തിനടുത്ത് കുറ്റിക്കാടിനിടയിൽ ഒരു ആന നിൽക്കുന്നത് കാണാമായിരുന്നു. യഥാർഥത്തിൽ അത് ആനയല്ല. അത് കറുത്ത വലിയൊരു പാറയായിരുന്നു. നാട്ടുകാർ അതിനെ ആനപ്പാറയെന്നു വിളിച്ചു.

കിഴക്കോട്ടു നോക്കിയാൽ വലതു ഭാഗത്ത് വർഗീസ് വക്കീലിന്റെ ഇരുണ്ട റബർ തോട്ടം. തെക്കോട്ട് നോക്കിയാൽ ഇടതുവശത്ത് പച്ചപിടിച്ച പണ്ടാരം ചാൽ പുഞ്ചനിലം (ഇന്നവിടം ജിപ്സം കുന്നായി മാറിയിരിക്കുന്നു). വലതുവശം ഏകാന്തമൂകമായ കോൺവെന്റിന്റെ മതിൽക്കെട്ട് (ഇന്നത്തെ പുതിയ അമോണിയാ പ്രോജക്ട്). പടിഞ്ഞാറ് ഇന്നത്തെ സോയിൽടെസ്റ്റിങ് ലബോറട്ടറിയുടെ സ്ഥാനത്ത് ഗവൺമെന്റ് എൽ പി സ്കൂൾ. അതിന് നേരെ വടക്ക് എതിർവശത്ത് രണ്ട് ക്രിസ്ത്യൻ ഭവനങ്ങൾ. ഇന്നത്തെ പബ്ലിക് റിലേഷൻ ഓഫീസ് ഇരിക്കുന്നടിത്താണ് ടൈം ഗേറ്റിന് എതിരെ തളിയത്ത് കുടുംബത്തിൽ നിന്നും ഏലൂരിൽവന്ന് താമസമാക്കിയ ശാഖയിലെ വീട്.

എന്തൊക്കെ പരിവർത്തനമാണ് ഈ എഴുപത്തഞ്ചു എൺപതുകൊല്ലങ്ങൾക്കിടയിൽ!

ഫാക്ട് മാസികയുടെ ആദ്യലക്കത്തിലോ തൊട്ടടുത്ത ലക്കത്തിലോ ഫാക്ട് ജീവനക്കാരനും ഏലൂർ നിവാസിയുമായ ടി എസ് അനന്തൻപിള്ള എഴുതിയ കവിതയുടെ രണ്ടു വരിയേ ഓർമയിൽ വരുന്നുള്ളൂ.

"ഏലൂരാം നാടേ നീ നാളെ
ന്യൂയോർക്കായി മാറീടാം."

2

ഫാക്ട് എംപ്ലോയീസ് അസോസിയേഷൻ പിറക്കും മുമ്പ്

എഫ് എ സി റ്റി തിരുവിതാംകൂറിന്റെ പിൽക്കാലത്ത് കേരളത്തിന്റെ വ്യവസായ ചരിത്രത്തിൽ ഒരു സുപ്രധാനമായ നാഴികക്കല്ലാണ്. അനേകം രാസവ്യവസായശാലയുടെ മുന്നോടിയായി ആ കമ്പനിയെ ഏലൂരിൽ സ്ഥാപിക്കാൻ ഒരുക്കങ്ങൾ ചെയ്തുകൊടുത്തത് തിരുവിതാംകൂർ ദിവാൻ സർ സി പി രാമസ്വാമി അയ്യരല്ലാതെ മറ്റാരും ആയിരുന്നില്ല. 1943 ൽ രജിസ്റ്റർ ചെയ്യപ്പെട്ട ഈ കമ്പനി 1944 ൽ നിർമാണം തുടങ്ങി. 25 ലക്ഷം മൂലധനം അതിൽ 51% തിരുവിതാംകൂർ ഗവൺമെന്റിന്റേത്. തമിഴ്നാട്ടിൽ ക്ലാസിക് സോഡ ഉൽപ്പാദിപ്പിച്ചിരുന്ന 'മേട്ടൂർ കെമിക്കൽസ്' എന്ന സ്ഥാപനം നടത്തിയിരുന്ന 'ശേഷസായി ബ്രദേഴ്സ്' ആയിരുന്നു മാനേജ്മെന്റ്. 1947 ൽ ഉൽപ്പാദനം തുടങ്ങി.

വ്യവസായങ്ങളുടെ ചരിത്രത്തിൽ മാത്രമല്ല ഈ മേഖലയിലെ തൊഴിലാളി പ്രസ്ഥാനത്തിന്റെ ചരിത്രത്തിലും എഫ് എ സി റ്റി യും അവിടത്തെ തൊഴിലാളികളുടെ ഒരു വഴിതിരിയൽ ഘട്ടത്തെ കുറിക്കുന്നു.

1946 ഒക്ടോബറിലെ പുന്നപ്ര വയലാറിനെ തുടർന്ന് ആലുവായിലും കമ്യൂണിസ്റ്റ് പാർട്ടിയും ട്രേഡ് യൂണിയൻ സംഘടനകളും വിദ്യാർഥി ഫെഡറേഷൻ ഉൾപ്പെടെ എല്ലാ സംഘടനകളും നിരോധിക്കപ്പെടുകയും ഓരോ ഫാക്ടറിയിൽ നിന്നും ഉശിരൻമാരായ അനേകം തൊഴിലാളികളെ പിരിച്ചുവിടുകയും ചെയ്തിരുന്ന പശ്ചാത്തലം.

ഇന്ത്യൻ അലുമിനിയം കമ്പനിയിൽ നിന്നും പിരിച്ചുവിടപ്പെട്ടിരുന്ന ഉശിരനായ വി സി എബ്രഹാം (പൂച്ചക്കണ്ണൻ എബ്രഹാം എന്നാണ് പരക്കെ അറിയപ്പെട്ടിരുന്നത്) എഫ് എ സി ടി യിലെ മറൈൻ ട്രാൻപോർട്ടേഷൻ ഡിപ്പാർട്ടുമെന്റിൽ ലാസ്കറായി കടന്നുകൂടി. ഗോവക്കാരൻ ഒരു ആംഗ്ലോ ഇന്ത്യൻ ഡിസൂസ ആയിരുന്നു ഡിപ്പാർട്ട്മെന്റ്

മാനേജർ. അയാൾക്ക് മുഴുത്ത മത്സ്യം, കോഴി, താറാവ്, പൂവൻ പഴം മുതലായവ വേണം ഭക്ഷണത്തിന്. അവ തൊഴിലാളികളുടെ ചെലവിൽ ആയിക്കൊള്ളട്ടെ എന്ന് അയാൾക്ക് ഒരു ദുശ്ശീലം. മാനേജരുടെ പ്രീതി സമ്പാദിച്ച് ജോലി സ്ഥിരമാക്കണമെന്ന ഉദ്ദേശ്യത്തോടെ തൊഴിലാളികൾ അവ അയാളുടെ താമസസ്ഥലത്ത് എത്തിക്കുകയും ചെയ്യുമായിരുന്നു. എബ്രഹാമിന്റെ ഊഴം എത്തിയപ്പോൾ ആ ഉശിരൻ തൊഴിലാളി വിസമ്മതിച്ചു. പിറ്റേന്നു മുതൽ എബ്രഹാമിന് ജോലിയില്ല.

പിൽക്കാലത്ത് ഇടപ്പള്ളി കേസിൽ പ്രതികളായ ഈ ലേഖകനും കെ എ വറീതുകുട്ടിയും (പിന്നീട് ഫാക്ട് എംപ്ലോയീസ് അസോസിയേഷൻ ജോയിന്റ് സെക്രട്ടറി) കെ ആർ കൃഷ്ണൻകുട്ടിയും മറ്റു ചില സഖാക്കളും പാർട്ടി സെൽ രൂപീകരിച്ച് രഹസ്യമായി പ്രവർത്തിച്ചു വന്നിരുന്നു. തിരുവിതാംകൂറിൽ നിയമവിരുദ്ധമാക്കിയ *ദേശാഭിമാനി* വല്ലപ്പോഴും ഒരു കോപ്പി കിട്ടിയിരുന്നത് കൈമാറി വായിക്കും. പ്രധാനപ്പെട്ട ഒരു സംഗതി എടുത്തുപറയാനുള്ളത് *ദേശാഭിമാനി*യിൽ വന്ന വൽസന്റെ അവിസ്മരണീയമായ കാർട്ടൂൺ ആണ്. അമേരിക്കൻ മോഡലാകുന്ന കാട്ടുപോത്തിന്റെ പുറത്ത് പട്ടാള യൂണിഫോം ധരിച്ച് ഒരു കൈയിൽ തോക്കും മറ്റെ കയ്യിൽ ലാത്തിയും കഴുത്തിൽ പുന്നപ്ര വയലാർ രക്തസാക്ഷികളുടെ തലയോടുകൾ കോർത്തമാലയും ധരിച്ച് സർ സി പി ഞെളിഞ്ഞിരിക്കുന്നു. കാട്ടുപോത്തിന്റെ പിന്നിൽ അതിന്റെ വാലുതടവിക്കൊണ്ട് ആർ ശങ്കറും. കാർട്ടൂൺ മാത്രമായി ഒരു നോട്ടീസ് രൂപത്തിൽ പ്രത്യേകം അടിച്ചതിന്റെ ഏതാനും കോപ്പികൾ ഞങ്ങൾക്കും എത്തിച്ചുകിട്ടി. ഞങ്ങൾ ഒന്നുരണ്ടു കോപ്പി കൊടിയ കമ്യൂണിസ്റ്റ് വിരുദ്ധർക്ക് തപാലിൽ അയച്ചുകൊടുത്തു. ബാക്കിയുള്ളത് പൊതുജനങ്ങളുടെ ശ്രദ്ധയിൽപ്പെടുമാറ് പൊതുസ്ഥലങ്ങളിൽ രഹസ്യമായി ഒട്ടിച്ചുവച്ചു. ഇതെല്ലാം ഞങ്ങളാണെന്ന് മനസിലാക്കിയ എബ്രഹാം ഞങ്ങളെ സമീപിച്ച് പരാതിപ്പെട്ടു.

അന്ന് ഉൽപ്പാദനം തുടങ്ങിയതിനു ശേഷമാണ് സംഘം ചേരുക. ഫാക്ടിൽ ഒരു യൂണിയനും ഇല്ല. പക്ഷേ എന്തെങ്കിലും ചെയ്തേ പറ്റൂ. ഞങ്ങൾ കോൺഗ്രസുകാർ കൂടിയാണെങ്കിലും കോൺഗ്രസിന്റെ ആഭിമുഖ്യത്തിൽ പ്രതിഷേധയോഗം ചേരാൻ അനുവദിച്ചില്ല. നേരത്തെയുണ്ടായിരുന്ന യുവജനസമാജം നിരോധിക്കപ്പെട്ടിരുന്നില്ലെങ്കിലും നിർജീവമായിരുന്നു. ഞങ്ങളിൽ വറീതുകുട്ടി അയാളുടെ ഗ്രാമശൈലിയിൽ വല്ലതും പറഞ്ഞൊപ്പിക്കും. പ്രസംഗിച്ചിരുന്നത് ഈ ലേഖകൻ മാത്രമാണ്. കോൺഗ്രസുകാരനെങ്കിലും കമ്പനിയിൽ നിന്നും പിരിച്ചുവിടപ്പെട്ട ധനശേഷിയുള്ള ഏലൂരിലെ ഒരു പ്രമാണിയായ ടി എസ് അനന്തപിള്ളയുണ്ട്. പിൽക്കാലത്ത് പിരിച്ചുവിട്ടതിലൂടെ രോഷത്താൽ അദ്ദേഹം എന്നിട്ടോ എന്ന ശീർഷകത്തിൽ ഇടയ്ക്കിടെ ഓരോ നോട്ടീസ് പരമ്പര വളരെക്കാലം പ്രസിദ്ധം ചെയ്തുകൊണ്ടിരുന്നു. എഫ് എ സി ടി യിലെ അഴിമതികളും ചില ഉദ്യോഗസ്ഥന്മാരുടെയും അവരുടെ ഭാര്യമാരുടെയും അനാശാസ്യപ്രവർത്തനങ്ങളും ആയിരുന്നു അനന്തപിള്ളയുടെ നോട്ടീസിലെ

പ്രതിപാദ്യ വിഷയം. കൂട്ടത്തിൽ പറയട്ടെ, എഫ് എ സി ടി തുടക്കം മുതലേ അഴിമതിയുടെ പര്യായമായിരുന്നു.

ഞങ്ങൾ അനന്തപിള്ളയുമായി ആലോചിച്ച് യുവജനസമാജത്തിന്റെ ആഭിമുഖ്യത്തിൽ എഫ് എ സി ടിയുടെ മുമ്പിലും ഏലൂർ വടക്കുംഭാഗത്തും ചൗക്ക ഭാഗത്തും മഞ്ഞുമ്മലും ഓരോ പൊതുയോഗം സംഘടിപ്പിച്ചു. ആ യോഗങ്ങളിലെല്ലാം ശ്രോതാക്കൾക്കിടയിൽ ഒരു പ്രത്യേക മുഖം ശ്രദ്ധിക്കപ്പെട്ടിരുന്നു. മാനേജ്മെന്റിന്റെ ഗുർണോ ആയി പ്രവർത്തിച്ചിരുന്ന ഒരു ശർമ്മയുടെതായിരുന്നു അത്. മണം പിടിച്ച് കുറ്റാന്വേഷണങ്ങൾക്ക് കേരള പൊലീസിനെ സഹായിച്ചിരുന്ന ആദ്യത്തെ പൊലീസ് നായയുടെ പേരായിരുന്നു ഗുർമോ. പിൽക്കാലത്ത് എം കെ കെ നായർ ഫാക്ടിന്റെ സി എം ഡിയായി ചുമതലയേറ്റപ്പോൾ, സെക്യൂരിറ്റി വിഭാഗത്തിലെ വിശ്വസ്തർ എന്നു കരുതിയ നാലഞ്ചു പേരെ വിജിലൻസ് ഗാർഡുകളാക്കി. വലിയ രസികൻമാർ കൂടിയായിരുന്ന ചില ഫാക്ട് തൊഴിലാളികൾ വിജിലൻസ് ഗാർഡുകളെ ഗുർണോ എന്നു വിളിച്ച് പരിഹസിക്കാൻ തുടങ്ങി. ശർമ്മ എന്ന ഗുർണോ ഞങ്ങളുടെ പ്രസംഗങ്ങൾ അതേപടിയോ അതിശയോക്തി കലർത്തിയോ മാനേജ്മെന്റിനെ ധരിപ്പിച്ചുപോന്നു.

അങ്ങനെ നാലാമത്തെ യോഗം കഴിഞ്ഞപ്പോൾ എബ്രഹാമിനെ കമ്പനിയിൽ തിരിച്ചെടുത്തു. സത്യം തുറന്നുപറയട്ടെ. ഈ ലേഖകന്റെയോ വറീതുക്കുട്ടിയുടെയോ പ്രസംഗങ്ങൾ അല്ല, ചില ഉദ്യോഗസ്ഥന്മാരെയും അവരുടെ വീട്ടുകാരെയും നാണം കെടുത്തുന്ന അനന്തപിള്ളയുടെ പൂരപ്രബന്ധങ്ങളായിരുന്നു മാനേജ്മെന്റിന് ഭീഷണിയായിത്തീർന്നത്. പിന്നെയും എത്രയോ മാസങ്ങൾ കഴിഞ്ഞിട്ടാണ് ഫാക്ട് ജീവനക്കാരുടെ സംഘടനയായ ഫാക്ട് എംപ്ലോയീസ് അസോസിയേഷൻ 1947 ആഗസ്റ്റ് 15 ന് രൂപം കൊണ്ടത്.

3

സ്വതന്ത്ര യൂണിയനുകളുടെ പശ്ചാത്തലം

വർഗസമരത്തിന്റെ പഠനക്കളരികളായിരുന്ന വിപ്ലവ പ്രവർത്തനങ്ങളുടെ സമുജ്ജ്വല പാരമ്പര്യങ്ങൾ ഉയർത്തിപ്പിടിച്ചിരുന്ന— നാടിന്റെ എല്ലാ ദേശീയ പ്രശ്നങ്ങളിലും സ്വന്തം വർഗനിലപാട് സ്വീകരിച്ചിരുന്ന ആലുവയിലെ തൊഴിലാളി പ്രസ്ഥാനം വളരെപ്പെട്ടെന്ന് രാഷ്ട്രീയരഹിതവും സ്വതന്ത്രവുമായ ട്രേഡ് യൂണിയനുകൾക്ക് വഴി മാറിക്കൊടുത്തത് എങ്ങനെ എന്തുകൊണ്ട് എന്ന ചോദ്യം വളരെ പ്രസക്തമാണ്.

ആലുവായിലെ തൊഴിലാളി പ്രസ്ഥാനത്തിന്റെ ആദ്യഘട്ടം പുന്നപ്രവയലാർ സമരം വരെ, അതായത് 1946 ഒക്ടോബർ വരെയാണ് അതായത്, ഇന്ത്യൻ സ്വാതന്ത്ര്യലബ്ധിക്ക് പത്തുമാസം മുമ്പുവരെ. ഈ കാലഘട്ടത്തിൽ ഇന്ത്യൻ രാഷ്ട്രീയത്തിന്റെ മുഖ്യധാര ദേശീയ സ്വാതന്ത്ര്യത്തിനുവേണ്ടി വിദേശക്കോയ്മയോടുള്ള പോരാട്ടമായിരുന്നുവല്ലോ. ദേശീയ സ്വാതന്ത്ര്യസമരത്തിന് നേതൃത്വം നൽകിയതോ ദേശീയ ബൂർഷ്വാസിയും ബ്രിട്ടീഷുകാരുടെ റബർസ്റ്റാമ്പുകളായി പ്രവർത്തിച്ചിരുന്ന ഏതാനും നാടുവാഴികളും അവരുടെ സിൽബന്ധികളും ഒഴികെ അന്ന് എല്ലാവർക്കും രാജ്യത്തിന്റെയാകെ പൊതു ശത്രുവായിരുന്നു വിദേശിക്കോയ്മ. ഈ പൊതു ശത്രുവിനെതിരായി ഇന്ത്യൻ ബൂർഷ്വാസി മുതൽ തൊഴിലാളികൾ വരെയുള്ള വിവിധ വർഗങ്ങൾ യോജിച്ചു നിൽക്കുക സ്വാഭാവികം മാത്രം. മാർക്സ് കമ്യൂണിസ്റ്റ് മാനിഫെസ്റ്റോയിൽ വ്യക്തമാക്കിയതുപോലെ സ്വന്തം രാഷ്ട്രീയ ലക്ഷ്യങ്ങൾ നേടുന്നതിനുവേണ്ടി, തൊഴിലാളി വർഗത്തെ ആകമാനം ഇളക്കി വിടാൻ ബൂർഷ്വാസി നിർബന്ധിതരായി.

പിൽക്കാലത്ത് ബൂർഷ്വാ നേതാക്കന്മാരും അവരുടെ രാഷ്ട്രീയപാർട്ടികളും അരയും തലയും മുറുക്കി തൊഴിലാളി പ്രസ്ഥാനത്തെ എതിർത്ത

തുപോലെ സ്വാതന്ത്ര്യസമര കാലഘട്ടത്തിൽ എതിർത്തില്ലെന്നു മാത്രമല്ല, പണ്ഡിറ്റ് ജവഹർലാൽ നെഹ്റു എ ഐ ടി യു സി സമ്മേളനത്തിൽ അധ്യക്ഷത വഹിക്കുകയും വി വി ഗിരി പ്രസിഡന്റായിരിക്കുകയും തിരുവിതാംകൂറിൽ സി കേശവനും കുമ്പളവും മറ്റും പുന്നപ്ര വയലാർ സമരത്തെ പരസ്യമായി ആശിർവദിക്കുകയും ചെയ്തിട്ടുണ്ട്.

ബ്രിട്ടീഷ് വിദേശക്കോയ്മയ്ക്കും അതിന് താങ്ങായി നിന്നിരുന്ന രാജവാഴ്ചയും രാജവാഴ്ചയുടെ പ്രതീകമായിരുന്ന ദിവാൻ ഭരണത്തിനും എതിരായി നാടാകെ ഉണർന്നുമുന്നേറിയപ്പോൾ ആലുവയിലെ തൊഴിലാളി പ്രസ്ഥാനത്തെയും നേരിടാൻ അതതു മുതലാളിമാരും ഗവൺമെന്റുമല്ലാതെ മറ്റാരും ഉണ്ടായിരുന്നില്ല. എങ്കിലും തൊഴിലാളി പ്രവർത്തനം അന്തസ്സുള്ള രാഷ്ട്രീയമായി പല കോൺഗ്രസ് നേതാക്കന്മാരും കാണാൻ വിസമ്മതിച്ചതും യാഥാർഥ്യമാണ്.

എന്നാൽ 1947 ആഗസ്റ്റ് 15 ന് ശേഷം സ്ഥിതിഗതികൾക്ക് പാടേ വ്യത്യാസം വന്നതായി കാണാം. കേന്ദ്രത്തിൽ ജവഹർലാർ നെഹ്റുവും തിരുവിതാംകൂറിൽ പട്ടവും സി കേശവനും മറ്റും തങ്ങളുടെ മുൻഗാമികൾ ഉപയോഗിച്ചിരുന്ന അതേ ആയുധങ്ങൾ തൊഴിലാളിപ്രസ്ഥാനത്തിനെതിരായി ഉപയോഗിക്കാൻ ഒരു സങ്കോചവും കാണിച്ചില്ല. മാത്രവുമല്ല ചരിത്രത്തിലാദ്യമായി ഇന്ത്യൻ സംഘടിത തൊഴിലാളി വർഗത്തെ ഭിന്നിപ്പിക്കുന്നതിനായി കോൺഗ്രസ് നേതാവ് ഗുൽസാരീലാൽ നന്ദയുടെ നേതൃത്വത്തിൽ ഐ എൻ ടി യു സി മറ്റൊരുബദൽ തൊഴിലാളി സംഘടന രൂപീകരിക്കുകയും ചെയ്തു.

ഇതിന്റെയെല്ലാം അലയൊലികൾ ആലുവയിലും അനുഭവപ്പെട്ടു. സർ സി പി ഇങ്ങിനി തിരിച്ചുവരില്ല. എന്നുറപ്പായപ്പോൾ പുതുവെള്ളത്തിൽ ഊത്തകണക്കെ കോൺഗ്രസിലേക്ക് അടിച്ച് കയറിവരുന്ന പുതു നേതാക്കന്മാർ തൊഴിലാളി പ്രസ്ഥാനത്തെ ചോദ്യം ചെയ്യാൻ ധൈര്യപ്പെട്ടു.

സംഘടിത തൊഴിലാളി പ്രസ്ഥാനത്തെ ഭിന്നിപ്പിക്കുക മാത്രമല്ല തൊഴിലാളികൾക്ക് രാഷ്ട്രീയം പാടില്ലെന്നുകൂടി അവർ പ്രചരിപ്പിച്ചു. കമ്യൂണിസ്റ്റുകാർ തൊഴിലാളികളെ രാഷ്ട്രീയാവശ്യങ്ങൾക്കായി ചൂഷണം ചെയ്യുന്നതായി പ്രചരിപ്പിച്ചു. ഐ എൻ ടി യു സി നേതൃത്വം ക്രമേണ തൊഴിലാളികളെ ഭരണകക്ഷിയുടെ ഒരനുബന്ധമാക്കി മാറ്റി പോഷക സംഘടനയാക്കി.

കമ്യൂണിസ്റ്റുകാർ തൊഴിലാളികളെ രാഷ്ട്രീയമായി ചൂഷണം ചെയ്യുന്നുവെന്ന കള്ളപ്രചാരണം കോൺഗ്രസുകാരുടെ തനതു വകയല്ല. മുൻഗാമികളായിരുന്ന ബ്രിട്ടീഷ് ഭരണാധികാരികളും അവരുടെ ചട്ടുകങ്ങളായിരുന്ന നാട്ടുരാജാക്കന്മാരും ഛർദിച്ചത് പിന്നീട് കോൺഗ്രസ് സുഹൃത്തുക്കൾ അതേപടി വിഴുങ്ങുകയാണുണ്ടായത്. അക്കാലത്തെ നാട്ടുരാജ്യങ്ങളിൽ ഏറ്റവും പരിഷ്കൃതമെന്ന് പ്രകീർത്തിക്കപ്പെട്ടിരുന്ന കൊച്ചി

സംസ്ഥാനത്തിലെ ലേബർ ഡിപ്പാർട്ടുമെന്റിലെ കൊല്ലവർഷം 1122 ഭരണറിപ്പോർട്ടിൽ പറയുന്നത് ശ്രദ്ധിക്കുക.

"റിപ്പോർട്ടു വർഷത്തിൽ ഈ യൂണിയനുകളെ പുറത്തുള്ളവർ രാഷ്ട്രീയാവശ്യങ്ങൾക്കായി ചൂഷണം ചെയ്യാനും തൊഴിലാളികളുടെ ഭാഗത്താണെങ്കിൽ ധൃതഗതിയിലുള്ള സമരപരിപാടികൾ സ്വീകരിക്കാനും ഉള്ളപ്രവണതകൾ കാണപ്പെട്ടിട്ടുണ്ട്." (*കേരള ആർക്കൈവ്സ്*)

സ്വാതന്ത്ര്യാനന്തരകാലത്തെ കോൺഗ്രസിന്റെയും കോൺഗ്രസ് ഗവൺമെന്റുകളുടെയും തൊഴിലാളി നയം എന്തെന്ന് അർഥശങ്കയ്ക്ക് ഇടമില്ലാത്തവിധം കോൺഗ്രസ് വെട്ടിത്തുറന്ന് പറഞ്ഞിരിക്കുന്നു.

".... തൊഴിലാളികളോടും സ്റ്റേറ്റിന് ചില ചുമതലകളും കടമകളും നിർവഹിക്കാനുണ്ട് എന്ന ബോധം സമുദായത്തിൽ ഉദിച്ച് വരുന്നു(!)"

ദേശീയമായ പ്രബുദ്ധതയിൽ നിന്നുമാണ് ഈ ബോധം ഉണ്ടായത്. താനൊരു കൃഷിക്കാരനും നെയ്ത്തുകാരനുമാണെന്ന് അഭിമാനപൂർവം കോടതിയിൽ മൊഴികൊടുക്കുകയും തോട്ടിപ്പണി സ്വയം ചെയ്ത് പ്രയത്നത്തിന്റെ മഹത്വത്തിലേക്ക് മനുഷ്യന്റെ കണ്ണ് തുറപ്പിക്കുകയും ചെയ്ത മഹാനാണല്ലോ നമ്മുടെ രാഷ്ട്രപിതാവ്. മഹാത്മാഗാന്ധിജിയുടെ ആ മഹനീയ ആദർശം മുന്നിൽക്കണ്ടുകൊണ്ട് തൊഴിലാളിയും മുതലാളിയും തമ്മിൽ വർഗവൈരുധ്യം ഉളവാകാത്ത ഒരു സഹകരണ യോഗക്ഷേമമാണ് ഭാരതത്തെ സംബന്ധിച്ചിടത്തോളം കോൺഗ്രസ് വിഭാവന ചെയ്തിരിക്കുന്നത്. (1954 ൽ തിരുവിതാംകൂർ, കൊച്ചി പ്രദേശ് കോൺഗ്രസ് കമ്മിറ്റി പ്രസിദ്ധം ചെയ്ത *കോൺഗ്രസ് സർക്കാരിന്റെ തൊഴിലാളി നയം* എന്ന ലഘുലേഖ. പേജ് 21 ഊന്നൽ കൂട്ടിച്ചേർത്തത്)

വർഗവൈരുധ്യമില്ലാത്ത സഹകരണയോഗക്ഷേമമെവിടെ/ കോൺഗ്രസ് സമ്മേളനത്തിലെ മോഹന സുന്ദര പ്രമേയങ്ങളും നെടുങ്കൻ പ്രസംഗങ്ങളും എവിടെ? മുതലാളിയും തൊഴിലാളിയും വർഗ വൈരുധ്യങ്ങൾ കൂടാതെ കഴിയണമെന്ന് പറയുന്നത് കോഴിയെയും കുറുക്കനെയും ഒരേ കൂട്ടിലിട്ട് വളർത്തുന്നതിന് തുല്യമാണെന്ന് പറയേണ്ടതില്ലല്ലോ. പ്രായോഗിക തലത്തിൽ തൊഴിലാളികൾ എല്ലാവിധ മർദനങ്ങളും ചൂഷണങ്ങളും സഹിച്ച് കഴിഞ്ഞുകൊള്ളണം. എന്തെന്നാൽ രാഷ്ട്രത്തിന്റെ ലക്ഷ്യം സഹകരണ യോഗക്ഷേമം കൈവരിക്കലാണ്!

ഒരാത്മീയ ഉപദേഷ്ടാവിന്റെ മേലങ്കി അണിഞ്ഞുകൊണ്ട് കോൺഗ്രസ് തൊഴിലാളികളോട് പറയുകയാണ്:

> അധ്വാനിക്കുന്ന ജനവിഭാഗത്തിന് ഇന്നനുഭവിക്കേണ്ടി വരുന്ന ചൂഷണങ്ങളെക്കാളധികവും വേദനാജനകമായിരിക്കുമെന്നത് ഭാവിയെക്കുറിച്ചുള്ള ഉൽക്കണ്ഠയാണ്. പ്രയത്ന ശക്തി നശിച്ച് തുടങ്ങിയാൽ പിന്നീടങ്ങോട്ടുള്ള ജീവിതകാലം നയിക്കുവാൻ ഒരു പോംവഴിയുമില്ല. സുഖക്കേട് പിടിച്ചുകിടപ്പായാൽ ചികിത്സിക്കുവാനോ ചെലവിനോ മാർഗമില്ല. തൊഴിലപകടത്തിൽപ്പെട്ട് കേട്പറ്റുകയോ

മരിക്കുകയോ ചെയ്താൽ തനിക്കും തന്റെ കുടുംബത്തിനും ഒരു ഗതിയുമില്ല. ഇങ്ങനെ സാമൂഹികമായ എല്ലാ കാര്യങ്ങളിലും തിരു-കൊച്ചിയിലെ വ്യവസായ തൊഴിലാളികൾ വലിയ കഷ്ടതകൾ അനുഭവിച്ച് വരികയാണ്. (ടി ലേഖനം, പേജ് 22)

ഇന്ന് തൊഴിലാളികൾ അനുഭവിക്കുന്ന ചൂഷണങ്ങളും ദുരിതങ്ങളും എല്ലാം കോൺഗ്രസ് ദൃഷ്ടിയിൽ എത്രയോ നിസ്സാരങ്ങൾ! റിട്ടയർ ചെയ്യുമ്പോഴാണ് അവരുടെ ക്ലേശങ്ങളും ദുരിതങ്ങളും തുടങ്ങുന്നത്. അന്നത്തേത്ത് അവർക്കുവേണ്ടി കോൺഗ്രസ് ഭരണം പറുദ്ദീസ ഒരുക്കി വച്ചിരിക്കുന്നു. റിട്ടയേർഡ് ഐ എ എസ് ഓഫീസർമാർ ഊട്ടിയിലോ ബാംഗ്ലൂരിലോ ചെന്ന് സ്വന്തം ബംഗ്ലാവ് സമ്പാദിച്ച് തീറ്റയും കുടിയുമായി വിശ്രമിക്കുന്നതുപോലെ സുഖിക്കാൻ നെഹ്റു മുതൽ സോണിയാഗാന്ധിയും മൻമോഹൻസിങ്ങും വരെയുള്ള എല്ലാ കോൺഗ്രസ് ഭരണാധികാരികളും തൊഴിലാളികളോട് പറഞ്ഞിട്ടുള്ളത് ഇന്ന് മുണ്ട് മുറുക്കി ഉടുക്കൂ, നാളേയ്ക്ക് വേണ്ടി ക്ഷേമ രാഷ്ട്രം കെട്ടിപ്പടുക്കാം എന്നാണ്. ഇന്നത്തെ ധനമന്ത്രി ചിദംബരം വിലക്കയറ്റം താൽക്കാലികമാണ്. ആകയാൽ തൽക്കാലത്തേക്ക് ക്ഷമിക്കുക എന്നല്ലേ പറയുന്നത്. ഇന്ദിരാഗാന്ധിയുടെ കുടുംബപെൻഷൻ പദ്ധതിയും നിർബന്ധിത നിക്ഷേപ പദ്ധതിയും ഇപ്പോൾ പി എഫിന്റെയും പലിശയുടെയും സ്വകാര്യവൽക്കരണം വരെയെല്ലാം തൊഴിലാളികളുടെ ഭാവി ശ്രേയസ്സിന് വേണ്ടിയായിരുന്നു! സ്വാതന്ത്ര്യാനന്തരകാലത്ത് കോൺഗ്രസ് ഗവൺമെന്റ് കൊണ്ടുവന്നിട്ടുള്ള ഓരോ നടപടിയും തൊഴിലാളികളിൽ വ്യാമോഹം പരത്തുവാനും വർഗ സമരത്തെ ദുർബലമാക്കാനും മുതലാളിത്തവ്യവസ്ഥയെ അരക്കിട്ട് ഉറപ്പിക്കാനുമായിരുന്നു. നൂലാമാലകളും സങ്കീർണതകളും നിറഞ്ഞ തൊഴിൽ തർക്ക നിയമം മുതൽ തൊഴിലാളി വിദ്യാഭ്യാസം ജോയിന്റ് മാനേജിങ് കൗൺസിൽ വരെയുള്ള എല്ലാ പദ്ധതികളും ഇതിൽപ്പെടുന്നു. സ്വാതന്ത്ര്യലബ്ധിക്കു ശേഷം ഇന്ത്യൻ ബൂർഷ്വാസി രാഷ്ട്ര പുനർനിർമാണത്തെക്കുറിച്ചും സോഷ്യലിസത്തെപ്പറ്റിയും അഴിച്ചുവിട്ട അനന്തമായ പ്രചാരണം കുറെ തൊഴിലാളികളിൽ ഏറെ വ്യാമോഹം സൃഷ്ടിക്കാനും ഫലത്തിൽ വൻസംഘടനകളുടെ തീക്ഷ്ണതയ്ക്ക് മങ്ങലേൽക്കാനും ഉപകരിച്ചിട്ടുണ്ട്. ഇതുതന്നെയാണ് ചെറുതും വലുതുമായ മറ്റു പല പാർട്ടികളും ചെയ്യുന്നത്. എന്നാൽ ഈ കടമ്പകളെല്ലാം അതിജീവിച്ച് തൊഴിലാളികൾ യോജിപ്പോടെ മുന്നേറുകയാണിന്ന്.

വിപ്ലവ ട്രേഡ് യൂണിയനുകൾ സ്വതന്ത്ര ട്രേഡ് യൂണിയനുകൾ വഴിമാറിക്കൊടുക്കാനുള്ള മറ്റൊരുകാരണം ഈ കാലഘട്ടത്തിൽ ട്രേഡ് യൂണിയൻ രംഗത്തേക്ക് കടന്നുവന്ന അനേകം വെള്ളക്കോളർ ജീവനക്കാരും അവരുടെ ജീവിത വീക്ഷണവും ചിന്താഗതിയുമാണ്. അലുമിനിയം, ഗ്ലാസ്, ചിത്തിര മിൽസ്, ഓട്, തീപ്പെട്ടി തൊഴിലാളികളിൽ നിന്നും വ്യത്യസ്തമായി ആധുനിക വ്യവസായങ്ങളായ രാസവളനിർമാണം, റയോൺസ് തുടങ്ങിയവയിൽ ബിരുദധാരികളും സാങ്കേതിക ജ്ഞാനമുള്ളവരുമായ

അനേകം തൊഴിലാളികളുടെ സേവനം ആവശ്യമായിരുന്നു. ഇത്തരം ജീവനക്കാരിൽ ബഹുഭൂരിപക്ഷവും ഇടത്തരം കുടുംബങ്ങളിൽപ്പെട്ടവരും അതുകൊണ്ടു തന്നെ ബൂർഷ്വാ പ്രചാരണത്തിൽ കുടുങ്ങി അതിന്റെ സ്തുതി പാഠകരും മൗലികമായി തൊഴിലാളി വർഗവീക്ഷണം ഉൾക്കൊള്ളാൻ കഴിഞ്ഞിട്ടില്ലാത്തവരുമായിരുന്നു. ഗവൺമെന്റുമായി അഭിമുഖം നിൽക്കേണ്ടി വരുന്നതോ ഗവൺമെന്റിനെ എതിർക്കേണ്ടിവരുന്നതോ അവർക്ക് ചിന്തിക്കാൻ കഴിഞ്ഞില്ല. എന്നാൽ അവരിൽ ചിലർക്കെങ്കിലും ഐ എൻ ടി യു സിയെപ്പോലെ ഗവൺമെന്റിന് പരിപൂർണമായും കീഴടങ്ങുന്നതും തീരെ ഇഷ്ടമായിരുന്നില്ല.

പുന്നപ്ര വയലാറിനെ തുടർന്ന് അറസ്റ്റിലായ നേതാക്കന്മാർ 1947 ഒടുവിലും 1948 ആദ്യപാദത്തിലും മോചിപ്പിക്കപ്പെട്ട അവരെ മാടി വിളിച്ചത്, പ്രായപൂർത്തിവോട്ടവകാശമുള്ള സംസ്ഥാനത്തിലെ ആദ്യ തിരഞ്ഞെടുപ്പായിരുന്നു. തിരഞ്ഞെടുപ്പ് കഴിഞ്ഞ് ആഴ്ചകൾക്കുള്ളിൽ കൽക്കത്താ തീസിസിനോടുള്ള പ്രതികരണമെന്ന നിലയിൽ ഈ സഖാക്കളെയും അറസ്റ്റ് ചെയ്യാൻ വാറണ്ട് പുറപ്പെടുവിച്ചിരുന്നു. അങ്ങനെ അവർ ഒളിവിലോ ജയിലിലോ ആയി. പകരം വയ്ക്കാനുള്ള കാഡറുകൾ ഇല്ലായിരുന്നു.

ഈ പുതിയ ട്രേഡ് യൂണിയൻ പ്രവർത്തകരിൽ ബഹുഭൂരിപക്ഷവും പുന്നപ്ര–വയലാർ സമരത്തെക്കുറിച്ച് സർ സി പിയും വൈതാളികരും പറഞ്ഞ് ഫലിപ്പിച്ച കള്ളക്കഥകൾ അതേപടി വിശ്വസിച്ചിരുന്ന കൂട്ടത്തിലായിരുന്നു. യൂണിയന്റെ പ്രവർത്തന പരിധിവിട്ട് രാഷ്ട്രീയ കാര്യങ്ങളിലേക്ക് കടന്നതാണ് പുന്നപ്ര–വയലാർ കൂട്ടക്കൊലയ്ക്ക് കാരണമെന്ന് അവർ വിശ്വസിച്ചു. അതുകൊണ്ട് തൊഴിലാളികളും അവരുടെ സംഘടനകളും രാഷ്ട്രീയ കാര്യങ്ങളിൽ ഇടപെടരുത്, സാമ്പത്തിക ആവശ്യങ്ങൾ മാത്രം നോക്കിയാൽ മതി എന്ന ഒരു സിദ്ധാന്തം സർ സി പി യിൽനിന്നും അവർ സ്വായത്തമാക്കിയിരുന്നു. രാഷ്ട്രീയ പ്രബുദ്ധത ഇല്ലാത്തവരും സമരപാരമ്പര്യവും തജ്ജന്യമായ അനുഭവം കുറഞ്ഞവരുമായ തൊഴിലാളികൾ ഇപ്പറഞ്ഞ തെറ്റായ രീതിയിലുള്ള ചിന്താഗതികൾക്ക് ഒന്നാന്തരം വളക്കൂറുള്ള മണ്ണായിത്തീരുമെന്ന് പറയേണ്ടതില്ലല്ലോ.

എങ്കിൽത്തന്നെയും അരാഷ്ട്രീയമായ സ്വതന്ത്രയൂണിയനുകളും അവരുടെ നേതാക്കന്മാരും നൽകിയ സംഭാവനകളും അവിസ്മരണീയം തന്നെ. അവയെക്കുറിച്ച് പിന്നാലെ പരാമർശിക്കുന്നുണ്ട്.

4

മറക്കാനാവാത്ത ഒരു സിംഹഗർജനം

ജനുവരി മാസത്തിലെ കുളിരുള്ള പ്രഭാതം. രാവിലെ ഏഴേകാൽ മണിക്ക് മെഗാഫോൺ ചുണ്ടോടടുപ്പിച്ച് അദ്ദേഹം പ്രസംഗിക്കാൻ തുടങ്ങിയതാണ്. പ്രസംഗമായിരുന്നില്ല. സിംഹഗർജനമായിരുന്നു അത്. മൂന്നോ നാലോ തവണ ഏതാനും മിനിറ്റ് ഇടവേളകൾ ഉണ്ടായിരുന്നുവെങ്കിലും അർധ രാത്രിവരെ ആ ഗർജനം നിലയ്ക്കാതെ തുടർന്നു. ഒന്നോ ഒന്നരയോ അടി ഉയരവും അത്രതന്നെ വീതിയുമുള്ള വരമ്പ് പോലത്തെയാണ് പ്രസംഗവേദി. രംഗം : എഫ് എ സി റ്റി ഉദ്യോഗമണ്ഡൽ ഡിവിഷന്റെ മുമ്പിലെ കവല. മെയിൻ ഗേറ്റിന് മുമ്പിൽ മുറ്റമായി ഒഴിച്ചിട്ടുള്ള അതിർത്തി വിഭജിക്കുന്ന വരമ്പിനെ വേദിയെന്ന് വിളിക്കാമെങ്കിൽ അതാണ് പ്രസംഗവേദി.

1949 ജനുവരി 13 ലെ ഫാക്ട് തൊഴിലാളികളുടെ മിന്നൽ സൂചനാ പണിമുടക്കിൽ മുഴുവൻ തൊഴിലാളികളും ഒറ്റക്കെട്ടായി പങ്കെടുക്കാൻ ആഹ്വാനം ചെയ്യുകയായിരുന്നു. അവരുടെ സംഘടനയുടെ പ്രസിഡന്റ് കെ എൻ ഗോപാലപിള്ള. തലേ ദിവസം ജനറൽ സെക്രട്ടറി സ. ഇ എം അപ്പുക്കുട്ടൻ നായരെ സസ്പെൻഡ് ചെയ്തിരുന്നു. ഒരു ദിവസത്തെ സൂചനാ പണിമുടക്ക് ഇതിൽ പ്രതിഷേധിച്ചായിരുന്നു. ജനറൽ ബോഡി യോഗത്തിന്റെ സമ്മതത്തിനോ സ്ട്രൈക്ക് ബാലറ്റിനോ അവസരമില്ല. രാവിലെ 8 മണിക്കും 9 നും വൈകുന്നേരം 4 മണിക്കും അർധരാത്രി 12 മണിക്കും ജോലിക്ക് കയറുന്ന മുഴുവൻ തൊഴിലാളികളെയും പണിമുടക്ക് തീരുമാനം അറിയിക്കേണ്ടതുണ്ട്. സാനിറ്റേഷൻ വിഭാഗം തൊഴിലാളികൾ 7.30 ന് ഹാജരാകണം. അതുകൊണ്ടാണ് ഫാക്ട് തൊഴിലാളികളുടെ പ്രിയപ്പെട്ട ഗോപാലപിള്ള സാർ ഏഴേകാലിനു തന്നെ തന്റെ മാരത്തോൺ പ്രസംഗം ആരംഭിച്ചത്. രണ്ടായിരത്തി അഞ്ഞൂറോളം

ഇ എം അപ്പുക്കുട്ടൻ നായർ

സ്ഥിരം തൊഴിലാളികളും അതിലേറെ വിവിധയിനം കരാർ തൊഴിലാളികളും ഉണ്ട്. അവരിൽ ഒറ്റയാൾപോലും അന്ന് ജോലിക്ക് ഹാജരായില്ല. ആർക്കെങ്കിലും ജോലിക്ക് കയറണമെന്ന് മോഹമുണ്ടായിരുന്നെങ്കിൽ അവരെ പിന്തിരിപ്പിക്കുന്ന ശക്തി ഉണ്ടായിരുന്നു ഗോപാലപിള്ള സാറിന്റെ വാക്കുകൾക്ക്.

1947 ആഗസ്റ്റ് 15 ന് രൂപംകൊണ്ട ഫാക്ട് എംപ്ലോയീസ് അസോസിയേഷൻ ഔപചാരികമായി അന്നത്തെ സ്റ്റേറ്റ് കോൺഗ്രസ് പ്രസിഡന്റും സ്റ്റേറ്റിന്റെ ഭാവി പ്രധാനമന്ത്രിയുമായ പട്ടം താണുപിള്ളയാൽ 1948 ജനുവരിയിൽ ഉദ്ഘാടനം ചെയ്യപ്പെട്ടുവെങ്കിലും ആ സംഘടനയ്ക്ക് തൊഴിലാളികളുടെയോ നാട്ടുകാരുടെയോ ശ്രദ്ധ പിടിച്ച് പറ്റാനായില്ല.

1948 മെയ് ജൂൺ കാലമായപ്പോൾ കമ്യൂണിസ്റ്റ് പാർട്ടി ഒളിവിലും തെളിവിലുമായി കുറെ പരസ്യമായും ചലിക്കാൻ തുടങ്ങി. സ്വാഭാവികമായും തൊഴിലാളി രംഗത്തേക്ക് ശ്രദ്ധ കേന്ദ്രീകരിക്കപ്പെടുന്നു. പാർട്ടി അണികളെ ആവേശം കൊള്ളിച്ച കൽക്കത്ത തീസിസ് പ്രയോഗത്തിൽ ഇടതുതീവ്രവാദി പാതയിൽ എത്തിച്ചുവെങ്കിലും വിപുലമായ ജനകീയ ജനാധിപത്യ മുന്നണിതന്നെയായിരുന്നു കാഴ്ചപ്പാട്. ആകയാൽ ആദ്യം പരിഗണിക്കേണ്ട ഏറ്റവും വലുതും ആധുനികവുമായ എഫ് എ സി റ്റിയിലാണ്. വേറെ വ്യവസായശാലകളിൽ ജോലി ചെയ്തു യൂണിയൻ രംഗത്ത് പരിചയം നേടിയിരുന്നവർ, അടുത്ത കാലം വരെ സ്റ്റുഡന്റ് ഫെഡറേഷന്റെ സജീവപ്രവർത്തകനായിരുന്നവരുൾപ്പെടെ വിവിധ രാഷ്ട്രീയ വിശ്വാസികളും പ്രത്യേക രാഷ്ട്രീയമൊന്നും ഇല്ലാത്തവരും ഫാക്ടറിൽ ഉണ്ടായിരുന്നു. അവരിൽ കൊച്ചി രാജകുടുംബം, വ്യവസായി ആയി വളർന്നു തുടങ്ങിയിരുന്ന കണ്ടത്തിൽ കുടുംബം, കുട്ടനാട്ടിലെ വൻകിട ഭൂപ്രഭുക്കന്മാരായ ചാല, മുരിക്കൻ മങ്കോമ്പിപട്ടർ കുടുംബങ്ങൾ, പാലക്കാട്ടെ കൂറ്റൻ ജന്മി കുടുംബങ്ങൾ എന്നിവിടങ്ങളിലെ ഉൽബുദ്ധരായ ഇളം തലമുറക്കാർ അവരുടെ യോഗ്യതയനുസരിച്ച് സാധാരണ കൃഷിക്കാരോടും തൊഴിലാളികളോടും ഒപ്പം ഫാക്ടിൽ ജോലിക്കാരായി വന്നു. കേരളത്തിന്റെ ഒരു പരിച്ഛേദം, മാത്രമല്ല വെള്ളക്കോളർ ജീവനക്കാരായ അഡ്മിനിസ്ട്രേറ്റീവ് ജീവനക്കാരും എല്ലാം തൊഴിലാളികളുടെ പതാകയ്ക്കു കീഴിൽ അണിനിരന്നിരുന്നു. യൂണിയനെ സജീവമാക്കാൻ

തിരശീലക്കു പിന്നിൽ നടന്ന ഊർജിതമായ നീക്കങ്ങളുടെ ഫലമായി 1948 ഒക്ടോബറിൽ യൂണിയന്റെ വാർഷിക ജനറൽ ബോഡി കൂടുകയും അന്ന് പ്രത്യേക രാഷ്ട്രീയമൊന്നുമില്ലാത്ത കെ എൻ ഗോപാലപിള്ള പ്രസിഡന്റ് സ്ഥാനത്തേക്കും ഉത്തരേന്ത്യൻ വ്യവസായ ശാലകളിൽ ജോലി ചെയ്കെ തന്നെ തൊഴിലാളി യൂണിയൻ പ്രവർത്തനങ്ങളിൽ പരിചയം ഉണ്ടായിരുന്ന ഉറച്ച കമ്യൂണിസ്റ്റ് പ്രവർത്തകൻ ഇ എം അപ്പുക്കുട്ടൻ നായർ ജനറൽ സെക്രട്ടറി സ്ഥാനത്തേക്കും മറ്റൊരു ഉറച്ച കമ്യൂണിസ്റ്റ് ആയ വറുതിക്കുട്ടി ജോയിന്റ് സെക്രട്ടറി സ്ഥാനത്തേക്കും കമ്യൂണിസ്റ്റുകാരും കോൺഗ്രസുകാരും സോഷ്യലിസ്റ്റുകാരും എം ആർ എ (മോറൽ റീഅമാമെന്റ്—ധാർമിക പുനരുദ്ധാരണം) വാദക്കാരനായ എം ഗോപാലമേനോൻ എല്ലാം ഉൾക്കൊള്ളുന്ന എക്സിക്യൂട്ടീവ് കമ്മിറ്റിയും തിരഞ്ഞെടുക്കപ്പെട്ടു. വ്യവസായ മേഖലയിലെ മൂകത ഭഞ്ജിക്കപ്പെടുന്നതിന്റെ ആരംഭമായിരുന്നു.

ഉത്തരേന്ത്യൻ വ്യവസായശാലകളിലെ സേവന വേതന നിരക്കിനെക്കാൾ തുലോം മോശമായിരുന്നു ഇവിടത്തേത്. ഫാക്ടിലേക്ക് വിദൂരത്തുള്ള ജോലി ഉപേക്ഷിച്ച് സ്വന്തം വീട്ടു മുറ്റത്താണല്ലോ എന്ന് കണക്കാക്കിയിരുന്നവർക്ക് തെറ്റിപ്പോയി. പാർപ്പിട സൗകര്യം വളരെ പരിമിതമായിരുന്നു. ഇരുപതു മുപ്പതു മൈൽ ദൂരെ വസിച്ചിരുന്നവർ ദിവസത്തിന്റെ സിംഹഭാഗവും യാത്രയ്ക്ക് വിനിയോഗിക്കേണ്ടിവന്നു. ഏലൂരിലേക്ക് ഗതാഗത സൗകര്യം അത്യന്തം പരിമിതം. യൂണിയൻ കമ്മിറ്റി തൊഴിലാളികളുടെ അടിയന്തരാവശ്യങ്ങൾ അടങ്ങുന്ന ഒരു അവകാശ പത്രിക തയാറാക്കി ജനറൽ ബോഡി യോഗവും സെക്ഷൻ ജനറൽ ബോഡിയും ചർച്ച ചെയ്ത് അംഗീകരിച്ച് മാനേജ്മെന്റിന് സമർപ്പിച്ചു. ഈ ദശാബ്ദത്തിന്റെ പ്രാരംഭത്തിലെ ശ്രീചിത്തിര—ഗ്ലാസ്—അലുമിനിയം—ഓട്ടു കമ്പനി–ടെക്സ്റ്റയിൽ മാനേജ്മെന്റുകളെ ഓർമിപ്പിക്കുന്ന ഗർവ് തന്നെയായിരുന്നു ഫാക്ട് മാനേജ്മെന്റിന്.

അപ്പോൾ തൊഴിലാളികൾക്ക് പിന്നിൽ നാട്ടുകാരെ മുഴുവൻ അണിനിരത്തി മാനേജ്മെന്റിന് മേൽ സമ്മർദം കൊണ്ടുവരേണ്ട ആവശ്യകത യൂണിയനു ബോധ്യമായി.

ഫാക്ടിന് ചുറ്റും സമീപ ഗ്രാമങ്ങളിലും സമരപ്രചാരണ യോഗങ്ങൾ സംഘടിപ്പിക്കപ്പെട്ടു. അങ്ങനെ ഗോപാലപിള്ളയും അപ്പുക്കുട്ടൻ നായരും ഫാക്ട് തൊഴിലാളികൾക്കും നാട്ടുകാർക്കും പ്രിയങ്കരനായി വളർന്നു. അവരുടെ പ്രസംഗങ്ങൾ തൊഴിലാളികളെയും ശ്രോതാക്കളായി എത്തിയ ഗ്രാമീണരെയും ആവേശം കൊള്ളിച്ചു.

സമരപ്രചാരണ യോഗസ്ഥലത്തേക്ക് കമ്പനി ഗേറ്റിൽ നിന്നും തൊഴിലാളികൾ കാൽനട ജാഥയായിട്ടാണ് പോകുക. തൽസമയം ഷിഫ്റ്റിൽ ജോലി ചെയ്യുന്നവരൊഴികെ ബാക്കിയുള്ളവരെല്ലാം മിക്കവാറും ജാഥയിൽ ഉണ്ടായിരിക്കും. ജനുവരി 12 ന്റെ ജാഥയിലും യോഗത്തിലും പങ്കെടുക്കാനായി തനിക്ക് അരമണിക്കൂർ നേരത്തെ ലീവ് അനുവദിക്കണമെന്ന്

ജനറൽ സെക്രട്ടറി അപ്പുക്കുട്ടൻ നായരുടെ അപേക്ഷ ഫോർമാൻ നിരസിച്ചു. അപ്പുക്കുട്ടൻ നായർ ലീവ് എഴുതി ഫോർമാന്റെ മേശപ്പുറത്ത് വച്ച് ഇറങ്ങിപ്പോന്ന് ജാഥയും യോഗവും വിജയിപ്പിച്ചു. യോഗം കഴിഞ്ഞ് തിരിച്ചെത്തിയ ജനറൽ സെക്രട്ടറിയെ സ്വാഗതം ചെയ്തത് സസ്പെൻഷൻ നോട്ടീസായിരുന്നു.

ഇതിൽ പ്രതിഷേധിച്ചാണ് പണിമുടക്ക്. ചുമ്മാവലിച്ചു നീട്ടുകയല്ലായിരുന്നു, ഗോപാലപിള്ള തന്റെ മാരത്തോൺ പ്രസംഗം! തൊഴിലാളികളുടെ ആവശ്യങ്ങൾ അവഗണിക്കുകയും ജനറൽ സെക്രട്ടറിയെ സസ്പെൻഡ് ചെയ്യുകയും ഒരു വിശദീകരണം ചോദിക്കുകപോലും ചെയ്യാതെ ഇരുപത്തിനാലു മണിക്കൂറിനുള്ളിൽ ഡിസ്മിസ് ചെയ്യുകയും! മാത്രമല്ല ആ കാലഘട്ടത്തിൽ മാനേജ്മെന്റ് സ്റ്റേറ്റ് ഖജനാവും വനസമ്പത്തും കൊള്ള ചെയ്യുകയും കൂടി ആയിരുന്നു.

തിരുവിതാംകൂറിനെ വ്യവസായവൽക്കരിക്കാൻ സർ സി പി അടിസ്ഥാനമിട്ടു എന്നതു സത്യം തന്നെ. വിറക് കരിച്ച് കിട്ടുന്ന വാതകം അടിസ്ഥാന അസംസ്കൃത വസ്തുവാക്കി രാസവളം നിർമിക്കുന്ന ലോകത്തിലെ ആദ്യ രാസവള വ്യവസായശാലയാണ് എഫ് എ സി റ്റി. 51% ഓഹരി സർക്കാരിന്. മലയാറ്റൂർ റിസർവ് വനങ്ങളിലെ വിലപിടിപ്പുള്ള വൃക്ഷങ്ങൾ ചുളു വിലയ്ക്ക് മുറിച്ചെടുക്കാനുള്ള അവകാശം, വൃക്ഷങ്ങളിൽ മുന്തിയ ഇനം കൊണ്ട് ഫർണിച്ചർ നിർമിക്കാനായി വേറൊരു കമ്പനി ഫോറസ്റ്റ് ഇൻഡസ്ട്രീസ് ട്രാവൻകൂർ (എഫ് ഐ റ്റി ലിമിറ്റഡ്) രണ്ടിന്റെയും മാനേജിങ് ഏജൻസി തമിഴ്നാട്ടിലെ ശേഷസായി ബ്രദേഴ്സിന്. പ്രതിഫലം ആകെ ചെലവിന്റെ 15% "ഇന്ദ്രനീലനീരദപലകപ്പുറത്ത് എഴുതും വീണ്ടും മായ്ക്കും" എന്ന മഹാകവി ജി മഴവില്ലിനെ ചിത്രീകരിച്ചതിനു തുല്യം. ഫാക്ടിന്റെ നിർമാണം മിക്കവാറും, ഇന്ന് പണിതുയർത്തും. നാളെ അവ പൊളിച്ച് പണിയും. എന്നിങ്ങനെയായിരുന്നു. ചെലവ് കൂട്ടി കാണിക്കേണ്ടത് മാനേജിങ് ഏജൻസിക്ക് ആവശ്യമാണല്ലോ. ഈ കൊള്ളകളെക്കുറിച്ച് അനേകം ലഘുലേഖകൾ യൂണിയൻ പ്രസിദ്ധം ചെയ്തിരുന്നു. പുതിയ അറിവുകൾ പകരുന്ന പ്രസംഗങ്ങൾ സദസ്യർ ശ്രദ്ധാപൂർവം ഇരുന്ന് കേട്ടു.

ശേഷസായിയോട് അമർഷവും രോഷവും പുലർത്തിയിരുന്ന മറ്റൊരുവിഭാഗം ഉണ്ടായിരുന്നു. അവരുടെ കാഴ്ചപ്പാട് തൊഴിലാളിതാൽപ്പര്യമല്ല. തിരുവിതാംകൂറിൽ ഉയർന്ന് വരാൻ തുടങ്ങിയിരുന്ന വ്യവസായികൾ ആയിരുന്നു, അവർ. സർ സി പി നാടുവിട്ടതിനെത്തുടർന്ന് പുനഃപ്രസിദ്ധീകരിച്ചുതുടങ്ങിയ കോട്ടയത്തെ *മലയാള മനോരമ* ശേഷസായി സ്റ്റേറ്റ് ഖജനാവും വനസമ്പത്തും കൊള്ള ചെയ്യുന്നതും സംബന്ധിച്ച മുഖപ്രസംഗ പരമ്പര തന്നെയെഴുതി. പരമ്പര ദീർഘനാൾ തുടരുമെന്ന് അവസാന ദിവസവും എഴുതിയിരുന്നത് ഫാക്ടിന്റെ മാനേജർമാരിൽ ഒരു ഉന്നതൻ മനോരമ ഓഫീസ് സന്ദർശിച്ചതിനെ തുടർന്ന് സഡൻ ബ്രേക്കിട്ട് വണ്ടി നിർത്തുന്നതുപോലെ അവസാനിച്ചു.

ഗോപാലപിള്ള ഇതെല്ലാം തുറന്നടിച്ചു. അദ്ദേഹത്തിന്റെ സുദീർഘ പ്രസംഗത്തിനിടയിൽ അത്യന്തം വിപത്കരമായി തീർന്നേക്കാവുന്ന ഒരു പ്രകോപനം ഉണ്ടായതും എടുത്തുപറയേണ്ടതുണ്ട്. രാവിലെ ഒമ്പത് മണിക്കുള്ള സൈറൺ മുഴങ്ങി. അത് ആട്ടോമാറ്റിക് ആണ്. അഡ്മിനിസ്ട്രേറ്റീവ് സ്റ്റാഫ് ജോലിക്ക് കയറേണ്ടസമയം. വ്യവസായരംഗത്ത് ഇതഃപര്യന്തം ഒരു പണിമുടക്കിലും ഇവർ പങ്കെടുത്തിട്ടില്ല. ഫാക്ട് എംപ്ലോയീസ് അസോസിയേഷനിൽ സ്കാവഞ്ചിങ് തൊഴിലാളി മുതൽ ഫോർമാൻ വരെയുള്ളവർ അംഗങ്ങളാകയാൽ ഒറ്റ വെള്ളക്കോളർ ജീവനക്കാരൻ പോലും ജോലിക്ക് ഹാജരാകാത്തതിനാൽ ടോപ്പ് മാനേജ്മെന്റ് പ്രതിനിധികൾക്ക് അരിശം മൂത്തു. തൊഴിലാളികൾ ഹാജർ വച്ച് കമ്പനിക്കകത്തേക്ക് പ്രവേശിക്കുന്ന ടൈം ഗേറ്റിലൂടെ പുറത്തുവന്ന് ടോപ്പ് മാനേജ്മെന്റിലെ അഞ്ചുപേരും തൊഴിലാളി സഹസ്രങ്ങൾക്കഭിമുഖമായി ധാർഷ്ട്യത്തോടെ നിന്നു. തങ്ങളെ കാണുന്ന നിമിഷം അനുസരണയുള്ള കുട്ടികളെപ്പോലെ അഡ്മിനിസ്ട്രേറ്റീവ് സ്റ്റാഫും പുറകെ കുറെ തൊഴിലാളികളെങ്കിലും ജോലിക്ക് കയറുമെന്ന മൗഢ്യം നിറഞ്ഞ വ്യാമോഹമായിരുന്നു അവർക്ക്. ക്ഷുഭിതരായ ജനക്കൂട്ടം ഹിംസ്രജന്തുവിന് തുല്യമാണെന്ന സത്യം അഭ്യസ്തവിദ്യരെങ്കിലും മൂലധനത്തിന്റെ പുത്തൻ പ്രതിനിധികളും തികച്ചും മാടമ്പികളുമായ അവർ തിരിച്ചറിഞ്ഞില്ല. കേവലം ഇരുപത്തേഴോ ഇരുപത്തെട്ടോ വയസുള്ള യുവനേതാവായ ഗോപാലപിള്ള സാറിന്റെ പക്വമായ നേതൃത്വത്തിന് നന്ദി. അദ്ദേഹം മാടമ്പികളെ നോക്കി കണ്ണുകൊണ്ട് ആജ്ഞകൊടുക്കുകയോ പുരികം ഒന്നു ചലിപ്പിക്കുകയോ ചെയ്തിരുന്നെങ്കിൽ ആ മാടമ്പികൾ ജീവനുംകൊണ്ട് രക്ഷപ്പെടുമായിരുന്നില്ല. മറിച്ച് അദ്ദേഹം തൊഴിലാളികളോട് നിന്നിടത്തു നിന്ന് ആരും അനങ്ങരുതെന്ന് ഉഗ്രമായി ശാസിക്കുകയായിരുന്നു. കുറേ നേരം കൂടി നിന്നിട്ട് മാടമ്പികൾ ഇളിഭ്യരായി കമ്പനിക്കകത്തേക്കു തല വലിച്ചു.

പണിമുടക്ക് വാർത്ത കാട്ടുതീപോലെ പടർന്നതോടെ ഗ്രാമീണർ ഓടിക്കൂടി. അവരുടെ ദൈനംദിന സാമൂഹിക സാമ്പത്തിക ജീവിതത്തെ അത്രയ്ക്കുമേൽ ഫാക്ട് സ്വാധീനിച്ചിരുന്നു. അന്നത്തെ ഇടുങ്ങിയ ഫാക്ട് കവല അക്ഷരാർഥത്തിൽ നിറഞ്ഞ് കവിഞ്ഞൊഴുകി.

അർധരാത്രികഴിഞ്ഞ് പന്ത്രണ്ടരയോടെ പ്രസംഗവും യോഗവും സമാപിച്ചു. പിക്കറ്റിങ്ങോ മറ്റു നടപടികൾ ഒന്നും കൂടാതെ ഗോപാലപിള്ളയുടെ പ്രസംഗം ഒന്നുകൊണ്ടു മാത്രം നൂറുശതമാനവും പണിമുടക്ക് വിജയിച്ചു.

പിറ്റേന്ന് അനിശ്ചിത കാലത്തേക്ക് കമ്പനി ലോക്കൗട്ട് ചെയ്തിരിക്കുന്നതായി നോട്ടീസ്. ഒരു വിശദീകരണം ചോദിക്കുക പോലും ചെയ്യാതെ ജനറൽ സെക്രട്ടറിയെ ഡിസ്മിസ് ചെയ്യുന്നതിലേക്ക് മാനേജ്മെന്റ് നീങ്ങി. തുടർന്നങ്ങോട്ട് അക്ഷരാർഥത്തിൽ വിശ്രമരഹിതമായ ജീവിതമായിരുന്നു ഗോപാലപിള്ളയുടേത്. ലോക്കൗട്ട് പിൻവലിക്കാനുള്ള

പ്രക്ഷോഭം. ദിവസവും പ്രകടനങ്ങളും പൊതുയോഗങ്ങളും. ഏലൂരിലും ചുറ്റുമുള്ള ഗ്രാമങ്ങളിലും മാത്രമല്ല പറവൂർ, ആലുവ, എറണാകുളം തുടങ്ങിയ പട്ടണങ്ങളിലും ഫാക്ട് തൊഴിലാളികളുടെ ശബ്ദവും ഗോപാലപിള്ളയുടെ ഗർജനവും മുഴങ്ങി.

ഒരാഴ്ച കഴിഞ്ഞപ്പോൾ ലോക്കൗട്ട് പിൻവലിക്കപ്പെട്ടു. രാവിലെ ജോലിക്ക് കയറിയ തൊഴിലാളികൾ കാണുന്നത് കമ്പനിക്കുള്ളിൽ ഒരു വലിയ സംഘം പൊലീസ് തോക്കുമേന്തി ഡ്രിൽ ചെയ്യുന്നതാണ്. തലേന്ന് രാത്രി ഫ്രണ്ട് ഓഫീസിലെ ഏതാനും മുറികളിൽ പൊലീസ് എത്തി ക്യാമ്പ് തുടങ്ങിയിരുന്നു. തൊഴിലാളികൾ അമർഷം പൂണ്ടു. യൂണിയൻ പ്രതിഷേധിച്ചു. പൊലീസിനെ പിൻവലിക്കാൻ ആവശ്യപ്പെട്ടു. മാനേജ്മെന്റ് ഗൗനിച്ചില്ല. ഒരു ദിവസം കക്കൂസിലേക്ക് കയറിയ ഒരു സ്ത്രീ തൊഴിലാളിയുടെ പിന്നാലെ ഒരു പൊലീസുകാരനും കയറുന്നത് കണ്ടപ്പോൾ തൊഴിലാളികൾ ക്ഷുഭിതരായി. പോലീസിനെ കമ്പനിക്കുള്ളിൽ നിന്നും പിൻവലിച്ചില്ലെങ്കിൽ കമ്പനിക്കുള്ളിൽ തങ്ങളും പ്രകടനം നടത്തുമെന്ന് യൂണിയൻ പ്രഖ്യാപിച്ചു. ആദ്യദിവസം പ്രസിഡന്റിന്റെ നേതൃത്വത്തിൽ കമ്പനിക്കകത്തുള്ള റോഡുകൾ ഒന്നര രണ്ട് കിലോമീറ്റർ ചുറ്റിപ്രകടനം നടത്തി, തുടങ്ങിയടത്ത് അവസാനിപ്പിച്ച ശേഷമാണ് ഓരോരുത്തരും ജോലി സ്ഥലത്ത് എത്തിയത്. ഫലം — ഗോപാലപിള്ള സസ്പെൻഷനിൽ! ജനറൽ സെക്രട്ടറി ജയിലിലും ജോയിന്റ് സെക്രട്ടറി ഒളിവിലും ആയിരുന്നതിനാൽ പിറ്റേന്ന് പ്രകടനത്തിലും മറ്റുള്ളവർ നേതൃത്വം നൽകി. നേതൃത്വം നൽകിയ കൂടുതൽ പ്രവർത്തകരെ സസ്പെൻഡ് ചെയ്തു. വാശി മൂത്ത തൊഴിലാളികൾ പ്രകടനം തുടരുകയും ഉശിരന്മാരായ മിക്കവാറും എല്ലാവരും സസ്പെൻഷനിൽ ആകുകയും ചെയ്തു. ഒരു ദിവസം പ്രകടനത്തിന് നേതൃത്വം നൽകാൻ ആരുമില്ലാതെ സഖാക്കൾ പരുങ്ങുന്നത് കണ്ട് ഈ ലേഖകൻ തുറന്ന ഓഫീസ് പൂട്ടി കൊടി പിടിച്ച് മുദ്രാവാക്യം വിളിച്ച് പ്രകടനത്തിന് മുൻകൈയെടുത്തു. എന്റെ ഓഫീസിന്റെ ചുമതലയുള്ള മാനേജ്മന്റ് പ്രതിനിധി ഓഫീസിൽ എത്തിയ ഉടനെ ഈ ലേഖകനും സസ്പെൻഷൻ ഓർഡർ തന്നു. എഫ് എ സി റ്റിയിൽ നിയമിതനായ ഈ ലേഖകനെ സൂത്രത്തിൽ സഹകരണസംഘം ഓഫീസിലേക്ക് ട്രാൻസ്ഫർ ചെയ്യുകയും സഹകരണ സംഘത്തെ വേറിട്ടൊരുസ്ഥാപനമാക്കുകയും ചെയ്തിരുന്നു. ഈ ലേഖകനോട് മാനേജ്മെന്റിനുള്ള വിദ്വേഷത്തിനുള്ള കാരണം 1946–47 മുതലേ യുവജന സമാജത്തിന്റെ ആഭിമുഖ്യത്തിൽ ചില ഉദ്യോഗസ്ഥന്മാരുടെ കൈക്കൂലിക്കെതിരെ കമ്പനിക്കു ചുറ്റും പൊതുയോഗങ്ങളിൽ പ്രസംഗിച്ചുവെന്നതാണ്.

പൊലീസിനെ കമ്പനിക്കകത്ത് നിന്ന് പിൻവലിച്ചെങ്കിലും അടിയന്തരാവശ്യങ്ങൾ അനുവദിക്കാൻ യാതൊരു അയവും കാണിച്ചില്ല. മുന്നേപ്പോലെ ദിവസവും വൈകിട്ട് സമര പ്രചരണ പ്രകടനവും പൊതുയോഗവും. അതിൽ ആലുവാ പൊതുയോഗവും, ഗോപാലപിള്ളയുടെ പ്രസം

ഗവും കേരള രാഷ്ട്രീയ ചരിത്രത്തിൽ രേഖപ്പെടുത്തേണ്ടതുതന്നെ. 1949 ഫെബ്രുവരി 6 നാണ് അത്. ആലുവ മണപ്പുറമാണ് യോഗസ്ഥലം. ഉദ്ദേശം രണ്ടായിരത്തിൽ താഴെ വരുന്ന തൊഴിലാളികൾ ഫാക്ട് ഗേറ്റിൽ നിന്നും കാൽനട പ്രകടനമായി ആലുവയിലേക്ക്. ഇന്നിത് അതിശയോക്തിയായി തോന്നിയേക്കാം. മാർത്താണ്ഡവർമ്മ പാലം കടന്ന് മണപ്പുറത്തേക്കുള്ള വഴിയിലേക്ക് തിരിയുമ്പോൾ അന്ന് പുഴയരികിൽ ഇന്നത്തേതുപോലെ കെട്ടിടങ്ങൾ ഉയർന്നിരുന്നില്ല. തെക്കേ മണപ്പുറത്ത് ഉയരത്തിൽ കെട്ടി ഉയർത്തിയ വേദിയിൽ ഖദർ ധാരികളായ കെ പി സി സി നേതാക്കളിൽ ഒരാൾ പ്രസംഗിക്കുന്നുണ്ട്. പക്ഷേ സദസ് അത്യന്തം ശുഷ്കം. രണ്ട് ദിവസമായി ചർച്ച ചെയ്ത് അംഗീകരിച്ച കെ പി സി സിയുടെ ഐക്യ കേരള വിളംബര സമ്മേളനമായിരുന്നു അത്.

ജാഥ അൽപ്പം കൂടി മുന്നോട്ടുനീങ്ങിയപ്പോൾ മണപ്പുറത്തെ ആൽത്തറയ്ക്കും ക്ഷേത്രത്തിനുമിടയിൽ ഒരു വലിയ ജനക്കൂട്ടം. (ഇന്ന് കാണുന്ന കോൺക്രീറ്റ് നിർമിത ക്ഷേത്രം അന്നില്ല. പുഴയിലെ വെള്ളം കുറഞ്ഞ് മണപ്പുറം തെളിയുമ്പോൾ പുഴയുടെ മധ്യത്തിലുള്ള ശിവലിംഗ പ്രതിഷ്ഠക്കു ചുറ്റും പനമ്പു വളച്ചുകെട്ടി ക്ഷേത്രത്തിന്റെ പ്രതീതി ജനിപ്പിക്കുകയും മഴക്കാലത്ത് അത് പൊളിച്ചു മാറ്റുകയോ ഒലിച്ചുപോകുകയോ ആണ് പതിവ്.) മത്തായി മാഞ്ഞൂരാനുമായി തെറ്റിപ്പിരിഞ്ഞ് ശ്രീകണ്ഠൻ നായരുടെ നേതൃത്വത്തിലുള്ള ആർ എസ് പിയുടെ സ്ഥാപന സമ്മേളമായിരുന്നു അത്. ഏലൂരിൽ നിന്നും വന്ന ജാഥ വടക്കേ മണപ്പുറത്തേക്കു നീങ്ങി. രണ്ടായിരത്തോളം പേർ ഒരു വരിയായി നീങ്ങുന്ന നീണ്ട ജാഥ വഴിയിൽ കാഴ്ചക്കാരായ കാണികളെയും മണപ്പുറത്തെ രണ്ടു സമ്മേളനങ്ങളിലെ ശ്രോതാക്കളെയും ആകർഷിച്ചിരുന്നു. ഫാക്ട് തൊഴിലാളികൾ മൈക്ക് കെട്ടി യോഗം ആരംഭിച്ചു. "പ്രിയപ്പെട്ട നാട്ടുകാരേ തൊഴിലാളി സഖാക്കളെ..." ഗോപാലപിള്ള സാറിന്റെ സിംഹഗർജനം. രണ്ടു സമ്മേളനങ്ങളിലെയും ശ്രോതാക്കൾ വടക്കേ മണപ്പുറത്തേക്ക് പ്രവഹിക്കാൻ തുടങ്ങി. കെ പി സി സിയുടെ സദസ് ശുഷ്കമായിരുന്നത് അത്യന്തം ദയനീയമായി. ശ്രീകണ്ഠൻ നായരുടെ ശ്രോതാക്കളിൽ ബഹുഭൂരിപക്ഷവും വടക്കോട്ടു തിരഞ്ഞു. അങ്ങനെ അക്കാലത്തെ രണ്ടു മഹാപ്രസ്ഥാനങ്ങളെ ചെറുതാക്കി കളഞ്ഞു ഗോപാലപിള്ളയുടെ ഒരു പ്രസംഗം.

നാടാകെ ഇളക്കി മറിച്ചുകൊണ്ടുള്ള പ്രചാരണങ്ങൾ മാനേജ്മെന്റിന് കൂടുതൽ വാശിയേറ്റിയതേ ഉള്ളൂ. നിസ്സാര കാര്യങ്ങൾക്ക് കളവായി കുറ്റം ആരോപിച്ച് ശിക്ഷണ നടപടികൾ. കമ്പനിക്കകത്ത് വീണ്ടും പ്രകടനങ്ങൾ. സസ്പെൻഷനുകൾ, മാനേജുമെന്റിന്റെ ധാർഷ്ട്യം അവസാനിപ്പിക്കാനും അടിയന്തരാവശ്യങ്ങൾ നേടിയെടുക്കാനും പണിമുടക്കല്ലാതെ ഗത്യന്തരമില്ലെന്നു കണ്ട് 1949 ഫെബ്രുവരി 10 ന് സ്ട്രൈക് ബാലറ്റ് എടുക്കുകയും മാർച്ച് 4 ന് പണിമുടക്ക് നോട്ടീസ് നൽകുകയും ചെയ്തു. മന്ത്രിമാരെ ഇടപെടുവിക്കാൻ പ്രസിഡന്റും അനുരഞ്ജന നടപടി

കൾക്കായി ലേബർ കമ്മീഷണർ പി എൻ കൃഷ്ണപിള്ള (ആലപ്പുഴയിലെ മുൻ തൊഴിലാളി നേതാവ്) യും പരിശ്രമിക്കുന്നതിനിടയിൽ മാനേജ്മെന്റും സർക്കാരും ഒരു കെണി വച്ചു. തർക്കപ്രശ്നങ്ങൾ എല്ലാം നിർബന്ധിത അഡ്ജ്യൂഡിക്കേഷനു വിട്ടു.

ഈ പ്രശ്നത്തിൽ ഗോപാലപിള്ളയും ഫാക്ടിന് പുറത്തുള്ള കമ്യൂണിസ്റ്റ് പാർട്ടിയും തമ്മിൽ ഏറ്റുമുട്ടി. സാങ്കേതികമായി പറഞ്ഞാൽ പാർട്ടിക്ക് തെറ്റുപറ്റിയെങ്കിലും, ആശയപരമായി പാർട്ടിയുടെ അഭിപ്രായമാണ് ശരിയെന്ന് ഏറെ വൈകാതെ തെളിഞ്ഞു. ഉറച്ച പാർട്ടി പ്രവർത്തകരായിരുന്ന ജനറൽ സെക്രട്ടറി ജയിലിലും ജോയിന്റ് സെക്രട്ടറി ഒളിവിലും ആയിരുന്നെങ്കിലും പതിനൊന്ന് പേരടങ്ങുന്ന ആക്ഷൻ കമ്മിറ്റിയിൽ മൂന്ന് കമ്യൂണിസ്റ്റുകാരും ഉണ്ടായിരുന്നു. നിർബന്ധിത അഡ്ജ്യൂഡിക്കേഷൻ കമ്യൂണിസ്റ്റുകാരുൾപ്പെടെ ഏകകണ്ഠമായി അംഗീകരിച്ചു. പുറത്തു പാർട്ടി കമ്മിറ്റിയോട് ആലോചിക്കാതെയാണ്, തൊഴിലാളിക്ക് കൊലക്കയറായിരുന്ന നിർബന്ധിത അഡ്ജ്യൂഡിക്കേഷന് 3 സഖാക്കൾ സമ്മതം മൂളിയത്. പാർട്ടിയിൽ വിളിച്ചുവരുത്തി ഈ തീരുമാനം പുനഃപരിശോധിക്കേണ്ടതിന്റെ ആവശ്യകത അവരെ ബോധ്യപ്പെടുത്തി. അവർ ആവശ്യപ്പെട്ടതനുസരിച്ച് ആക്ഷൻ കമ്മിറ്റി വീണ്ടും യോഗം ചേർന്നുസഖാക്കളുടെ അഭിപ്രായം തള്ളിക്കളഞ്ഞു. തൊഴിലാളികൾക്കിടയിൽ ഇത് ചർച്ചാവിഷയമാകാൻ പാർട്ടി ലഘുലേഖകൾ വിതരണം ചെയ്തു. അക്കൊല്ലം സെപ്തംബറിൽ യൂണിയൻ തിരഞ്ഞെടുപ്പിൽ ഗോപാലപിള്ളയ്ക്കെതിരെ ലോക്കപ്പിൽക്കിടക്കുന്ന അപ്പുക്കുട്ടൻനായർ മത്സരിക്കണമെന്ന് തീരുമാനിക്കപ്പെട്ടു. എന്നാൽ നോമിനേഷൻ പേപ്പർ ഒപ്പിടാൻ അധികാരികൾ അപ്പുക്കുട്ടൻ നായരെ അനുവദിച്ചില്ല. തന്റെ കക്ഷി ഈ മത്സരത്തിൽ പ്രസിഡന്റ് സ്ഥാനത്തേക്ക് ആഗ്രഹിക്കുന്ന വിവരം താങ്കളെ അറിയിക്കാൻ എന്നെ അധികാരപ്പെടുത്തിയിരിക്കുന്നു എന്ന് വക്കീലിന്റെ സത്യവാങ്മൂലം ഹാജരാക്കി. കമ്യൂണിസ്റ്റ് പാർട്ടിയുമായി തെറ്റിപ്പിരിഞ്ഞ ഗോപാലപിള്ളയ്ക്ക് സാങ്കേതിക കാരണത്താൽ ആ നോമിനേഷൻ പത്രിക സ്വീകരിക്കാതിരിക്കാമായിരുന്നു. തൊഴിലാളികളുടെ നാഡിമിടിപ്പ് ശരിയായി മനസിലാക്കിയിരുന്ന അദ്ദേഹം മഹാമനസ്കതയോടെ നോമിനേഷൻ സ്വീകരിച്ചു. ഒരു പൊതു തിരഞ്ഞെടുപ്പിന് എന്ന പോലെ അപ്പുക്കുട്ടൻ നായർക്ക് വേണ്ടി ചുവരെഴുത്ത്, വീടുകൾ കയറിയിറങ്ങി നിർബന്ധിത അഡ്ജൂഡിക്കേഷന്റെ വിനാശ ഫലത്തെക്കുറിച്ച് വിവരിച്ച് വോട്ടു ചോദിക്കുക, പ്ലാന്റുകളിലും ഓഫീസുകളിലും ചൂടുപിടിച്ച ചർച്ച തുടങ്ങി എല്ലാം സംഘടിപ്പിക്കപ്പെട്ടു. അപൂർവം ചില ബുദ്ധിജീവികളായ വിദഗ്ധ തൊഴിലാളികൾ ഒഴികെ ആരും നിർബന്ധിത അഡ്ജൂഡിക്കേഷനെ സാധൂകരിച്ചില്ല. പക്ഷേ അപ്പുക്കുട്ടൻ നായരെ ഇഷ്ടമല്ലാത്തതുകൊണ്ടല്ല. നിത്യേനയുള്ള കാൽനട ജാഥയും മറ്റുപ്രകടനങ്ങളും സസ്പെൻഷനും ഡിസ്മിസും പൊലീസ് മർദനവും മറ്റും തൽക്കാലത്തേക്ക് ഒഴിവാക്കാനാണ് തൊഴിലാളികൾ ഇഷ്ടപ്പെട്ടത്. രേഖപ്പെടുത്തിയ

ആയിരത്തിൽ താഴെ വോട്ടുകളിൽ അപ്പുക്കുട്ടൻ നായർക്ക് ലഭിച്ചത് വെറും ഇരുപത്തിയാറു വോട്ടുകൾ മാത്രം! കടുത്ത കമ്യൂണിസ്റ്റ് അനുഭാവികൾ പോലും എതിർത്തുവോട്ടു ചെയ്തു!

എന്നാൽ പാർട്ടിയുടെ അഭിപ്രായം ശരിവച്ചുകൊണ്ട് തർക്കങ്ങൾ കോടതിയിലിരിക്കെ, മാനേജ്മെന്റ് ഏകപക്ഷീയമായി തൊഴിലാളികൾക്കെതിരെ വിവിധ മർദന നടപടികൾ സ്വീകരിക്കാൻ തുടങ്ങി. സർവോപരി ആവശ്യത്തിലും അധികമുള്ള എഴുന്നൂറോളം തൊഴിലാളികളെ പിരിച്ചുവിടാൻ അനുവദിക്കണമെന്ന് മാനേജ്മെന്റ് കോടതിയിൽ പുതിയ ഡിമാന്റ് ഉന്നയിച്ചു.

അഡ്ജ്യൂഡിക്കേഷൻ കോടതിയിലെ നടപടികൾ നീണ്ടുനീണ്ടുപോയി. തൊഴിലാളികൾക്കുമേൽ ശിക്ഷണ നടപടികൾ തുടരുകയും ക്ഷമകെട്ട് അവസാനം അഡ്ജ്യൂഡിക്കേഷൻ ബഹിഷ്ക്കരിക്കാൻ തീരുമാനിക്കുകയും വീണ്ടും പണിമുടക്കിനുവേണ്ടി തയാറെടുക്കുകയും ചെയ്തു. തർക്കം കോടതിയിൽ ഇരിക്കെ പണിമുടക്ക് നിയമവിരുദ്ധമെന്ന് പ്രഖ്യാപിക്കപ്പെട്ടു. പണിമുടക്ക് ഒഴിവാക്കാനായി മാനേജ്മെന്റുമായി നേരിട്ട് കൂടിയാലോചിച്ച് ചില ധാരണകൾ ഉണ്ടാക്കാനുള്ള ശ്രമവും പാളി. തർക്കം കോടതിയിൽ ആകയാൽ ഈ ധാരണ ഡയറക്ടർ ബോർഡ് യോഗം തള്ളി.

ഒടുവിൽ 1950 ഒക്ടോബറിൽ തൊഴിലാളികൾ പണിമുടക്കി. മാനേജ്മെന്റും സർക്കാരും നിർദയം മർദന നടപടികൾ സ്വീകരിച്ചു. പ്രകടനങ്ങളും പൊതുയോഗങ്ങളും നിരോധിച്ചു. ഏലൂരിലും പരിസരഗ്രാമങ്ങളിലും അഞ്ച് ആളുകൾ ഒന്നിച്ച് കൂടുന്നതിനെ നിരോധിച്ചുകൊണ്ട് 144 പ്രഖ്യാപിച്ചു. മത്തായി മാഞ്ഞൂരാന്റെ നേതൃത്വത്തിൽ 144 ലംഘിക്കപ്പെട്ടു. പ്രസിഡന്റ് ഗോപാലപിള്ളയെയും സെക്രട്ടറി എസ് സി എസ് മേനോനെയും ഏതാനും പ്രവർത്തകരെയും അറസ്റ്റുചെയ്ത് ജയിലിലടച്ചു. പ്ലാന്റുകൾ പ്രവർത്തിക്കുന്നുവെന്ന് വരുത്തിത്തീർക്കാൻ ഏതാനും കരിങ്കാലികളെ റിക്രൂട്ട് ചെയ്തു. തൊഴിലാളികൾ അവസരത്തിനൊത്ത് ഉയർന്നു. കരിങ്കാലികളെ വേണ്ടവിധം കൈകാര്യം ചെയ്തു. പകരം അറസ്റ്റും ഭീകര ലോക്കപ്പ് മർദനവും തൊഴിലാളികൾ സഹിച്ചു.

ഇതിനിടയിൽ പൊതുയോഗങ്ങളിൽ പ്രസംഗിക്കരുതെന്ന വ്യവസ്ഥയിൽ ഗോപാലപിള്ളയ്ക്കും മറ്റും ജാമ്യം കിട്ടി.,

പുറത്തിറങ്ങിയ ഗോപാലപിള്ള തന്റെ സിംഹഗർജനം പോലുള്ള പ്രസംഗത്തെക്കാൾ കൂടുതൽ ശക്തവും നിശിതവുമായ മറ്റൊരു ആയുധം കണ്ടെത്തി. തൊഴിലാളികൾക്കനുകൂലമായി തർക്കം പരിഹരിക്കപ്പെടുന്നതുവരെ അല്ലെങ്കിൽ തന്റെ മരണം വരെ നിരാഹാരസമരം പ്രഖ്യാപിച്ചു. നിരാഹാരം അനുഷ്ഠിച്ചു കിടന്ന പ്രിയപ്പെട്ട നേതാവിനെ കാണാൻ നാട്ടുകാരും തൊഴിലാളികളും പ്രവഹിച്ചു

അസോസിയേഷന്റെ നിയമോപദേഷ്ടാവും പ്രസിദ്ധ സോഷ്യലിസ്റ്റ് നേതാവുമായിരുന്ന അഡ്വക്കേറ്റ് പി ബാലഗംഗാധരമേനോൻ ഗവൺമെന്റു

മായി നടത്തിയ ചർച്ചയുടെ അടിസ്ഥാനത്തിൽ നിരാഹാര സമരം അവസാനിപ്പിച്ച് ഗോപാലപിള്ളയുടെ വിലപ്പെട്ട ജീവൻ രക്ഷിച്ചു. തൊഴിലാളികളുടെ എല്ലാ അവകാശങ്ങളും നിഷേധിച്ചുകൊണ്ടും മാനേജ്മെന്റിന്റെ അപേക്ഷയനുസരിച്ച് 700 തൊഴിലാളികളെ പിരിച്ചുവിടാൻ അനുവദിച്ചുകൊണ്ടും അഡ്ജ്യൂഡിക്കേഷൻ അവാർഡ് ഡിസംബറിൽ പുറത്തുവന്നു. കമ്യൂണിസ്റ്റുകാരായിരുന്ന തൊഴിലാളികൾ എല്ലാവരും അഭിപ്രായ വ്യത്യാസത്തിന്റെ പേരിൽ ചേരിമാറാതെ എല്ലാ സമരപരിപാടികളുടെയും മുൻനിരയിൽ നിന്നതും പ്രസ്താവ്യമാണ്.

പുന്നപ്ര-വയലാറിനു ശേഷം മൗനം എഫ് എ സി ടിയിലാണ് ആദ്യം ഭഞ്ജിക്കപ്പെട്ടതെങ്കിലും അതിന്റെ അനുരണനം വ്യവസായമേഖലയാകെ മാറ്റൊലികൊണ്ടു. നിർജീവമായിരുന്നവയോ അല്ലെങ്കിൽ നാമമാത്രമായി ചലിക്കുകയോ ചെയ്തിരുന്ന ഇതര യൂണിയനുകളെല്ലാം സജീവമായി. വ്യവസായ മേഖല ആകെ ഉണർന്നു. ഗോപാലപിള്ളയുടെ പ്രശസ്തിയും അംഗീകാരവും കഴിവുകളും അവർ പ്രയോജനപ്പെടുത്തി. അലുമിനിയം, ഗ്ലാസ്, ശ്രീചിത്തിരാ മിൽസ്, ഫോറസ്റ്റ് ഇൻഡസ്ട്രീസ് ട്രാവൻകൂർ, ടെക്സ്റ്റൈൽസ്, ഓട്, എല്ലാ യൂണിയനുകളുടെയും പ്രസിഡന്റ് സ്ഥാനത്തേക്ക് ഗോപാലപിള്ള തിരഞ്ഞെടുക്കപ്പെട്ടു.

ആലുവാ ബീഡിത്തൊഴിലാളികളുടെ സമരം പ്രത്യേകം പ്രസ്താവം അർഹിക്കുന്നു. ആലപ്പുഴയിൽ നിന്നും നിയുക്തനായ പി ജി രാഘവൻ ആലുവയിൽ എത്തി ആദ്യം ബീഡി തൊഴിലാളികളെ സംഘടിപ്പിക്കാനാണ് ശ്രമിച്ചത്. ബീഡി മുതലാളികൾ ഏർപ്പെടുത്തിയ ഗുണ്ടകളുടെയും പൊലീസിന്റെയും മർദനമേറ്റ് ദിവസങ്ങൾക്കുള്ളിൽ അദ്ദേഹം മരിച്ചു. ബീഡി മുതലാളിമാരുടെ മുഷ്ക് തുടർന്നു. അൽപ്പകാലത്തേക്ക് കൂടി നീണ്ടുനിന്നു. പക്കായി എന്ന ബീഡി മുതലാളി തന്റെ മുഷ്ക് അവസാനിപ്പിച്ച് പിരിച്ചുവിട്ട തൊഴിലാളികളെ തിരിച്ചെടുക്കാനും കൂലിക്കൂടുതൽ നൽകാനും നിർബന്ധിതനായി.

1945-46 മുതൽ തന്നെ സ്റ്റാന്റേർഡ് പോട്ടറീസ് ആൻഡ് ടൈൽസ് തൊഴിലാളികളോടുള്ള ആക്രമണങ്ങൾ ഒരു പരിധിവരെ അവസാനിപ്പിക്കാൻകഴിഞ്ഞു. ചെങ്ങമനാട് തുരുത്ത് പ്രദേശങ്ങളിലെ ഓട്ടുതൊഴിലാളികളുടെ സ്ഥിതി പരമദയനീയമായിരുന്നു. നിലവിലുണ്ടായിരുന്ന ഫാക്ടറീസ് ആന്റ് ബോയിലേഴ്സ് ആക്ടനുസരിച്ച് അന്നും ബാലവേല നിയമവിരുദ്ധമായിരുന്നെങ്കിലും ഓട്ടു മുതലാളികൾ കണക്കറ്റ് ബാലന്മാരെ നിയമിച്ചിരുന്നു. നാമമാത്രമായ കൂലി കൊടുത്താൽ മതിയല്ലോ. ഫാക്ടറീസ് ഇൻസ്പെക്ടർ പരിശോധനയ്ക്ക് വരുന്നുണ്ടെന്നറിയിപ്പു കിട്ടിയാൽ അന്ന് ഒറ്റക്കുട്ടിയെയും ജോലിസ്ഥലത്ത് കണ്ടു കിട്ടുകയില്ല.

വൻകിട മുതലാളിയെക്കാൾ ഏറെ വാശിയാണ് ബീഡി, ഓട്, പ്രിന്റിങ് പ്രസ് തുടങ്ങിയ വ്യവസായത്തിലേർപ്പെട്ടിരിക്കുന്ന ചെറുകിടക്കാർക്ക്. കൂലിക്കൂടുതലിനും അൽപ്പം കൂടി മെച്ചപ്പെട്ട സേവന വ്യവസ്ഥകൾക്ക് വേണ്ടി ഓടു തൊഴിലാളികൾ പണിമുടക്കി. ഒടുവിൽ ഗോപാ

ലപിള്ള മരണം വരെ നിരാഹാര സമരത്തിൽകിടന്നു. അതോടെയാണ് 67 ദിവസങ്ങൾ നീണ്ടുനിന്ന ഓട്ടുതൊഴിലാളി സമരം വിജയിച്ചത്.

എഫ് എ സി ടി യിലെ തൊഴിലാളി പ്രവർത്തനത്തിൽ തുടങ്ങി ആലുവ മേഖലയിലാകെ അനിഷേധ്യ തൊഴിലാളി നേതാവായി ഉയർന്ന ഗോപാലപിള്ള കേരളത്തിലാകെ ശ്രദ്ധേയനായി. ഈ പശ്ചാത്തലത്തിൽ 1952 ലെ ആദ്യ പൊതു തിരഞ്ഞെടുപ്പിൽ എഫ് എ സി ടി സ്ഥിതി ചെയ്യുന്ന ആലങ്ങാട് നിയോജക മണ്ഡലത്തിൽ സ്വതന്ത്ര സ്ഥാനാർഥി യായി മത്സരിക്കണമെന്ന ആവശ്യം ഉയർന്നുവരികയും അസോസിയേ ഷൻ ജനറൽ ബോഡിയോഗം ഏകകണ്ഠമായി അനുകൂലിക്കുകയും ചെയ്തു. എന്നാൽ ചില സാങ്കേതിക കാരണങ്ങളാൽ അദ്ദേഹത്തിന് മത്സരിക്കാൻ കഴിയുമായിരുന്നില്ല.

1950 കളുടെ ആദ്യപാദത്തിൽ ആലുവയിൽ നിന്നും അദ്ദേഹത്തിന്റെ പത്രാധിപത്യത്തിൽ *മസ്ദൂർ* എന്ന പേരിൽ ഒരാനുകാലിക പ്രസിദ്ധീക രണം തുടങ്ങി. ആലുവ മേഖലയിൽ മാത്രമല്ല രാജ്യമെമ്പാടും തൊഴി ലാളി ശബ്ദം കേൾപ്പിക്കാനാണ് അദ്ദേഹം ലക്ഷ്യമിട്ടത്. ഫാക്ടിൽ നിന്നും അറസ്റ്റുചെയ്യപ്പെട്ട ആറ് പേരുൾപ്പെടെ മുപ്പത് യുവ കമ്യൂണിസ്റ്റ് പ്രവർത്തകർ ഇടപ്പള്ളി കേസിലെ പ്രതികൾ എന്ന നിലയിൽ ആലുവ പൊലീസ് ലോക്കപ്പിൽ പൈശാചിക മർദനങ്ങൾക്കിരയായി. നരകയാ തന അനുഭവിക്കുകയാണെന്ന വിവരം ആദ്യം വെളിച്ചത്ത് കൊണ്ടുവ ന്നത് *മസ്ദൂർ* ആണ്.

വ്യത്യസ്ത രാഷ്ട്രീയക്കാരും പ്രത്യേകിച്ച് ഒരു രാഷ്ട്രീയവും ഇല്ലാ ത്തവരുമായ തൊഴിലാളികൾ ഒറ്റക്കെട്ടായി നിന്ന് ഫാക്ട് എംപ്ലോയീസ് അസോസിയേഷൻ ആലുവായിലെ ട്രേഡ് യൂണിയൻ പ്രസ്ഥാനത്തിന്റെ കേന്ദ്ര ബിന്ദുവായി നിലകൊണ്ടു. 1957 ൽ പ്രഥമ കേരളാ മന്ത്രിസഭ അധികാരത്തിൽ വന്നതിനു ശേഷമാണ് വ്യവസായ സമാധാനവും സൗഹൃദാന്തരീക്ഷവും നിലവിൽ വന്നത്. ഇതിനിടയിൽ 1949 ൽ നിർബ ന്ധിത അഡ്ജ്യൂഡിക്കേഷൻ സ്വീകരിക്കുന്നത് സംബന്ധിച്ച് ഗോപാല പിള്ളയും കമ്യൂണിസ്റ്റ് പാർട്ടിയും തമ്മിൽ ഏറ്റുമുട്ടിയെങ്കിലും ആ അഭി പ്രായ വ്യത്യാസം സംഘടനാ രംഗത്തും സമര രംഗത്തും കണികാണാൻ പോലും ഇല്ലായിരുന്നു. എന്നാൽ കമ്യൂണിസ്റ്റുകാരെക്കാൾ കൂടുതൽ ജനാ ധിപത്യ വിശ്വാസികൾ എന്നു കരുതപ്പെട്ടിരുന്ന വിശ്വസ്ത സുഹൃത്തു ക്കൾ തന്നെ അദ്ദേഹത്തിന്റെ പിന്നിൽ നിന്ന് കുത്തി. പൊതുപ്രവർത്ത നങ്ങൾക്ക് സത്യസന്ധതയും ആത്മാർഥതയും മാനദണ്ഡമായി മുറുകെ പിടിച്ചിരുന്ന ആ ആദർശധീരൻ വ്രണിത ഹൃദയനായി തൽക്കാലത്തേക്ക് സജീവ രംഗത്ത് നിന്നും പിൻമാറി കേവലം ഒരു നിരീക്ഷകനായി നില കൊണ്ടു.

1959 ലെ വിമോചന സമരത്തോടെ ഫാക്ടിലെ വ്യവസായ സമാ ധാനവും താറുമാറാക്കപ്പെട്ടു. തികഞ്ഞ കമ്യൂണിസ്റ്റ് വിരുദ്ധർക്ക് യൂണി യൻ നേതൃത്വത്തിൽ അവഗണനീയമല്ലാത്ത പങ്ക് ലഭിച്ചു. അത് എങ്ങനെ

എന്ന് അറിയണമെങ്കിൽ അക്കാലത്തെ ഫാക്ടിൽ മാത്രമല്ല പുറത്തേക്കും രാഷ്ട്രീയ ഗതിവിഗതികൾ വിശദീകരിക്കേണ്ടതിനാൽ അത് വിടുന്നു. ഒരു വിഭാഗം തൊഴിലാളികളോടു കാണിക്കാൻ തുടങ്ങിയ വിവേചനം അനീതിയെ ചോദ്യം ചെയ്യാൻ ധൈര്യപ്പെടുന്ന എല്ലാ വിഭാഗത്തോടും ആയി പടർന്നു വ്യാപിച്ചു. തൊഴിലാളികൾ രോഷാകുലരായി.

തദവസരത്തിലാണ് എം കെ കെ നായർ ഫാക്ടിന്റെ ജനറൽ മാനേജരായി നിയോഗിക്കപ്പെടുന്നതും ആദ്യമായി കമ്പനിയിൽ ജോയിന്റ് മാനേജ്മെന്റ് കൗൺസിൽ രൂപീകരിക്കപ്പെടുന്നതും. തൊഴിലാളികളുടെ ഇംഗിതമനുസരിച്ച് ഗോപാലപിള്ള ജോയിന്റ് കൗൺസിലേക്ക് മത്സരിച്ചു. 1949 ൽ അപ്പുക്കുട്ടൻ നായരെ തോൽപ്പിച്ചതിനെക്കാൾ കൂടുതൽ ദയനീയമായി എതിരാളികളെ തോൽപ്പിച്ചുകൊണ്ട് ഗോപാലപിള്ളയും അദ്ദേഹത്തിന്റെ പാനലും വിജയിച്ചു. കമ്യൂണിസ്റ്റ് പാർട്ടിയുടെ പാനൽ ആയിരുന്നു. തുടർന്ന് അറുപതുകളുടെ ആദ്യ വർഷങ്ങളിലും അദ്ദേഹം ഫാക്ട് തൊഴിലാളികളുടെ സാരഥ്യം വഹിച്ചു. അതിനിടയിൽ ഫാക്ടിന്റെ ജീവനക്കാരനും പിൽക്കാലത്ത് കേന്ദ്രമന്ത്രിയുമായ കോൺഗ്രസ് നേതാവ് എ സി ജോർജ് സെക്രട്ടറി സ്ഥാനത്തേക്ക് തിരഞ്ഞെടുക്കപ്പെട്ടിരുന്നു. അദ്ദേഹത്തിന്റെ കുത്തിത്തിരിപ്പും വിഭാഗീയ പ്രവർത്തനവും, ഏതാണ്ട് അതിനെ അംഗീകരിക്കുന്ന മാനേജ്മെന്റ് നിലപാടും, ഇതിനെയെല്ലാം മുന്നേപ്പോലെ ചെറുത്ത് തോൽപ്പിക്കാൻ തൊഴിലാളികളെ ഒറ്റക്കെട്ടായി അണിനിരത്താനുള്ള അസാധ്യതയും കൊണ്ട് വീണ്ടും ഗോപാലപിള്ള സജീവ രംഗത്ത് നിന്ന് പിൻവാങ്ങി.

നിലവിലുള്ള സ്റ്റാന്റിങ് ഓർഡറും കീഴ്‌വഴക്കങ്ങളും അനുസരിച്ച് മാനേജീരിയൽ തസ്തികയിലേക്കുള്ള പ്രമോഷന് അവസരമായപ്പോൾ അതു സ്വീകരിച്ച് കുറെ വർഷങ്ങൾകൂടി ഫാക്ടിൽ ജോലി തുടരുകയും ചെയ്തു. വിമോചന സമരാനന്തരം തത്വങ്ങളെല്ലാം ബലികഴിക്കപ്പെട്ടപ്പോൾ ചില നേതാക്കൾ അനർഹമായി ഡബിൾ പ്രമോഷൻ വാങ്ങിയതും അതിൽ സീനിയോരിറ്റി അവഗണിക്കപ്പെട്ട തൊഴിലാളി തർക്കം ഉന്നയിച്ച് രണ്ട് കൊല്ലങ്ങൾക്ക് ശേഷം പിൽക്കാല പ്രാബല്യത്തോടെ പ്രമോഷൻ പിടിച്ചുവാങ്ങിയ കഥയും എഫ് എ സി ടിയിൽ ഉണ്ടായിട്ടുണ്ട്. പലരും നേതൃപദവി സ്വന്തം ഉൽക്കർഷത്തിലുള്ള ഏണിപ്പടിയാക്കിയവരിൽ ഗോപാലപിള്ള ഉൾപ്പെടുന്നില്ല.

എഫ് എ സി ടി സ്ഥിതി ചെയ്യുന്ന ആലങ്ങാട് നിയോജക മണ്ഡലത്തിൽ സ്വതന്ത്ര സ്ഥാനാർഥിയായി മത്സരിക്കണമെന്ന് യൂണിയൻ ജനറൽ ബോഡി തീരുമാനിച്ചതും, ഒരവസരത്തിൽ ഫാക്ട് എംപ്ലോയീസ് അസോസിയേഷനെ ഐ എസ് പി നേതൃത്വത്തിലുള്ള എച്ച് എം എസിനോട് അഫിലിയേറ്റ് ചെയ്യണമെന്നും (രണ്ടും നടന്നില്ല) തീരുമാനിച്ചതു മുതൽ ഇതഃപര്യന്തമുള്ള പ്രവർത്തനങ്ങൾ കർശനമായി വിശകലനം ചെയ്യുമ്പോൾ 'അരാഷ്ട്രീയ സ്വതന്ത്ര' എന്ന സങ്കൽപ്പം വെള്ളിക്കോലിലെ വെള്ളിപോലെ അപ്രസക്തമാണെന്ന് കാണാവുന്നതാണ്. തൊഴി

ലാളികൾ സംഘടിച്ച് മുതലാളിത്ത ചൂഷണത്തിനെതിരെ നടത്തുന്ന വർഗ സമരം രാഷ്ട്രീയമല്ലാതെ മറ്റെന്താണ്? കേന്ദ്ര സംഘടനകളായ സി ഐ ടി യു, എ ഐ ടി യു സി തുടങ്ങിയ സംഘടനകളുമായി അഫിലിയേഷൻ ഇല്ലെന്ന് പറയുന്നത് ശരിയെങ്കിലും ഈ സംഘടനകളെല്ലാം ചേർന്ന് രൂപീകരിച്ച നാഷണൽ കാമ്പയിൻ കമ്മിറ്റി (എൻ സി സി) പോലുള്ള പൊതുവേദിയുമായി സഹകരിക്കുകയും ആ വേദിയുടെ ആഹ്വാനപ്രകാരമുള്ള സമരങ്ങളുമായി സഹകരിക്കുകയും ചെയ്തിട്ടുണ്ടുതാനും.

ഹൈസ്കൂൾ വിദ്യാഭ്യാസം പൂർത്തിയാക്കി പിന്നീട് മദ്രാസ് ടെക്നിക്കൽ സ്കൂളിൽനിന്നും ഡിപ്ലോമ (ഇലക്ട്രിക്കൽ) കരസ്ഥമാക്കി ഇന്ത്യൻ അലുമിനിയം കമ്പനിയിലാണ് (ഏലൂർ) ആദ്യമായി അദ്ദേഹം ജോലിയിൽ പ്രവേശിക്കുന്നത്. അവിടെ നിന്ന് കുറച്ചു കാലം മുംബൈയിൽ ജനറൽ മോട്ടേഴ്സിലും വീണ്ടും അലുമിനിയത്തിന്റെ കൊൽക്കത്തയിലുള്ള ഓഫീസിലും ജോലി ചെയ്തതിന് ശേഷം 1943 ൽ ആണ് എഫ് എ സി ടി യിൽ പ്രവേശിക്കുന്നത്. ആറ് വർഷങ്ങൾ പിന്നിട്ടപ്പോൾ അദ്ദേഹം എഫ് എ സി ടിയിലെ മാത്രമല്ല ആലുവ വ്യവസായ മേഖലയിലെ തൊഴിലാളികളുടെയും പ്രിയപ്പെട്ട ഗോപാലപിള്ള സാർ ആയിത്തീർന്നു.

മൂവാറ്റുപുഴ വെള്ളൂർക്കുന്നം മനക്കുഴയ്ക്കൽ വീട്ടിൽ പരമേശ്വരൻപിള്ളയുടെയും പാറുക്കുട്ടിയമ്മയുടെയും മൂത്തപുത്രനായി ജനിച്ച ഗോപാലപിള്ള സാർ, ഭാര്യയുടെ മരണത്തെ തുടർന്ന് തന്റെ മകൾ പാർവതിയുടെ കൂടെ എറണാകുളം ഇളമക്കരയിലെ വസതിയിലായിരുന്നു താമസം. 2009 ഏപ്രിൽ 4–ാം തീയതി 90–ാമത്തെ വയസിൽ അദ്ദേഹം മരണമടഞ്ഞു. തൊഴിലാളികൾ പല തട്ടുകളിലായി നിൽക്കുന്നതാണ് വാർധക്യകാലത്ത് അദ്ദേഹത്തെ അലട്ടിയിരുന്നത്. അവരുടെ ഐക്യമായിരുന്നു ആ പഴയ സിംഹത്തിന്റെ അപ്പോഴത്തെയും അഭിലാഷം.

5

ട്രേഡ്‌യൂണിയൻ രംഗത്തെ ഒരു മഹർഷി വര്യൻ

കൃത്യമായ തീയതി ഓർക്കുന്നില്ല. 1948 ഉത്തരാർധത്തിലാണ്, അന്ന് ഈ ലേഖകന് എഫ് എ സി ടിയിൽ ഒരു ഗുമസ്ത പണിയുണ്ട്. ഒരു ദിവസം രാവിലെ ജോലിക്ക് ചെല്ലുമ്പോൾ കണ്ടത് ഹാജർവച്ച് ജോലിക്ക് കയറാൻ ക്യൂ നിൽക്കുന്നതല്ല. ആളുകൾ കൂട്ടംകൂടി നിൽക്കുന്നതാണ്. അടുത്തു ചെന്നപ്പോൾ തീ പാറുന്ന പ്രസംഗം. അത്ഭുതപ്പെട്ടുപോയി. ഏറ്റവും ഒടുവിൽ സ്വതന്ത്ര തിരുവിതാംകൂറിനെതിരെ ഈ ലേഖകൻ ഉൾപ്പെടെയുള്ള കോൺഗ്രസ് അംഗങ്ങൾകൂടിയായ കമ്യൂണിസ്റ്റുകാർ കോൺഗ്രസുകാരനായിരുന്ന ആന്റണി കൊറിയയെയും ടി എസ് അനന്തൻപിള്ളയെയും മുമ്പിൽ നിർത്തി കോൺഗ്രസ് യോഗങ്ങൾ സംഘടിപ്പിച്ചതിന് ശേഷം ഞങ്ങളറിയാതെ ഈ പ്രദേശത്ത് എങ്ങും ഒരു പൊതുയോഗം ഉണ്ടായിട്ടില്ല. ഫാക്ടിലെ യൂണിയൻ സജീവമാകാൻ ജനറൽ ബോഡി യോഗം വിളിപ്പിക്കണമെന്ന് പാർട്ടി ആവശ്യപ്പെട്ടിട്ടേയുള്ളൂ. പ്രസംഗിക്കുന്നത് ആരാണെന്നറിയാനുള്ള കൗതുകത്തോടെ തിക്കിതള്ളി തുളച്ച് മുമ്പിലെത്തി. സുഭഗനായ ഒരു യുവാവിന്റെ നാവിൽ നിന്നാണ് തീ പാറുന്ന പ്രസംഗം. ഷർട്ടും പാന്റും എല്ലാം ഖാദി.

പ്രസംഗവിഷയം യാത്രക്കൂലി വർധിപ്പിച്ചതിനുള്ള രോഷമാണ്. അക്കാലത്ത് ഏലൂർക്ക് യാതൊരുവാഹന സൗകര്യവും ഉണ്ടായിരുന്നില്ല. പെരിയാറിനാൽ ചുറ്റപ്പെട്ട ഏലൂർ ദ്വീപിലേക്ക് റോഡ് വഴി എത്തുക അസാധ്യം, കമ്പനിയിലെ പ്രമുഖർ താമസിക്കുന്നത് ആലുവയിലും എറണാകുളത്തും. വൻ തോക്കുകൾക്ക് തനതായോ കമ്പനിവകയായോ കാറുണ്ടായിരുന്നതിനാൽ കമ്പനി ഏർപ്പെടുത്തിയ ചങ്ങാടത്തിലൂടെ കടത്ത് കടന്ന് എത്താൻ കഴിഞ്ഞു. കമ്പനിയുടെ തന്നെ മൂന്ന് ലോറികൾ വീതം ടർപോളിൻ കൊണ്ട് കവർ ചെയ്ത് ഉള്ളിൽ ബഞ്ചുകൾ

എസ് സി എസ് മേനോൻ

നിരത്തി ആലുവയ്ക്കും എറണാകുളത്തേക്കും പോക്കുവരവിനുള്ള ബസുകളാക്കി. രണ്ടു സ്ഥലങ്ങളിലും ഉദ്ദേശം മുന്നൂറോളം ജീവനക്കാർക്ക് ഈ സൗകര്യം ലഭിച്ചു. യാത്രക്കൂലിയായി ആളൊന്നുക്ക് പ്രതിമാസം അഞ്ച് രൂപ ചാർജും. ഒരു ദിവസം മാനേജ്മെന്റ് ഈ നിരക്ക് വർധിപ്പിച്ചു. അതിൽ പ്രതിഷേധിച്ചായിരുന്നു യുവാവ് തീതുപ്പുന്നത്.

ആകെയുള്ള രണ്ടായിരത്തിയഞ്ഞൂറോളം സ്ഥിരം ജീവനക്കാരിൽ ഏതാണ്ട് നാലിലൊരുഭാഗത്തിന്റെ ആവശ്യം. പ്രസംഗിക്കുന്നതോ ഫാക്ടിൽ കെമിസ്റ്റായ എറണാകുളത്ത് എല്ലാംകൊണ്ടും പ്രാമാണ്യം പേറുന്ന പുരാതന തറവാടായ ശ്രീകണ്ഠത്ത് ചന്ദ്രശേഖര മേനോൻ എന്ന എൻ സി എസ് മേനോൻ! പോരെങ്കിൽ പ്രഥമ പട്ടം മന്ത്രിസഭയെ ഒപ്പിയാൻ പ്രസ്ഥാനത്തിലൂടെ അട്ടിമറിച്ച് മുഖ്യമന്ത്രിയായ (അന്ന് പ്രധാനമന്ത്രി എന്നാണ് അറിയപ്പെട്ടിരുന്നത്) പറവൂർ ടി കെ നാരായണപിള്ളയുടെ അളിയനും! ശ്രോതാക്കൾക്ക് ആർക്കും ഈ യുവാവിനെക്കുറിച്ചോ പ്രസംഗത്തെക്കുറിച്ചോ യാതൊരു മതിപ്പും തോന്നിയില്ല. പലരും പിറുപിറുക്കുന്നതു കണ്ടു പക്ഷേ പൊട്ടിത്തെറിക്കാൻ പോകുന്ന അഗ്നിപർവതത്തിൽ നിന്നുയർന്ന ധൂമപടലത്തിന്റെ നേരിയ ഒരു ചുരുൾ മാത്രമായിരുന്നു ആ പ്രസംഗം എന്ന് മാസങ്ങൾക്കുള്ളിൽ തെളിയിക്കപ്പെട്ടു.

എസ് സി എസ് മേനോന്റെ ജീവിതം എഫ് എ സി ടി കമ്പനിയും അവിടത്തെ യൂണിയൻ പ്രവർത്തനവുമായി അവിഭാജ്യമാണ്. 1949 ൽ നിർബന്ധിത അഡ്ജ്യൂഡിക്കേഷൻ അംഗീകരിക്കുന്നതു സംബന്ധിച്ച് എഫ് എ സി ടി എംപ്ലോയീസ് അസോസിയേഷൻ നേതൃത്വവുമായി കമ്യൂണിസ്റ്റ് പാർട്ടി ഏറ്റുമുട്ടിയതും തുടർന്ന് നടന്ന യൂണിയന്റെ തിരഞ്ഞെടുപ്പിൽ പ്രസിഡന്റ് കെ എൻ ഗോപാലപിള്ളയ്ക്കെതിരെ നേരത്തെ ജനറൽ സെക്രട്ടറിയായിരുന്ന അപ്പുക്കുട്ടൻ നായരെ അദ്ദേഹം ജയിലിൽ ആയിരിക്കെ മത്സരിപ്പിച്ചതും അപ്പുക്കുട്ടൻ നായരും അദ്ദേഹത്തിന്റെ പാനലും ദയനീയമായി പരാജയപ്പെട്ടതും കഴിഞ്ഞ അധ്യായത്തിൽ സൂചിപ്പിച്ചിരുന്നുവല്ലോ. അക്കൊല്ലം ജനറൽ സെക്രട്ടറിയായി തിരഞ്ഞെടുക്കപ്പെട്ടത് എസ് സി എസ് മേനോൻ ആയിരുന്നു. അനുനിമിഷം അതീവ

ജാഗ്രതയോടെ പ്രവർത്തിക്കേണ്ട നാളുകൾ ആയിരുന്നു അദ്ദേഹത്തിന്റെ മുമ്പിൽ, മേനോന്റെ 1948 ലെ പ്രസംഗം കേട്ട് പിറുപിറുത്തവരെയെല്ലാം അതിശയിപ്പിച്ചുകൊണ്ട് അദ്ദേഹം അവസരത്തിനൊത്തുയർന്നു. അക്കൊല്ലം ജനറൽ സെക്രട്ടറിയായും പിന്നീട് കുറഞ്ഞൊരു ഇടവേള യൊഴികെ നാളിതുവരെ പ്രസിഡന്റായും എഫ് എ സി ടിയിലും ആലുവ വ്യവസായ മേഖലയിലും മാത്രമല്ല സംസ്ഥാനത്തിന്റെ ഇതര ഭാഗങ്ങ ളിലും വടക്ക് പേരാമ്പ്രയിലെ അപ്പോളോ ടയേഴ്സ് മുതൽ തെക്ക് കുണ്ടറ അലിൻഡു വരെ അനേകം ട്രേഡ് യൂണിയനുകളുടെയും പ്രസിഡന്റായും തൊഴിലാളികൾക്ക് വേണ്ടി ചെയ്തിട്ടുള്ള സേവനങ്ങളെ എത്രതന്നെ പ്രശംസിച്ചാലും അധികമാകില്ല. അദ്ദേഹം അവരുടെയെല്ലാം പ്രിയപ്പെട്ട മേനോൻസാറായി ഉയർന്നു.

കുലീന സമ്പന്ന കുലജാതൻ, അച്ഛൻ നീലകണ്ഠപിള്ള സർക്കാർ വക്കീൽ, അമ്മ ലക്ഷ്മിക്കുട്ടിയമ്മ ശ്രീകണ്ഠത്തെ തറവാട്ടമ്മ, ജ്യേഷ്ഠ ന്മാരെല്ലാവരും തന്നെ ഉന്നത നിലയിൽ. ഒരു ജ്യേഷ്ഠൻ എസ് ഗോവിന്ദ മേനോൻ ടി സി എസ് (ട്രാവൻകൂർ സിവിൽ സർവീസ്—അതായത് ബ്രിട്ടീഷ് ഇന്ത്യയിലെ ഐ സി എസിന് തുല്യം) ഉന്നത പദവിയിൽ. ഒരു സഹോദരിയുടെ ഭർത്താവ് സംസ്ഥാനത്തിന്റെ മുഖ്യമന്ത്രി! ജീവി തത്തിലെ ഉന്നത സൗഭാഗ്യങ്ങളെല്ലാം ആസ്വദിക്കാനുള്ള അവസരം. വേണ്ട, കെമിസ്റ്റായി ഫാക്ടിൽ കയറിയ അദ്ദേഹം അടങ്ങിയൊതുങ്ങി തൻകാര്യം മാത്രം ശ്രദ്ധിച്ചിരുന്നെങ്കിൽ പടിപടിയായി ഫോർമൻ സൂപ്ര ണ്ട്, ഡെപ്യൂട്ടി മാനേജർ, ജനറൽ മാനേജർ. ഒരുപക്ഷേ, മാനേജിങ് ഡയ റക്ടർവരെ പ്രമോഷൻ വാങ്ങി ലക്ഷക്കണക്കിന് സമ്പാദ്യവുമായി വാർധ ക്യകാലത്ത് ഏതെങ്കിലും സുഖവാസകേന്ദ്രത്തിൽപ്പോയി വിശ്രമിക്കുമാ യിരുന്നു. മേനോൻ അവയെല്ലാം പുറംകൈകൊണ്ട് തട്ടിക്കളഞ്ഞു. ഖാദി യുടെ ഒറ്റമുണ്ട്, ഖാദിയിൽത്തന്നെ ഷർട്ടും. ഒരു കാലൻ കുട പിന്നിൽ കൂടി തോളിൽ തൂക്കിയിട്ട് ബസിൽ കമ്പിയിൽ തൂങ്ങിപ്പിടിച്ചുള്ള യാത്ര. താൻ പങ്കെടുക്കേണ്ട പരിപാടിക്ക്— ഗേറ്റ് മീറ്റിങ്ങായാലും പൊതുയോ ഗത്തിനാണെങ്കിലും കമ്മിറ്റിക്കാണെങ്കിലും മേനോൻ എന്ന ചെറിയ വലിയ മനുഷ്യൻ ലെനിനെപ്പോലെ നേരത്തെ എത്തിച്ചേരും. ഒരിക്കലും പ്രസിഡന്റിനെ കാത്തിരിക്കേണ്ടതായി വന്നിട്ടില്ല. അത്രയ്ക്കും കർക്കശ മായ കൃത്യനിഷ്ഠ. മുഴുവൻ സമയ പ്രവർത്തകനായിരുന്നിട്ടും ഒരു യൂണി യനിൽ നിന്നും ബസുകൂലിയായിട്ടുപോലും ഒരു ചില്ലിക്കാശു വാങ്ങീട്ടി ല്ല. മറ്റു ചില നേതാക്കന്മാർ ഓർമയിൽ എത്തുന്നു. ജനറൽ ബോഡിയോ എക്സിക്യൂട്ടീവ് കമ്മിറ്റിയോ കഴിഞ്ഞ് നേതാവ് ഗേറ്റിൽ നിറുത്തിയിരി ക്കുന്ന കാറിൽ കയറുന്നു. കാർ സ്റ്റാർട്ടുചെയ്യുന്നു. മിനിട്ടുകൾ കഴിഞ്ഞിട്ടും ഇരമ്പമല്ലാതെ കാർ മുന്നോട്ടുനീങ്ങുന്നില്ല. ഉടനെ തൊഴിലാളിയായ ഒരു കമ്മിറ്റി മെമ്പർ ഓടി വന്നു. ടി എ ആയി പണം കൊടുക്കുന്നു. കാർ മുന്നോട്ടു നീങ്ങുന്നു. ഇപ്പോൾ ബസിൽ കയറാൻ ശരീരശേഷി ഇല്ല. അദ്ദേഹത്തിന്റെ സാന്നിധ്യം ഒഴിച്ചു കൂടാൻ വയ്യാത്ത അവസരങ്ങളിൽ

ബന്ധപ്പെട്ടവർ ടാക്സി കൊണ്ടുവന്നു കൂട്ടിക്കൊണ്ടുപോകും. 1956 ൽ ആണെന്നുതോന്നുന്നു ദീർഘകാലം ശമ്പളമില്ലാതെ സസ്പെൻഷനിൽ ആയ പ്രസിഡന്റ് മേനോൻസാറിനും സെക്രട്ടറിക്കും 500 രൂപ പ്രതി മാസം അലവൻസ് കൊടുക്കാൻ തീരുമാനിച്ചു. പ്രതിഫലത്തിനുവേണ്ടി യല്ല തന്റെ ടി യു പ്രവർത്തനം എന്നു പറഞ്ഞ് പ്രസിഡന്റ് മേനോൻ സാർ അതു നിരസിച്ചു. സ്വാർഥതയല്ലായിരുന്നു തൊഴിലാളികളുടെ സ്ഥിതി മെച്ചപ്പെടുത്തുക മാത്രമാണ് അദ്ദേഹത്തിന്റെ ലക്ഷ്യം. മറ്റുരാഷ്ട്രീയ ലക്ഷ്യങ്ങൾ ഒന്നുമില്ല. (എന്നാലും അതിൽ കവിഞ്ഞ് എന്തോ ഒരു പ്രവണത കൂടിയായിരുന്നു അദ്ദേഹത്തെ നയിച്ചിരുന്നത് എന്ന് നിഷ്പക്ഷമതികൾ നിരീക്ഷിച്ചു പോകാനുള്ള സാഹചര്യം സൃഷ്ടിക്കപ്പെട്ടിട്ടുണ്ട്. കൺസീലിയേഷൻ അല്ലെങ്കിൽ കൂടിയാലോചനാ അവസരങ്ങളിൽ മാനേജുമെന്റിന്റെ വക ഒരു കപ്പുചായ അദ്ദേഹം കുടിച്ചിരുന്നില്ല. 87 കഴിഞ്ഞിട്ടും ട്രേഡു യൂണിയൻ രംഗത്തെ ഈ മഹർഷിവര്യൻ തന്റെ ജീവിതദൗത്യത്തിൽ നിന്നും വിരമിച്ചിട്ടില്ല. മരണം വരെ തുടരുകയും ചെയ്യും.

നാൽപ്പതു യൂണിയനുകളുടെ പ്രസിഡന്റായിരുന്നിട്ടുള്ള മേനോൻ സാർ ഇപ്പോഴും ആറു യൂണിനുകളുടെ പ്രസിഡന്റാണ്.

ഈ നാൽപ്പതു യൂണിയനുകളിൽ പലതും പിളർപ്പൻ ന്യൂനപക്ഷ സംഘടനകൾ ആയിരുന്നു. രാഷ്ട്രീയത്തിനുപരി മറ്റുപല പ്രശ്നങ്ങളിലും അസംതൃപ്തിയുള്ളവർ ഓരോ യൂണിയനിലും കണ്ടേക്കാം. ഏഴുപേർ ചേർന്ന് ഒപ്പിട്ട് അപേക്ഷിച്ചാൽ യൂണിയന് രജിസ്ട്രേഷൻ കിട്ടുമെന്നുള്ള സ്ഥിതിയിൽ ആരു വിളിച്ചാലും അവരുടെ നേതൃത്വം ഏറ്റെടുക്കാൻ മേനോൻ സാർ യാതൊരു സങ്കോചവും കാണിച്ചിരുന്നില്ലെന്നത് ഖേദപൂർവം പറയാതിരിക്കാൻ വയ്യ. അഖിലേന്ത്യാ ട്രേഡ് യൂണിയൻ കോൺഗ്രസ് (AITUC) പ്രസിഡന്റ് വി ചക്കരച്ചെട്ടിയാരെ ഓർക്കുന്നു. മേനോൻ സാറിന്റെ ഇന്നത്തെ പ്രായത്തേക്കാൾ വളരെ കൂടുതൽ പ്രായമുള്ളപ്പോഴാണ് ചക്കരച്ചെട്ടിയാരെ അടുത്തുപരിചയപ്പെടാൻ കഴിഞ്ഞത്. സാധാരണ തുണികൊണ്ട് ഒരു തലപ്പാവ്. അതുപോലെ ലളിതമായ ഒരു പള്ളത്താറ്. ഒരു ഷർട്ടിന് മീതെ പഴകി ദ്രവിച്ച് തുള വീണു തുടങ്ങിയ കറുത്ത ഒരു ലോങ്ങ് കോട്ട്. അക്കാലത്ത് മുക്കാൽ രൂപയ്ക്ക് ലഭിച്ചിരുന്ന ടയറിന്റെ ഒരു വള്ളിച്ചെരുപ്പ്, ചക്കരച്ചെട്ടിയാരെപ്പോലെ തന്നെ മേനോൻസാറും ജീവിതം മുഴുവനും തൊഴിലാളി പ്രവർത്തനത്തിനുവേണ്ടി നീക്കിവച്ചു. അതീവ ലളിതമായിരുന്നു മേനോന്റെയും ജീവിത രീതി. ഒരു വ്യത്യാസം. ഫാക്ടിലെ പണിമുടക്കുമായി ബന്ധപ്പെട്ട് ഏതോ പ്രതിജ്ഞാബദ്ധനായി മേനോൻ താടി വളർത്തി അതിപ്പോഴും തുടരുന്നു. ചക്കരച്ചെട്ടിയാർക്ക് പ്രായമായപ്പോഴും ദിവസവും ഷേവിങ് നിർബന്ധം.

“അഖിലേന്ത്യാ തൊഴിൽചങ്ക തലൈവരും തമിഴക തൊഴിലാളർ തണ്ണൈ”യുമായ ചക്കരച്ചെട്ടിയാരുടെ നേതൃത്വത്തിലുണ്ടായിരുന്ന മേട്ടൂർ കെമിക്കൽസിലെ ട്രേഡു യൂണിയൻ പ്രവർത്തനങ്ങൾ, അന്ന് ആ ഫാക്ട

റിയിൽ ജോലി ചെയ്യുന്ന നമ്മുടെ യുവാവിനെ സ്പർശിച്ചില്ല. സർക്കാർ ഉദ്യോഗസ്ഥനായിരുന്ന പിതാവും പ്രബലന്മാരായ സഹോദരന്മാരും കൗമാരദശയിൽ അടിച്ചേൽപ്പിച്ചിരുന്ന കർക്കശ നിർബന്ധങ്ങളിൽ നിന്ന് അദ്ദേഹം മോചിതനായിരുന്നില്ലായിരിക്കാം. എഫ് എ സി ടിയിലെ അന്തരീക്ഷമാണ് അദ്ദേഹത്തിൽ ഉറങ്ങിക്കിടന്നിരുന്ന ഭാവി പ്രക്ഷോഭകാരിയെ ഉണർത്തിയത്. 1948 ലെ ബസ് ചാർജ് വർധനവിനെതിരെ പ്രസംഗിച്ച എസ് സി എസ് മേനോനെ പിന്നെ കാണുന്നത്, 1949 ജനുവരി 13 ന് ഗോപാലപിള്ളയുടെ മാരത്തോൺ പ്രസംഗത്തിനിടയിൽ ഒരിടവേളയിൽ ഉൾവിളിയാലെന്നപോലെ ചാടിക്കയറി ഉജ്വലമായി പ്രസംഗിച്ചപ്പോൾ ആണ്. ജനറൽ സെക്രട്ടറി അപ്പുക്കുട്ടൻ നായരെ സസ്പെന്റ് ചെയ്ത നടപടി തികച്ചും അന്യായമാണെന്ന തോന്നൽ ഉള്ളിൽ തട്ടിയതാണ് അദ്ദേഹത്തെ ഇളക്കി മറിച്ചത്. തുടർന്ന് ആലുവ വ്യവസായ മേഖലയിൽ നിലനിന്ന സംഘർഷനിർഭരവും യാതനാപൂർണവുമായ അന്തരീക്ഷത്തിൽ തൊഴിലാളി പ്രസ്ഥാനത്തെ നയിച്ചതിൽ മേനോൻ സാറിന്റെ പങ്ക് അദ്വിതീയമായിരുന്നു.

എഫ് എ സി ടിയിൽ മാത്രമല്ല, മറ്റു മിക്ക മാനേജുമെന്റുകളുടെയും ധിക്കാരപൂർവം ഉള്ള പ്രതികാര നടപടികൾ നിർബന്ധിത അഡ്ജ്യൂഡിക്കേഷൻ, അത് ബഹിഷ്കരിച്ചുള്ള പണിമുടക്കുവരെയുള്ള സമരം... അറസ്റ്റ്, പൊലീസ് മർദനം, 144 പ്രഖ്യാപനം.. സ്വതന്ത്ര ഇന്ത്യൻ റിപ്പബ്ലിക്കിൽ, അളിയൻ മുഖ്യമന്ത്രിയായുള്ള സംസ്ഥാനത്തിലെ നരക തുല്യമായ ലോക്കപ്പ് എന്ത് എന്നത്, ഇവയെല്ലാം ഈ നേതാവ് രുചിച്ചറിഞ്ഞു. ശാരീരിക മർദനം ഒഴികെ എല്ലാം.

എഫ് എ സി ടിയിലെ 1957 ലെ പണിമുടക്കം കേരള നിയമസഭയിലേക്കുള്ള ആദ്യത്തെ തിരഞ്ഞെടുപ്പ് വേളയിലായിരുന്നു. പോളിങ് ദിവസം അടുത്തിരിക്കയാൽ പണിമുടക്ക് അവസാനിപ്പിക്കണമെന്നും പണിമുടക്കിന്റെ മുമ്പുള്ള സ്ഥിതിയിലേക്ക് പോകണമെന്നും ലേബർ കമ്മീഷണർ വച്ച നിർദേശം തൊഴിലാളിപക്ഷം അംഗീകരിച്ചെങ്കിലും മാനേജ്മെന്റ് പ്രസിഡന്റ് മേനോൻ ഉൾപ്പെടെ നൂറോളം സജീവപ്രവർത്തകരെ ഡിസ്മിസ് ചെയ്തു. കേരളത്തിലെ ആദ്യ മന്ത്രിസഭ അധികാരമേറ്റ് പത്തു ദിവസങ്ങൾക്കുള്ളിൽ ലേബർ വകുപ്പുമന്ത്രി ടി വി തോമസ് ഇടപെട്ടെങ്കിലും പ്രസിഡന്റ് എസ് സി എസ് മേനോനെയും സെക്രട്ടറിയെയും യാതൊരുകാരണവശാലും തിരിച്ചെടുക്കില്ലെന്നും മാനേജുമെന്റ് പ്രതിനിധി ശഠിച്ചു. എന്തുകൊണ്ടെന്നാൽ തൊഴിൽ തർക്കനിയമത്തിന്റെ ആനുകൂലം മാനേജ്മെന്റ് പക്ഷത്തിനായിരുന്നു. എങ്കിലും പ്രസിഡന്റിനെയും സെക്രട്ടറിയെയും തിരിച്ചെടുക്കണമെന്ന് ലേബർ മന്ത്രിയും ശഠിച്ചു. അപ്പോൾ മാനേജ്മെന്റ് പക്ഷത്തുനിന്നുള്ള ചോദ്യം: ഇത് സർക്കാർ ഉത്തരവാണോ? തൊഴിൽ തർക്ക നിയമങ്ങളിൽ വിദഗ്ധനായ ടി വിയുടെ മറുപടി: ഉത്തരവല്ല നിർദേശം മാത്രം. ഇതംഗീകരിക്കാൻ നിർവാഹമില്ല. ഖേദപൂർവം മാനേജരുടെ മറുപടി. കൺസീലിയേഷൻ നടപടി അന്ന

ത്തേക്ക് അവസാനിച്ചു. പ്രസിഡന്റിനെയും സെക്രട്ടറിയെയും തിരിച്ചെടുപ്പിക്കുക തന്നെചെയ്യും എന്ന് മന്ത്രി തൊഴിലാളികൾക്ക് ഉറപ്പു നൽകി. മേനോന്റെ സാന്നിധ്യം പൊതുവേ ആലുവാ മേഖലയിലും പ്രത്യേകിച്ചും ഫാക്ടിലും അത്രയ്ക്കും അനിവാര്യമാണെന്ന് ടി വി കണ്ടിരുന്നു. അതിനുള്ള നടപടികൾ തുടരവേ ആഴ്ചകൾ പിന്നിടും മുമ്പേ അസോസിയേഷന്റെ വൈസ് പ്രസിഡന്റും കമ്യൂണിസ്റ്റ് പാർട്ടി ലോക്കൽ കമ്മിറ്റി സെക്രട്ടറിയുമായ ടി ജെ വർഗീസ് ലേബർമന്ത്രി വാക്കുപാലിക്കുക എന്ന മുദ്രാവാക്യമുന്നയിച്ച് ഫാക്ടറി ഗേറ്റിൽ നിരാഹാര സമരം തുടങ്ങി. സർക്കാരിന്റെ പരിമിതികളെക്കുറിച്ചുള്ള അജ്ഞതകൊണ്ട് കുറെ ആശയക്കുഴപ്പം സൃഷ്ടിക്കാനും കമ്യൂണിസ്റ്റ് അനഭാവികളിൽപ്പോലും ഇളക്കം തട്ടാനും കമ്യൂണിസ്റ്റ് വിരുദ്ധർക്ക് യൂണിയനിൽ പ്രാബല്യം സിദ്ധിക്കാനും ഇടവന്നതും അവർ വിമോചന സമരത്തിൽ പങ്കെടുത്തതും മറ്റും വേറെ കഥ.

കുറെ തൊഴിലാളികളെ പ്രലോഭിപ്പിച്ച് വശത്താക്കി കളങ്കപ്പെടുത്തി ഉശിരു കെടുത്തി അവസരവാദികളാക്കിയതിന്റെ പിന്നിലുള്ള ചതിപ്രയോഗം അറിഞ്ഞിരിക്കേണ്ടതാണ്. സമരവിരോധത്തെക്കാൾ ഉപരി മാസവരിയും അസോസിയേഷൻ അതതുകാലത്തു ആഹ്വാനം ചെയ്ത ഫണ്ടും നൽകാൻ വിസമ്മതിച്ച അഗണ്യമല്ലാത്ത ഒരു വിഭാഗം തൊഴിലാളികൾ ഉണ്ടായിരുന്നു. അവർ ഫണ്ട് പിരിവിനെ ആക്ഷേപിക്കുകയും സമരങ്ങൾക്കെതിരെ പിറുപിറുക്കുകയും ചെയ്തുകൊണ്ടിരുന്നു. അവരിൽ ചിലർ തങ്ങളെ ബാധിക്കുന്നപ്രശ്നങ്ങൾ ഉണ്ടാകുമ്പോൾ അസോസിയേഷന്റെ സഹായം നേടിയിരുന്നു. ഉശിരന്മാരായിരുന്ന അസോസിയേഷൻ അംഗങ്ങൾ — കമ്യൂണിസ്റ്റുകാർ മാത്രമല്ല കോൺഗ്രസുകാർ കൂടി ഉൾപ്പെടുന്നു—ഒരു ജനറൽ ബോഡി യോഗത്തിൽ മാസവരിയും അതതുകാലത്തെ സംഭാവനകളും നൽകാത്തവരെ അസോസിയേഷനിൽ നിന്നും പുറത്താക്കാനും അവരുടെ പ്രശ്നങ്ങളിൽ ഇടപെടാൻ പാടില്ല എന്നും തീരുമാനിക്കുകയും നാളിതുവരെയുള്ള കുടിശ്ശിക മുഴുവൻ ഒന്നായി ഒന്നിച്ച് അടയ്ക്കുന്നവർക്ക് മാത്രമേ അസോസിയേഷൻ മെമ്പർഷിപ്പ് നൽകൂ എന്നും അല്ലാത്തവരുടെ പ്രശ്നങ്ങളിൽ ഇടപെടുകയില്ലെന്നും തീരുമാനിച്ചു. വിമോചനസമരത്തിന്റെ ലക്ഷണം കണ്ടുതുടങ്ങിയപ്പോൾ അസോസിയേഷനിലെ അംഗമായിരുന്ന കോൺഗ്രസ് നേതാവ് — (അദ്ദേഹം പിന്നീട് കേന്ദ്രമന്ത്രിസഭയിൽ അംഗമായി) തന്റെ സ്വാധീനം ഉപയോഗിച്ച് കെ പി സി സിയുടെ ഫണ്ടിൽ നിന്നും ഭീമമായ തുക കൊണ്ടുവന്നു — കുടിശിക വരുത്തിയവർക്ക് എട്ട് കൊല്ലങ്ങൾക്കിടയിൽ ഏഴും എട്ടും ആയിരം രൂപ വീതം കുടിശ്ശിക ഉണ്ടായിരുന്നത് മുഴുവൻ തീർത്തു. അങ്ങനെ കോൺഗ്രസ് നേതാവിനെ അസോസിയേഷനിൽ നേരിയ ഭൂരിപക്ഷം ഒപ്പിച്ചെടുക്കാൻ കഴിഞ്ഞു.

നയകോവിദനായ ടി വി മാനേജുമെന്റിനെക്കൊണ്ട് ആർബിട്രേഷൻ അംഗീകരിപ്പിക്കുന്നതിൽ വിജയിച്ചു. അൽപ്പം കൈവിട്ടാണെങ്കിലും പുറത്തുനിന്ന ദിവസങ്ങളിലെ ശമ്പളനഷ്ടത്തോടുകൂടി മേനോനെ തിരി

ച്ചെടുപ്പിക്കുക തന്നെ ചെയ്തു. ഫാക്ടറിയിലെ തൊഴിലാളി ബന്ധം മെച്ചപ്പെടുത്താൻ ഡിസ്ട്രിക്ട് ലേബർ ഓഫീസർ ജി എസ് പിള്ളയെ ഡെപ്യൂട്ടേഷനിൽ ഫാക്ടിലേക്ക് അയയ്ക്കുകയും ചെയ്തു. ഒരു വ്യാഴവട്ടക്കാലമായി ഇവിടെ നിലനിന്നിരുന്ന കലുഷമായ തൊഴിൽബന്ധം സൗഹാർദപരമായി. ഈ സാഹചര്യം ഉപയോഗപ്പെടുത്തി മെച്ചപ്പെട്ട വേതന സേവന വ്യവസ്ഥകളോടുകൂടി ആദ്യത്തെ ത്രിവത്സര കരാർ ഒപ്പിടുകയും ചെയ്തു. ഇതിലെല്ലാം മേനോൻസാറിന്റെ പങ്ക് പ്രശംസനീയമാണ്.

1960 ൽ മാനേജിങ് ഏജൻസി സമ്പ്രദായം അവസാനിക്കുകയാൽ നേരത്തേ തന്നെ വ്യവസായ വകുപ്പ് മന്ത്രി കെ പി ഗോപാലൻ കേന്ദ്രത്തിൽ സമ്മർദം ചെലുത്തി ഭിലായിൽ നിന്ന് എം കെ കെ നായരെ വരുത്തി ജനറൽ മാനേജരായി നിയോഗിച്ചു. പിന്നീടദ്ദേഹം എം ഡി ആയും സി എം ഡി ആയും നിയമിക്കപ്പെട്ടു. അന്യായമായി ഡിസ്മിസ് ചെയ്യപ്പെട്ട ആദ്യത്തെ ജനറൽ സെക്രട്ടറി അപ്പുക്കുട്ടൻ നായർക്കും ഇടപ്പിള്ളി കേസിൽ പ്രതികളായി കമ്പനിയിൽ നിന്നും അറസ്റ്റ് ചെയ്യപ്പെട്ട് പിന്നീട് ജയിൽ മോചിതരായ സഖാക്കൾക്കും ഒരു ദിവസമെങ്കിലും ഫാക്ടിൽ ജോലിക്ക് പ്രവേശിക്കണമെന്നുണ്ടായിരുന്നു. വ്യവസായ വകുപ്പ് മന്ത്രി കെ പി ഗോപാലൻ ഈ പ്രശ്നം ഉയർത്തിപ്പിടിച്ച് മാനേജ്മെന്റിനെ നിർബന്ധിക്കുകയുണ്ടായി. തങ്ങളുടെ തന്നെ മാനേജ്മെന്റുള്ള ടി സി സി കമ്പനിയിൽ ജോലി കൊടുക്കാമെന്ന് സമ്മതിക്കുന്നിടംവരെ ശേഷസായി ബ്രദേഴ്സ് പ്രതിനിധി സമ്മതിച്ചു. പക്ഷേ സഖാക്കൾക്ക് എവിടെയെങ്കിലും ഒരു ജോലി ലഭിക്കണമെന്നതല്ലായിരുന്നു ആവശ്യം. അസോസിയേഷൻ അനുകൂലമായ ഒരു പ്രമേയം അംഗീകരിച്ചെങ്കിലും തികച്ചും സൗഹാർദപരമായിരുന്ന അന്നത്തെ അന്തരീക്ഷത്തിൽ ചെറിയൊരു സമ്മർദം പോലും അസോസിയേഷൻ ചെലുത്തിയില്ലെന്നു ഖേദപൂർവം ചൂണ്ടിക്കാണിക്കാതിരിക്കാൻ വയ്യ. എം കെ കെ നായർ പിന്നീട് ഇതിന്റെ ഉത്തരവാദിത്വം ചെയർമാൻ ജോൺമത്തായിരുടെ മേൽ ചാരാൻ ഒരു പാഴ്വേല നടത്തിയത് കമ്പനി ദേശസാൽക്കരിക്കപ്പെട്ടതിന് ശേഷമാണുതാനും.

അക്കാലത്ത് തന്നെയാണ് മേനോൻ സാർ ഒരുകെണിയിൽ വീണതും. ഒരു ദശാബ്ദക്കാലം ട്രേഡ് യൂണിയൻ രംഗത്ത് പയറ്റിത്തെളിഞ്ഞ അദ്ദേഹത്തെ അമേരിക്കയിലെ വിസ്കോൺ സിൽ സർവകലാശാലയിൽ കൂടുതൽ ലേബർ സ്റ്റഡീസിനായി നാഷണൽ പ്രൊഡക്റ്റിവിറ്റി കൗൺസിൽ തെരഞ്ഞെടുത്തു. അദ്ദേഹം അത് സ്വീകരിച്ചു. അമേരിക്കയിലെ പരിശീലനം കഴിഞ്ഞ് തിരിച്ചെത്തിയ അദ്ദേഹത്തെ അസിസ്റ്റന്റ് പേഴ്സണൽ മാനേജരായി പ്രമോട്ട് ചെയ്തു. തന്റെ ഈ രംഗത്തുള്ള പരിചയവും പുതിയ പദവിയും ഉപയോഗപ്പെടുത്തി എഫ് എ സി ടി തൊഴിലാളികളുടെ പ്രശ്നങ്ങൾ അനായാസം പരിഹരിക്കാമെന്ന് നിഷ്കളങ്കനായ അദ്ദേഹം ധരിച്ചുകാണും. തങ്ങൾക്ക് നിരന്തരം തലവേദന ഉണ്ടാക്കിക്കൊണ്ടിരുന്ന മേനോനെ ഒതുക്കാനുള്ള മാനേജ്മെന്റിന്റെ കെണി

യായിരുന്നു ഈ അസിസ്റ്റന്റ് പേഴ്സണൽ മാനേജർ പദവി.

എം പി എം ന്റെ പദവി വെറും കടലാസിൽ മാത്രം, വെൽഫെയർ ഓഫീസർ മേൽനോട്ടം വഹിക്കുന്ന കാന്റീൻ ഭരണമാണ് പുതിയ എം പി എം ന് നീക്കിവച്ചത്.

ഇതിനിടയിൽ കോൺഗ്രസ് നേതാവ് എ സി ജോർജ് അസോസിയേഷന്റെ നേതൃത്വത്തിൽ വരികയും നേതൃത്വം കാണിക്കുന്ന വിവേചനത്തെ ചോദ്യം ചെയ്യുന്ന തൊഴിലാളിയെ കണ്ണടച്ച് ദ്രോഹിക്കുകയും ചെയ്യുകയാൽ രാഷ്ട്രീയ വ്യത്യസ്തമില്ലാതെ ഒരുവിഭാഗം തൊഴിലാളികൾ, വേറിട്ട് പോകുകയും വേറൊരു സംഘടന രൂപീകരിക്കുകയും ചെയ്തു.

അസോസിയേഷനിൽ അവശേഷിച്ചിരുന്നവരും തികച്ചും അസംതൃപ്തരായിരുന്നു. ശക്തമായ നേതൃത്വത്തിനുവേണ്ടി ദാഹിച്ചിരുന്ന അവർ മേനോൻ സാറിനെ പ്രസിഡന്റായി തിരഞ്ഞെടുക്കുകയും അദ്ദേഹം അത് സ്വീകരിച്ച് അസോസിയേഷന്റെ ചുമതല ഏൽക്കുകയും ചെയ്തു. സ്റ്റാന്റിങ് ഓർഡർ അനുസരിച്ച് മാനേജീരിയൽ കേഡറിലുള്ളയാൾക്ക് ട്രേഡ് യൂണിയൻ പ്രവർത്തനം നിഷിദ്ധം. തൊഴിലാളികളുടെ നേതാവ് ആരായിരിക്കണമെന്ന് തീരുമാനിക്കേണ്ടത് തൊഴിലാളികളാണെന്ന തത്വത്തിൽ ഉറച്ചു നിന്നുകൊണ്ട് മേനോൻ മുറുകെ പിടിച്ചു. വിശാലഹൃദയൻ എന്ന പേരുകേട്ട ചെയർമാൻ മാനേജിങ് ഡയറക്ടർ എം കെ കെ നായർ സ്റ്റാൻഡിങ് ഓർഡർ അനുസരിച്ച് മേനോനെ പിരിച്ചുവിട്ടതുമില്ല. ബോധപൂർവം പ്രകോപനം സൃഷ്ടിക്കപ്പെട്ടു.

ദേശസ്നേഹിയും, തന്റെ തൊഴിലിനോട് കൂറുള്ളവനും സമർഥനുമായ, എക്സിക്യൂട്ടീവും ആണെന്ന് എം കെ കെ നായർ ഭീലായ് സ്റ്റീൽ പ്ലാന്റിൽ തെളിയിച്ചിരുന്നു. അദ്ദേഹത്തെ കണ്ടെത്തി ഫാക്ടിന്റെ ജനറൽ മാനേജരായി ഇ എം എസ് മന്ത്രിസഭയിലെ വ്യവസായ വകുപ്പു മന്ത്രിയായ കെ പി ഗോപാലൻ കേരളത്തിലേക്ക് കൊണ്ടുവന്നത് നൂറു ശതമാനവും ശരിയാണെന്ന് പിൽക്കാല സംഭവങ്ങൾ തെളിയിച്ചു. രണ്ട് ഘട്ടങ്ങളായി ഫാക്ടിനെ വികസിപ്പിച്ച് ഉൽപ്പാദനവും ഉൽപ്പാദന ക്ഷമതയും വർധിപ്പിച്ചു. ഹരിത വിപ്ലവത്തിന് അത്യന്താപേക്ഷിതമായ രാസവള നിർമാണം പല മടങ്ങ് വർധിപ്പിക്കുന്നതിലേക്ക് അദ്ദേഹം മുൻകൈയെടുത്ത് കൊച്ചിൻ ഡിവിഷൻ ആരംഭിച്ചു. ലോകത്തിലെ ഇത്തരത്തിലുള്ള ഏതൊരു സ്ഥാപനത്തോടും കിടപിടിക്കുന്ന ഫെഡോ, ഫ്യൂ എന്നീ വിദഗ്ധ സ്ഥാപനങ്ങൾ സ്ഥാപിച്ചു.

ആരോടും പരിഭവമില്ലാതെയാണ് ഉദാരമതിയായ എം കെ കെ നായർ ആത്മകഥ എഴുതിയതെങ്കിലും അദ്ദേഹത്തിന് മേനോൻ സാറിനോട് പരിഭവത്തിൽ കവിഞ്ഞ എന്തോ ഉണ്ടായിരുന്നെന്നും അന്നത്തെ സംഭവവികാസങ്ങൾക്കു സാക്ഷ്യം വഹിച്ച ആർക്കുമറിയാം.

തങ്ങളുടെ നേതാവിനെ പ്രതിരോധിക്കാൻ തൊഴിലാളികൾ മുന്നോട്ടുവന്നു. അതായിരുന്നു 1965 ലെ പണിമുടക്ക്. ട്രേഡ് യൂണിയൻ പ്രവർത്ത

നത്തിനായി മേനോനെ സർവീസിൽ നിന്ന് റിലീവ് ചെയ്യുന്നു എന്നും തൊഴിലാളി പ്രവർത്തനം അവസാനിപ്പിക്കുന്ന മുറയ്ക്ക് മേനോൻ സാറിന് ഫാക്ടിൽ ജോലിയിൽ പ്രവേശിക്കാമെന്നുള്ള വ്യവസ്ഥയിലാണ് പണി മുടക്ക് അവസാനിച്ചത്. വ്യവസായ മാനേജുമെന്റിൽ മാത്രമല്ല, കലാ സാഹിത്യാദി രംഗങ്ങളിലും തിളങ്ങി നിന്നിരുന്നെങ്കിലും എം കെ കെ നായർ ഐ എ എസ് ബ്യൂറോക്രസിയുടെ ഭാഗമാണെന്നും ട്രേഡ് യൂണി യനിസ്റ്റല്ലെന്നതും, 1957 ലെ ഇ എം എസ് മന്ത്രിസഭയിലെ തൊഴിൽ വകുപ്പു മന്ത്രി ടി വി തോമസ് മുൻകൈയെടുത്ത് എഫ് എ സി ടിയി ലേക്ക് ഡെപ്യൂട്ടേഷനിൽ നിയമിതനായെങ്കിലും സമർഥനായ ഡിസ്ട്രിക് ലേബർ ഓഫീസർ ജി എസ് പിള്ള തികഞ്ഞ ഒരു താപ്പാനയായിരുന്നെ ന്നും, ശേഷസായി ബ്രദേഴ്സ് മാനേജിങ് ഏജൻസി വിട്ടുപോയെങ്കിലും അപ്പോൾ അവിടെ അവശേഷിച്ച പഴയ ടോപ്പ് എക്സിക്യൂട്ടീവുകൾ പക വീട്ടാൻ തക്കം നോക്കി നിൽക്കുകയായിരുന്നു എന്നതും മേനോൻ തിരി ച്ചറിഞ്ഞത് അൽപ്പം വൈകിയാണ്. താൻ വഞ്ചിക്കപ്പെടുകയായിരു ന്നെന്നും തന്നെ ഒതുക്കാൻ ശ്രമിക്കുകയായിരുന്നുവെന്നും അദ്ദേഹം തന്നെ ഫാക്ട് എംപ്ലോയീസ് അസോസിയേഷൻ രജത ജൂബിലി സുവ നീറിൽ എഴുതി. അസിസ്റ്റന്റ് പേഴ്സണൽ മാനേജർ പദവിക്കു വേണ്ടി താൻ ട്രേഡ് യൂണിയൻ പ്രവർത്തനം മതിയാക്കിയാൽ മാനേജുമെന്റിന്റെ പാവയായി കടുത്ത തൊഴിലാളി ദ്രോഹം ചെയ്യേണ്ടിവരുമെന്ന് തിരിച്ച റിഞ്ഞ, ട്രേഡ് യൂണിയൻ രംഗത്തെ ആ മഹർഷി വര്യൻ നിസ്വാർഥ മായി തൊഴിലാളി പ്രവർത്തനത്തിനുവേണ്ടി തന്റെ ശിഷ്ട ജീവിതകാലം മുഴുവനും നീക്കിവയ്ക്കുകയായിരുന്നു.

എ പി എം ആയതിന്റെ തിക്താനുഭവങ്ങൾക്കുശേഷം അദ്ദേഹ ത്തിൽ പൊതുവേ ഒരു ഇടതുപക്ഷ ചായ്വ് ദൃശ്യമായി. അക്കൊല്ലം 1965 ഡിസംബർ 31 ന് ഫാക്ട് തൊഴിലാളികൾ പുതിയ ഫാക്ട് എംപ്ലോയീസ് യൂണിയൻ ഉൾപ്പെടെ പണിമുടക്കി മുന്നേപ്പോലെ ആവേശത്തോടെ മേനോന്റെ നേതൃത്വത്തിൽ കാൽനടജാഥയായി പൊരിവെയിലിൽ ആലു വായ്ക്ക് പോയി. അവിടെ പൊതുയോഗം നടത്തി. എന്തിനെന്നോ? കൊച്ചി കപ്പൽ നിർമാണശാല സ്ഥാപിച്ചു കിട്ടാൻ വേണ്ടി എ കെ ജിയുടെ ആഹ്വാന പ്രകാരം നടക്കുന്ന സമരത്തോട് ഐക്യദാർഢ്യം പ്രകടിപ്പി ക്കാൻ.

1972 ൽ പറവൂർ അസംബ്ലിമണ്ഡലത്തിലും 1977 ൽ മുകുന്ദപുരം പാർലമെന്റ് നിയോജക മണ്ഡലത്തിലും അദ്ദേഹം ഇടതുമുന്നണി പിന്തു ണയോടെ സ്വതന്ത്ര സ്ഥാനാർഥിയായി മത്സരിച്ചെങ്കിലും വിജയിച്ചില്ല.

ഒന്നിനുമേൽ ഒന്നായി പ്രതിസന്ധിയിൽ വീണ ഫാക്ടിനെ സംര ക്ഷിക്കാനുള്ള സേവ് ഫാക്ട് പ്രസ്ഥാനത്തിൽ മുന്നിൽ തന്നെയുണ്ട് ഇന്നും മേനോൻ സാർ. പ്രായവും അനാരോഗ്യവും അദ്ദേഹത്തിന് പ്രതിബന്ധ മാകുന്നില്ല.

അങ്ങനെ കുറഞ്ഞൊരു ഇടവേളയൊഴിച്ചാൽ കഴിഞ്ഞ ആറ് പതി

റ്റാണ്ടായി അദ്ദേഹം ഫാക്ട് തൊഴിലാളികളുടെ അനിഷേധ്യ നേതാവായി തുടരുന്നു.

1950 കളിൽ തന്നെ എസ് സി എസ് മേനോന്റെ നേതൃത്വം എഫ് എ സി ടിയുടെ പരിധി കവച്ചുവച്ച് ആലുവ വ്യവസായ മേഖലയാകെ വ്യാപിച്ചിരുന്ന വിവിധ യൂണിയനുകളുടെ പ്രസിഡന്റായി. ഓരോ യൂണിയന്റെയും പേര് പ്രത്യേകം എടുത്തുപറയേണ്ടതില്ലല്ലോ. 1951 ൽ ജയിൽ മോചിതനായ ഈ ബാലാനന്ദൻ സെക്രട്ടറിയും കെ എൻ ഗോപാലപിള്ള പ്രസിഡന്റുമായും സംഘടിപ്പിക്കപ്പെട്ടിരുന്ന ആലുവ കേന്ദ്ര ട്രേഡ് യൂണിയൻ കൗൺസിലിൽ മേനോൻസാറും അംഗമായിരുന്നു. ഗോപാലപിള്ളയ്ക്കു ശേഷം അതിന്റെ പ്രസിഡന്റുമായിരുന്നു. 1940 കളിലും 1950 കളിലും ആലുവ മേഖലയിൽ തൊഴിലാളി ഐക്യം എന്ന മുദ്രാവാക്യം അക്ഷരാർഥത്തിൽ സാക്ഷാൽക്കരിക്കപ്പെട്ടത് കാണാമായിരുന്നു. ഒരു ഫാക്ടറിയിലെ തൊഴിലാളികൾ ഗത്യന്തരമില്ലാതെ പണിമുടക്കേണ്ടി വരുകയാണെങ്കിൽ സഹാനുഭൂതിയോടെ ഇതര ഫാക്ടറികളിലെ തൊഴിലാളികൾ പണിമുടക്കിയും പ്രകടനം നടത്തിയും സമരഫണ്ടിലേക്ക് സംഭാവന നൽകിയും ഐക്യദാർഢ്യം വെളിവാക്കി, സേവ് ഫാക്ട് പ്രക്ഷോഭത്തിൽ കരുത്ത് പകർന്ന് ഫാക്ട് ഗേറ്റിലേക്കുണ്ടായ ജനപ്രവാഹം പോലെ കൃഷിക്കാരും കർഷകത്തൊഴിലാളികളും ഉൽപ്പന്നപ്പിരിവ് നടത്തി. പ്രകടനമായി സമരരംഗത്ത് എത്തുമായിരുന്നു. ആവേശോജ്ജ്വലങ്ങളായ എത്രയോ ഉദാഹരണങ്ങൾ!

ഫാക്ട് കഴിഞ്ഞാൽ ഈ മേഖലയിലെ ഇതര യൂണിയനുകളെപ്പറ്റി ഓർക്കുമ്പോൾ ചില സംഭവങ്ങൾ എടുത്തുപറയേണ്ടതുണ്ട്.

1954 ൽ ആലുവ അശോക് ടെക്സ്റ്റയിൽസിലെ ബോണസിനുവേണ്ടിയുള്ള സമരം. ഒടുവിൽ മേനോൻ സർ, ജീവൻ പണയപ്പെടുത്തി സെക്രട്ടറി സ. ബാലാനന്ദനോടൊപ്പം നിരാഹാര സമരത്തിലേക്ക് നീങ്ങി.

മാനേജർ മങ്കൊമ്പിൽ നീലകണ്ഠയ്യർ മഹാ മർക്കടമുഷ്ടിക്കാരൻ. അയാൾ ആലുവാ ചന്തയിലെ ഗുണ്ടകളെ വിലയ്ക്കെടുത്തു. ഗുണ്ടകൾ കമ്പനിഗേറ്റിൽ ഭീകരാന്തരീക്ഷം സൃഷ്ടിച്ചു തൊഴിലാളികളെ തല്ലി ഓടിച്ചു. അവർ നേതാക്കന്മാരെ ലക്ഷ്യമാക്കി. തദവസരത്തിൽ ഗേറ്റിൽ ഉണ്ടായിരുന്ന പത്രോസും അനുജനും ചാടിവീണു. ഗുണ്ടകളിൽ ഒരുത്തൻ മരിച്ചുവീണു. ബാക്കിയുള്ളവർ ജീവനും കൊണ്ടോടി. പത്രോസും അനുജനും അവസരത്തിനൊത്തുയർന്നില്ലായിരുന്നെങ്കിൽ അന്നുതന്നെ ബാലാനന്ദനും എസ് സി എസ് മേനോനും എന്നെന്നേക്കുമായി നമുക്ക് നഷ്ടപ്പെടുമായിരുന്നു.

പത്രോസിനെയും അനുജനെയും കോടതി വെറുതെ വിട്ടു.

ടി വി തോമസ് ഇടപെട്ടാണ് നിരാഹാര സമരം വിജയപൂർവം പര്യവസാനിപ്പിച്ചത്.

1956 ൽ ഇന്ത്യൻ അലുമിനിയം കമ്പനിയിൽ ബോണസ് തർക്കത്തെ തുടർന്ന് പണിമുടക്കായി. ഒന്നരമാസത്തെ ശമ്പളം ബോണസ് നൽക

ണമെന്ന കരാറിലാണ് പണിമുടക്ക് അവസാനിപ്പിച്ചത്. ഈ പണിമുടക്കിനെ തുടർന്നാണ് അലുമിനിയം കമ്പനിയിലും ആലുവ മേഖലയിലും മാത്രമല്ല സംസ്ഥാനത്ത് ആദ്യമായി 3 വർഷത്തേക്ക് പ്രാബല്യമുള്ള ദീർഘകാല കരാർ ഉണ്ടാകുന്നത്.

1972 ലെ ഫാക്ടിലെ പണിമുടക്കും നിരുപാധികം പിൻവലിച്ചു. ദീർഘകാല കരാറിനുവേണ്ടിയുള്ള സമരത്തിനിടയിലാണ് ഇന്ത്യാ–പാക് യുദ്ധം പൊട്ടിപ്പുറപ്പെട്ടത്.

1969 ൽ കൊച്ചിൻ റിഫൈനറീസിൽ ഒരു മിഷനിസ്റ്റിനോട് തൂപ്പുകാരന്റെ ജോലി ചെയ്യാൻ നിർബന്ധിച്ചു. വിസമ്മതിച്ചയാളെ പിരിച്ചുവിട്ടു. പുറകെ പണിമുടക്കും. ലേബർമന്ത്രി ബേബി ജോൺ വിളിച്ചുകൂട്ടിയ കൺസീലിയേഷനിൽ മെഷിനിസ്റ്റായിത്തന്നെ തിരിച്ചെടുത്തു.

അക്കൊല്ലം തന്നെ കളമശ്ശേരിയിലെ യൂണിവേഴ്സൽ കാർബോറാണ്ടം കമ്പനിയിൽ പണിമുടക്കി. പണിമുടക്കം നിയമവിരുദ്ധമായി പ്രഖ്യാപിക്കപ്പെട്ടു. മേനോൻ സാറിന്റെ നേതൃത്വത്തിലുള്ള തൊഴിലാളികൾ സമരം ധീരതയോടെ തുടർന്നു. ഒടുവിൽ നിർബന്ധിത അഡ്ജ്യൂഡിക്കേഷൻ അടിച്ചേൽപ്പിക്കപ്പെട്ടു.

1974 ൽ ചെങ്ങമനാടിനടുത്തുള്ള (നെടുമ്പാശ്ശേരിക്ക് സമീപം) തോഷിബ ആനന്ദ് ലാംപ്സിലെ പണിമുടക്കം കോൺഗ്രസ് നേതാവ് ടി എച്ച് മുസ്തഫയുടെ നേതൃത്വത്തിൽ ഐ എൻ ടി യു സിക്കാർ കരിങ്കാലികളായി പണിമുടക്കം പൊളിക്കാമെന്ന് വ്യാമോഹിച്ചു. എസ് സി എസ് മേനോനിലെ വീറുറ്റ പോരാളി പതറാതെ കമ്പനിഗേറ്റിൽ നിരാഹാരവ്രതത്തിൽ കിടന്നു. ദീർഘകാല കരാറിന് സമ്മതിച്ചതിന് ശേഷം മാത്രമേ പത്ത് ദിവസം നീണ്ടുനിന്ന സമരം പിൻവലിച്ചുള്ളൂ.

1975 ൽ അടിയന്തിരാവസ്ഥ പ്രഖ്യാപനത്തിൽ പ്രതിഷേധിച്ച് ഫാക്ട് തൊഴിലാളികളുടെ ആവശ്യങ്ങൾ അനുവദിക്കണമെന്ന് ആവശ്യപ്പെട്ടും ഫാക്ട് ഗേറ്റിൽ പ്രസംഗിച്ച അസോസിയേഷൻ സെക്രട്ടറി അടക്കം മുപ്പതോളം ഉശിരന്മാരെ അറസ്റ്റ് ചെയ്ത് മാസങ്ങളോളം ജയിലിൽ വച്ചെങ്കിലും എന്തുകൊണ്ടോ മേനോനെ ഒഴിവാക്കി.

അടിയന്തരാവസ്ഥക്കാലത്തു തന്നെ കൊരട്ടി യമുനാ ത്രെഡ്സിന്റെ ഗേറ്റിലും പ്രസംഗിച്ചു. മേനോനെ അറസ്റ്റ് ചെയ്ത് ഒരു ദിവസമേ തടവറയിൽ വച്ചുള്ളൂ.

ട്രേഡ് യൂണിയൻ രംഗത്തെ ഭീഷ്മാചാര്യൻ എന്ന് ആരാധകർ വിശേഷിപ്പിക്കുന്ന മേനോന് പണിമുടക്ക് സമരം ഒരു ഹരമാണ്. കോഡ് ഓഫ് കോണ്ടക്ട് ഫോർ ട്രേഡ് യൂണിയൻസ് എന്ന ഒരു പ്രബന്ധവും കൂടാതെ *An Overview of Industrial Relations* എന്ന ഗ്രന്ഥവും എസ് സി എസ് മേനോൻ രചിച്ചിട്ടുണ്ട്.

എസ് സി എസ് മേനോൻ എന്ന തൊഴിലാളി നേതാവിന് പ്രത്യേകം എടുത്തു പറയേണ്ടതായ ഒരു സവിശേഷത ഉണ്ട്. അദ്ദേഹം പ്രസിഡന്റായി ഇരുന്നിട്ടുള്ള മിക്കവാറും യൂണിയനുകൾക്കും തനതായി

ഓഫീസ് ഉണ്ട്.

തൊഴിലാളി രംഗത്ത് മാത്രമല്ല രസതന്ത്രത്തിൽ ബിരുദധാരിയായ മേനോൻസാർ കൊച്ചി സർവകലാശാലയിൽ സെനറ്റ് സിൻഡിക്കേറ്റ് അംഗമായിരുന്നിട്ടുണ്ട്. അദ്ദേഹത്തിന്റെ അറുപതാം ജന്മദിനം എഫ് എ സി ടി തൊഴിലാളികൾ കൊണ്ടാടിയത് പണി പൂർത്തിയാക്കിയ എസ് സി എസ് മേനോൻ ഷഷ്ഠ്യബ്ദപൂർത്തി സ്മാരക ഹാൾ സമർപ്പിച്ചു കൊണ്ടാണ്. ചുരുങ്ങിയ വാടകയിൽ തൊഴിലാളികൾക്കു മാത്രമല്ല നാട്ടു കാർക്കും പൊതുവേ പ്രയോജനകരമായ ഒരു സംഗമവേദി. മനോഹര മായ മൊമെന്റോ സമർപ്പിച്ചുകൊണ്ടാണ് നിസ്വാർഥനായ അദ്ദേഹത്തിന്റെ ടി യു രംഗപ്രവേശനത്തിന്റെ സുവർണ ജൂബിലി ആഘോഷിക്കപ്പെട്ടത്. ഹൃദ്യമായ സ്വീകരണവും നൽകപ്പെട്ടു. അദ്ദേഹം മുറിക്കിപ്പിടിച്ചിരുന്ന അരാഷ്ട്രീയ സ്വതന്ത്ര യൂണിയൻ വെറും ആദർശഭ്രമം മാത്രം.

ഇപ്പോഴും പ്രസിഡന്റായുള്ള 6 യൂണിയനുകളുടെ ഭാരവാഹികൾ അദ്ദേഹത്തെ കൂട്ടിക്കൊണ്ടുപോകുന്ന അവസരങ്ങളൊഴികെ 87 പിന്നിട്ട മേനോൻ വിശ്രമിക്കയാണ്. റിട്ടയർ ചെയ്ത ഹെൽത്ത് ഡയറക്ടർ ഡോ. വിജയലക്ഷ്മിയാണ് ഭാര്യ. രണ്ടുപുത്രിമാർ ലക്ഷ്മിയും പത്മജയും. രണ്ടു പേരും വിവാഹിതർ.

വീട്ടിൽ ചെന്നാലോ ഫോണിൽ വിളിച്ചാലോ മേനോനെ ഉടനെ ബന്ധപ്പെടാൻ കഴിഞ്ഞെന്നുവരില്ല. അദ്ദേഹം അകത്ത് ഒരു മുറിയിൽ ടെലിവിഷനിലോ പത്രപുസ്തകാദികളിലോ മുഴുകിയിരിക്കയാകും. മിക്ക വാറും വിശ്രമത്തിൽ കഴിയുന്ന മേനോൻസാർ തൊഴിലാളികൾക്കു നൽകുന്ന സന്ദേശം: തൊഴിലാളി ഐക്യം ഊട്ടി ഉറപ്പിച്ചുകൊണ്ട് മുന്നോട്ട്, മുന്നോട്ട്.

6

ഫാക്ട് നാവികത്തൊഴിലാളി യൂണിയനും ഫാക്ട് എംപ്ലോയീസ് യൂണിയനും: അടിയന്തരാവസ്ഥയെ വെല്ലുവിളിച്ച്

ആദ്യകാലത്ത് എഫ് എ സി ടിയിലെ പ്രധാന അസംസ്കൃത പദാർഥം മലയാറ്റൂർ റിസർവ് വനങ്ങളിൽ നിന്ന് ശേഖരിച്ചിരുന്ന തടികളുടെ വിറകായിരുന്നു. ഇല്ലിത്തോട്ട് കടവിൽ നിന്നും വള്ളങ്ങൾ വഴിയാണ് വിറക് ഏലൂരിൽ എത്തിച്ചിരുന്നത്. ഇത് കരാർ പണിയായിരുന്നു. കമ്പനിയിൽ രജിസ്റ്റർ ചെയ്യുന്ന വള്ളമുടമകളുമായിട്ടായിരുന്നു കരാർ. മറ്റേതെങ്കിലും ഏജൻസി ഉണ്ടായിരുന്നില്ല. ചില വള്ള ഉടമകൾ ഇടത്തരക്കാർ. അവരുടെ മൂന്നും നാലും വള്ളങ്ങൾ കമ്പനിയിൽ രജിസ്റ്റർ ചെയ്തു. അവരാരും വള്ളത്തിൽ ഊന്നുകാരായി കയറിയില്ല. കൂലിക്ക് വേറെ ആളുകളെ നിയമിച്ചു നേട്ടമുണ്ടാക്കി. യഥാർഥ തൊഴിലാളികൾ കഠിനമായ ചൂഷണത്തിന് വിധേയരായിരുന്നു. ഒരു വള്ളത്തിൽ ചുരുങ്ങിയത് രണ്ടു ഊന്നുകാരെങ്കിലും കൂടിയേ തീരൂ. അവർ ഒരു രേഖയിലുമില്ല. ഇരട്ട ചൂഷണത്തിനു വിധേയരായിരുന്നു ഈ സഖാക്കൾ.

അന്ന് ഫാക്ടറിയിലെ സ്ഥിരം ജീവനക്കാരെ മാത്രമേ തൊഴിലാളികളായിട്ട് അംഗീകരിച്ചിരുന്നുള്ളൂ. മറ്റാരെയും തൊഴിലാളിയായി അംഗീകരിക്കാൻ ഒരു മാനേജ്മെന്റും തയാറല്ലായിരുന്നു.

നേരത്തെ സൂചിപ്പിച്ചതുപോലെ ഫാക്ട് എംപ്ലോയിസ് അസോസിയേഷനോ ഈ മേഖലയിലെ മറ്റേതെങ്കിലും യൂണിയൻ പ്രവർത്തകരോ കരാർ തൊഴിലാളികളെ തൊഴിലാളികളായി അംഗീകരിച്ചിരുന്നില്ല. പിൽക്കാലത്ത് ഈ ലേഖകൻ മുൻകൈ എടുത്ത് കൺസ്ട്രക്ഷൻ ആൻ കോൺട്രാക്ട് വർക്കേഴ്സ് യൂണിയന്റെ പ്രവർത്തനം കളമശ്ശേരി മേഖലയിലേക്ക് വ്യാപിക്കാൻ തുടങ്ങുമ്പോഴാണ് അലുമിനിയം ഫാക്ടറിയിലെ സ്ഥിരം തൊഴിലാളികൾ അവിടത്തെ കരാർ തൊഴിലാളികളെ അകറ്റി നിറുത്തുക മാത്രമല്ല, ദാഹിച്ചാൽ വെള്ളം പോലും കൊടുക്കാതിരിക്കുന്ന

നിഷേധാത്മക നയം തുടരുന്നതിന്റെ കഥ അറിയുന്നത്. ആയിരത്തഞ്ഞൂറിലധികം ഡിഗ്രി ചൂടാണ് പോട്ട്റൂമിൽ. അവിടത്തെ ജോലിക്കാർ ധാരാളം വിയർക്കുന്നതുകൊണ്ട് ഇടയ്ക്കിടയ്ക്ക് കുടിക്കാൻ വെള്ളം കരുതീട്ടുണ്ട്. സ്ഥിരം തൊഴിലാളികൾക്കുള്ള വെള്ളം കുടിക്കാൻ ശ്രമിച്ചിരുന്ന കരാർതൊഴിലാളികളുടെ കൈയിൽ നിന്നും ഗ്ലാസ് തട്ടിപ്പറിച്ച് അവഹേളിച്ച സംഭവങ്ങൾ വരെ ഉണ്ടായിട്ടുണ്ട്.

ആലപ്പുഴയിലും കൊല്ലത്തും മറ്റും ആയിരുന്നു അക്കാലത്ത് വള്ളത്തൊഴിലാളികൾ സംഘടിപ്പിക്കപ്പെട്ടിരുന്നത്.

കോൺഗ്രസ് വിട്ട് സോഷ്യലിസ്റ്റായ തുണ്ടത്തിൽ കുഞ്ഞുകൃഷ്ണപിള്ള (കായംകുളം) ഫെർണാണ്ടസ് (കൊല്ലം) യഥാക്രമം പ്രസിഡന്റും സെക്രട്ടറിയുമായി, 1952 ൽ എഫ് എ സി ടി നാവിക തൊഴിലാളി യൂണിയൻ രജിസ്റ്റർ ചെയ്യപ്പെട്ടു. നേതാക്കന്മാർ ആകാശം ഭേദിച്ചും തീ തുപ്പിക്കൊണ്ടും ഇടയ്ക്കിടയ്ക്ക് ആവേശകരങ്ങളായ പ്രസംഗങ്ങൾ നടത്തിക്കൊണ്ടിരുന്നെങ്കിലും തൊഴിലാളികൾക്ക് ആനുകൂല്യങ്ങൾ ഒന്നും കിട്ടിയില്ല.

1957 ൽ ജയിൽ മോചിതനായ ഈ ലേഖകൻ ഒരു ദിവസം പത്രത്തിൽ വായിക്കുന്നത്, ഈ യൂണിയനിലെ തൊഴിലാളികൾ യോഗം ചേർന്ന് പ്രസിഡന്റായി ഇ ബാലാനന്ദനെയും സെക്രട്ടറിയായി ഈ ലേഖകനെയും തിരഞ്ഞെടുത്തിരിക്കുന്നുവെന്നാണ്. തൊഴിലാളികൾ ഞങ്ങളിൽ അർപ്പിച്ച വിശ്വാസം തടസ്സം പറയാതെ ഞങ്ങൾ ഏറ്റെടുത്തു മുന്നോട്ടുപോയി. ആവശ്യങ്ങൾ ഉന്നയിക്കപ്പെട്ടു. പ്രക്ഷോഭം തുടങ്ങി. കരാറുകാർക്ക് ട്രേഡ് യൂണിയൻ അവകാശം സാധ്യമല്ല എന്നിടത്ത് മാനേജുമെന്റ് ശഠിച്ചു നിന്നു. ചുരുക്കിപ്പറയട്ടെ, മാറിയ സാഹചര്യത്തിൽ ഒടുവിൽ മാനേജുമെന്റ് ജില്ലാ ലേബർ ഓഫീസർ തുടരെ തുടരെ വിളിച്ച കൺസീലിയേഷൻ യോഗത്തിൽ ഹാജരാകാൻ നിർബന്ധിതമായി. അവിടെയും പിടിവാശി തുടരാൻ സാധിക്കാത്തവിധം വീണ്ടും തുടരെ തുടരെ കൺസീലിയേഷൻ യോഗങ്ങൾ വിളിക്കപ്പെട്ടു. യഥാർഥ ഊന്നുകാരെ തൊഴിലാളികളായി പരിഗണിക്കുകയും കൂലിക്കൂടുതൽ അനുവദിക്കുകയും ചെയ്തു. വള്ളം ഉടമയ്ക്ക് വള്ളത്തിന്റെ വാടക നേരിട്ടു നൽകി. ഏറ്റവും ഒടുവിലാണ് യൂണിയൻ അംഗീകരിക്കുന്ന പ്രശ്നം വന്നത്. മാനേജ്മെന്റ് പ്രതിനിധിയായ പോൾ പോത്തൻ കടുകിട ഇക്കാര്യത്തിൽ വിട്ടുവീഴ്ചയില്ലെന്ന് തീർത്ത് പറഞ്ഞു. പല്ലുകൾ ഞെരിക്കാതെ മുഷ്ടി ചുരുട്ടി മേശപ്പുറത്തിടിക്കാതെ രോഷാകുലനായി ഉച്ചത്തിൽ സംസാരിക്കാതെ വളരെ ലാഘവത്തോടെ ആവശ്യാനുസരണം പുഞ്ചിരിയോടെ കൺസീലിയേഷൻ നടപടികളിൽ പങ്കെടുക്കുന്ന ട്രേഡ് യൂണിയൻ രംഗത്തെ അതികായനായ ബാലാനന്ദൻ പറഞ്ഞു: “ശരി ഞങ്ങൾ ഡി എൽ ഓവിന്റെ തീരുമാനത്തിന് വിടാൻ തയാർ. മി. പോൾ പോത്തൻ യോജിക്കുന്നുണ്ടോ.”

കോൺട്രാക്ടർമാർ ഒരിക്കലും ട്രേഡ് യൂണിയന്റെ ആക്ടിന്റെ പരി

ധിയിൽ വരില്ലെന്നുറപ്പുള്ള മാനേജ്മെന്റ് പ്രതിനിധിയും സമ്മതം മൂളി. ഡി എൽ ഒ ഒരക്ഷരം ഉരിയാടാതെ ഒത്തുതീർപ്പ് വ്യവസ്ഥയുടെ ഒടുവിലത്തെ ഖണ്ഡികയായി ഒരുവാചകം കൂടി എഴുതിച്ചേർത്തിട്ട് ഒപ്പിടുന്നതിനായി മാനേജ്മെന്റ് പ്രതിനിധിക്ക് കൊടുത്തു. ഒടുവിലത്തെ വാക്യം വായിച്ചപ്പോൾ പോൾപോത്തന്റെ മുഖം വിളറിയത് കാണേണ്ട കാഴ്ച ആയിരുന്നു. ആ വാക്യം എന്തെന്നോ? "യൂണിയൻ പ്രതിനിധികളും മാനേജുമെന്റും തമ്മിൽ കൂടിയാലോചിക്കുകയും കൺസീലിയേഷൻ എഗ്രിമെന്റ് ഒപ്പിടുകയും ചെയ്തിരിക്കുന്ന സാഹചര്യത്തിൽ യൂണിയൻ അംഗീകരിക്കുക എന്ന പ്രശ്നമേ ഉദിക്കുന്നില്ല."

അങ്ങനെ വള്ളം ഊന്നുകാരായ തൊഴിലാളികളും ഫാക്ടിലെ ബിരുദധാരികളും സാങ്കേതിക വിദഗ്ധരുമായ തൊഴിലാളികളോടൊപ്പം തന്നെ തല ഉയർത്തിപ്പിടിച്ചു നടക്കാമെന്ന സ്ഥിതിയായി.

രണ്ട് കൊല്ലങ്ങൾക്കുള്ളിൽ പ്രധാന അസംസ്കൃത പദാർഥം വിറകിനുപകരം നാഫ്ത ആയി. നാവിക തൊഴിലാളികൾക്ക് നഷ്ടപരിഹാരം ലഭിച്ചു. തന്നെയുമല്ല നാൽപ്പത്തിയഞ്ച് വയസ്സ് തികയാത്തവർക്ക് കമ്പനിയിൽ സ്ഥിരം ലാവണത്തിൽ നിയമനവും കിട്ടി.

ഈ മേഖലയിലെയോ ഒരുപക്ഷേ സംസ്ഥാനത്താകയോ ആദ്യത്തെ കോൺട്രാക്ട് തൊഴിലാളി യൂണിയൻ ആണ് ഇത്. ഇ എം എസിന്റെ പ്രസ്താവനയോടെ രാജ്യത്തെമ്പാടുമുള്ള കരാർ തൊഴിലാളികൾക്കു മാത്രമല്ല കർഷക തൊഴിലാളികൾക്കും, പാട്ടംപങ്ക് കൃഷിക്കാർക്കുമെല്ലാം തല ഉയർത്തിപ്പിടിക്കാനുള്ള അവകാശം സ്ഥാപിക്കപ്പെട്ടു.

ഫാക്ട് എംപ്ലോയീസ് യൂണിയൻ

'അരാഷ്ട്രീയ സ്വതന്ത്രലേബൽ' ഉണ്ടെങ്കിലും തലപ്പത്തിരിക്കുന്ന നേതാവിന്റെ രാഷ്ട്രീയാഭിപ്രായങ്ങളും ഇഷ്ടാനിഷ്ടങ്ങളും സംഘടനയിലും അംഗങ്ങളിലും നിഴലിക്കുമെന്നാണ് അനുഭവം. അസോസിയേഷൻ പ്രസിഡന്റ് മേനോൻ സാറിനെയും സെക്രട്ടറിയെയും തിരിച്ചെടുക്കാൻ ലേബർ മന്ത്രി താൽപ്പര്യം കാണിക്കുന്നില്ലെന്ന തെറ്റായ ധാരണ അഗണ്യമല്ലാത്ത തൊഴിലാളികളിലേക്കും പകർന്നുവെന്നത് സത്യം മാത്രം.

ഇ എം എസ് മന്ത്രിസഭ അധികാരത്തിൽ വന്നതിനെത്തുടർന്ന് എഫ് എ സി ടി യൂണിയൻ നേതൃത്വത്തിൽ അന്ധരായ കമ്യൂണിസ്റ്റ് വിരുദ്ധർക്ക് മുൻസൂചിപ്പിച്ചതുപ്രകാരം മുൻകൈ ലഭിക്കുകയും തുടർന്ന് അനീതിയെ ചോദ്യം ചെയ്യാൻ മുതിർന്ന തൊഴിലാളികളോട് വിവേചനം കാണിച്ചതും നേരത്തെ സൂചിപ്പിച്ചല്ലോ. അക്കാലത്തുണ്ടായ എസ് സി എസ് മേനോന്റെ അസാന്നിധ്യം ഈ വിവേചനത്തിന് ക്രൗര്യവും കാഠിന്യവും വർധിപ്പിച്ചു.

മേനോൻ സാറിന്റെ അസാന്നിധ്യത്തിൽ മുൻ സൂചിപ്പിച്ച കോൺഗ്രസ് നേതാവ് എ സി ജോർജ് പ്രസിഡന്റായി തിരഞ്ഞെടുക്കപ്പെട്ടിരുന്നു.

അസോസിയേഷന്റെ കാര്യ നിർവഹണങ്ങൾ സാക്ഷാൽ കോൺഗ്രസ് പ്രസിഡന്റേതുപോലെ തന്നെയായി. എല്ലാം പ്രസിഡന്റ് നിശ്ചയിക്കും. തീരുമാനങ്ങളെല്ലാം സ്വന്തം അനുയായികളെ അനുകൂലി ക്കുന്നവയും കമ്യൂണിസ്റ്റുകാരെ മാത്രമല്ല അനീതിയെ ചോദ്യം ചെയ്യാൻ ധൈര്യപ്പെടുന്ന കോൺഗ്രസുകാരെപ്പോലും അവഗണിക്കുന്നവയും ആയി രുന്നു. ഒന്നു രണ്ടു ഉദാഹരണങ്ങൾ മാത്രം ചൂണ്ടിക്കാണിക്കാം. ഹെവി എക്യൂപ്‌മെന്റിൽ ക്രെയിൻ ഓപ്പറേറ്ററുടെ വേക്കൻസിയിലേക്ക് എല്ലാ മാനദണ്ഡങ്ങളും ലംഘിച്ചും അർഹതയുള്ള എം ജി എസ് നായരെ തഴഞ്ഞും എ കെ ആന്റണിക്കാണ് പ്രമോഷൻ ലഭിച്ചത്. ഹെവി എക്യു പ്‌മെന്റിൽ തന്നെ മറ്റൊരു ഒഴിവ് വന്നപ്പോൾ അർഹതപ്പെട്ട കമ്യൂണിസ്റ്റ് അനുഭാവിയായ കുഞ്ഞുമുഹമ്മദിനെ അല്ല കമ്യൂണിസ്റ്റ് വിരുദ്ധനായ വർഗീസിനെയാണ് പ്രസിഡന്റ് തുണച്ചത്. വർഗീസ് അടുത്തൊരു പ്രമോ ഷൻ കൂടി വാങ്ങി. വർക്ക്‌ഷോപ്പിലെ കമ്യൂണിസ്റ്റുകാരനായ കെ എ ഫ്രാൻസീസിനെ അതേ സെക്ഷനിലെ തന്നെ ഡിക്രൂസ് ദോഹോപദ്രവം ചെയ്തു. പാവം താരതമ്യേന ദുർബലനായ ഫ്രാൻസിസ് വീണുപോയി. കമ്പനിയിൽ നിന്നും പത്ത് മൈൽ അകലെ തമ്മനത്ത് വച്ചാണ് കോൺഗ്രസുകാരനായ ഡിക്രൂസ് കൈയേറ്റം ചെയ്തത്. തൊഴിൽ തർക്ക നിയമമോ കമ്പനിയിലെ സ്റ്റാൻഡിങ് ഓർഡറോ ഒന്നും ഇവിടെ ബാധക മല്ല. എന്നാൽ അസോസിയേഷൻ ഇടപെട്ട് ആക്രമണത്തിനിരയായ കമ്യൂ ണിസ്റ്റ് ഫ്രാൻസിസിനെ കമ്പനിയിൽ നിന്നും ഡിസ്മിസ് ചെയ്യിച്ചു. മാനേ ജുമെന്റിനോട് പരാതിപ്പെട്ടപ്പോൾ തങ്ങൾ അസോസിയേഷനുമായിട്ടേ ചർച്ച ചെയ്യൂ എന്ന് മാനേജ്‌മെന്റ്. മാനേജ്‌മെന്റ് പരാതി കേൾക്കാൻ തയാറാകാതിരുന്നപ്പോൾ അസോസിയേഷന്റെ കോൺഗ്രസ് നേതൃത്വം ജാടകൾ പറഞ്ഞ് ഒഴിഞ്ഞു. രണ്ടുമൂന്നു കൊല്ലം കോടതിയിൽ കേസ് വാദിച്ചതിന് ശേഷമാണ് ഫ്രാൻസിസിനെ തിരിച്ചെടുത്തതും കുഞ്ഞുമു ഹമ്മദ് ഡബിൾ പ്രമോഷൻ വാങ്ങി വർഗീസിനോടൊപ്പം എത്തിയതും. ഇനിയും ഉദാഹരണം എത്രയോ ഉണ്ട്.

ഇതിനിടയിൽ ക്രൂരവിവേചനത്തിന് ഇരയായ ഒരു വിഭാഗം തൊഴി ലാളികൾ അസോസിയേഷൻ വിട്ട് മറ്റൊരു യൂണിയൻ രൂപീകരിക്കുന്ന തിനെക്കുറിച്ച് ഗൗരവമായി ചിന്തിക്കാൻ പ്രേരിതരായി.

നേരത്തെ സൂചിപ്പിച്ചതുപോലെ കോൺഗ്രസുകാരും സോഷ്യലിസ്റ്റ് കമ്യൂണിസ്റ്റുകാരും ഉൾപ്പെട്ട ഒരു വിഭാഗം തൊഴിലാളികളോടുള്ള അവ ഗണനയും പ്രതികാര നടപടികളും ദുസ്സഹമായപ്പോൾ ചെറുത്തു നിൽക്കാൻ ബദൽ യൂണിയൻ രൂപീകരിക്കുകയല്ലാതെ ഗത്യന്തരമില്ലെന്ന് ദുഃഖിതരായ വിഭാഗം മുറവിളികൂട്ടാൻ തുടങ്ങി. എന്നാൽ കമ്യൂണിസ്റ്റ് പാർട്ടിയും എ ഐ ടി യു സിയും തൊഴിലാളി ഐക്യത്തിൽ അചഞ്ചല മായി വിശ്വസിക്കുകയും ഇത് പ്രാവർത്തികമാക്കാൻ ഒരു ഫാക്ടറിയിൽ ഒരു യൂണിയൻ എന്ന മുദ്രാവാക്യത്തിൽ ഉറച്ചു നിൽക്കുകയുമായിരു ന്നു. ആകയാൽ ബദൽ യൂണിയൻ രൂപീകരിക്കുകയല്ല. നേതൃത്വത്തിന്റെ

ജനാധിപത്യവിരുദ്ധവും സ്വേച്ഛാധിപത്യപരവുമായ ചെയ്തികൾ തുറന്ന് കാണിച്ച് യൂണിയനിൽ തന്നെ നിന്നുകൊണ്ട് പോരാടുകയാണ് വേണ്ടത് എന്ന ഉപദേശമാണ് പാർട്ടിയിൽ നിന്നും എ ഐ ടി യു സി യിൽ നിന്നും ലഭിച്ചത്. നേതൃത്വത്തെ തുറന്ന് കാണിച്ച് പരസ്യമായി എതിർക്കുന്തോറും വിവേചനവും പ്രതികാര നടപടികളും മൂർച്ഛിച്ചു. പ്രശ്നം എ ഐ ടി യു സി യുടെ വർക്കിങ് കമ്മിറ്റിയിലും പാർട്ടിയുടെ പൊളിറ്റ് ബ്യൂറോയിലും ചർച്ച ചെയ്യുന്നിടം വരെയെത്തി. തൊഴിലാളികളുടെ അഭിലാഷത്തിന് പച്ചക്കൊടി കാണിക്കുകയല്ലാതെ മറ്റ് പോംവഴികൾ ഇല്ലെന്ന് ബോധ്യപ്പെട്ടു. അങ്ങനെ നാല് വർഷത്തെ ദുരനുഭവങ്ങൾക്ക് ശേഷം ഫാക്ട് എംപ്ലോയീസ് യൂണിയൻ രൂപം കൊണ്ടു.

യൂണിയന് രജിസ്ട്രേഷൻ കിട്ടിയ കാലഘട്ടത്തിനും പാർട്ടിയിൽ പിളർപ്പുണ്ടായ ഘട്ടത്തിനും തമ്മിൽ ഒന്നു രണ്ട് മാസത്തെ വ്യത്യാസമേ ഉള്ളൂ.

ഫാക്ട് എംപ്ലോയീസ് യൂണിയന് അംഗീകാരം ലഭിച്ച നാളുകളിൽ തന്നെ ട്രേഡ് യൂണിയൻ രംഗത്തെ മഹർഷിവര്യൻ മാനേജീരിയൽ പദവയിൽ ഇരുന്നുകൊണ്ട് തന്നെ തൊഴിലാളി യൂണിയൻ പ്രസിഡന്റായി പ്രവർത്തിക്കാനുള്ള അവകാശത്തിനായാണ് പണിമുടക്ക് സമരം പ്രഖ്യാപിക്കുകയും, ന്യായമല്ലാത്ത പണിമുടക്കിന് നിയമപരമായി പങ്കാളിയല്ലാത്ത പുതിയ യൂണിയനെ നിശിതമായി ആക്ഷേപിക്കാനും തുടങ്ങിയിരുന്നു (എംപ്ലോയീസ് യൂണിയൻ അംഗങ്ങൾ പണിമുടക്കിന് നോട്ടീസ് നൽകിയില്ലെങ്കിലും പണിമുടക്ക് പൊളിക്കാനായി കരിങ്കാലിപ്പണിക്ക് തയാറല്ലായിരുന്നുവെന്നത് പ്രത്യേകം പ്രസ്താവ്യം).

ഐക്യത്തോടെയുള്ള ചെറുത്തുനിൽപ്പ് മാതൃക ആയിരുന്ന ഫാക്ട് തൊഴിലാളികൾക്കിടയിൽ ഒരു ബദൽ യൂണിയൻ! ടി വി ശ്രീകണ്ഠൻ ഫോർമുല (ഒരു ഫാക്ടറിയിൽ ഒരു യൂണിയൻ എന്ന് ആൾ ട്രാവൻകൂർ ട്രേഡ് യൂണിയൻ കോൺഗ്രസ് പ്രസിഡന്റ് ടി വി തോമസും ആർ എസ് പി നേതാവ് എൻ ശ്രീകണ്ഠൻ നായരും എത്തിച്ചേർന്ന ധാരണ) മുതൽ നാളിതുവരെ ഉൽഘോഷിച്ചിരുന്ന തൊഴിലാളി ഐക്യം എന്ന മുദ്രാവാക്യത്തെ നിരർഥകമാക്കുന്ന എതിർ യൂണിയൻ! അതും മുൻ എം പിയും ട്രേഡ് യൂണിയൻ നേതാവുമായ ടി സി എൻ മേനോന്റെ നേതൃത്വത്തിൽ! ഈ ആക്ഷേപങ്ങൾക്ക് കഴമ്പില്ല. അക്കാലത്തെ രാഷ്ട്രീയ പശ്ചാത്തലവും ഫാക്ടിൽ നിലനിന്നിരുന്ന യാഥാർഥ്യവും സാക്ഷ്യം വഹിച്ചത് ബദൽ യൂണിയൻ എന്നതിനല്ല. 'ട്രേഡ് യൂണിയൻ ഭീകരത'യെ (Trade Union Tyranny) ചെറുത്തു തോൽപ്പിച്ച തൊഴിലാളികളുടെ അവകാശങ്ങൾ സംരക്ഷിക്കാനുള്ള ഐക്യവേദി ആയിരുന്നുവെന്നാണ്. വിമോചന സമരം മുതൽ 1965 ലെ പണിമുടക്കു സമരം വരെ ഫാക്ടിൽ കണ്ടതാണ് ട്രേഡ് യൂണിയൻ ഭീകരതയുടെ ഒരു ഉദാഹരണം.

ഉറച്ച കമ്യൂണിസ്റ്റനുഭാവികൾ പോലും സംശയഗ്രസ്തരായി, പാർട്ടി അനുഭാവികൾ കൂട്ടത്തോടെ സി പി ഐ (എം) ചേരിയിലേക്കാണ് തിരിഞ്ഞത്. എങ്കിലും പുതിയ സംഘടനയ്ക്ക് — ഫാക്ട് എംപ്ലോയീസ് യൂണി

യന് രജിസ്ട്രേഷൻ ലഭിച്ച നാളുകളിൽ തന്നെ ട്രേഡ് യൂണിയൻ രംഗത്തെ മഹർഷിവര്യൻ മാനേജീരിയൽ പദവിയിൽ ഇരുന്നുകൊണ്ട് തൊഴിലാളി യൂണിയൻ പ്രസിഡന്റായി പ്രവർത്തിക്കാനുള്ള അവകാശത്തിനുവേണ്ടി പണിമുടക്ക് പ്രഖ്യാപിക്കുകയും പണിമുടക്ക് നോട്ടീസിലില്ലാത്ത എംപ്ലോയീസ് യൂണിയനെ മാനേജ്മെന്റിന്റെ യൂണിയൻ എന്ന് മുദ്രകുത്തി ശകാരിക്കാനും തുടങ്ങി. ഭൂരിപക്ഷ യൂണിയനും മാനേജുമെന്റും യോജിച്ച ഒരു വിഭാഗം തൊഴിലാളികളെ ആക്രമിക്കുന്നതിന് തടയിടാൻ സഹായിച്ചു എന്നുള്ളതിലാണ് എംപ്ലോയീസ് യൂണിയന്റെ പ്രാധാന്യം.

രജിസ്ട്രേഷൻ ലഭിച്ച് നാളുകൾക്കുള്ളിൽ പ്രസിഡന്റ് ടി സി എൻ മേനോൻ സ്ഥാനം ഒഴിയാൻ നിർബന്ധിതനായി. തൽസ്ഥാനത്ത് ഇ ബാലാനന്ദനും, അദ്ദേഹത്തിന്റെ പ്രവർത്തനരംഗം ഡൽഹിയിലാക്കുകയും ചെയ്തപ്പോൾ കെ എൻ രവീന്ദ്രനാഥും പ്രസിഡന്റായി തിരഞ്ഞെടുക്കപ്പെട്ടിരുന്നു.

പിന്നീട് കാറ്റഗറി യൂണിയനുകൾ ഉൾപ്പെടെ പല ഗ്രൂപ്പുകളുടെയും യൂണിയനുകൾ രൂപം കൊണ്ടു. അങ്ങനെ പല നിറങ്ങളുള്ള കൊടികൾ പിടിച്ചെങ്കിലും അവരെല്ലാം തൊഴിലാളി ഐക്യം സിന്ദാബാദ് എന്ന മുദ്രാവാക്യം മുഴക്കിയിരുന്നു. ഈ അവസരം ഉപയോഗപ്പെടുത്തി എസ് സി എസ് മേനോൻ 1972 ലെ പണിമുടക്കിന് ആഹ്വാനം ചെയ്തു. നാലാം ഘട്ട വികസനവുമായി ബന്ധപ്പെട്ട ഗുരുതരമായ തർക്കങ്ങൾ ഉയർന്നിരുന്നു. സമരം മൂർധന്യാവസ്ഥയിൽ എത്തിയപ്പോൾ ചെറു യൂണിയനുകൾ ചാഞ്ചാടി. അവർ പണിമുടക്കിൽ നിന്ന് പിൻമാറി. വിട്ട്വീഴ്ചയില്ലാത്ത പോരാളിയും നിതാന്ത ശുഭാപ്തി വിശ്വാസിയുമായ മേനോൻ വല്ലാതെ പതറി. ആദ്യം അസോസിയേഷനിൽ നിന്ന് തെറ്റിപ്പിരിഞ്ഞ് പ്രത്യേക യൂണിയൻ സംഘടിപ്പിച്ചവർ 1970 ൽ സി ഐ ടി യു രൂപീകൃതമായപ്പോൾ അതിനോട് അഫിലിയേറ്റ് ചെയ്തിരുന്നു. തൊഴിലാളി ഐക്യത്തിന്റെ യഥാർഥ ഉപാസകരാകയാൽ ആ യൂണിയൻ മേനോൻ സാറുമായി ഒരു ധാരണ ഉണ്ടാക്കി — ഛിദ്രശക്തികളെ ഒറ്റപ്പെടുത്തി ആയതിലേക്ക് സി ഐ ടി യു സ്വന്തം പതാകയും ബാനറും ഉപേക്ഷിച്ച് മേനോന്റെ നേതൃത്വത്തിലുള്ള യൂണിയനിൽ ലയിച്ചു. പിൽക്കാലത്ത് രൂപീകൃതമായ എച്ച് എം എസും ഈ പാത അംഗീകരിച്ചു.

തൊഴിലാളികൾക്കിടയിലുള്ള അനൈക്യം അവരുടെ കൂട്ടായ വിലപേശലിനെ ദുർബലപ്പെടുത്തുമെന്ന് തിരിച്ചറിയുകയാൽ ഐക്യം ഊട്ടി ഉറപ്പിക്കേണ്ടതിന്റെ ആവശ്യകത സി ഐ ടി യു വിൽ പെട്ട തൊഴിലാളികളെ പറഞ്ഞ് ബോധ്യപ്പെടുത്താൻ അന്നത്തെ യൂണിയൻ പ്രസിഡന്റ് കെ എൻ രവീന്ദ്രനാഥ് നടത്തിയ ഭഗീരഥ പ്രയത്നം പ്രത്യേകം പ്രസ്താവ്യമാണ്. ഭൂരിപക്ഷ സംഘടനയായ അസോസിയേഷൻ പരാജയത്തിന്റെ പാഠം പഠിച്ചുവെന്നും ആകയാൽ വിമോചനസമരത്തെ തുടർന്നുണ്ടായതുപോലുള്ള വിവേചനവും പ്രതികാര നടപടികളും നേതൃത്വത്തിന്റെ ഭാഗത്ത് നിന്നുണ്ടാവില്ല എന്ന സ്ഥിതിവിശേഷം സംജാതമായിരിക്കുന്നു

വെന്നും അദ്ദേഹം വിശദീകരിച്ചു. 1963–64 ൽ ബദൽ യൂണിയൻ സംഘ ടിപ്പിക്കുവാൻ അനുവാദം കിട്ടിയതുപോലെതന്നെ സി ഐ ടി യുവി ന്റെയും സി പി ഐ (എം) ന്റെയും ഉന്നത സമിതികൾ ചേർന്നാണ് ലയന തീരുമാനം ഉണ്ടായതെന്നും അറിഞ്ഞിരിക്കണം.

തൊഴിലാളി ഐക്യം എന്നുപറയുന്നത് കേവലം അധരവ്യായാമ ത്തിനുള്ള മുദ്രാവാക്യമല്ലെന്നും, വർഗശത്രുക്കളെ എതിർത്തു തോൽപ്പി ക്കാനും തൊഴിലാളി താൽപ്പര്യങ്ങൾ നേടിയെടുക്കാനുമുള്ള പ്രായോ ഗിക മുദ്രാവാക്യമാണെന്നും ഫാക്ട് തൊഴിലാളികൾ കാണിച്ചു തന്നു. അതിന്റെ ഫലം അടിയന്തരാവസ്ഥയിൽ കണ്ടു.

അടിയന്തരാവസ്ഥയെ വെല്ലുവിളിച്ച്

ഭരണഘടനയെ അട്ടത്ത് വച്ചുകൊണ്ട് 1975 ജൂൺ 25 ന് ഇന്ദിരാ ഗാന്ധി അടിയന്തരാവസ്ഥ പ്രഖ്യാപിച്ചുവല്ലോ. പൗരാവകാശങ്ങൾ നിഷേ ധിക്കുക മാത്രമല്ല, മുൻകാലങ്ങളിൽ തൊഴിലാളിവർഗം സമരം ചെയ്ത് നേടിയെടുത്ത 81/3 ശതമാനം കുറഞ്ഞ ബോണസ് യാതൊരു ചർച്ചയും കൂടാതെ ഏകപക്ഷീയമായി 4 ശതമാനമാക്കി വെട്ടിച്ചുരുക്കി. ഇതിൽ പ്രതിഷേധിച്ച് അസോസിയേഷൻ ഭാരവാഹികളും സജീവപ്രവർത്തകരും ഇതിനെതിരായി കമ്പനിപ്പടിക്കൽ സമാധാനപരമായി സത്യഗ്രഹം നട ത്തി. കമ്പനിപ്പടിക്കൽ തന്നെ മറ്റൊരു സ്ഥലത്ത് എ ഐ ടി യു സി യൂണിയനംഗങ്ങളും സത്യഗ്രഹം നടത്തുന്നുണ്ടായിരുന്നു. എല്ലാ സത്യ ഗ്രഹികളെയും അറസ്റ്റ് ചെയ്ത് ഏലൂർ പൊലീസ് സ്റ്റേഷനിലേക്ക് നീക്കം ചെയ്തു. അവിടെയും എ ഐ ടി യു സി ക്കാരെയും അസോസിയേ ഷൻ അംഗങ്ങളെയും വേർതിരിച്ചാണ് നിർത്തിയിരുന്നത്. വൈകുന്നേര മായപ്പോഴേക്കും എ ഐ ടി യു സി അംഗങ്ങളെല്ലാവരെയും സ്വതന്ത്ര രാക്കി. അസോസിയേഷനംഗങ്ങളെ ആലുവ സബ്ജയിലിലേക്ക് കൊണ്ടു പോയി. മാത്യു മുരിക്കൽ, ടി പി സേവ്യർ, പി എസ് ഗോപാലകൃഷ്ണൻ, ഒ കെ കുമാരൻ, ആർ എസ് മണി, വാമനൻ, മംഗലംഭാസി, സി എം സുഭാഷ്, പി നാരായണൻ, ഇ പി അയ്യർ, കെ എം പത്മനാഭൻ, എം എ വാസു, പി എ സുലൈമാൻ, വി എം ലോനപ്പൻ, എം എ സിദ്ധാർഥൻ, കെ പി വി മേനോൻ എന്നിവരുടെ പേരിൽ ഡിഫൻസ് ഓഫ് ഇന്ത്യാ റൂൾസ് അനുസരിച്ചാണ് കേസ് ചാർജ് ചെയ്തത്. ഹൈക്കോടതിയിൽ വരെ ഇവർക്ക് ജാമ്യം നിഷേധിക്കപ്പെട്ടതിനാൽ ഇവരെല്ലാം ആലുവ സബ്ജയിലിൽ അമ്പതു ദിവസം കിടക്കേണ്ടി വന്നു. ഇവരോടൊപ്പം അലു മിനിയം കമ്പനി വർക്കേഴ്സ് യൂണിയനംഗങ്ങളും കാർബോറണ്ടം യൂണി വേഴ്സൽ എംപ്ലോയീസ് യൂണിയൻ അംഗങ്ങളായ എ എസ് മണിയപ്പ നും, കോമിൻകോ ബിനാനി സിങ്ക് എംപ്ലോയീസ് യൂണിയൻ അംഗങ്ങളും ജയിലിലടയ്ക്കപ്പെട്ടു.

ബോണസ് നിയമ ഭേദഗതിയോടുള്ള എതിർപ്പ് സമാധാനപരമായി രേഖപ്പെടുത്തിയതിന്റെ പേരിൽ ഒരേ കുറ്റം ചെയ്ത ഭരണകക്ഷിയിൽപ്പെട്ട

എ ഐ ടി യു സി യൂണിയനംഗങ്ങളുടെ പേരിൽ യാതൊരു കേസും ചാർജ് ചെയ്യാതെ വൈകുന്നേരം വരെ പൊലീസ് സ്റ്റേഷനിൽ സൂക്ഷിച്ചതിനുശേഷം നിരുപാധികം വിട്ടയച്ചതിനുശേഷമാണ് അസോസിയേഷനംഗങ്ങളോടും ഭരണകക്ഷിയിൽപ്പെടാത്ത മറ്റു യൂണിയനംഗങ്ങളോടും ഈ വിവേചനം കാണിച്ചതെന്ന് അടിയന്തരാവസ്ഥയുടെ മറവിൽ നടന്ന ഭീകരപ്രവർത്തനങ്ങൾക്ക് തെളിവാണ്. അസോസിയേഷൻ പ്രവർത്തനത്തിന്റെ പേരിൽ ജയിൽവാസം പോലും അനുഭവിക്കുകയും അങ്ങനെ തങ്ങളുടെ തൊഴിലാളി വർഗബോധം തെളിയിക്കുകയും ചെയ്ത സംസ്ഥാനത്തിലെ ഏറ്റവും ഉജ്വലമായ സമരമാണിത്. എന്നാൽ പത്രങ്ങൾക്ക് ഈ സമരം വാർത്തയായി പ്രസിദ്ധം ചെയ്യാനുള്ള അവകാശം നിഷേധിക്കപ്പെട്ടിരുന്നു.

7

ശിഥിലീകരണ പ്രവണതകളും അനന്തരഫലങ്ങളും

ആയിരത്തി തൊള്ളായിരത്തി എൺപതുകളുടെ ആദ്യം ആലുവാ വ്യവസായ മേഖലയിലെ ഏതാനും മുഴുവൻസമയ ട്രേഡ് യൂണിയൻ നേതാക്കൾ ഫാക്ട് എംപ്ലോയീസ് അസോസിയേഷൻ ഓഫീസിൽ ഒത്തുകൂടിയിരിക്കുന്നു. കൂട്ടത്തിൽ ഞാനും. കുശല പ്രശ്നങ്ങൾക്കു ശേഷം രാഷ്ട്രീയവും അല്ലാത്തതുമായ പരസ്പരബന്ധമില്ലാത്ത അനേകം കാര്യങ്ങളെക്കുറിച്ച് ചർച്ച ചെയ്ത് അരമുക്കാൽ മണിക്കൂർ പിന്നിട്ടിട്ടും പ്രതീക്ഷിക്കപ്പെടുന്ന ഫാക്ടറി തൊഴിലാളികളായ യൂണിയൻ പ്രതിനിധികൾ ഇനിയും എത്തിച്ചേർന്നിട്ടില്ല. വ്യവസായ മേഖലയെ ബാധിക്കുന്ന ഒരു പൊതു പ്രശ്നത്തിൽ പൊതുവായ പ്രക്ഷോഭപരിപാടികൾ ആലോചിക്കാൻ വേണ്ടി യൂണിയൻ പ്രതിനിധികളുടെ യോഗം വിളിച്ച് കാത്തിരിക്കുകയാണ്. നേരത്തെ ആലുവ കേന്ദ്ര ട്രേഡ് യൂണിയൻ കൗൺസിൽ കൃത്യമായി പ്രവർത്തനനിരതമായിരുന്നത് നാം കണ്ടു. ക്രമേണ പ്രവർത്തനം മന്ദഗതിയിലായെങ്കിലും ഇടയ്ക്കിടെ വിവിധ യൂണിയനുകളുടെ യോഗം വിളിക്കാറുണ്ട്. കാത്തിരുന്നു മടുപ്പ് തോന്നി അരിശം കയറിയ ഒരു നേതാവ് അൽപ്പം ഉറക്കെ പറഞ്ഞു.

"നമ്മൾ എത്രനേരമായി കാത്തിരിക്കുന്നു?" മറ്റൊരാൾ പ്രതികരിച്ചു. "ഈ തൊഴിലാളികൾക്ക് ഇപ്പോൾ ഇതൊന്നും ആവശ്യമില്ലായിരിക്കാം."

മറ്റൊരാളുടെ പരാതി: "നമ്മൾ ഗേറ്റിൽ നിന്ന് തൊണ്ടപൊട്ടി പ്രസംഗിക്കുമ്പോഴും യാതൊരു ഗൗനവുമില്ലാതെ തൊഴിലാളികൾ കടന്നുപോകുന്നതു കാണാം!"

ഇനിയും വേറൊരാൾ ഒരു കഥ അവതരിപ്പിച്ചു.

"നിങ്ങൾ ആരെങ്കിലും ഫാക്ടിന്റെ ബാലൻസ് ഷീറ്റ് കണ്ടോ? 37000

രൂപ ശമ്പളം വാങ്ങിയ എത്ര ഹെൽപ്പർമാരുണ്ടെന്നറിയാമോ? ഇവരെ ക്കൊണ്ടാണോ വിപ്ലവം നടത്തിക്കുന്നത്?”

ശരിയാണ്

അവർ പറഞ്ഞതെല്ലാം വസ്തുതകൾ മാത്രം.

വർഗസമരത്തെക്കുറിച്ച് ശാസ്ത്രീയജ്ഞാനവും ഇന്നത്തെ സ്ഥിതി യെക്കുറിച്ച് യാഥാർഥ്യ ബോധവുമില്ലാത്ത നേതാക്കന്മാർക്ക് മടുപ്പ് തോന്നി പ്പോകും. നമ്മുടെ തൊഴിലാളികളുടെ അലംഭാവം കാണുമ്പോൾ അവ രിൽ വർഗബോധം ഉളവാക്കാൻ ഇനിയും എത്രയോ കഠിന പ്രയത്നം വേണ്ടിയിരിക്കുന്നു!

തൊഴിലാളികളെ പഴിക്കുന്നവർ ഈ നാലു പതിറ്റാണ്ടുകളിലുണ്ടാ യിട്ടുള്ള രാഷ്ട്രീയ സാമ്പത്തിക സാമൂഹിക പരിവർത്തനങ്ങളുടെ ആഘാ തങ്ങൾ മനസിലാക്കുന്നില്ല.

വിദേശി ഭരണവും ദിവാൻ ഭരണവും രാജവാഴ്ചയും അവസാനി ച്ചു. ജനാധിപത്യ സമ്പ്രദായം നിലവിൽ വന്നു. ഈ പരിവർത്തനം ബാഹ്യ മായിരുന്നെങ്കിലും പ്രധാനം തന്നെ. വെള്ളക്കാരൻ ഇരുന്ന കസേരയിൽ വെള്ളത്തൊപ്പിക്കാരനും ദിവാന്റെ സ്ഥാനത്ത് വെള്ളത്തൊപ്പിക്കാരും ഇരി ക്കാൻ തുടങ്ങിയെങ്കിലും ഭരണകൂടം പഴയതുപോലെതന്നെ ജനദ്രോ ഹപരമായി തുടർന്നു. നയവും പഴയതു തന്നെ. എന്നാൽ 1957 ലെ ഇ എം എസ് മന്ത്രിസഭ നിലവിൽ വന്നതോടെ ഭരണകൂടഘടനയിൽ യാതൊ രു വ്യത്യാസവും വന്നില്ലെങ്കിലും ഭരണാധികാരികളുടെ ഇച്ഛാശക്തി വ്യത്യസ്തമായിരുന്നു. തദനുസരണം അതേ സംവിധാനത്തിൽ തന്നെ നയഭേദവും വന്നു. കോൺഗ്രസ് ഭരണാധികാരികളുടെ ഇച്ഛാശക്തി വ്യത്യ സ്തമായിരുന്നു. തദനുസരണം അതേ സംവിധാനത്തിൽത്തന്നെ നയഭേദവും വന്നു. കോൺഗ്രസ് ഭരണാധികാരികൾ സ്വാതന്ത്ര്യസമര കാലത്ത് ജനങ്ങൾക്ക് നൽകിയിരുന്ന വാഗ്ദാനങ്ങളിൽ നിന്നും മുഖംതി രിച്ചപ്പോൾ 1957 ലെ ഇ എം എസ് തന്റെ മന്ത്രിസഭയുടെ നയപ്രഖ്യാപന ത്തിൽ യാതൊരു കലവറയുമില്ലാതെ തുറന്നുപറഞ്ഞു. ഈ മന്ത്രിസഭ ഇവിടെ സോഷ്യലിസവും കമ്യൂണിസവും ഒന്നും നടപ്പാക്കാനുദ്ദേശിക്കു ന്നില്ല. തൊഴിൽ സമരങ്ങളിൽ പൊലീസ് ഇടപെടുകയില്ല. ഈ ചുരു ങ്ങിയ വാക്കുകളുടെ അർഥവും വ്യാപ്തിയും പ്രത്യാഘാതങ്ങളും അഗാ ധവും വ്യാപകവും ആയിരുന്നു.

ഇ എം എസിന്റെ നയപ്രഖ്യാപനത്തിനുശേഷം വ്യവസായ തൊഴി ലാളികളുടെയും അവയുടെ സംഘടനകളുടെയും സ്ഥിതി ഒരു പുതിയ മാനത്തിലേക്ക് ഉയർന്നു. സേവനവേതന വ്യവസ്ഥക്ക് ചില പുതിയ മാന ങ്ങൾ അംഗീകരിക്കപ്പെട്ടു. ചില വ്യവസായങ്ങളിൽ ജോയിന്റ് മാനേജിങ് കൗൺസിലുകളുടെ വളരെ പരിമിതമായ തോതിലെങ്കിലും ഭരണത്തിൽ തൊഴിലാളി പങ്കാളിയായി. യൂണിയൻ നേതാക്കന്മാർക്ക് ഒരുപ്രത്യേക പദവി ലഭിച്ചാലത്തെ സ്ഥിതിയായി.

ചില നേതാക്കന്മാർ തങ്ങളുടെ പദവി ദുരുപയോഗപ്പെടുത്തി തങ്ങ

ളുടെ ഹിതാനുവർത്തികളല്ലാത്ത തൊഴിലാളികളോട് വിവേചനം കാണിക്കയും, അപ്പോൾ നേതൃപദവിയുടെ മാന്യത കണ്ടു ആർത്തി പൂണ്ട ചിലർ ഏതാനും തൊഴിലാളികളെ നാനാപ്രകാരത്തിലും വശത്താക്കി ഈർക്കിൽ യൂണിയനുണ്ടാക്കാൻ ഉള്ള ധൈര്യമോ ചങ്കൂറ്റമോ കാണിക്കുകയും അസാധാരണമല്ലാതായി.

1959 ലെ കുപ്രസിദ്ധമായ വിമോചന സമരമാണ് ഈ മേഖലയിലെ സംഘടിത തൊഴിലാളി പ്രസ്ഥാനത്തിൽ ഇദംപ്രഥമമായി പിളർപ്പിന്റെ വിഷബീജം കലർത്തിയത്. തക്കംനോക്കികളായ ചില നേതാക്കന്മാർ കുറെ തൊഴിലാളികളെ വിമോചന സമരത്തിൽ അണി ചേർക്കാൻ മടിച്ചില്ലെന്നതും ഓർക്കണം. കോൺഗ്രസ് നേതാവ് സി എം സ്റ്റീഫൻ അലുമിനിയം ഫാക്ടറി വർക്കേഴ്സ് യൂണിയൻ നേതാവ് ആയിരുന്നപ്പോൾ യൂണിയൻ പിളർന്നില്ലെന്നതും പിളർക്കാൻ ആരും ശ്രമിച്ചില്ലെന്നതും സ്മരണീയം.

ഓരോ രാഷ്ട്രീയ പാർട്ടിക്കും പോഷക സംഘടനയായി ട്രേഡ് യൂണിയൻ സംഘടന തങ്ങളുടെ വരുതിയിൽ വേണമെന്നിടത്ത് എത്തി കാര്യങ്ങൾ. ഓരോ രാഷ്ട്രീയ പാർട്ടിക്കും ഓരോ യൂണിയൻ എന്നതും വിട്ടിട്ട് ഒരു പാർട്ടിയിലെ ഓരോ ഗ്രൂപ്പിനും ഓരോ നേതാവിനും ഓരോ യൂണിയൻ എന്നായിരിക്കുന്നു ഇന്നത്തെ മുദ്രാവാക്യം. രാഷ്ട്രീയ പാർട്ടികൾക്കും അവയിലെ ഗ്രൂപ്പുകൾക്കും നേതാക്കന്മാർക്കും മാത്രമല്ല യൂണിയനുകൾ ഒരു ഫാക്ടറിയിലെ ഓരോ ഡിപ്പാർട്ടുമെന്റിനും സബ് സെക്ഷനുകൾക്കുമുണ്ട് യൂണിയനുകൾ. ഇവിടെയും നിൽക്കുന്നില്ല. ഇന്ത്യൻ അലുമിനിയം കമ്പനിയിൽ ഏറ്റവും ഒടുവിൽ രജിസ്റ്റർ ചെയ്ത യൂണിയന്റെ പേര് കേൾക്കണോ? സീനിയർ എംപ്ലോയീസ് യൂണിയൻ! അതായത് മുപ്പത് കൊല്ലവും അതിൽ കൂടുതലും സർവീസുള്ള തൊഴിലാളികളുടെ താൽപ്പര്യം സംരക്ഷിക്കുന്നതിനുള്ള സംഘടന പട്ടികജാതിയിൽപ്പെട്ട ചിലർ ജാതി അടിസ്ഥാനത്തിൽ സംഘടിച്ചു. 7 പേർ ചേർന്ന് ഒപ്പിട്ട് അപേക്ഷിച്ചാൽ യൂണിയൻ രജിസ്റ്റർ ചെയ്ത് കിട്ടുമെന്ന തൊഴിൽ നിയമത്തിലെ ആനുകൂല്യത്തെ വ്യഭിചരിക്കുകയായിരുന്നു ഈ നേതാക്കന്മാർ. എന്നാൽ ഫാക്ടിൽ 1963 ൽ കമ്യൂണിസ്റ്റുകാർ മുൻകൈയെടുത്ത് ഇദംപ്രഥമമായി ബദൽ യൂണിയൻ രൂപീകരിച്ചതിന് ഇപ്പറഞ്ഞ കാരണങ്ങളല്ലായെന്നും തൊഴിലാളി പ്രസ്ഥാനത്തിലെ ശൈഥില്യവും അനൈക്യവും മാനേജ്മെന്റുകൾ മുതലെടുക്കുകയും ചെയ്ത മാത്രയിൽ ആ യൂണിയൻ സ്വന്തം കൊടിയും ബാനറും ഉപേക്ഷിച്ച് തൊഴിലാളി ഐക്യത്തിന് മാതൃക സൃഷ്ടിച്ചതും സന്ദർഭാനുസരണം വ്യക്തമാക്കിയല്ലോ.

അനുകൂല സാഹചര്യം ഒരുതരം അലംഭാവത്തിൽ എത്തിച്ചത് വർഗസമരത്തെക്കുറിച്ചുള്ള ശാസ്ത്രീയ ബോധക്കുറവ് കൊണ്ടാണ്.

കൂണുകൾ പോലെ യൂണിയന്റെ എണ്ണം കുമിഞ്ഞുകൂടുമ്പോൾ തൊഴിലാളികൾ മാസവരി കൊടുക്കണമെന്ന് നിർബന്ധമില്ല. മാസവരി കൊടുക്കുക എന്നത് യൂണിയനിലെ അംഗത്തിന്റെ പ്രാഥമിക കടമയാ

ണ്. ഈ പ്രാഥമിക കടമ നിറവേറ്റാത്ത കാരണത്താൽ ഒരംഗത്തെയും ബഹിഷ്കരിക്കാൻ ഒരു സംഘടനയും തയാറാകുകയില്ല. എന്തെന്നാൽ ഏതെങ്കിലും ഒരു സംഘടന ഒരംഗത്തെ ബഹിഷ്കരിച്ചാൽ അയാളെ രണ്ടു കൈയും നീട്ടി സ്വീകരിക്കാൻ മറ്റേതെങ്കിലും ഒരു സംഘടന മുന്നോട്ടുവരും. ആരെയും പിണക്കണ്ട എന്നു കരുതി വിരുതന്മാരായ ചില തൊഴിലാളികൾ ഒന്നിലേറെ സംഘടനകളിൽ മാസവരി കൊടുത്ത് അംഗമായി തുടരുന്നു. ഇനിയും ചിലർ ഒരു പൈസ പോലും മാസവരി അടയ്ക്കാതെ തക്കംപോലെ ഓരോ യൂണിയനിലെയും അംഗമാണെന്ന് അവകാശപ്പെടുന്നു. ട്രേഡ് യൂണിയൻ ഐക്യത്തിന്റെ കടയ്ക്കൽ കത്തിവയ്ക്കുന്ന നീക്കങ്ങൾ ഇവരുടെ ഭാഗത്തു നിന്നും ഉണ്ടായാലും ഒരു യൂണിയൻ അല്ലെങ്കിൽ മറ്റൊരു യൂണിയൻ ഇവരെ അംഗീകരിക്കുകയും സ്വീകരിക്കുകയും ചെയ്യുന്നു.

ജനറൽ ബോഡി യോഗമാണെങ്കിലും എക്സിക്യൂട്ടീവ് കമ്മിറ്റി യോഗമാണെങ്കിലും കോറം തികയ്ക്കുക എന്നത് ഈയിടെ പല യൂണിയനുകൾക്കും പ്രയാസമുള്ള കാര്യമായി മാറിയിരിക്കുകയാണ്. അതിഥികൾ എത്തുന്നതുപോലെയാണ് തൊഴിലാളികൾ ജനറൽ ബോഡിയിൽ പങ്കെടുക്കുക എന്നത് സി ഐ ടി യു പ്രസിഡന്റായിരുന്ന ബി ടി ആർ പ്രസ്താവിച്ചിരുന്നത് ഓർമയിൽ വരുന്നു. ബോണസ്, വേതന വർധനവ് തുടങ്ങിയ സാമ്പത്തിക ഡിമാന്റുകൾ ഏതെങ്കിലുമാണ് അജണ്ടയിൽ എങ്കിൽ കോറം കഷ്ടി തെളിഞ്ഞേക്കാം. (പണിമുടക്ക് വിരോധികളായ നേതാക്കന്മാർ ഈ പരിതഃസ്ഥിതിയെ പരമാവധി ചൂഷണം ചെയ്യുന്നുവെന്നത് വേറെ കാര്യം). അടിയന്തരമായി നടപ്പാക്കേണ്ട പല കാര്യങ്ങളും കോറം തികയ്ക്കാൻ വേണ്ടി മിനക്കെടാതെ നേതാവോ അല്ലെങ്കിൽ നേതൃത്വം വഹിക്കുന്ന ചെറിയ ഗ്രൂപ്പോ നടപ്പാക്കുന്നു. അങ്ങനെ ട്രേഡു യൂണിയൻ സംഘടനയുടെ അടിസ്ഥാന പ്രമാണങ്ങളിൽ പ്രമുഖരായിരിക്കേണ്ട ജനാധിപത്യ രീതിയിലുള്ള പ്രവർത്തനം ക്രമേണ അപ്രത്യക്ഷമാകുകയും നേതാവിന്റെയോ ചെറിയ ഗ്രൂപ്പിന്റെയോ മേധാവിത്വം പ്രബലപ്പെടുകയും ചെയ്യുന്നു. ഈ പരിതഃസ്ഥിതിയിൽ നേതാവിനോ നേതൃത്വം വഹിക്കുന്ന ഒരു ചെറുഗ്രൂപ്പിനോ എന്തെങ്കിലും പിഴവ് പറ്റിയാൽ, അല്ലെങ്കിൽ തങ്ങൾ പ്രതീക്ഷിച്ചത്ര കൂലിക്കൂടുതലോ ബോണസോ ലഭിച്ചില്ലെങ്കിലോ നേതൃത്വം അയോഗ്യമാണെന്ന് വിധി കൽപ്പിക്കുകയും അവരെ മാറ്റി പുതിയ നേതൃത്വത്തെ ലേലം വിളിക്കുകയും ചെയ്യുന്നു. സമീപകാലത്ത് ട്രേഡ് യൂണിയനിസത്തിന്റെ ഹരിശ്രീ പഠിച്ചിട്ടില്ലാത്ത ചില തീവ്രവാദികളെ നേതൃത്വത്തിൽ കൊണ്ടുവരാൻ എന്തു ത്വരയായിരുന്നു ഒരു ഭാഗം തൊഴിലാളികൾക്ക്! വാക്കുകളിൽ തീപ്പൊരിയും പ്രവൃത്തിയിൽ അധികാരിസേവയുമായി നടന്ന തീവ്രവാദി രാഷ്ട്രീയം ഇപ്പോൾ ഈ മേഖലയിൽ കോൺഗ്രസിന്റെയും മറ്റു ചില ആളില്ലാ പാർട്ടി നേതാക്കന്മാരുടെയും ക്യാമ്പുകളിൽ അഭയം കണ്ടെത്തിയിരിക്കുകയാണ്.

സംഘടിത തൊഴിലാളി പ്രസ്ഥാനവും അസംഘടിതരായ ഇതര ജന വിഭാഗങ്ങളും തമ്മിൽ കാര്യമായ എന്തെങ്കിലും ബന്ധം പരാമർശ കാല ഘട്ടത്തിൽ ഉണ്ടായിരുന്നുവോ? മുൻകാലങ്ങളിൽ ഒരു ഫാക്ടറിയിൽ പണിമുടക്ക് ഉണ്ടായാൽ ചുറ്റുപാടുമുള്ള നാട്ടുകാർ ഒന്നടങ്കം അതിനു പിന്നിൽ അണിനിരന്നിരുന്നു. ഇന്നോ? പണിമുടക്കുൾപ്പെടെയുള്ള തൊഴി ലാളി സമരങ്ങൾ ഇന്ന് അവയുടെ പ്രത്യേക രീതിയിൽ, പ്രത്യേക ചാലിൽക്കൂടി കടന്നു പോകുന്നു. തന്നെയുമല്ല സംഘടിത തൊഴിലാളി വർഗ പ്രസ്ഥാനത്തെയും അസംഘടിതരായ ഇതര ജനവിഭാഗങ്ങളെയും തമ്മിലടിപ്പിക്കാൻ കരുതിക്കൂട്ടിയുള്ള പ്രചാരണങ്ങളും കരുനീക്കങ്ങളും നടക്കുന്നു.

തൊഴിലാളികൾ ഓവർടൈം ജോലി ചെയ്യുന്നതുകൊണ്ടാണ് തൊഴി ലില്ലായ്മ പരിഹരിക്കാൻ കഴിയാത്തതെന്ന വാദം, റിട്ടയർമെന്റ് പ്രായപ രിധി ചുരുക്കി തൊഴിലില്ലാത്ത ചെറുപ്പക്കാർക്ക് അവസരം ഉണ്ടാക്കണം എന്ന മുറവിളി തുടങ്ങി ഇനിയുമുണ്ട് ഏറെ ഉദാഹരണങ്ങൾ.

ഒൻപതു യൂണിയനുകൾ പ്രവർത്തിക്കുന്ന ഒരു ഫാക്ടറിയിലെ തൊഴിൽ തർക്കത്തെപ്പറ്റിയുള്ള കൂടിയാലോചന യോഗമോ അനുരഞ്ജ നയോഗമോ എങ്ങനെയിരിക്കും? യൂണിയന്റെ ഔദ്യോഗിക ഭാരവാഹി ത്വമുള്ള രാഷ്ട്രീയ നേതാക്കന്മാർ ഒമ്പതുപേർ ഒപ്പം ഫാക്ടറി തൊഴിലാ ളികളായ അഞ്ച് നേതാക്കന്മാർ വീതം പങ്കെടുത്താൽ അവരാകെ മൊത്തം പത്തു നാൽപ്പതിലേറെ. പൊതുമേഖലയിലായാലും സ്വകാര്യ മേഖലയിലായാലും മൂന്നോ നാലോ മാനേജ്മെന്റ് പ്രതിനിധികൾ. കൺസീലിയേഷൻ ഓഫീസർ ഉൾപ്പെടെ അറുപതോളം പേർ പങ്കെടു ക്കുന്ന കൂടിയാലോചനായോഗം! വിസ്താരഭയത്താൽ ചുരുക്കിപ്പറയട്ടെ. ഇത്തരംകൂടിയാലോചന യോഗങ്ങളും അനുരഞ്ജനയോഗങ്ങളും തൊഴി ലാളി താൽപ്പര്യങ്ങൾ പരിഹരിക്കാനല്ല മറിച്ച് അവരുടെ അവകാശങ്ങൾ വെട്ടിച്ചുരുക്കാനോ നിഷേധിക്കാനോ ആണ് സഹായകമാവുക. ഈ സാഹ ചര്യത്തിൽ തൊഴിലാളികളുടെ രക്ഷാകവചമായിത്തീരേണ്ട യൂണിയൻ ദുർബലവും ക്ഷീണിതവുമായാൽ സ്വാഭാവികമായും സംഘടനയെപ്പറ്റി യുള്ള തൊഴിലാളികളുടെ വിശ്വാസവും മതിപ്പും ഉലയും. ഉറങ്ങാൻ വേറെ കള്ളു കുടിക്കണം എന്ന് പണ്ടാരോ പറഞ്ഞതുപോലെ തൊഴിലാളി മറ്റ് രക്ഷാമാർഗങ്ങൾ ആരായാൻ നിർബന്ധിതനാകും. പ്രമോഷനുവേണ്ടിയും ആശ്രിതന് കമ്പനിയിൽ ജോലി ലഭിക്കുന്നതിനുവേണ്ടിയും യൂണിയൻ നേതാവിനെയും മാനേജ്മെന്റ് ഉദ്യോഗസ്ഥനെയും പ്രീതിപ്പെടുത്തുകയും സേവിക്കുകയും ചെയ്യുന്നതിനു പുറമെ പ്രത്യേകം പൂജകളും വഴിപാടു കളും വരെ നടത്താൻ അവർ തുനിയേണ്ടിവരുന്നു. പണവും കൊടു ത്തേക്കും.

അക്രമ പലിശക്ക് പണം കടം കൊടുക്കുന്നവരുടെയും മറ്റനേകം സൈഡ് ബിസിനസ് ചെയ്യുന്നവരുടെയും എണ്ണം പെരുകി വരുന്നു. ചിലരെ സംബന്ധിച്ചിടത്തോളം ഫാക്ടറിയിലെ ജോലി വെറും ഒരു

സൈഡ് ബിസിനസ് മാത്രമാണ്. തൊഴിലാളിയെ കുറ്റപ്പെടുത്തുകയല്ല. ഉയർന്നുവരുന്ന അവരുടെ കുടുംബ ബഡ്ജറ്റ് ആണിതിനൊക്കെ പ്രേരണ. ഉയർന്നുവരുന്ന ജീവിത നിലവാരവും തദാനുസൃതമായ വേതനവും ഉറപ്പാക്കുകയാണ് പരിഹാരമാർഗം. തൊഴിലാളി സംഘടനകളും അവരുടെ നേതാക്കന്മാരും ഇത് തിരിച്ചറിയാൻ വിസമ്മതിക്കുന്നുവെന്നതാണ് ഖേദകരം.

ഇത്തരം അനാശാസ്യ പ്രവണതയും ചിന്താഗതികളും പ്രവർത്തന രീതികളും തൊഴിലാളികൾ മാത്രമാണോ കാണുന്നത്? തൊഴിലാളി നേതാക്കന്മാരും ഇവയ്ക്ക് അതീതരാണോ? പരീക്ഷണ ഘട്ടത്തിൽ ചെങ്കൊടി ദൂരെ വലിച്ചെറിഞ്ഞ് ഒരു ഉളുപ്പുമില്ലാതെ ശത്രു പാളയത്തിൽ അഭയം തേടിയവർ, യൂണിയനിലെ തന്റെ ഔദ്യോഗിക പദവി സ്വന്തം ഉദ്ഗതിക്കുള്ള ഏണിപ്പടിയാക്കിയവർ, സ്വന്തം പൊങ്ങച്ചവും ദുരഭിമാനവും രക്ഷിക്കാൻ വേണ്ടി തൊഴിലാളികളെ നീതീകരിക്കാൻ ആവാത്ത പണിമുടക്കിലേക്ക് തള്ളിവിട്ടിട്ട് ആ ഊരാക്കുടുക്കിൽ നിന്നും തല പിൻവലിക്കാൻ വേണ്ടി തിരശ്ശീലയ്ക്ക് പിന്നിൽ നിന്ന് മാന്യന്മാരായ മധ്യസ്ഥന്മാരുടെ കാലുപിടിച്ചവർ, സ്വന്തം അഭിപ്രായത്തിനും അഭിലാഷത്തിനും എതിരായ തീരുമാനങ്ങൾ എന്തെങ്കിലും എക്സിക്യൂട്ടീവ് കമ്മിറ്റിയോ ജനറൽ ബോഡിയോ കൈക്കൊണ്ടാൽ പ്രതികാര വിജൃംഭിതരായി യൂണിയനോടോ തൊഴിലാളികളോടോ പ്രഖ്യാപിക്കപ്പെടാത്ത ശീതസമരം അഴിച്ചുവിടുന്നവർ. അങ്ങനെ എത്രയെത്ര തക്കംനോക്കികളുടെ കുട്ടിക്കരണം മറിച്ചിലുകൾ ഈ വ്യവസായ മേഖല കണ്ടിരിക്കുന്നു! തൊഴിലാളിവിരുദ്ധരായ ഈ നേതാക്കന്മാർക്ക് തഴച്ചുവളരാൻ പാകത്തിൽ മണ്ണൊരുക്കുന്നതും തൊഴിലാളികളുടെ വർഗബോധക്കുറവുതന്നെ. തൊഴിലാളികൾ അവർക്കിടയിലുള്ള ദുഷിച്ച പ്രവണതകളുടെ ഉറവിടം കണ്ടെത്താൻ ശ്രമിക്കുകയും സ്വയം കുറ്റവിചാരണയ്ക്ക് ഓരോ തൊഴിലാളിയും തയാറാകുകയും ആയതിലേക്ക് ആവശ്യമായ രാഷ്ട്രീയ വിദ്യാഭ്യാസം നേടുകയും ചെയ്യും വരെ ഇത്തരം അനാശാസ്യ പ്രവണതകൾ തുടരുക തന്നെ ചെയ്യും.

ഈ പ്രവണതകൾ ഇവിടെ മാത്രം ഒതുങ്ങുന്നില്ല. ഇവരെ കൊണ്ടാണോ വിപ്ലവം സംഘടിപ്പിക്കുക എന്ന് പുച്ഛിക്കുന്നവർ തൊഴിലാളി വർഗ നേതൃത്വം സമൂഹത്തിൽ ഉയർത്തിക്കൊണ്ട് വരാൻകഴിയാത്തവരാണ്. തൊഴിലാളി വർഗ വിപ്ലവകാരികൾ ഈ കടമ എല്ലാ പ്രതിബന്ധങ്ങളും അതിജീവിച്ച് വിജയപൂർവം നിർവഹിക്കാൻ മുന്നോട്ട് വരിക തന്നെ ചെയ്യും. അവർ ഈ കടമ നിറവേറ്റാൻ കഠിന പ്രയത്നത്തിൽ ഏർപ്പെട്ടിരിക്കുകയാണ്. ഇതിനെല്ലാത്തിനും ഉത്തമോദാഹരണമാണ് എഫ് എ സി ടി.

1972 നു ശേഷം തൊഴിലാളി സംഘടനകൾ ചില്ലറ ചില സൗന്ദര്യപ്പിണക്കങ്ങളും, മാനേജ്മെന്റുമായി സാരമല്ലാത്ത ചില തർക്കങ്ങളും ഉണ്ടായതൊഴിച്ചാൽ സമാധാനപരവും സൗഹാർദം നിറഞ്ഞത് എന്ന് പറ

യാവുന്നതുമായ അന്തരീക്ഷം സംജാതമായി ഒന്നേമുക്കാൽ ദശാബ്ദ ക്കാലം പിന്നിട്ടപ്പോൾ ഫാക്ട് തൊഴിലാളികളെ മാത്രമല്ല കമ്പനിയെയും എന്നല്ല ഈ രാജ്യത്തെ തന്നെയും വിഴുങ്ങാൻ തയാറായി ആർത്തി യോടെ വായും പിളർന്ന് ആഗോളവൽക്കരണം എന്ന ഭീകരരാക്ഷസൻ നമ്മുടെ മുന്നിലെത്തിക്കഴിഞ്ഞു.

8

ആഗോളവൽക്കരണം

ആഗോളവൽക്കരണം! ഹാ! എത്രയോ ശ്രവണമധുരമായ പദം! ഇന്ന് ലോകത്തിന്റെ ഏത് മുക്കിലും മൂലയിലും നടക്കുന്ന സംഭവങ്ങൾ അതേ നിമിഷം നമ്മുടെ കൺമുമ്പിലും കാതുകളിലും എത്തുന്നു. പതിനഞ്ചാം നൂറ്റാണ്ടിൽ യൂറോപ്പിലെ ലിബ്സൺ തുറമുഖത്ത് നിന്ന് കപ്പൽകയറി വാസ്കോഡിഗാമ, ആഫ്രിക്കയുടെ തെക്കേ അറ്റത്തുള്ള ശുഭപ്രതീക്ഷ മുനമ്പ് ചുറ്റി ഇന്ത്യയിലെത്താൻ (1498) നീണ്ടകാലം യാത്ര ചെയ്തെങ്കിൽ ഇന്ന് അതിലുമധികം ദൂരം താണ്ടാൻ മണിക്കൂറുകൾ മാത്രം മതി. ശാസ്ത്ര സാങ്കേതിക രംഗത്തെ വിസ്ഫോടകമായ വിപ്ലവം ഭൂലോകത്തെയാകെ ഒരൊറ്റ ഗ്രാമം ആക്കിയതുപോലെ. മാത്രമോ? ചൊവ്വയിലും യന്ത്രത്തെ ഇറക്കി അവിടെ ജലത്തിന്റെ സാന്നിധ്യം ഉണ്ടോ (ഉണ്ടെങ്കിൽ ജീവനും ഉണ്ടെന്നുള്ളത് അനുക്ത സിദ്ധം) എന്ന പര്യാന്വേഷണം വരെ എത്തിയിരിക്കുന്നു. ആ സ്ഥിതിയിൽ പന്നെന്തിന് ഈ അമേരിക്കർ, യൂറോപ്യർ, ആഫ്രിക്കർ, ഏഷ്യക്കാർ എന്നീ വിവേചനം? കൂടുതൽ ഭൗതിക സമ്പത്ത് ഉൽപ്പാദിപ്പിച്ച് മനുഷ്യജീവിതം സുഖപ്രദമാക്കുകയല്ലേ വേണ്ടത്! ആകയാൽ ആർക്കും എവിടെയും മത്സരാടിസ്ഥാനത്തിൽ വ്യാപാരം നടത്താനും എവിടെയും മൂലധനം നിക്ഷേപിച്ച് ഉൽപ്പാദനം വർധിപ്പിക്കാനും കഴിയണ്ടേ?

ഉത്തരാർധ ഗോളത്തിലെ യൂറോപ്യൻ രാഷ്ട്രങ്ങൾ വികസിതങ്ങളാണ്. അക്കാരണത്താൽ തന്നെ സമ്പന്നരുമാണ്. ദക്ഷിണാർധ ഗോളത്തിലെ രാഷ്ട്രങ്ങൾ അൽപ്പം ചിലത് വികസ്വരവും മറ്റുള്ളവ അവികസിതങ്ങളും പ്രാങ് മുതലാളിത്തം, ഗോത്രവർഗ വ്യവസ്ഥിതി തുടങ്ങിയ ഘട്ടങ്ങൾ ഇനിയും കഴിഞ്ഞിട്ടില്ലാത്തവരുമാണ്. ഭാഷയുടെയും മതത്തിന്റെയും ദേശീയ പരമാധികാരത്തിന്റെയും മറ്റു നാനാവിധ പ്രശ്നങ്ങളു

ടെയും പേരിൽ ശിഥിലീകരണ പ്രക്രിയകളിൽ ആണ്ടുമുങ്ങി കൂട്ടക്കൊലകൾ നടത്തുന്ന രാജ്യങ്ങൾ.

വടക്കിന്റെ സമ്പന്നാവസ്ഥയും സംസ്കാരവും ഇടകലർത്തി തെക്കരുടെ കൂടി ഉന്നമനത്തിന് ഉപയോഗപ്പെടുത്തി ഒരു പുതിയ ലോകസമുദായ പിറവിയാണ് ആഗോളവൽക്കരണം കൊണ്ട് ചിലർ അർഥമാക്കുന്നത്. ഒരു സാർവദേശീയ കൂട്ടായ്മ.

ഹൈന്ദവപുരാണങ്ങളിലെ ചില ദേവന്മാർക്കെന്നപോലെ ആഗോളവൽക്കരണത്തിനും അനേകം കൈകൾ ഉണ്ട്. ഒന്ന്, ലോകബാങ്ക്, ഏതു രാജ്യത്തിനും ലോകബാങ്ക് വായ്പ നൽകാൻ തയാർ. രണ്ട്, അന്താരാഷ്ട്ര നാണയ നിധി (IMF) (രണ്ടാം ലോക മഹായുദ്ധത്തിൽ തകർന്നുപോയ യൂറോപ്യൻ രാഷ്ട്രങ്ങളുടെ പുനരുദ്ധാരണത്തിന് വേണ്ടി 1944 ൽ അമേരിക്കയിലെ ബ്രട്ടൻവുഡിൽ 155 രാഷ്ട്രങ്ങൾ പങ്കെടുത്ത് രൂപീകരിച്ചവയായിരുന്നു അന്തർദേശീയ നാണയനിധിയും (IMF) ലോക ബാങ്കും.) അമേരിക്കൻ ഡോളർ ഒന്നിന് 6 ഔൺസ് സ്വർണത്തിന് സമം എന്ന നിരക്കിൽ നിധിയിൽ നിക്ഷേപിക്കുന്ന രാഷ്ട്രങ്ങൾക്ക് അവ നിക്ഷേപിച്ചിട്ടുള്ള തുകയുടെ അനുപാതത്തിലാണ് വോട്ടവകാശം. സ്വാഭാവികമായും വൻ നിക്ഷേപങ്ങൾ നടത്തിയ വൻകിട വികസിത രാഷ്ട്രങ്ങൾ ആയിരുന്നതിനാൽ നിധിയുടെയും ബാങ്കിന്റെയും നിയന്ത്രണാധികാരം അവർക്കാണ്. ഈ അധികാരം ഉപയോഗിച്ച് ആ രാഷ്ട്രങ്ങൾ വികസ്വര അവികസിത രാഷ്ട്രങ്ങളുടെമേൽ സമ്മർദം ചെലുത്തി അവയെ തങ്ങളുടെ വരുതിയിൽ നിറുത്തുകയാണ്.

ലോകബാങ്കും അന്താരാഷ്ട്ര നാണയനിധിയും പോലെതന്നെ സാമ്രാജ്യത്വത്തിന്റെ മറ്റൊരു പിത്തലാട്ടം തന്നെയാണ് ലോക വ്യാപാര സംഘടനയും. 2001 നവംബർ 14 ന് ഖത്തറിലെ ദോഹയിൽ സാമ്രാജ്യത്വ ശക്തികൾ വിളിച്ചു ചേർത്ത സമ്മേളനത്തിൽ (ദോഹ വട്ടം എന്ന് പിന്നീട് അറിയപ്പെടുന്ന) സാമ്രാജ്യത്വശക്തികൾ അവകാശപ്പെട്ടത് — അല്ലെങ്കിൽ മറ്റ് അവികസിത വികസ്വര രാഷ്ട്രങ്ങളെ വിശ്വസിപ്പിക്കാൻ ശ്രമിച്ചത്. ആഗോളടിസ്ഥാനത്തിൽ തങ്ങളുടെ വ്യാപാരം കൊണ്ടുണ്ടാക്കുന്ന വർധിച്ച സൗകര്യങ്ങളും സാമ്പത്തിക വളർച്ചയും എല്ലാവരുടെയും അഭിവൃദ്ധിക്കും ദാരിദ്ര്യ നിർമാർജനത്തിനും സഹായകമാകുമെന്നാണ്. എന്നാൽ ലോകവ്യാപാര സംഘടനയിലെ 153 അംഗങ്ങളിൽ വെറും 35 വൻ മുതലാളിത്ത രാഷ്ട്രങ്ങളാണ് സംഘടനയുടെ ഡയറക്ടർ ജനറലിനെയും മറ്റ് ഔദ്യോഗിക ഭാരവാഹികളെയും നിശ്ചയിക്കുന്നതും യോഗങ്ങൾ വിളിച്ചു കൂട്ടുന്നതും. വടക്കൻ വികസിത രാജ്യങ്ങൾ കാർഷിക സബ്സിഡി 25% മുതൽ 50% വരെ വർധിപ്പിക്കുകയും അവികസിത വികസ്വര രാജ്യങ്ങൾ 40% മുതൽ 60% വരെ വെട്ടിച്ചുരുക്കാൻ നിർബന്ധിതപ്പെടുകയും ചെയ്യുന്നു. അമേരിക്കൻ നിർബന്ധത്തിന് ചൈനയും അവികസിത രാഷ്ട്രങ്ങളും വഴങ്ങായ്കയാൽ 2008 ജൂലായ് അവസാനവാരം ജനീവയിൽ ചേർന്ന ലോക വ്യാപാര സമ്മേളനം പരാജയപ്പെട്ടതായി വാർത്തകൾ വന്നു.

അമേരിക്കയുടെ പൂർണ്ണ തോൽവി എന്ന് വിശേഷിപ്പിക്കപ്പെട്ടു ആ സമ്മേളനം. ആഗോളവൽക്കരണത്തിന്റെ മറ്റൊരു ബലിഷ്ഠകരമാണ് ഏഷ്യൻ ഡവലപ്മന്റ് ബാങ്ക്. ഇതുപോലെ അവികസിത രാഷ്ട്രങ്ങളെ സഹായിക്കാൻ വികസിതരാഷ്ട്രങ്ങളുടെ കൈവശം ഇനിയും അനേകം പദ്ധതികളുണ്ട്. എല്ലാം അവരുടെ നിബന്ധനകൾക്ക് വിധേയമായി.

സാമ്രാജ്യത്വത്തിന്റെ പുതിയ രീതിയിലുള്ള ചൂഷണമല്ലാതെ മറ്റൊന്നുമല്ല ഈ കൊട്ടിഘോഷിക്കപ്പെടുന്ന ആഗോളവൽക്കരണം. ലോക സാമ്രാജ്യ ശക്തികളെ കിടിലം കൊള്ളിച്ചിരുന്ന സോഷ്യലിസ്റ്റ് ചേരിയുടെ നടുനായകത്വം വഹിച്ചിരുന്ന സോവിയറ്റ് യൂണിയനും കിഴക്കൻ യൂറോപ്പിലെ സോഷ്യലിസ്റ്റ് രാഷ്ട്രങ്ങളും തകർന്ന് അവിടെ മുതലാളിത്തം പുനസ്ഥാപിക്കപ്പെട്ടതിനു ശേഷമാണ് വഞ്ചനാത്മകമായ ആഗോളവൽക്കരണം എന്ന മുദ്രാവാക്യവും അതിന്റെ പിന്നാലെ അമേരിക്കയുടെ ഏകധ്രുവലോകവും ഉയർന്നത്.

മുതലാളിത്തത്തിന് മാനവികതയെ അടിസ്ഥാനമാക്കിയുള്ള സാർവദേശീയതയെക്കുറിച്ച് ചിന്തിക്കാൻ പോലുമാവില്ലെന്ന് അതിന്റെ ഉൽപ്പത്തിയും വികാസ പരിണാമങ്ങളും സാക്ഷ്യം വഹിക്കുന്നു. ഉത്തരാർധഗോളത്തിൽ സ്ഥിതിചെയ്യുന്ന യൂറോപ്പിലാണ് (ബ്രിട്ടന്റെ അധീനതയിൽ ആയതിനുശേഷം വടക്കേ അമേരിക്കയിലും കാനഡയിലും) 16–ാം നൂറ്റാണ്ടിലെ വ്യവസായിക വിപ്ലവത്തോടൊപ്പമാണ് മുതലാളിത്ത സമൂഹത്തിന്റെ പിറവി. ജോലി ചെയ്യുന്ന തൊഴിലാളികൾക്ക് തങ്ങളുടെ അധ്വാനത്തിന്റെ മുഴുവൻ വിലയും നൽകാതെയും ആവശ്യത്തിലധികം ചരക്കുൽപ്പാദിപ്പിക്കുകയും ചരക്ക് വിറ്റ് ലാഭമുണ്ടാക്കുകയും അങ്ങനെ ചൂഷണ–ലാഭാധിഷ്ഠിതമാണ് മുതലാളിത്തം. മുതലാളിത്തം വളർന്ന് വികസിക്കും മുമ്പേ തന്നെ, പ്രാരംഭദശയിൽ അധികം വന്ന ചരക്കിന് മാർക്കറ്റ് അന്വേഷിച്ച വാസ്കോഡിഗാമ ഇന്ത്യയിലും കൊളംബസ് അമേരിക്കയിലും എത്തി. തുടർന്ന് യൂറോപ്പിലെ മുതലാളിത്ത രാഷ്ട്രങ്ങൾ ഏഷ്യയും (അമേരിക്കയിൽ കുടിയേറിപ്പാർത്ത ബ്രിട്ടീഷുകാർ 100 വർഷം നീണ്ടുനിന്ന സ്വാതന്ത്ര്യസമരത്തിനു ശേഷമാണ് ബ്രിട്ടീഷ് നുകം വലിച്ചെറിഞ്ഞ് സ്വതന്ത്രരായത്). ആഫ്രിക്കയും ലാറ്റിൻ അമേരിക്കയും ആകെ വെട്ടിപ്പിടിച്ച് തങ്ങളുടെ അധീനത്തിലുള്ള കോളനികളാക്കി അവിടങ്ങളിലെ അസംസ്കൃത പദാർഥങ്ങൾ കൊള്ളയടിക്കുകയും തങ്ങളുടെ രാജ്യത്തിലെ നിർമിത വസ്തുക്കൾ ഈ ജനതയുടെ മേൽ അടിച്ചേൽപ്പിച്ച് കൊള്ളലാഭം അടിച്ച് തടിച്ചുകൊഴുക്കുകയും ചെയ്തു.

ഇതിനിടയിൽ മുതലാളിത്ത ലോകത്തിൽ വിടവുണ്ടാക്കിക്കൊണ്ട് സോവിയറ്റ് യൂണിയൻ ഉയർന്ന് വന്നു. സോവിയറ്റ് യൂണിയനെ ലക്ഷ്യം വച്ചാണ് രണ്ടാം ലോക മഹായുദ്ധം തുടങ്ങിയതെങ്കിലും ഹിറ്റ്ലറെ പരാജയപ്പെടുത്തിക്കൊണ്ട് സോവിയറ്റ് യൂണിയൻ വിജയശ്രീലാളിതമാകുകയും സോവിയറ്റ് യൂണിയനിൽ നിന്നും ഊർജവും ആവേശവും ഉൾക്കൊണ്ടുകൊണ്ട് സാമ്രാജ്യത്വത്തിന്റെ കോളനികൾ ഓരോന്നായി

സ്വതന്ത്രമാവുകയും ചെയ്തു. സോവിയറ്റ് യൂണിയനോട് തൊട്ടുകിടക്കുന്ന കിഴക്കൻ യൂറോപ്പിലെ പോളണ്ട് തുടങ്ങി അരഡസനിലേറെ രാജ്യങ്ങൾ സോഷ്യലിസ്റ്റ് പാത സ്വീകരിച്ചു. അങ്ങനെ സോവിയറ്റ് യൂണിയനും കിഴക്കൻ യൂറോപ്പിലെ സോഷ്യലിസ്റ്റ് രാഷ്ട്രങ്ങളും ജനകീയ ചൈനയും ജനകീയ വടക്കൻ കൊറിയയും വിയത്നാമും ക്യൂബയും ഉൾപ്പെടെ പ്രബലമായ സോഷ്യലിസ്റ്റ് ചേരിയും രൂപം കൊണ്ടു. രണ്ടാം ലോക മഹായുദ്ധത്തിൽ പരിക്ക് ഒന്നും ഏൽക്കാതിരുന്നതുകൊണ്ട് അമേരിക്ക മുതലാളിത്ത ചേരിയിൽ ഏറ്റവും പ്രബലമായ രാഷ്ട്രമായി ഉയർന്നു. അമേരിക്കയുടെ നേതൃത്വത്തിൽ, സോഷ്യലിസ്റ്റ് ചേരിയെ ദുർബലപ്പെടുത്താനായി സാമ്രാജ്യത്വ ചേരി അഴിച്ചിട്ട വിക്രിയകൾ — സോവിയറ്റ് യൂണിയനെതിരെ ശീതയുദ്ധം, ചൈനയ്ക്കും ക്യൂബയ്ക്കുമെതിരെ ഉപരോധങ്ങൾ, ഉത്തരകൊറിയയെ ആക്രമിച്ചത്, തുടങ്ങിയവയെല്ലാം ചരിത്രത്തിന്റെ ഭാഗങ്ങളാണ്.

(ഈ അവസരത്തിലാണ് നവ സ്വതന്ത്ര രാഷ്ട്രങ്ങളായ ഇന്ത്യ, ഇന്തോനേഷ്യ, തുടങ്ങിയ രാഷ്ട്രങ്ങൾ മുഖ്യമായും ഇന്ത്യൻ പ്രധാനമന്ത്രി ജവഹർലാൽ നെഹ്റുവിന്റെ നേതൃത്വത്തിൽ ബന്ദൂങ്ങിൽ സമ്മേളിച്ച് ചേരിചേരാ നയം അംഗീകരിച്ചത്. എന്തെല്ലാം അരുതായ്മകൾ ചെയ്തിട്ടുണ്ടെങ്കിലും ആദ്യ സോഷ്യലിസ്റ്റ് രാഷ്ട്ര ശിൽപ്പിയായി സ്റ്റാലിനെ കരുതാം. സ്റ്റാലിനുശേഷം സോവിയറ്റ് യൂണിയനിൽ അൽപ്പാൽപ്പമായി മാർക്സിസം-ലെനിനിസത്തിൽ നിന്നുള്ള വ്യതിചലനവും തൽഫലമായിട്ടുള്ള സാമ്പത്തിക വളർച്ചയിൽ മാന്ദ്യവും പ്രകടമായി.

1985–91 ൽ സോവിയറ്റ് പ്രസിഡന്റ് — ഗോർബച്ചേവ്, സുതാര്യമായി സോവിയറ്റ് വ്യവസ്ഥയെ പുനഃസംഘടിപ്പിച്ച് പരിഷ്കരിക്കാനെന്ന പേരിൽ തുടങ്ങിവച്ച നടപടികൾ ആഗോളവൽക്കരണത്തിന്റെ പ്രാഗ് രൂപമായിരുന്നു. നമ്മുടെ യൂറോപ്യൻ കുടുംബം എന്ന വിൻസ്റ്റൺ ചർച്ചിലിന്റെ കാഴ്ചപ്പാടിന് അടിമയായിത്തീർന്ന അദ്ദേഹം ഒടുവിൽ സോവിയറ്റ് യൂണിയന്റെ തന്നെ അന്ത്യം കുറിച്ചു.

സോവിയറ്റ് രാഷ്ട്രത്തിന്റെ പതനം സാമ്രാജ്യ ശക്തികളെ അതീവ സന്തുഷ്ടരാക്കി. ഇനി മുതലാളിത്തത്തിന്റെ വസന്തകാലമെന്നവർ ഉദ്ഘോഷിച്ചു. സാമൂഹിക വളർച്ചയുടെ അന്ത്യഘട്ടം മുതലാളിത്തമാണെന്നും സോഷ്യലിസം ഒരു ഇടക്കാല പരീക്ഷണം മാത്രമായിരുന്നെന്നും ഫ്രാൻസീസ് ഫുക്കുയാമ സിദ്ധാന്തിച്ചു. ജോൺ കെന്നത് ഗാൽബ്രെത്ത് സാമ്പത്തിക – സാമൂഹിക രാഷ്ട്രീയ ജീവിതത്തിലെ സാർവദേശീയതയാണിപ്പോൾ പ്രസക്തം എന്ന് വാദിച്ചു.

ഈ വാദങ്ങളെല്ലാം അവികസിത – വികസ്വര രാജ്യങ്ങളിലെ ജനങ്ങളെ കബളിപ്പിക്കാനുള്ള സാമ്രാജ്യത്വത്തിന്റെ ജാടകളാണ്. കാളകൂടം നിറച്ച പാത്രത്തിന്റെ പുറത്ത് പഞ്ചാമൃതം എന്ന ലേബൽ ഒട്ടിക്കുന്ന പോലെ വെറും വഞ്ചന മാത്രം. പണ്ട് പട്ടാളത്തിന്റെ തോക്കു ചൂണ്ടി കീഴ്പ്പെടുത്തി രാജ്യങ്ങളെ കോളനികളാക്കിയാണ് ചൂഷണം ചെയ്ത

ത്. ഇപ്പോൾ തോക്കിനു പകരം ആലിംഗന ചുംബനാദികളാലും പിന്നാക്ക രാജ്യങ്ങളെ ചൂഷണം ചെയ്യാനുള്ള കെണി മാത്രമാണിത്.

ചിത്തബ്രതമജുംദാർ ആഗോളവൽക്കരണത്തിന്റെ യഥാർഥ മുഖം: നാം പിന്തുണയ്ക്കേണ്ടതുണ്ടോ? എന്ന പ്രബന്ധത്തിൽ പറയുന്നത് ശ്രദ്ധിക്കുക.

> മുതലാളിത്ത ഉൽപ്പാദന രീതിയുടെ സുദീർഘമായ ചരിത്രം പരിശോധിച്ചാൽ ഒരു വസ്തുത സ്പഷ്ടമാകും. വിപുലമായ ഒരു കാലയളവോളം സാമ്പത്തികമായും രാഷ്ട്രീയമായും സന്തുലനം സ്ഥാപിക്കാനും നിലനിർത്താനും മുതലാളിത്തത്തിനു സാധിച്ചിട്ടുണ്ട്. എന്നാൽ കൂടെക്കൂടെയുള്ള പ്രതിസന്ധികൾ തരണം ചെയ്യാൻ അതിന് ഒരിക്കലും സാധിച്ചിട്ടില്ല. അവയാകട്ടെ ഓരോ തവണയും മുമ്പത്തേതിനെക്കാൾ രൂക്ഷത വർധിച്ചുകൊണ്ട് ബൂർഷ്വാവ്യവസ്ഥയ്ക്കാകെ നിലനിൽപ്പിന് ഭീഷണിയായിത്തീരുകയും ചെയ്തു.

മുതലാളിത്ത ഉൽപ്പാദന സമ്പ്രദായം നേരിട്ട പ്രതിസന്ധിക്കു നടുവിലാണ് 20-ാം നൂറ്റാണ്ട് ആരംഭിച്ചത്. സമീപകാലത്ത് ശാസ്ത്രത്തിന്റെയും സാങ്കേതിക വിദ്യയുടെയും അഭൂതപൂർവമായ വികാസം ഉൽപ്പാദനക്ഷമത അവിശ്വസനീയമായ തോതിൽ വർധിപ്പിക്കുകയുണ്ടായി. ചെറിയ തോതിൽ തൊഴിൽ സേനയെ നിയോഗിച്ചുകൊണ്ടാണ് മുതലാളിമാർ വൻതോതിൽ ഉൽപ്പാദനം നിർവഹിക്കുന്നത്. എന്നാൽ ചരക്കുകളുടെ ഉൽപ്പാദനം മാത്രമല്ല മുതലാളിമാർക്ക് പരിഗണിക്കേണ്ടതായുള്ളത്. കാരണം നിർമിത ഉൽപ്പന്നങ്ങൾ വിറ്റഴിക്കപ്പെടാതെ കിടന്നാൽ അവ ലാഭം പ്രദാനം ചെയ്യുകയില്ല. വമ്പിച്ച വിപണി ഉപയോഗപ്പെടുത്തിയാൽ മാത്രമേ ഉൽപ്പാദനം വർധിപ്പിക്കാൻ കഴിയുകയുള്ളൂ.

മുതലാളിത്ത വികാസത്തിന്റെ അനുപേക്ഷണീയമായ ഉപാധിയാണ് വിപണി. ഒരു വർഗമെന്ന നിലയിൽ ആവിർഭവിച്ചതുമുതൽ ബൂർഷ്വാസി അതിനുവേണ്ടി ലോകമെമ്പാടും അവസാനമില്ലാതെ പരതുകയാണ്. എന്നാൽ വിപണിക്ക് അന്തമില്ലാതെ വിപുലപ്പെടാനാവില്ല. ഇന്ന് ബൂർഷ്വാസിയെ സംബന്ധിച്ചിടത്തോളം കണ്ടുപിടിക്കപ്പെട്ടിട്ടില്ലാത്ത രൂപത്തിലുള്ള വിപണി കാര്യമായി അവശേഷിക്കുന്നില്ല. നിലവിലുള്ളവ തന്നെയും മുരടിപ്പിനോടടുക്കുകയാണ്. മുതലാളിത്ത സമ്പദ്ഘടനയെ സംബന്ധിച്ചിടത്തോളം ഏറ്റവും ഗുരുതരമായ പ്രതിസന്ധിയിലേക്കാണ് ഇതു നയിച്ചത്. തങ്ങളുടെ ചരക്കുകൾക്കുള്ള വിപണി വിപുലീകരിക്കാൻ മുതലാളിമാർക്ക് മേലിൽ സാധിക്കുകയില്ല.

ആഗോളവിപണി അപ്പാടെ പിടിച്ചടക്കിക്കൊണ്ടാണ് ഈ പ്രതിസന്ധിയിൽ നിന്ന് സ്വയം രക്ഷപ്പെടാൻ സാമ്രാജ്യത്വം തുനിയുന്നത്. ആഗോളവൽക്കരണം എന്നത് ആപ്തവാക്യമാക്കി വിപണിയിൽ മൽസരശേഷി നിലനിർത്താൻ ബഹുരാഷ്ട്ര കോർപ്പറേഷനുകൾ (എം എൻ സി കൾ)

ഉൽപ്പാദനച്ചെലവു കുറയ്ക്കുന്നതിന് അതിരൂക്ഷമായ മത്സരത്തിൽ ഏർപ്പെടുന്നു. തൊഴിലാളി വർഗം നേരിടേണ്ടിവരുന്ന ചൂഷണം അധികതരമാകുന്നു എന്നതാണ് ഇതിന്റെ ആത്യന്തിക ഫലം.

ഉൽപ്പാദനച്ചെലവ് വീണ്ടും കുറയ്ക്കുന്നതിനുള്ള ശ്രമങ്ങളുടെ ഭാഗമായി എം എൻ സികൾ മൂലധനവും ഉൽപ്പാദനത്തിന്റെ അടിത്തറയും ഭൂഗോളത്തിന്റെ ഒരു ഭാഗത്തുനിന്ന് മറ്റൊരു ഭാഗത്തേക്ക് മാറ്റുന്നു. ലോക സമ്പദ്ഘടന വ്യാപകമായി അസ്ഥിരീകരിക്കപ്പെടുന്നുവെന്നതാണ് ഇതിന്റെ ഫലം. മൂന്നാം ലോകരാജ്യങ്ങളാണ് ഇതിന്റെ കെടുതികൾക്ക് ഏറ്റവുമധികം ഇരയാകുന്നത്. അനിശ്ചിതമായ ഈ വ്യാവസായിക–സാമ്പത്തിക അന്തരീക്ഷത്തിന്റെ ഭവിഷ്യത്തുക്കളിൽ നിന്ന് വികസിത മുതലാളിത്ത രാജ്യങ്ങൾക്കുപോലും രക്ഷപ്പെടാൻ കഴിയുന്നില്ല.

ലോകമെമ്പാടും വൻതോതിൽ തൊഴിൽ സേനയെ തൊഴിൽരഹിതരാക്കിക്കൊണ്ട് വ്യവസായങ്ങൾ അടച്ചുപൂട്ടുന്നു. ബഹുരാഷ്ട്ര കോർപ്പറേഷനുകളും രാഷ്ട്രാതീത കോർപ്പറേഷനുകളും (ടി എൻ സികൾ) തങ്ങളുടെ തൊഴിൽ സേനയിൽ വൻതോതിൽ വെട്ടിക്കുറവു വരുത്തുകയാണ്. ഉൽപ്പാദനരംഗത്തും വെട്ടിക്കുറവു വരുത്തുന്നു.

സാങ്കേതിക വിദ്യയിലെ വികാസം തുടർന്നുകൊണ്ടിരിക്കേ ആധുനിക ഉൽപ്പാദന ശക്തിക്ക് ലോകത്തെയാകെ ദാരിദ്ര്യത്തിന്റെ ശാപത്തിൽ നിന്നും പ്രകടമായ അസമത്വത്തിൽ നിന്നും മോചിപ്പിക്കാൻ കഴിയും. എന്നാൽ നിലവിലുള്ള മുതലാളിത്ത വ്യവസ്ഥയിൽ ഉള്ളവരും ഇല്ലാത്തവരും തമ്മിലുള്ള വമ്പിച്ച അന്തരം വർധിച്ചുവരുകയാണ്. അതോടൊപ്പം തൊഴിലില്ലായ്മയും മതിയായ തോതിലുള്ള ജോലി ലഭിക്കാതിരിക്കലും വർധിച്ചുവരുന്നു. ഒരേസമയം തന്നെ ക്രിയശേഷിയിലും വർധനവുണ്ടായില്ലെങ്കിൽ സാങ്കേതികവിദ്യാപരമായ വികാസത്തിനു കിടപിടിക്കുവാൻ ഉൽപ്പാദനത്തിനു സാധിക്കുമായിരുന്നു. എന്നാൽ മുതലാളിത്ത വ്യവസ്ഥയിൽ അതു സാധ്യമല്ല. ധനിക–ദരിദ്ര രാജ്യങ്ങൾ തമ്മിലും അസമത്വം വർധിക്കുന്നതിനാൽ സമ്പത്ത് ചുരുക്കം ചിലരിലേക്കായി കേന്ദ്രീകരിക്കുകയാണ്. നവീന സാങ്കേതിക വിദ്യകൾ മുഖേന ഉൽപ്പാദനശേഷി വികസിക്കുന്നതിനു തുല്യമായി വിപണി വിപുലപ്പെടുന്നില്ല.

ഈ പരിതഃസ്ഥിതിയിൽ വിപണി പരിമിതപ്പെടുന്നതിനാൽ വിപണി കൈയടക്കുന്നതിനായി മുതലാളിമാർ തമ്മിൽ ഭ്രാന്തമായ കഴുത്തറപ്പൻ മത്സരം നടക്കുന്നു. മുതലാളിത്ത വ്യവസ്ഥയിലെ സഹജമായ ഈ വൈരുധ്യം ബഹുരാഷ്ട്ര/ രാഷ്ട്രാതീത മൂലധനവും ഏറെ വലുതല്ലാത്തതോ ചെറുകിടയോ ആയ മൂലധനവും തമ്മിലുള്ള സമരത്തിലേക്കു നയിക്കുന്നു. അഥവാ വികസിത രാജ്യങ്ങൾ എന്നു വിളിക്കപ്പെടുന്നവയും വികസ്വര രാജ്യങ്ങളും തമ്മിലുള്ള പോരാട്ടം തുടരുന്നു. അന്തിമ വിശകലനത്തിൽ ലോകമെമ്പാടുമുള്ള തൊഴിലാളി വർഗമാണ് പ്രഹരങ്ങൾക്ക് വിധേയമാകുന്നത്. അവരുടെ അവകാശങ്ങളും ജീവിതോപാധിയും നിരന്തരമായ ആക്രമണത്തിനു വിധേയമാകുന്നു.

ഈ പശ്ചാത്തലത്തിലാണ് ഈ നൂറ്റാണ്ടിൽ അന്ത്യത്തോടെ മുതലാളിവർഗം കൂടുതൽ ആക്രമോൽസുകമായത്. ആഗോളവൽക്കരണത്തിന്റെയും ഉദാരവൽക്കരണത്തിന്റെയും സ്വകാര്യവൽക്കരണത്തിന്റെയും മറവിൽ തങ്ങളുടെ പുതിയ ആക്രമണ മുഖങ്ങൾ തുറന്നു. അവയിലൂടെ ബഹുരാഷ്ട്ര/രാഷ്ട്രാതീത കുത്തകകൾ ലോക വിപണി കൈയടക്കാൻ ശ്രമിക്കുകയാണ്. ലോക വിപണിയിൽ തങ്ങളുടെ അധീശത്വം സ്ഥാപിക്കുന്നതിനായി അവ ലോകബാങ്കിനെയും അന്താരാഷ്ട്ര നാണയനിധി (ഐ എം എഫ്) യെയും ലോക വ്യാപാര സംഘടനയെയും (ഡബ്ല്യു ടി ഒ) ഉപയോഗപ്പെടുത്തുന്നു.

ആഗോളവൽക്കരണ–ഉദാരവൽക്കരണ സ്വകാര്യവൽക്കരണനയങ്ങൾ വികസ്വര രാജ്യങ്ങളെ സംഭ്രമജനകമായ സ്ഥിതിയിലേക്കാണ് നയിച്ചത്. പരിഷ്കരണ പ്രക്രിയ എന്നു വിളിക്കപ്പെടുന്നതിലൂടെ ഈ നയം ഈ രാജ്യങ്ങളിലെ ജനതയ്ക്ക് വിവരണാതീതമായ ദുരിതങ്ങൾ വരുത്തിവച്ചു. ആഗോളവൽക്കരണത്തിന്റെ നാട്യത്തിൽ ബഹുരാഷ്ട്ര രാഷ്ട്രാതീത കുത്തകകൾ ആഭ്യന്തര വിപണി പിടിച്ചെടുക്കുന്നതിനാൽ വ്യവസായങ്ങൾ തകരുന്നു. 1991 മുതൽക്ക് ഇന്ത്യാഗവൺമെന്റ് ഇതേ പരിഷ്കരണ നയമാണ് പിന്തുടരുന്നത്.

സി ഐ ടി യുവിന്റെ 9–ാം അഖിലേന്ത്യാ സമ്മേളനം അംഗീകരിച്ച രേഖയിൽ ഇങ്ങനെ പറയുന്നുണ്ട്.

> ഈ രാഷ്ട്രാന്തരീയ കുത്തകകളിൽ ഭൂരിപക്ഷത്തിനും സാമ്രാജ്യത്വ രാജ്യങ്ങളിൽ താവളമുണ്ട്. ദേശീയ നയങ്ങൾക്കും രാഷ്ട്രീയത്തിനുപോലും അവിടെ രൂപം കൊടുക്കുന്നു. തുടർന്ന് ആഗോളനയങ്ങൾക്കും രൂപം നൽകുന്നു.

പീപ്പിൾസ് വീക്ക് ലിവേൾഡ് പ്രസിദ്ധീകരിച്ച ഒരു ലേഖനത്തിന്റെ താഴെ ഉദ്ധരിക്കുന്ന ഭാഗം വിജ്ഞാന പ്രദമാണ്.

> ലോകത്തെ ഏറ്റവും വലിയ 200 കോർപ്പറേഷനുകൾ അവയുടെ വിൽപ്പനവഴിയുണ്ടാക്കുന്ന വരുമാനത്തിന്റെ പകുതിയിൽ അൽപ്പം കൂടുതൽ മാത്രമാണ് ഭൂമിയിലെ ഏറ്റവും പാവപ്പെട്ട 4.5 ബില്യൺ ആളുകൾ— ലോകത്തിലെ മൊത്തം ജനസംഖ്യയിൽ 80% നേടുന്നത്. വാഷിങ്ടൺ ഡി സിയിലെ ഇൻസ്റ്റിറ്റ്യൂട്ട് ഫോർ പോളിസി സ്റ്റഡീസി (കജട)ന്റെ *ദി ടോപ്പ് 200: ദി റൈസ് ഓഫ് ഗ്ലോബൽ കോർപ്പറേറ്റ് പവർ* എന്ന റിപ്പോർട്ടിൽ പറയുന്നതാണിത്.

സാറാ ആൻഡേഴ്സണും ജോൺവൊനാഗും ചേർന്നെഴുതിയ റിപ്പോർട്ടിൽ പറയുന്നത് നോക്കൂ.

200 ഭീമൻ കോർപ്പറേഷനുകളാണ്— അവയിൽ മിക്കതും പല ദേശീയ സമ്പദ് വ്യവസ്ഥയെക്കാൾ വലുതാണ്— ഇപ്പോൾ ലോകത്തെ സാമ്പത്തിക പ്രവർത്തനത്തിന്റെ നാലിലൊന്നിൽ കൂടുതലും നിയന്ത്രിക്കുന്നത്.

ഫിലിപ്പ് മോരീസ്, ന്യൂസിലന്റിനെക്കാളും വലുതാണ്. അത് 170രാജ്യങ്ങളിൽ പ്രവർത്തിക്കുന്നു. കോർപ്പറേറ്റ് കേന്ദ്രീകരണം ഉയരുന്നതോടെ കോർപ്പറേറ്റ് ലാഭം പെരുകുകയാണ്. എന്നിട്ടും അതിന്റെ ചെറിയൊരു ഭാഗം മാത്രമാണ് തൊഴിലാളികൾക്കും മറ്റു ജനവിഭാഗങ്ങൾക്കും കിട്ടുന്നത്.

ലോകത്തിന്റെയാകെ ഉൽപ്പാദനാനുപാതത്തിൽ നോക്കിയാലും കേവലാടിസ്ഥാനത്തിൽ നോക്കിയാലും ഈ കോർപ്പറേഷനുകളുടെ വരുമാനം വർധിക്കുകയാണ്. 1982 ൽ ലോക ജി ഡി പി 12.6 ട്രില്യൺ ഡോളർ ആയിരുന്നു. അതിൽ, മേൽ സൂചിപ്പിച്ച 200 കാരുടെ വിൽപ്പന നാലിലൊന്നിലേറെ വരുന്നു. 1995 ഓടെ ലോക ജി ഡി പി ഇരട്ടിച്ച് 25.224 ട്രില്യൺ ഡോളറിലെത്തി. 200 ഭീമൻമാരുടെയും വിൽപ്പന ലോക ജി ഡി പിയുടെ 28% ലേറെ വർധിച്ചു.

1982 ലെ മൊത്തം കമ്പനികളിൽ 115 ഉം 1995 ലെ 117 ഉം ജപ്പാനിലും യു എസ് എയിലും ആയിരുന്നു. അതിൽ 15 എണ്ണം മാത്രമാണ് 1982 ൽ ജപ്പാനിൽ ആസ്ഥാനം ഉറപ്പിച്ചിരുന്നത്. ഇന്ന്, ഏതായാലും 58 ഭീമൻ കമ്പനികൾ അവിടെയുണ്ട്. മുകളിൽ പറഞ്ഞ 200 ഭീമൻ കോർപ്പറേഷനുകളുടെ മൊത്തം വിൽപ്പനയിൽ ഈ 58 ന്റെ പങ്ക് 39%. അതേസമയം 59 യു എസ് കമ്പനിയിൽ മൊത്തം വിൽപ്പനയുടെ 28 ശതമാനം മാത്രമേ സംഭാവന ചെയ്യുന്നുള്ളൂ.

വിൽപ്പനയിൽ കോർപ്പറേറ്റ് ലാഭത്തിലല്ല — മുമ്പിൽ നിൽക്കുന്ന 10 കമ്പനികളിൽ ആറ് എണ്ണത്തിന്റെ ആസ്ഥാനം ജപ്പാനിലും, മൂന്ന് എണ്ണത്തിന്റേത് യു എസ് എയിലും ഒന്നിന്റേത് ദക്ഷിണ കൊറിയയിലുമാണ്. ഏറ്റവും വലിയ 200 കമ്പനികളിൽ 92% വും ആസ്ഥാനമാക്കിയത് ഏഴ് രാജ്യങ്ങളിൽ മാത്രം. യു എസ് എ, ജപ്പാൻ, ജർമനി, ഫ്രാൻസ്, യു കെ നെതർലാന്റ്, സ്വിറ്റ്സർലന്റ് എന്നിവയാണ് ആ രാജ്യങ്ങൾ.

ഈ കോർപ്പറേഷനുകളുടെ മൊത്തം വിൽപ്പന ലോക ജി ഡി പിയുടെ (1945) നാലിലൊന്നിൽ കൂടുതലാണ്. രണ്ടു വികസ്വര രാജ്യങ്ങൾക്കു മാത്രമാണ് — ദക്ഷിണ കൊറിയയും ബ്രസീലും— ഏറ്റവും വലിയ 200 ൽ സ്ഥാനമുള്ളത്. ഈ രാജ്യങ്ങളിലെ ആറ് കമ്പനികളുടെ വിൽപ്പന 200 കാരുടെ മൊത്തം വിൽപ്പനയുടെ 2 ശതമാനത്തിൽ താഴെയാണ്.

1995 ൽ ലോകത്താകെയുള്ള 191 രാജ്യങ്ങളിൽ 21 എണ്ണത്തിനു മാത്രമേ ഏറ്റവും വലിയ കോർപ്പറേഷനായ ജപ്പാനിലെ മിത്സുബിഷിയുടെതിനേക്കാൾ കൂടുതൽ സമ്പത്തുള്ളൂ. ലോകത്ത് ഏറ്റവും കൂടുതൽ ജനസംഖ്യയുള്ള നാലാമത്തെ രാജ്യമായ ഇന്തോനേഷ്യയുടെ ജി ഡി പി യെക്കാൾ 184.5 ബില്യൺ ഡോളർ കൂടുതലാണ് മിത്സുഷിബിയുടെ വിൽപ്പന. അമേരിക്കൻ രാജ്യങ്ങളിൽ യു എസ് എ, ബ്രസീൽ, കാനഡ, മെക്സിക്കോ, അർജന്റീന എന്നിവയ്ക്ക് മാത്രമാണ് മിത്സുബിഷിക്കുള്ള വരവിനെക്കാൾ വലിയ ജി ഡി പിയുള്ളത്. വാസ്തവത്തിൽ ഏറ്റവും വലിയ 20 ആഗോള കോർപ്പറേഷനുകളിൽ ഓരോന്നിന്റെയും വരുമാനം

ലാറ്റിനമേരിക്കയിലെ ബ്രസീൽ, മെക്സിക്കോ, അർജന്റീന എന്നിവ ഒഴിച്ചുള്ള, ഓരോ രാജ്യത്തിന്റെയും ജി ഡി പി യെ കടത്തിവെട്ടും.

40,000 കമ്പനികളുടെ പ്രവർത്തനം ആ കമ്പനികൾ ആസ്ഥാനമാക്കിയ രാഷ്ട്രങ്ങളുടെ അതിർത്തികൾ അതിലംഘിക്കുന്നതാണ്. അതിന്റെ 0.5 ശതമാനം മാത്രമാണ് 200 കോർപ്പറേഷനുകൾ പ്രതിനിധാനം ചെയ്യുന്നത്. ഈ 40000 കമ്പനികൾ അവയുടെ 250,000 ഓളം വരുന്ന സ്ഥാപനങ്ങളിലൂടെയാണ് ബിസിനസ് നടത്തുന്നത്. ഈ കോർപ്പറേഷനുകൾ മറ്റ് രാജ്യങ്ങളിൽ ബ്രാഞ്ചുകൾ തുറന്ന് പാർട്സുകളുണ്ടാക്കി മാതൃസ്ഥാപനത്തിന് തന്നെയോ അല്ലെങ്കിൽ മറ്റേതെങ്കിലും അനുബന്ധ സ്ഥാപനങ്ങൾക്കോ തിരിച്ചു വിൽക്കുമ്പോൾ അതൊരു വ്യാപാരമായി പരിഗണിക്കാമോ? ലോകത്തെ മൂന്നിലൊന്ന് വ്യാപാരവും ഇപ്രകാരമുള്ള കൊടുക്കൽ വാങ്ങലുകളാണ്. ജപ്പാന്റെ 40% കയറ്റുമതിയും മാതൃ സ്ഥാപനങ്ങളുടെ ബ്രാഞ്ചുകളിലേക്ക് നടത്തുന്നതാണ്.

ഈ ഭീമൻ കോർപ്പറേറ്റുകൾ ലോകത്തെ സാമ്പത്തിക പ്രവർത്തനങ്ങളുടെ നാലിലൊന്ന് നടത്തുന്നവരാണെങ്കിൽ ലോകത്തെ തൊഴിൽ ശക്തിയുടെ നാലിലൊരു ഭാഗത്തെയും അവർ നിയമിക്കേണ്ടതല്ലേ? അത്രയും പേർക്ക് അവർ തൊഴിൽ നൽകേണ്ടതല്ലേ? (ഐ പി എസ് ഇൻസ്റ്റിറ്റ്യൂട്ട് ഓഫ് പോളിസി സ്റ്റഡീസ്) ചൂണ്ടിക്കാട്ടിയ യു എൻ കണക്കുപ്രകാരം മൊത്തം തൊഴിൽ ശക്തി 6500 ലക്ഷമാണ്. എന്നാൽ അവർ പണി നൽകിയത് ഏകദേശം 188 ലക്ഷം പേർക്കുമാത്രം, ഈ തൊഴിൽ ശക്തിയുടെ ഒരു ശതമാനത്തിൽ താഴെ, 200 ൽ പെട്ട 13 വ്യാപാരസ്ഥാപനങ്ങൾ 11800 ആളുകൾക്ക് മാത്രമാണ് ജോലി നൽകിയത്.

ഈ 'വ്യവസായത്തിന്' മറ്റ് ഏതൊരു വ്യവസായത്തെക്കാൾ കൂടുതൽ വിൽപ്പന— 1.216 ട്രില്യൺ ഡോളർ— ഉണ്ടായിരുന്നു. ഏറ്റവുമധികംലാഭകരമായ രണ്ടാമത്തെ വ്യവസായമായ ഓട്ടോമൊബൈൽ വ്യവസായം. 28.76 ലക്ഷം തൊഴിലാളികളെ പണി ചെയ്യിപ്പിച്ചു. 15 ഓട്ടോ കമ്പനികളിൽ മൂന്നെണ്ണവും യു എസ് കോർപ്പറേറ്റുകളായിരുന്നു. ജനറൽ മോട്ടോഴ്സും ഫോർഡും ക്രിസ്റ്റലറും. അവ 11.68 ലക്ഷം പേർക്ക് പണി നൽകി. 7,09,000 ജീവനക്കാരുള്ള ജനറൽ മോട്ടേഴ്സാണ് ഈ വിഭാഗം കോർപ്പറേറ്റുകളിൽ വെച്ച് ഏറ്റവും വലിയ തൊഴിലുടമ.

ഉൽപ്പാദനേതര വ്യവസായം — ട്രേഡിങ് — ബാങ്കിങ്, ഇൻഷുറൻസ്, ധനകാര്യം എന്നിവയിൽപ്പെട്ട 63 എണ്ണം 1995 ലെ വിൽപ്പനയിൽ 2,490 ട്രില്യൺ ഡോളർ ഉണ്ടാക്കി. അതായത് 200 കാരുടെ മൊത്തം വിറ്റുവരവിന്റെ 35% അഥവാ ലോക ജി ഡി പിയുടെ ഏകദശം 10% 200 കാരുടെ മൊത്ത വിറ്റുവരവിന്റെ 12% ഉണ്ടാക്കിയത്. 5 ട്രേഡിങ് കമ്പനികളാണ് ലോക ജി ഡി പിയുടെ 3% ടെലികമ്യൂണിക്കേഷൻസ് മാത്രം ഇപ്പോൾ പ്രതിവർഷം 289 ബില്യൺ ഡോളറിന്റെ വിൽപ്പന നടത്തുന്നു— ലോക സമ്പദ്‌വ്യവസ്ഥയുടെ ഒരു ശതമാനം.

എന്നാൽ ഈ മൂലധനത്തിന്റെ എത്രമാത്രമാണ് ലോകജനതക്ക്

ലഭ്യമാവുന്നത്? ലോക ജനസംഖ്യയിൽ ഏറ്റവും പാവപ്പെട്ട 85% പേർ പ്രതിശീർഷ ജി ഡി പി 1000 ഡോളറിൽ താഴെ മാത്രമുള്ള ഈ രാജ്യങ്ങളിലാണ്. യു എസ് എയുടെ പ്രതിശീർഷ ജി ഡി പി ഏകദേശം 25000 ഡോളർ ആണെന്നോർക്കുക.

ഇത് ഇൻഫർമേഷൻ സൂപ്പർ ഹൈവേയുടെ യുഗമാണെന്ന വലിയ ശബ്ദഘോഷങ്ങളുണ്ടായി. നാം എ ടി ആന്റ് ടി യുടെയും ജി ടി പിയുടെയും ലോകവ്യാപകമായ കമ്പ്യൂട്ടർ വെബ്സൈറ്റുകൾ സന്ദർശിക്കുമ്പോൾ ഓർക്കുക— ലോക ജനസംഖ്യയിൽ 90 ശതമാനത്തിനും ടെലിഫോൺ സൗകര്യം ഇല്ല. ഐ പി എസ് റിപ്പോർട്ട് ഭാഷയിൽ പറഞ്ഞാൽ, ഏറ്റവും ഉയർന്ന 200 ഭീമൻകോർപ്പറേറ്റുകൾ ആഗോളമായി സൃഷ്ടിക്കുന്നത് ആഗോളഗ്രാമമല്ല വർണവിവേചനമാണ്.

ഈ വിധമുള്ള ആഗോള ഉൽപ്പാദന വ്യവസ്ഥ സാർവദേശീയ ബന്ധങ്ങളിൽ സൃഷ്ടിക്കുന്ന സാമൂഹിക രാഷ്ട്രീയ സംഘർഷം വമ്പിച്ചതാണ്. ഈ ആഗോളോൽപ്പാദന സംവിധാനത്തിന്റെ ശിൽപ്പികൾ സിദ്ധാന്തിക്കുന്നത് ഡബ്ല്യു ടി ഒ യും മറ്റ് സംവിധാനങ്ങളും പ്രവർത്തിക്കാൻ അനുവദിക്കുകയാണെങ്കിൽ ചെലവു കറയ്ക്കുകയും സാർവത്രിക സാമ്പത്തിക പുരോഗതിയിലേക്ക് നയിക്കുകയും ചെയ്യുന്ന തുറന്നതും സ്വതന്ത്രവുമായ വ്യാപാരത്തിന് അത് വഴി തെളിക്കുമെന്നാണ്. എന്നാൽ അവരെ അലട്ടുന്ന അടിയന്തര പ്രശ്നം ഇതൊന്നുമല്ല. ആഗോള ഉൽപ്പാദന സംവിധാനം സൂപ്പർ പ്രോഫിറ്റ് ഉണ്ടാക്കി തുടങ്ങിയിരിക്കുന്നു. ഈ സൂപ്പർ പ്രോഫിറ്റ് നിക്ഷേപിക്കാൻ പെട്ടെന്ന് സൗകര്യം ലഭിക്കണമെന്ന പ്രശ്നമാണ് അവരെ ഉൽക്കണ്ഠാകുലരാക്കുന്നത്.

ആഗോള ഉൽപ്പാദന യന്ത്രം വൻതോതിൽ അമിതോൽപ്പാദനം ഉണ്ടാക്കിക്കഴിഞ്ഞു. അതിപ്പോൾ എല്ലാവരും സമ്മതിച്ചിട്ടുണ്ട്. ഡബ്ല്യു ഗൈദറുടെ ഹാർവാർഡ് ബിസിനസ് റിവ്യൂ (1997 ജനുവരി – ഫെബ്രുവരി) വൺ വേൾഡ്, *റഡി ഓർനോട്ട്: ദി മാനിക് ലോജിക് ഓഫ് ഗ്ലോബൽ ക്യാപ്പിറ്റലിസം* എന്ന പുസ്തകത്തിന്റെ അവലോകനത്തിൽ ഇപ്രകാരം അഭിപ്രായപ്പെടുന്നു.

> ഗൈദറുടെ സന്ദേശം തികച്ചും അസ്വാസ്ഥ്യകരമാണ്. ശീതയുദ്ധത്തിന്റെ അവസാനത്തോടെ അതിവേഗം പടർന്നുപിടിച്ച സ്വതന്ത്രവിപണി ദർശനം ഷാങ്ഹായ് മുതൽ വാഴ്സ വരെ സമൃദ്ധിയുടെ എണ്ണമറ്റ വിളനിലങ്ങൾ സൃഷ്ടിച്ചിട്ടുണ്ടെന്ന് അദ്ദേഹത്തിന് ബോധ്യമുണ്ടെങ്കിലും ലോക സമ്പദ് വ്യവസ്ഥ എല്ലാ നിയന്ത്രണങ്ങളും വിട്ടുപായുകയാണെന്നും ഒരു മഹാവിപത്തിലേക്ക് മുതലക്കൂപ്പു കുത്തിക്കൊണ്ടിരിക്കുകയാണെന്നുമുള്ളതാണ് യാഥാർഥ്യം. തകർച്ചയിലേക്ക് എത്തിക്കൊണ്ടിരിക്കുന്ന മൂന്ന് പ്രവണതകൾ അദ്ദേഹം തിരിച്ചറിഞ്ഞു. വർധിക്കുന്ന ഉൽപ്പാദനമാണ് ഒന്നാമത്തെ പ്രവണത. അധികം വൈകാതെ അമിതമായ ചരക്കുകൾകൊണ്ട് ലോകം ശ്വാസംമുട്ടും. കമ്പോളത്തിനായി കിരാതമായ മത്സരത്തി

ലേർപ്പെട്ട ബഹുരാഷ്ട്രകമ്പനികൾ ലോകത്തിന്റെ എല്ലാ കോണുകളിലും വ്യാപിച്ചിട്ടുണ്ട്. അവയുടെ ലാഭം ഇന്തോനേഷ്യ, ചൈന എന്നിങ്ങനെയുള്ള രാജ്യങ്ങളിൽ കൂലിനിലവാരം എത്രമാത്രം താഴ്ത്തി നിർത്താൻ കഴിയുന്നു എന്നതിനെ ആശ്രയിച്ചാണിരിക്കുന്നത്. അങ്ങനെ വരുമ്പോൾ ആ പ്രദേശങ്ങളിലെ തൊഴിലാളികൾ അവർ ഉൽപ്പാദിപ്പിച്ച സാധനങ്ങൾ വാങ്ങാനാവാത്ത സ്ഥിതിയിലാകും. അതേസമയം പടിഞ്ഞാറുള്ള ഉപഭോക്താക്കൾക്ക് ഇപ്രകാരം കുന്നുകൂടുന്ന പുതിയ ചരക്കുകൾ വാങ്ങാനും മാർഗമില്ലാതാകും. ഉദാഹരണത്തിന്, ഓട്ടോമൊബൈൽ വ്യവസായത്തിൽ ആഗോളാടിസ്ഥാനത്തിൽ വന്ന അധികശേഷി അടുത്ത 4 വർഷത്തിനകം വടക്കേ അമേരിക്കയിലെ മുഴുവൻ വ്യവസായികോൽപ്പാദന ശേഷിക്ക് തുല്യമാകും. രാസപദാർഥങ്ങൾ, ഫാർമസ്യൂട്ടിക്കൽസ്, ഇലക്ട്രോണിക്സ്, ടെക്സ്റ്റയിൽസ് എന്നീ മേഖലകളിലും ചരക്ക് കുന്നുകൂടുകയാണ്. അതിർത്തി കടന്ന് പണത്തിന്റെ അതിവേഗത്തിലുള്ള നിരന്തരമായ ഒഴുക്കാണ് രണ്ടാമത്തെ പ്രവണത. ധനപരമായ ആസ്തിയുടെ ശേഖരം എത്രമാത്രം വിപുലമായി തീർന്നിട്ടുണ്ടെന്നും, വാഷിങ്ടണും മറ്റ് ഗവൺമന്റുകളെയും അപേക്ഷിച്ച് വാൾസ്ട്രീറ്റ് എത്രയധികം ശക്തമാണെന്നും ഗ്രൈദർ ചൂണ്ടിക്കാണിക്കുന്നു. ഉദാഹരണമായി 1983 ൽ യു എസ് എ, ഫ്രാൻസ്, ജർമനി, ജപ്പാൻ ഗ്രേറ്റ് ബ്രിട്ടൺ എന്നീ രാജ്യങ്ങളിലെ സെൻട്രൽ ബാങ്കുകളെല്ലാം കൂടി 139 ബില്യൺ ഡോളറിന്റെ കരുതൽ ശേഖരം വച്ചിരുന്നു. വിദേശനാണയത്തിനുള്ള പ്രതിദിന വ്യാപാരം 39 ബില്യൺ ഡോളറും 10 വർഷങ്ങൾക്കു ശേഷം ഈ ബാങ്കുകളുടെ കരുതൽ ശേഖരം 278 ബില്യൺ ഡോളറുമായി. വിദേശ നാണയത്തിലുള്ള പ്രതിദിന വ്യാപാരം 623 ബില്യൺ ഡോളറാണ്. ഇന്ന് വ്യാപാരവും കരുതൽശേഖരവും തമ്മിലുള്ള അനുപാതം ഇതിലും ഉയർന്നിട്ടുണ്ട്.

ലോക സമ്പദ്‌വ്യവസ്ഥയെ അടക്കിവാഴുന്നത് ശക്തമായ സ്വകാര്യ കമ്പോളമാണ്. അത് ആവശ്യമായതിലും താണ വേഗത്തിൽ വളരാൻ വികസിത രാജ്യങ്ങളെ പ്രേരിപ്പിക്കുകയാണ്. അതിനുവേണ്ടി ബജറ്റിൽ വേഗം കൂട്ടാനും മോണിറ്ററി പോളിസി ദൃഢമാക്കാനും ഗവൺമെന്റുകളോട് ആവശ്യപ്പെടുകയാണ്. തൽഫലമായി സമ്പദ്‌വ്യവസ്ഥ ചുരുങ്ങുകയും പണപ്പെരുപ്പവും വിലക്കയറ്റവും കുറയുകയും ചെയ്യുന്ന ഒരു സ്ഥിതിവിശേഷം ദീർഘമായി ഉണ്ടായേക്കാം. അതിനു പുറമെ നിക്ഷേപത്തിന് ഉപയോഗിക്കാവുന്ന ഫണ്ട് നിക്ഷേപത്തിനുള്ള അവസരത്തെക്കാൾ വളരുന്ന സ്ഥിതി സംജാതമാകുമെന്നും ഗൈദർ ഭയപ്പെടുന്നു.

സാമ്രാജ്യത്വ രാഷ്ട്രാന്തരീയ കോർപ്പറേറ്റുകൾ ഉണ്ടാക്കുന്ന ഈ വൻമിച്ചങ്ങൾ നിക്ഷേപിക്കുന്നതിനുവേണ്ട അവസരം ഒരുക്കാൻ

> ലോക ബാങ്കിന്റെയും ഐ എം എഫിന്റെയും സൈദ്ധാന്തികർ ഉറക്കം ഉപേക്ഷിച്ചു പണിയുകയാണ്. അവരുടെ പുത്തൻ ആധുനീകരണ/പരിഷ്കരണ നടപടിക്ക് അനുസരിച്ച് ഈ മിച്ചങ്ങൾ പശ്ചാത്തല സൗകര്യമേഖല വികസിപ്പിക്കാനായി മൂന്നാം ലോക രാജ്യങ്ങളിലേക്ക് തിരിച്ചുവിടണം. വൈദ്യുതി, ടെലികോം, ഹൈവേകൾ, റെയിൽവേ, ജലവിതരണം എന്നിവയ്ക്കാവശ്യമായ സ്വകാര്യ/വിദേശ ഫൈനാൻസിങ്ങും മാനേജ്മെന്റും മാത്രമല്ല ഗവൺമെന്റുകളുടെ തന്നെ തന്ത്രപ്രധാന പ്രവർത്തനങ്ങൾക്കുള്ള മോഡലുകളും എല്ലാ വിശദാംശങ്ങളും കൂടി വികസിപ്പിച്ചു പരീക്ഷിച്ചു കൊണ്ടിരിക്കുകയാണ്. ചില പ്രദേശങ്ങൾ അല്ലെങ്കിൽ ഭൂഖണ്ഡങ്ങൾ പോലും അവിടത്തെ ജനങ്ങളോടൊപ്പം വാങ്ങി. ഒരു സ്വകാര്യ സ്ഥാപനം എന്നോണം നടത്തിക്കൊണ്ടുപോകാനുള്ള സാമ്പത്തിക ശക്തി ചില രാഷ്ട്രാന്തരീയ കോർപ്പറേഷനുകൾ (TNICS)ക്കുണ്ട്. ഇത് അനുസ്മരിപ്പിക്കുന്നത് ഈസ്റ്റ് ഇന്ത്യാ കമ്പനികൾ ഏഷ്യയിലെയും ആഫ്രിക്കയിലെയും വിപുലമായ പ്രദേശങ്ങളുടെ രാഷ്ട്രീയ നിയന്ത്രണം ഏറ്റെടുത്ത പഴയ കോളനിയുഗം തന്നെ.

വായ്പകൾ നൽകിയും വ്യാപാരം മുഖേനയും അവികസിത രാഷ്ട്രങ്ങളുടെ വ്യാവസായിക കാർഷിക മേഖലകളെ തകർക്കുക മാത്രമല്ല സാമ്രാജ്യത്വത്തിന്റെ ലക്ഷ്യം. ഉദാരവൽക്കരണത്തിന്റെ മറവിൽ അവർ അവരുടെ വ്യവസ്ഥകൾക്കനുസരിച്ച് അനുവദിക്കുന്ന വായ്പാ തുകകൾ പിന്നോക്കരാജ്യങ്ങൾ അവിടങ്ങളിലെ വിദ്യാഭ്യാസം, ജലവിതരണം, രോഗചികിത്സ, വൈദ്യുതി തുടങ്ങിയ സേവനരംഗങ്ങളിൽ ഉപയോഗപ്പെടുത്തണം. ഇപ്പറഞ്ഞവയെല്ലാം മനുഷ്യന്റെ പ്രാഥമികാവകാശങ്ങളാണ്. അവ നിറവേറ്റേണ്ടത് ദേശസ്നേഹിയായ ദേശീയ സർക്കാരുകളായിരിക്കരുത് എന്നതാണിതിന്റെ അർഥം. ഈ പ്രാഥമിക അവകാശങ്ങൾ നിറവേറ്റാൻ വേണ്ടിയുള്ള സാമ്പത്തിക ക്ലേശങ്ങൾ ഒഴിവാക്കാനായ പൊതുമേഖലയിലുള്ള വ്യവസായങ്ങൾ സ്വകാര്യവൽക്കരിക്കട്ടെ എന്നാണ് ആഗോളവൽക്കരണത്തിന്റെ നിർദേശം. അതായത് പിന്നോക്ക രാജ്യങ്ങൾക്ക് സ്വത്വം വേണ്ട. ലോകത്തിനും കാണുന്ന സാംസ്കാരിക വൈവിധ്യം വേണ്ട. അതതു രാഷ്ട്രങ്ങളിലെ ബൗദ്ധിക സ്വത്തവകാശം തട്ടിപ്പറിക്കപ്പെടുകയും ചെയ്യുന്നു.

ഈ സാമ്രാജ്യത്വ ആഗോളവൽക്കരണത്തിന്റെ ഫലമാണ് ഇന്ന് ലോകം നേരിടുന്ന ഭക്ഷ്യ–ഇന്ധന ക്ഷാമം. എഫ് എ ഒ നടത്തിയ പഠനം അനുസരിച്ച് ഇന്നത്തെ ലോകജനസംഖ്യയുടെ ഇരട്ടിയിലേറെ ജനങ്ങളെ പോറ്റാൻ മതിയായ ഭക്ഷ്യവസ്തുക്കൾ ഇന്നു തന്നെ ഉൽപ്പാദിപ്പിക്കപ്പെടുന്നുണ്ട്. എന്നാൽ ഗണ്യമായ ഭാഗം അമേരിക്കയും യൂറോപ്യൻ യൂണിയൻ രാഷ്ട്രങ്ങളും ജൈവ ഇന്ധനം ഉൽപ്പാദിപ്പിക്കാനാണ് ഉപയോഗിക്കുന്നത്. പെട്രോൾ ഉൽപ്പന്നങ്ങളിലും ഉൽപ്പാദന കുറവ് ഉണ്ടായിട്ടില്ലെങ്കിലും

അമേരിക്കയുടെ വൻതോതിലുള്ള ശേഖരിപ്പും പൂഴ്ത്തിവയ്ക്കലുമാണ് ഇന്നത്തെ വിലക്കയറ്റത്തിന് കാരണം. അങ്ങനെ ജീവിതത്തിലെ സർവ തലങ്ങളിലും ഈ മോഹന മുദ്രാവാക്യങ്ങളുടെ മറവിൽ പുത്തൻ കൊളോണിയലിസം പിടിമുറുക്കുകയാണ് എന്ന സത്യം തിരിച്ചറിയണം. തങ്ങളുടെ പ്രചരണ കലാ സാഹിത്യങ്ങളിലും പ്രചരിപ്പിക്കാൻ പറ്റിയവരെ കണ്ടെത്തി അവരെ പരിശീലിപ്പിക്കാനും അവർക്ക് അതിസമർഥമായി കഴിയുന്നുണ്ട് എന്ന സത്യം നാം തിരിച്ചറിയണം.

മുതലാളിത്തത്തിന്റെ സഹജസന്തതിയാണ് പ്രതിസന്ധി എന്ന് സൂചിപ്പിച്ചിരുന്നുവല്ലോ. ലോകമാകെ സ്വന്തം പിടിയിലാക്കാൻ ഇറങ്ങിത്തിരിച്ച അമേരിക്കതന്നെ വലിയ പ്രതിസന്ധിയിലാണ്. രാഷ്ട്രാതീത കുത്തകകളുടെ കഴുത്തറപ്പൻ മത്സരത്തിനു പുറമെ അമേരിക്കൻ വിപണിയിൽ ജപ്പാനും ചൈനയും മറ്റും കയറിപ്പറ്റാൻ തുടങ്ങിയിരിക്കുന്നു. ഇതിനുപുറമെയാണ് ആ രാജ്യത്തിന്റെ അതിഭീമമായ സൈനിക ബജറ്റ്.

1994 ബ്രെട്ടൺ വുഡ്സ് കരാർ സമയത്ത് ഒരു ഡോളറിന് ആറ് ഔൺസ് സ്വർണം എന്ന നിരക്ക് അമേരിക്ക ഉറപ്പു നൽകിയിരുന്നു. പിന്നീട് സ്വർണ വില കുതിച്ചുയർന്നപ്പോൾ ഡോളറിന് മൂല്യതകർച്ച ബാധിച്ചു. തുടർന്ന് നാണയപ്പെരുപ്പവും വിലക്കയറ്റവും. ഇതിനെ നേരിടാനായി അമേരിക്കൻ ഫെഡറൽ ബാങ്ക് പലിശ നിരക്ക് വർധിപ്പിച്ചു. ഫലം വായ്പ എടുത്തത് അടയ്ക്കാൻ കഴിയാതെ നിയമ നടപടികളിലേക്കും ജപ്തിയിലേക്കും നീങ്ങി. അമേരിക്കൻ ബാങ്കുകളുടെ വിശ്വാസ്യത നഷ്ടപ്പെട്ടു. അമേരിക്കയെ പിടിച്ചുകുലുക്കുന്ന ഈ സാമ്പത്തിക കുഴപ്പത്തിന്റെ അലയടികൾ നമ്മുടേതുൾപ്പെടെ മറ്റു രാജ്യങ്ങളിലും പ്രത്യാഘാതം സൃഷ്ടിക്കുന്നു.

അമേരിക്ക പോലും പല വൻകിട സ്ഥാപനങ്ങളും ഉൽപ്പാദനം ഗണ്യമായി വെട്ടിച്ചുരുക്കി തൊഴിലാളികളെ തെരുവിലേക്ക് എറിയുന്നു. 2008 മെയ് മാസത്തിൽ തൊഴിൽ നഷ്ടപ്പെട്ടവർ 40,000; തൊഴിലില്ലായ്മ 5.5% ആണ്. ജൂൺ മാസത്തിൽ തെരുവിലേക്കെറിയപ്പെട്ട തൊഴിലാളികൾ 51/2 ലക്ഷമായിരിക്കുന്നു. പണപ്പെരുപ്പം 4.8% ആണ്.

അമേരിക്ക 2006 ജനുവരിയിൽ പ്രതീക്ഷിച്ച വളർച്ചാനിരക്ക് 1.5% ആണെങ്കിലും വെറും 0.5% മാത്രമേ ആയുള്ളൂ. 2011 ലും സ്ഥിതികളിൽ ആശാവഹമായ മാറ്റം ഇല്ല.

വികസിത മുതലാളിത്ത രാഷ്ട്രങ്ങൾ ആഗോളവൽക്കരണത്തെ തങ്ങൾക്കനുകൂലമാക്കാൻ ഇക്കഴിഞ്ഞ ലോകവ്യാപാര സംഘടനയുടെ ജനീവ സമ്മേളനത്തിൽ ഇരട്ടത്താപ്പുപയോഗിക്കുന്നതു കണ്ടില്ലേ? തങ്ങൾ തങ്ങളുടെ രാജ്യങ്ങളിലെ കാർഷിക മേഖലയ്ക്ക് അനുവദിച്ചിട്ടുള്ള സബ്സിഡി വെട്ടിച്ചുരുക്കില്ലെന്ന് വാദിച്ചപ്പോൾ വികസിത അവികസിത രാഷ്ട്രങ്ങൾ കാർഷിക സബ്സിഡിയും ഇറക്കുമതി ചുങ്കവും കുറയ്ക്കണമെന്ന് ശഠിക്കുകയും ചെയ്തത് നാം കണ്ടുവല്ലോ. അതേസമയം അമേരിക്കയുടെ സമ്മർദത്തെ ചെറുക്കാൻ അവർ യൂറോപ്യൻ യൂണിയൻ

എന്ന സംഘടനയ്ക്കും യൂറോ എന്ന പൊള്ള നാണയത്തിനു രൂപം നൽകിയിരിക്കുന്നത് അവരുടെ സ്വന്തം താൽപ്പര്യ സംരക്ഷണാർഥം മാത്രമാണ്.

സാമ്പത്തിക പ്രതിസന്ധിയെ തരണം ചെയ്യാൻ പുതിയ കമ്പോളം കണ്ടെത്താൻ കഴിയാതെ വരുമ്പോൾ മുതലാളിത്ത ഭരണകൂടങ്ങൾ ഭാരം മുഴുവനും സ്വന്തം ജനങ്ങളുടെ ചുമലിൽ കെട്ടിയേൽപ്പിച്ചു അവരെ കൊള്ള ചെയ്യുന്നു. 1990 കളുടെ ഉത്തരാർധത്തിൽ ഫ്രാൻസിലും ബെൽജിയത്തിലും തെക്കൻ കൊറിയയിലും കണ്ട തൊഴിലാളികളുടെ പണിമുടക്കം ചെറുത്തുനിൽപ്പുപോലെ തന്നെ ആഗോളവൽക്കരണത്തിന്റെ അക്രീത ദാസന്മാരായ ഇന്ത്യൻ ഭരണാധികാരികൾക്കെതിരെ ഇന്ത്യൻ തൊഴിലാളി വർഗം ആസൂത്രണം ചെയ്തിട്ടുള്ള 2008 ആഗസ്റ്റ് 20ന്റെ പണിമുടക്കവും കാണണം. തുടർന്നും പ്രക്ഷോഭം കൂടുതൽ വ്യാപകവും ശക്തവുമായിക്കൊണ്ടിരിക്കുന്നതും ശ്രദ്ധിക്കണം.

9

ഇന്ത്യയിലെ പ്രത്യാഘാതങ്ങൾ

ആഗോളവൽക്കരണം ഇന്നത്തെ യാഥാർഥ്യമാണ്. അതിൽ നിന്നും ആർക്കും ഒഴിഞ്ഞു നിൽക്കാനാവില്ല. നോക്കൂ, സോഷ്യലിസ്റ്റ് ചൈന പോലും വിദേശമൂലധനം സ്വീകരിച്ച് തങ്ങളുടെ സാമ്പത്തിക വളർച്ചയ്ക്ക് വേഗം കൂട്ടുന്നത് കണ്ടില്ലേ? ഇങ്ങനെ ചിന്തിക്കുന്നു ചിലർ. ഇപ്പറഞ്ഞ തെല്ലാം ശരി തന്നെ. പക്ഷേ ചൈന ഈ കുത്തക കോർപ്പറേറ്റുകളുടെ കുറിപ്പടി പ്രകാരമല്ല, ചൈനീസ് രാഷ്ട്രത്തിന്റെയും ചൈനീസ് ജനതയു ടെയും താൽപ്പര്യവും ഭാവി ഭദ്രതയും ഉറപ്പു വരുത്തുന്ന വ്യവസ്ഥക ളോടെയാണ് വിദേശ മൂലധനത്തിന് പ്രവേശനാനുമതി നൽകിയിട്ടുള്ള ത്. ചൈനീസ് ജനതയോട് ഉത്തരവാദിത്വമുള്ള ഭരണകൂടമാണിവിടെ. എന്നാൽ ഇന്ത്യക്ക് അപ്രകാരം ഉള്ള വ്യവസ്ഥകൾ മുറുകെപ്പിടിക്കാൻ കഴിയില്ലെന്നാണ് ഇന്ത്യാ ഗവൺമെന്റിന്റെ വർഗസ്വഭാവം തെളിയിക്കു ന്നത്.

ഇന്ത്യയിലെ ഭരണകക്ഷിയായ ഇന്ത്യൻ നാഷണൽ കോൺഗ്രസ് 1954 ൽ ആവടിയിൽ വച്ച് സോഷ്യലിസ്റ്റ് മാതൃകയിലുള്ള സമൂഹമാണ് തങ്ങളുടെ ലക്ഷ്യം എന്ന പ്രമേയം അംഗീകരിക്കുകയും പിന്നീട് ഇന്ദി രാഗാന്ധി സോഷ്യലിസം തന്നെ ഭരണഘടനയിൽ എഴുതിച്ചേർക്കുകയും ചെയ്തുവെങ്കിലും സ്വാതന്ത്ര്യലബ്ധി മുതൽ ഏറ്റവും ഒടുവിൽ, ഏകധ്രു വലോകത്തിന്റെ നായകരാണെന്ന് നടിക്കുന്ന അമേരിക്കയ്ക്ക് പൂർണ മായി കീഴടങ്ങാൻ പോകുന്നതിന്റെ നാന്ദിയായി 2008 ജൂലായിൽ വിശ്വാ സപ്രമേയം അംബാനിയുടെ സഹായത്തോടെ പാസാക്കിയെടുക്കുകയും ഒക്ടോബർ 11 ന് ആണവ കരാറിൽ ഒപ്പിടുകയും ചെയ്തു. ഇന്ത്യൻ ഭര ണകൂടം തികച്ചും ബൂർഷ്വാപ്രഭു ഭരണകൂടമാണ്. രണ്ടാം ലോകമഹാ യുദ്ധത്തിനുശേഷം ലോകത്തിലെ ഏറ്റവും പ്രബല രാഷ്ട്രമായി ഉയർന്ന

അമേരിക്ക, പൂർണമായും ബ്രിട്ടീഷ് ചേരിയിൽ ഉറച്ചു നിൽക്കുകയായിരുന്ന സ്വതന്ത്ര ഇന്ത്യയെ സ്വാധീനിക്കാൻ 1950 ആദ്യം മുതൽ തന്നെ തുടങ്ങിയിരുന്നുവെന്ന് സാമ്പത്തിക വിദഗ്ധനും രാഷ്ട്രീയ നിരീക്ഷകനുമായിരുന്ന എൽ നടരാജൻ *ഇന്ത്യക്കു മീതെ അമേരിക്കൻ നിഴൽ* (American shadow in India) എന്ന പുസ്തകത്തിൽ കണക്കുകൾ ഉദ്ധരിച്ച് അമ്പതുകളുടെ ആദ്യം തന്നെ സമർഥിച്ചിട്ടുണ്ട്. അമ്പതുകളുടെ ആദ്യപാദത്തിൽ ഇന്ത്യ സന്ദർശിച്ച ഫോർഡ് ഫൗണ്ടേഷൻ പ്രതിനിധികൾ ഇന്ത്യാ ഗവൺമെന്റിന് നൽകിയ ഉപദേശം കാർഷിക പരിപാടികൾ ശ്രദ്ധിക്കണമെന്നാണ്. 1954 ൽ ലോക ബാങ്ക് പഞ്ചവത്സര പദ്ധതി തന്നെ ഉപേക്ഷിക്കണമെന്നായിരുന്നു ഉപദേശിച്ചത്. ഇന്ത്യ വ്യവസായവൽകൃത രാഷ്ട്രമായി വളരുന്നത് ഇവിടെ ആധിപത്യം പുലർത്തിയിരുന്ന ബ്രിട്ടനെപ്പോലെതന്നെ അമേരിക്കയും ആഗ്രഹിക്കാത്തതുകൊണ്ടാണ്. 1954 ൽ പണ്ഡിറ്റ് നെഹ്റുവിന്റെ നേതൃത്വത്തിൽ ഇന്ത്യ ചേരിചേരാനയം സ്വീകരിച്ചിരുന്നെങ്കിലും അമേരിക്ക പിടിമുറുക്കിക്കൊണ്ടിരുന്നു. ഇന്ത്യാ ഗവൺമെന്റിന്റെ വികസന പാത തികച്ചും മുതലാളിത്തത്തിന്റേതാകയാൽ, ഇന്ത്യാ ഗവൺമെന്റ് സ്വാഭാവികമായും സ്വീകരിക്കുന്നത് മുതലാളിത്ത വികസന രീതി തന്നെ. എങ്കിലും രണ്ടാം പഞ്ചവത്സരപദ്ധധിയെ തുടർന്ന് കാർഷികരംഗത്തും വ്യാവസായിക രംഗത്തും വളർച്ച ഉണ്ടാക്കുക തന്നെ ചെയ്തു. അതിന്റെ നേട്ടം വരേണ്യവർഗങ്ങൾക്കു മാത്രമായിരുന്നു. എന്നാൽ ദരിദ്ര കർഷകനും കർഷക തൊഴിലാളികളും, അകറ്റിനിറുത്തപ്പെട്ടിരുന്നു. ഉദാഹരണത്തിന് 1951 ൽ കർഷകത്തൊഴിലാളികളുടെ എണ്ണം 28%, 1971 ൽ 35% ആയി ഉയർന്നു. തുടർന്ന് അത് ഉയർന്നുകൊണ്ടേയിരുന്നു. ദരിദ്രർ കൂടുതൽ കൂടുതൽ പാപ്പരായിക്കൊണ്ടിരുന്നു.

പഞ്ചവത്സര പദ്ധതികൾ സമ്പന്നന്മാരെ കൂടുതൽ സമ്പന്നരാക്കുകയും ദരിദ്രരെ കൂടുതൽ ദരിദ്രരാക്കുകയുമാണ് ചെയ്തത്.

ആഗോളവൽക്കരണത്തിന്റെ ഇന്ത്യയിലെ ഔപചാരികമായ ഉദ്ഘാടനത്തിനുമുമ്പേ തന്നെ ഇന്ത്യ കടക്കെണിയിൽ വീഴുകയും, ഇന്ത്യൻ കുത്തകകൾ ഭരണകൂടം പൂർണമായും കൈയടക്കുകയും ചെയ്തിരുന്നു. അതിന്റെ ഏറ്റവും ഒടുവിലത്തെ ഉദാഹരണമാണ് പാർലമെന്റിലെ വിശ്വാസ പ്രമേയത്തെ അംബാനി കൂട്ടർ അമേരിക്കയ്ക്കു വേണ്ടി വിലയ്ക്കു വാങ്ങിയത്. ഇവിടെ വിവക്ഷിക്കപ്പെടുന്നത് ആഗോളവൽക്കരണത്തിന്റെ പല ദുഷ്ചെയ്തികളും ആഗോളവൽക്കരണത്തിന്റെ ഔപചാരികമായ ഉദ്ഘാടനത്തിനു മുമ്പേ അനുഭവപ്പെട്ടു തുടങ്ങിയിരുന്നുവെന്നാണ്.

വിദേശത്തുവച്ചും ആകാശത്തുവച്ചും പ്രസ്താവനകളിലൂടെ സാമ്രാജ്യത്വദാസ്യം പ്രകടിപ്പിക്കാൻ ദുസ്സമർഥ്യം കാണിക്കുന്ന നമ്മുടെ പ്രധാനമന്ത്രി മൻമോഹൻസിങ് തന്നെയാണ് ആഗോളവൽക്കരണത്തിന്റെ അനൗപചാരികമായ ഉൽഘാടനം നിർവഹിച്ചത്. നരസിംഹറാവു മന്ത്രിസഭയിൽ ധനകാര്യവകുപ്പു മന്ത്രിയായിരുന്നു മൻമോഹൻസിങ്. 1991 ൽ

ബാങ്കോക്കിൽ വച്ച് നടന്ന ലോകബാങ്ക് – ഐ എം എഫ് യോഗത്തിൽ എത്തിയ മൻമോഹൻസിങ് അവിടെ വച്ചാണ് ഇന്ത്യയിലെ ലാഭകരമല്ലാത്ത പൊതുമേഖലാസ്ഥാപനങ്ങൾ അടച്ചുപൂട്ടണമെന്ന് പ്രസ്താവിച്ചത്. നരസിംഹറാവുവിനെത്തുടർന്ന് ഹ്രസ്വകാല ഇടവേളയ്ക്കുശേഷം അധികാരത്തിൽ വന്ന വാജ്പേയി ഗവൺമെന്റ് പൊതുമേഖലാസ്ഥാപനങ്ങൾ; ലാഭവും നഷ്ടവും ഒന്നും പരിഗണിക്കാതെ വിറ്റഴിക്കാൻ ഒരു വകുപ്പും അതിനായി ഒരു മന്ത്രിയെയും (അരുൺഷൂരി) പടച്ചുവിട്ടു. വഴിയോരക്കച്ചവടക്കാർ വരുവിൻ ആദായവില എന്നു വിളിച്ച് കൂവി വിൽപ്പന നടത്തുംപോലെ അരുൺഷൂരി, 1991 ൽ മൻമോഹൻസിങ് ബാങ്കോക്കിൽ വച്ച് പ്രസ്താവിച്ച കാര്യം നടപ്പാക്കി. എങ്ങനെ എന്നാൽ ബി ജെ പിക്കും കോൺഗ്രസിനും സാമ്പത്തിക നയത്തിലും അമേരിക്കയോടും ആഗോളവൽക്കരണത്തോടും ഒരേ വീക്ഷണവും സമീപനവുമാണ്.

ബി ജെ പിയുടെ വർഗീയവും ജനദ്രോഹപരമായ നടപടികളിൽ മടുപ്പു തോന്നി 2004 ലെ തിരഞ്ഞെടുപ്പിൽ അവരെ പ്രതിപക്ഷത്തിരുത്തി. തുടർന്ന് ഇടതുപക്ഷത്തിന്റെ പിന്തുണയോടെ അധികാരത്തിൽ കയറിയ കോൺഗ്രസും പൊതുമിനിമം പരിപാടിയെ അവഗണിച്ച് ബി ജെ പി നീങ്ങിയ പാതയിലേക്ക് പ്രവേശിച്ച് ഇന്ത്യയുടെ അഭിമാനമായ നവരത്ന വ്യവസായങ്ങളിൽ കൈവയ്ക്കാൻ ധൈര്യപ്പെട്ടു. ഇടതുപക്ഷം തടയിട്ടു. ഒരതിരുവരെ നവരത്ന വ്യവസായശാലകളെയും ലാഭത്തിൽ പ്രവർത്തിക്കുന്ന ഇതര പൊതു മേഖലാ വ്യവസായങ്ങളെയും സംരക്ഷിച്ചു നിറുത്താൻ കഴിഞ്ഞു എന്നത് ഇടതുപക്ഷ സാന്നിധ്യംകൊണ്ടു മാത്രമായിരുന്നു.

ആഗോളവൽക്കരണം ലോകമെങ്ങുമുള്ള അധ്വാനിക്കുന്ന ജനവിഭാഗങ്ങൾക്കുമേൽ ദുരിതഭാരം അടിച്ചേൽപ്പിക്കുകയാണ്. തങ്ങളുടെ നിത്യജീവിതം അസഹനീയമാം വിധം ദുരിതപൂർണമായിക്കൊണ്ടിരിക്കുന്നതിനാൽ ലോകമെമ്പാടുമുള്ള തൊഴിലാളിവർഗവും സാധാരണ ജനങ്ങളും ആഗോളവൽക്കരണ– ഉദാരവൽക്കരണ നയങ്ങൾക്കെതിരെ പോരാടാൻ നിർബന്ധിതരാകുന്നു. മനുഷ്യാധ്വാനം വെട്ടിക്കുറയ്ക്കൽ (Downsizing), കരാർ സമ്പ്രദായത്തിലൂടെ തുച്ഛമായ കൂലിക്ക് സ്ഥിരം ജോലികൾ പുറംപണിക്ക് (Out Sourcing) നൽകുന്നത്, തൊഴിലാളികളുടെ സാമൂഹ്യസുരക്ഷാപദ്ധതികൾ പാടെ അവഗണിക്കുന്നത്, തൊഴിൽ സാഹചര്യങ്ങൾ വഷളാകുന്നത്, തൊഴിലാളികളുടെ തൊഴിൽ സംബന്ധിയായ ആരോഗ്യത്തെ പാടെ അവഗണിക്കുന്നത്, ട്രേഡ് യൂണിയൻ അവകാശങ്ങളെ കടന്നാക്രമിക്കുന്നത് — ഇവയെല്ലാം ഇപ്പോൾ സർവസാധാരണമായിരിക്കുകയാണ്.

പൊതുമേഖലയുടെ അടച്ചുപൂട്ടൽ, സ്വകാര്യവൽക്കരണം, ഓഹരി വിറ്റഴിക്കൽ എന്നിവ സ്വകാര്യമേഖലയിലെ കമ്പനികളുടെ ലാഭക്ഷമത വർധിപ്പിക്കുന്നതിനാണ് സഹായകമാകുന്നത്. മുൻപൊരിക്കലും കേട്ടുകേൾവിപോലുമില്ലാത്തവിധം പൊതുസ്വത്ത് കൊള്ളയടിച്ചാണ് സ്വകാര്യ

മേഖല ലാഭം കുന്നുകൂട്ടുന്നത്. തദ്ദേശീയ വ്യവസായങ്ങളെ തകർത്തു കൊണ്ട് ആഭ്യന്തരരംഗത്ത് ബഹുരാഷ്ട്ര കോർപ്പറേഷനുകൾ അനിയന്ത്രിതമായി കടന്നുവരുന്നതോടെ വികസ്വര രാജ്യങ്ങളുടെ ദേശീയ സമ്പദ്ഘടനയ്ക്കുമേൽ വിദേശമൂലധനത്തിന്റെ പിടി കൂടുതൽ മുറുകുന്നതാണ്.

നമ്മുടെ സമ്പദ്വ്യവസ്ഥ തകരുന്നതിന്റെ ചിത്രം നോക്കാം. ഇന്ത്യയിൽ 90 കളിൽ ദാരിദ്ര്യം അഭൂതപൂർവമായി വർധിച്ചു. 1973–74 നും 1989 –90നും ഇടയ്ക്ക് ഇന്ത്യയിൽ ദാരിദ്ര്യരേഖയ്ക്ക് കീഴിൽ കഴിയുന്നവരുടെ എണ്ണം 20.6% കണ്ട് കുറഞ്ഞുവെങ്കിൽ (54.9 ശതമാനത്തിൽ നിന്ന് 38.9% ആയി) 1990–91 നും 1998 നും ഇടയ്ക്ക് ദാരിദ്ര്യരേഖയ്ക്ക് കീഴിൽ കഴിയുന്നവരുടെ എണ്ണം 7.9% കണ്ട് വർധിച്ചു. (35.10% ത്തിൽ നിന്ന് 43% ആയി.)

1973–74 നും 1980–90 നും 1998 നും ഇടയ്ക്ക് ഇന്ത്യയിലെ ഗ്രാമീണ മേഖലകളിൽ ദാരിദ്ര്യരേഖക്ക് കീഴിൽ കഴിയുന്നവരുടെ എണ്ണം 22.7% കണ്ട് കുറഞ്ഞുവെങ്കിൽ (56.4% ത്തിൽ നിന്ന് 33.7% ആയി) 1990–91 നും 1998 നും ഇടക്ക് ഇക്കൂട്ടരുടെ എണ്ണം 10,2 ശതമാനം കണ്ട് ഉയരുകയാണ് ഉണ്ടായത്. (35% ത്തിൽ നിന്ന് 45.2% ആയി) 1973–74 നും 1989–90 നും ഇടക്ക് ഇന്ത്യയിൽ ദാരിദ്ര്യരേഖക്ക് കീഴിൽ കഴിയുന്നവരുടെ എണ്ണം 450 ലക്ഷം കണ്ട് കുറയുകയായിരുന്നു എങ്കിൽ 1990 –91 നും 1998നും ഇടക്ക് ദാരിദ്ര്യരേഖക്ക് കീഴിൽ കഴിയുന്നവരുടെ എണ്ണം വീണ്ടും പെരുകി.

പുത്തൻ സാമ്പത്തിക പരിഷ്കാരങ്ങൾക്ക് മുമ്പുള്ള കാലഘട്ടത്തെ അപേക്ഷിച്ച് അതിന് ശേഷമുള്ള കാലത്ത് ദാരിദ്ര്യം അഭൂതപൂർവമായി വർധിച്ചിരിക്കുന്നുവെന്ന് സർക്കാർ തരുന്ന കണക്കുകൾ പോലും വ്യക്തമാക്കുന്നു. 2004 – 2005 ലെ വിലനിലവാരമനുസരിച്ച് ഗ്രാമീണ മേഖലയിൽ പ്രതിദിനം 26 രൂപയ്ക്ക് താഴെയും, നഗരമേഖലയിൽ 32 രൂപയ്ക്ക് താഴെയും വരുമാനമുള്ളവർ ദാരിദ്ര്യരേഖയ്ക്ക് താഴെയുള്ളവരാണ്. അതു പ്രകാരം ടെണ്ടുൽക്കർ കമ്മിറ്റിയുടെ അഭിപ്രായം 32% ജനങ്ങൾ ദാരിദ്ര്യത്തിന്റെ താഴെയുള്ളവരാണ്. പ്ലാനിങ് കമ്മീഷനും എന്ത് അവകാശവാദം ഉന്നയിച്ചാലും ഇന്ത്യയിൽ 70% പേരുടെയും പ്രതിദിന വരുമാനം 20 രൂപയാണെന്നാണ് തെളിയിക്കപ്പെട്ടിരിക്കുന്നത്.

ഇറക്കുമതി വിദേശ രാജ്യങ്ങൾക്കനുകൂലമായി ഉദാരമാക്കിയതിന്റെ ഫലമായി നമ്മുടെ കർഷകരെ കൂടുതൽ പ്രതിസന്ധിയിലാക്കി.

ഇറക്കുമതിയിലും ഉദാരവൽക്കരണനയം സ്വീകരിച്ചിരിക്കയാൽ നമ്മുടെ സമ്പദ് വ്യവസ്ഥയെ ദോഷകരമായി ബാധിച്ചിരിക്കുന്നു.

റിപ്പോർട്ട് ഓഫ് കറൻസി ആന്റ് ഫിനാൻസ് 1998–99 വരെ 1914 ഉൽപ്പന്നങ്ങളിൽ ഇറക്കുമതി നിയന്ത്രണം ഒഴിവാക്കിയെന്നും എണ്ണ ഒഴികെ 63290 ലക്ഷം ഡോളർ വിലയ്ക്ക് ഉൽപ്പന്നങ്ങൾ ഇറക്കുമതി ചെയ്തെന്നും കാണുന്നു.

1991–92 ൽ ആകെ ഇറക്കുമതിയുടെ തോത് 32.1 ആയിരുന്നെങ്കിൽ 2009–2010 ൽ 104.1 ആയി ഉയർന്നിരിക്കുന്നുവെന്ന് 2011 മെയ് 18 ന്റെ DCHനുള്ള ബജറ്റ് ശാഖകളിൽ കാണുന്നുണ്ട്.

നിത്യോപയോഗ സാധനങ്ങളുടെ വിലക്കയറ്റം ദിവസംതോറും ദുസ്സഹമായിക്കൊണ്ടിരിക്കുകയാണ്. 2011 ജനുവരിയിൽ 188 ആയിരുന്നത് ജൂലായിൽ 193 ആയി (ഇന്ത്യാ ഗവൺമെന്റിന്റെ ലേബർ ബ്യൂറോ). സർക്കാർ തരുന്ന കണക്കിനേക്കാൾ എത്രയോ അധികമാണ് യാഥാർഥ്യം.

കർഷകത്തൊഴിലാളികളും കർഷകരും വ്യവസായ തൊഴിലാളികളുമടക്കം സാമാന്യ ജനത എരിപൊരികൊള്ളുമ്പോൾ മഹാന്യൂനപക്ഷമായ ചിലർ തടിച്ച് കൊഴുക്കുന്നതും ഇവിടെ സംഭവിക്കുന്നു. ഇവർ ആരുടെ ചെലവിൽ തടിച്ച് കൊഴുക്കുന്നു? പൊതുമേഖലാ ബാങ്കുകളിൽ നിന്ന് വായ്പ എടുത്തിട്ട് അത് തിരിച്ചടക്കാതെ മീശ പിരിച്ച് ഞെളിയുന്നതാര്? ഒരു ദരിദ്ര കർഷകൻ വിളവിറക്കാനായി 50,000 മോ ഒരു ലക്ഷമോ വായ്പ എടുത്തിട്ട് തിരിച്ചടക്കേണ്ട ഗഡു തെറ്റിയാൽ നോട്ടീസായി, ജപ്തിയായി, കർഷകൻ ആത്മഹത്യ ചെയ്യുന്നു. വായ്പ വാങ്ങുന്ന വൻകിട മുതലാളിമാരോ വായ്പ തിരിച്ചടയ്ക്കുന്നില്ല എന്ന് മാത്രമല്ല അവർ നിയമാനുസൃതം അടയ്ക്കേണ്ട നികുതികൾ പോലും അടയ്ക്കാൻ മിനക്കെടാറില്ല. അത് വസൂൽ ചെയ്യാനുള്ള ഗവൺമെന്റ് മിഷനറി ഒന്നും ഇവിടെയില്ല. അതു കിട്ടാക്കടമായി എഴുതിത്തള്ളുന്നു അക്കാരണം കൊണ്ട് മാത്രമല്ലേ ആണ്ടുതോറും കിട്ടാക്കടം പെരുകി വരുന്നത്.

നമ്മുടെ പൊതുഖജനാവ് കൊള്ളയടിക്കുന്നത് ഇവിടെയും അവസാനിക്കുന്നില്ല. ഓഹരി കുംഭകോണവീരൻ ഹർഷത്മേത്തയെ ഓർക്കുന്നില്ലേ? അയാൾ സർക്കാരിലേക്ക് അടയ്ക്കേണ്ടത് 200 കോടി രൂപ. പല കമ്പനികളും ഉൽപ്പാദനശേഷിയിൽ കൃത്രിമം കാണിച്ച് ശേഖരിച്ച വകയിൽ സർക്കാർ ഈടാക്കേണ്ട തുക 400 കോടി രൂപ. ടെലികോം ഡിപ്പാർട്ടുമെന്റിലെ ലൈസൻസ് ഫീ ഇനത്തിൽ പിരിഞ്ഞ് കിട്ടാനുള്ളത് 5000 കോടി രൂപ. മൗറിഷ്യസിൽ വ്യാജമായി രജിസ്റ്റർ ചെയ്ത 19 വിദേശ കമ്പനികളിൽ മൂലധന ലാഭനികുതി ഇനത്തിൽ പിരിച്ചെടുക്കാനുള്ള 2000 കോടി നമ്മുടെ പൊതുമേഖല ഖജനാവിൽ വീഴേണ്ട ശതകോടിക്കണക്കിന് രൂപ നമ്മുടെ ജനതയുടെ രക്തം ഊറ്റിക്കുടിക്കുന്ന കോടീശ്വരന്മാർ അന്യായമായി കൈവശം വച്ചതുകൊണ്ടാകുന്നു.

(കണക്കുകൾ അവലംബം; പ്രഭാത് പട്നായിക്)

ഇപ്പോഴത്തെ നാണയപ്പെരുപ്പവും വിലക്കയറ്റവും മറ്റു വിപത്തുകളെല്ലാം അമേരിക്കയുടെ ആഗോള സൃഷ്ടിയായതിനാൽ എല്ലാ രാജ്യങ്ങളെയും ബാധിക്കുന്നു. ലോകബാങ്ക് റിസർച്ച് വിഭാഗത്തിലെ ഷാവോ ഹുചെൻ, മാർട്ടിൻ റാവല്യണും തയാറാക്കിയ *ആഗോള ദാരിദ്ര്യത്തിന്റെ വ്യാപ്തിയും അത് ഈ കാലഘട്ടത്തിലുളവാക്കുന്ന പല ചലനങ്ങളും 4703 പ്രബന്ധം* 2008 ആഗസ്റ്റ് ഒടുവിൽ പ്രസിദ്ധം ചെയ്തിട്ടുണ്ട്. അതിൽ ഇപ്രകാരം കുമ്പസാരം ചെയ്യുന്നുണ്ട്. നമ്മൾ കരുതിയതിനെക്കാൾ കൂടുതൽ ദരിദ്രമാണ് അവികസിത വികസിത രാഷ്ട്രങ്ങൾ. എന്നാലും ദാരിദ്ര്യത്തിനെതിരെയുള്ള സമരത്തിൽ അവർ കൈവരിച്ച വിജയം അത്ര ചെറുത് ഒന്നുമല്ലതാനും. അതുകൊണ്ട് ദാരിദ്ര്യ നിർമാർജനത്തിന് വേണ്ടി

യുള്ള പ്രയത്നം ഇരട്ടിയാക്കേണ്ടതാണ്. പ്രത്യേകിച്ച് ആഫ്രിക്കയിലെ സബ്സഹാറ പ്രദേശത്ത്. ദാരിദ്ര്യരേഖയ്ക്ക് താഴെയുള്ളവർ ചൈനയിൽ 1990 ൽ 38% ആയിരുന്നെങ്കിൽ 2008 ൽ അത് 12 % ആയി. മറിച്ച് ഇന്ത്യയിൽ 22% ത്തിൽ നിന്ന് 30% ആയി ദാരിദ്ര്യ നിർണായക മാനദണ്ഡത്തിലെ പഴയതും പുതുതുമായ രീതികളെ കൊണ്ടുള്ള വാചക കസർത്തുകൾ വിടുന്നു.

സോഷ്യലിസ്റ്റ് രാജ്യങ്ങൾക്കും നാണയപ്പെരുപ്പവും വിലക്കയറ്റവും ബാധകമാകും. പക്ഷേ ആ രാജ്യങ്ങൾ ആഗോളവൽക്കരണത്തിന്റെ ഭാരം ജനങ്ങളുടെ തലയിൽ കെട്ടിവയ്ക്കാതെ അതിനെ സമർഥമായി ജനകീയ സഹകരണത്തോടെ നേരിടണം. കൊച്ചു വിയത്നാമിലെ കഥ നോക്കാം. അത്യാവശ്യമല്ലാത്ത പദ്ധതികൾ നീട്ടിവച്ചു. ഭരണച്ചെലവ് 10% വെട്ടിക്കുറച്ചു. ഇക്കഴിഞ്ഞ മാർച്ച് മാസത്തിൽ അന്താരാഷ്ട്ര ഊഹക്കച്ചവടത്തിന്റെ ഫലമായി അരിവിലക്കയറ്റം അനുഭവപ്പെട്ടു. വിലക്കയറ്റം തടയുന്നതിനാവശ്യമായ എല്ലാ നടപടികളും സ്വീകരിച്ചു. അരിയുടെ കയറ്റുമതി താൽക്കാലികമായി നിരോധിച്ചു. ജൂൺ മാസമായപ്പോൾ സ്ഥിതിഗതികൾ സാധാരണ നിലയിലെത്തി. അരി ഇറക്കുമതി ചെയ്യുന്ന വിയത്നാം അതു കയറ്റുമതി ചെയ്യുന്ന രാജ്യമായി മാറി. ഗ്രാമങ്ങളിലും മലയോരങ്ങളിലും താമസിക്കുന്ന ജനതയെ സമഭാവനയോടെ വീക്ഷിക്കുന്നതിന്റെ ഫലമായി ദാരിദ്ര്യരേഖയ്ക്കു താഴെയുള്ളവരെ പന്ത്രണ്ടു ശതമാനത്തിലേക്കു കൊണ്ടുവരാൻ കഴിഞ്ഞു. ഐക്യരാഷ്ട്രസഭയും ഇത് അംഗീകരിച്ചിട്ടുണ്ട്.

ഉദാരവൽക്കരണത്തിന്റെ ഫലമായി ഇവിടെ വിദേശമൂലധനം വന്നു കുമിയുമെന്നാണ് മൻമോഹൻസിങ് – ചിദംബരം തുടങ്ങിയവർ ജനങ്ങളെ വിശ്വസിപ്പിക്കാൻ ശ്രമിച്ചിരുന്നത്. എന്നാൽ അത് മലർപ്പൊടിക്കാരന്റെ ദിവാസ്വപ്നം മാത്രമാണെന്നാണ് റിസർവ് ബാങ്കിന്റെ കണക്കുകൾ (2008 ആഗസ്റ്റ് 25). പെട്രോളിയം ടെക്സ്റ്റൈയിൽസ്, ഹോട്ടൽ, പഞ്ചസാര എന്നീ മേഖലകളിലെല്ലാം നിക്ഷേപം കുറയുകയാണ് ഉണ്ടായത്.

2007–2008 ൽ മാത്രം അനുവാദം നൽകിയ 258 പദ്ധതികളിലായി 26000 കോടി രൂപയുടെ നിക്ഷേപം ഉണ്ടാകുമെന്ന് അവകാശപ്പെട്ടിരുന്നെങ്കിലും 128 പദ്ധതികളിൽ 10700 കോടി രൂപയുടെ കോർപ്പറേറ്റ് നിക്ഷേപമാണ് ഉണ്ടായത്. 1991 നു ശേഷം ആദ്യമായാണ് കോർപ്പറേറ്റ് നിക്ഷേപത്തിൽ ഇടിവ് ഉണ്ടായത്. പെട്രോളിയം മേഖലയിൽ 2006–2007 ൽ 11 പദ്ധതികളിലായി 44083 കോടി രൂപയുടെ നിക്ഷേപം ഉണ്ടായിരുന്നെങ്കിൽ 2007–08 ൽ അത് യഥാക്രമം 5 പദ്ധതികളായും നിക്ഷേപം 17711 കോടി രൂപയായും കുറഞ്ഞു. ഇതേ കാലയളവിൽ ടെക്സ്റ്റൈൽസ് മേഖലയിൽ പദ്ധതികളുടെ എണ്ണം 258 ൽ നിന്നും 120 ആയും നിക്ഷേപം 25933 കോടിയിൽ നിന്ന് 10711 കോടിയായും കുറഞ്ഞു. ചെറുകിട കോർപ്പറേറ്റുകൾ ഏറ്റെടുക്കുന്ന പദ്ധതികളുടെ എണ്ണം കുറുകയാണെന്നും വൻകിടക്കാരുടെ പദ്ധതികളുടെ എണ്ണം മാത്രമാണ് വർധിക്കുന്നതെന്നും റിസർവ്

ബാങ്ക് മുന്നറിയിപ്പ് നൽകുന്നു. മുൻവർഷങ്ങളിൽ ആരംഭിച്ചതുൾപ്പെടെ 2006–07 ൽ 2,83,440 കോടി രൂപയുടെ നിക്ഷേപം 1063 പദ്ധതികളിൽ നിന്നുണ്ടായത് എങ്കിൽ 2007–2008 ൽ 2,84,371 കോടിയുടെ നിക്ഷേപം വെറും 910 പദ്ധതികളിൽ നിന്നാണ്. ഒരു വർഷം ഏതാണ്ട് 150 പദ്ധതികളുടെ കുറവുണ്ട്.

കോർപ്പറേറ്റ് ഭീമന്മാർ ശ്രദ്ധപതിപ്പിക്കുന്നത് പശ്ചാത്തല സ്വകാര്യ പദ്ധതികളിലാണെന്ന് സമ്പദ്വ്യവസ്ഥയുടെ അസാമ്യമായ വളർച്ചയ്ക്കും ഇത് കാരണമാകുമെന്നും സാമ്പത്തിക വിദഗ്ധൻ ഭയക്കുന്നു. ഊർജം, ടെലികോം, തുറമുഖങ്ങൾ, വിമാനത്താവളങ്ങൾ, റോഡുകൾ എന്നിവയാണ് കോർപ്പറേറ്റ് നിക്ഷേപത്തിന്റെ മഹാ ഭൂരിപക്ഷവും. മൊത്തം നിക്ഷേപത്തിന്റെ പകുതിയിലധികവും ഈ മേഖലയിലാണ്.

പ്രത്യേക സാമ്പത്തിക മേഖല, ഐ ടി പാർക്ക് എന്നിവയിൽ പത്തിരട്ടി നിക്ഷേപ വർധനവ് ഉണ്ടായി. അടിസ്ഥാന മേഖലയിൽ നിക്ഷേപം നടത്താൻ കോർപ്പറേറ്റുകൾ വിമുഖത കാണിക്കുകയാണ്. ഈ വരികൾ അച്ചടിക്കുമ്പോൾ ഇത:പര്യന്തം കണ്ടിട്ടില്ലാത്ത സാമ്പത്തിക കുഴപ്പത്തിലേക്ക് അമേരിക്ക കൂപ്പുകുത്തിയിരിക്കുകയാണ്. ഭയാനകങ്ങളായ അതിന്റെ ഭവിഷ്യത്തുക്കൾ ഇന്ത്യയിലെ ഐ ടി മേഖലയെ ബാധിച്ചെന്ന വാർത്തകൾ ഉണ്ട്.

10

പ്രതിസന്ധിയും ചെറുത്തുനിൽപ്പും

തിരുവിതാംകൂർ മഹാരാജാവിന്റെ ശംഖുമുദ്രയിലെന്നപോലെ തുമ്പിക്കൈ ഉയർത്തി മുഖാഭിമുഖം നിൽക്കുന്ന രണ്ട് ആനകളും മധ്യത്തിൽ ശംഖിന് പകരം ദീർഘചതുരത്തിൽ എഫ് എ സി ടി എന്ന് എഴുതിയതുമാണ് ഫാക്ട് കമ്പനിയുടെ മുദ്ര അല്ലെങ്കിൽ അടയാളം (എംബ്ലം). ചെയർമാൻ മാനേജിങ് ഡയറക്ടറുടെ ചുമതല ശ്രീ എം കെ കെ നായർ ഏറ്റെടുത്ത് അധികനാളുകൾ കഴിയും മുമ്പേ മുദ്രയുടെ കീഴിൽ (Fact First in the Field, ഫാക്ട് രംഗത്ത് ഒന്നാമൻ) എന്നു കൂടി എഴുതിച്ചേർത്തിരുന്നു. അത് അക്ഷരാർഥത്തിൽ മാത്രമല്ല വസ്തുതയിലും നൂറുശതമാനവും ശരിയുമായിരുന്നു.

വെറും ഇരുപത്തഞ്ചുലക്ഷം രൂപയുടെ മൂലധനത്തോടുകൂടി (അതിൽ 51% തിരുവിതാംകൂർ സർക്കാരിന്റേത്) 1943 ൽ പ്രവർത്തനം തുടങ്ങിയ ഈ കമ്പനി 47 കൊല്ലം പിന്നിട്ടപ്പോൾ ദക്ഷിണേന്ത്യയിലെ കൂറ്റൻ രാസവ്യവസായശാലയായി ഉയർന്നു. ഇന്ത്യയിലെ ഹരിതവിപ്ലവത്തിനു ഗണ്യമായ സംഭാവനയാണീ കമ്പനി ചെയ്തത്.

1990 ൽ അന്നത്തെ നിരക്കനുസരിച്ച് കമ്പനിയുടെ ആകെ ആസ്തി 2300 ഏക്കർ ഭൂമി ഉൾപ്പെടെ 4001 കോടി രൂപയാണ്. കമ്പനിയുടെ തൊപ്പിയിലെ പൊൻതൂവലാണ് ലോക പ്രശസ്തമായ ഫെഡോ, ഫ്യൂ എന്നീ സ്ഥാപനങ്ങൾ.

1. ഉൽപ്പാദന വിപണന ലക്ഷ്യത്തിനുള്ള ധാരണാപത്രം പാലിക്കപ്പെടുന്നതിന് കഴിഞ്ഞ ഒരു ദശാബ്ദക്കാലമായി ഈ കമ്പനിക്ക് Excellent Rating തുടർച്ചയായി ലഭിച്ചുവന്നു.
2. മികച്ച പൊതുമേഖല സ്ഥാപനത്തിനുള്ള അവാർഡ്.
3. മികച്ച കേന്ദ്ര പൊതുമേഖലയ്ക്കുള്ള ഇൻസ്റ്റിറ്റ്യൂഷൻ എഞ്ചിനിയേഴ്സ് അവാർഡ്.

4. ദേശീയ-സംസ്ഥാന പ്രൊഡക്ടിവിറ്റി കൗൺസിലുകളുടെ അവാർഡ്.
5. ദേശീയ-സംസ്ഥാന സുരക്ഷാ അവാർഡുകൾ.
6. ദേശീയ-സംസ്ഥാന മലിനീകരണ നിയന്ത്രണ അവാർഡുകൾ.
7. 9001, 9002, 14000 സർട്ടിഫിക്കറ്റുകൾ
കേന്ദ്ര സംസ്ഥാന തദ്ദേശ സ്വയംഭരണ, ഭരണകൂടങ്ങൾക്ക് ഈ കമ്പ നിയിൽ നിന്ന് ആകെയുള്ള വിഹിതം 211.61 കോടി രൂപ.

ദക്ഷിണേന്ത്യയിലാകെ വ്യാപിച്ചു കിടക്കുന്ന വിപണന ശൃംഖല. പതിനായിരത്തിലധികം ജീവനക്കാർ. അനുബന്ധമായി കരാർ തൊഴി ലാളികളുടെയും മറ്റുള്ളവരുടെയും എണ്ണം വേറെയും. നമ്മുടെ പൊതു മേഖലയ്ക്ക് സഹജമായുള്ള കെടുകാര്യസ്ഥതയും അഴിമതികളും തൊട്ടു തീണ്ടിയിട്ടില്ലെന്ന് വാദിക്കുന്നില്ല. മറ്റനേകം രാസവ്യവസായങ്ങൾക്ക് അസംസ്കൃത പദാർഥം നൽകുന്നു. അങ്ങനെ ദക്ഷിണേന്ത്യയിലെ കൂറ്റൻ രാസവളനിർമാണ ശാല നമ്മുടെ അഭിമാനമായി കരുതുന്ന നവ രത്ന സ്ഥാപനങ്ങളോടൊപ്പം തന്നെയില്ലെങ്കിലും തൊട്ടു താഴെ പരിഗ ണിക്കപ്പേടേണ്ട ബൃഹത് സ്ഥാപനം. ഈ ബൃഹത് സ്ഥാപനത്തെ ആഗോ ളവൽക്കരണം എന്ന ഭീമൻ തന്റെ ഉദാരവൽക്കരണം, സ്വകാര്യവൽക്ക രണം എന്നീ കൈകൾ നീട്ടി തട്ടിപ്പറിച്ച് വിഴുങ്ങാൻ ശ്രമിച്ചതും അതിനെ ചെറുത്ത് തോൽപ്പിച്ച് തൽക്കാലത്തേക്കെങ്കിലും തടഞ്ഞു നിർത്താൻ നടത്തിയ ശ്രമവുമാണ് ഇനി പറയാൻ പോകുന്നത്.

ആഗോളവൽക്കരണം എന്ന കാഴ്ചപ്പാട് ഔപചാരികമായി ഉദ്ഘോ ഷിക്കപ്പെടുന്നതിന് മുമ്പുതന്നെ ലോകബാങ്ക് വഴിയും മറ്റ് ഏജൻസികൾവ ഴിയും അവികസിത വികസ്വര രാഷ്ട്രങ്ങൾ ഉദാരമായി വായ്പയും മറ്റും നൽകി ആ രാഷ്ട്രങ്ങളെ കടക്കെടുതിയിൽ വീഴ്ത്താൻ ശ്രമിച്ചിരുന്നത് മുമ്പ് സൂചിപ്പിച്ചല്ലോ. 1991 ൽ നരസിംഹറാവു ഗവൺമെന്റ് അധികാര ത്തിൽ വരുമ്പോൾ നമ്മുടെ വിദേശവായ്പത്തുകയുടെ പലിശപോലും അടയ്ക്കാൻ വിഷമിക്കുന്ന കാലം. യാതൊരു ദേശീയ പാരമ്പര്യവുമി ല്ലാത്ത, അമേരിക്കൻ നിയന്ത്രണത്തിലുള്ള ലോകബാങ്കിന്റെ വിശ്വസ്ത സേവകനായിരുന്ന മൻമോഹൻസിങ്ങിനെ നിങ്ങളുടെ ഹൈക്കമാന്റ് എന്തിനു പ്രധാനമന്ത്രിയാക്കിയെന്ന ചോദ്യത്തിന് മറുപടിയായി ഐ എൻ ടി യു സി നേതാവിന്റെ മറുചോദ്യം മൻമോഹൻസിങ് ഉന്നതനായ സാമ്പത്തിക ശാസ്ത്രജ്ഞനും സമർഥനുമായ സാമ്പത്തിക കാര്യ മാനേ ജരുമല്ലേ എന്നായിരുന്നു. പറഞ്ഞതു ശരിതന്നെ. പക്ഷേ മുതലാളിത്ത പക്ഷവാദിയെന്നല്ല അതിന്റെ ചാമ്പ്യനാണെന്നു മാത്രം. കിട്ടാക്കടങ്ങളും നികുതി കുടിശ്ശികയും പിരിച്ചെടുത്തും നികുതി വെട്ടിപ്പുകൾ തടയാൻ മന്ത്രി തന്നെ ചെക്ക് പോസ്റ്റുകളിൽ പ്രത്യക്ഷപ്പെട്ടും, മറ്റു ഫലപ്രദമായ നടപടികൾ സ്വീകരിച്ചും, റവന്യൂ വരുമാനം വർധിപ്പിക്കുകയും, അതേ സമയം സാധാരണ പൊതുജനങ്ങൾക്ക് കൂടുതൽ ആശ്വാസകരമായ നട പടി സ്വീകരിച്ചുമാണ്, കേരള ധനവകുപ്പ് മന്ത്രി തോമസ് ഐസക് സാമ്പ

ത്തിക പ്രതിസന്ധി തരണം ചെയ്യുന്നത്. എന്നാൽ വിദഗ്ധ സാമ്പത്തിക ശാസ്ത്രജ്ഞനും സാമ്പത്തിക കാര്യമാനേജരുമായ മൻമോഹൻസിങ് ചെയ്തത് ഭാരം മുഴുവനും ജനങ്ങളുടെ തലയിൽ കെട്ടിവയ്ക്കുകയായിരുന്നു. വൻകിടക്കാരുടെ ആദായനികുതി പരിധി ഉയർത്തി. വിദേശ ഇറക്കുമതി ചരക്കിന്മേലുള്ള ചുങ്കം കുറച്ചു. നിത്യോപയോഗ സാധനങ്ങളുടെ വിലക്കയറ്റം ഉണ്ടാക്കി. അങ്ങനെ പലതും. ഗണപതി പ്രാതൽ കഥയിൽ ഗണപതിയുടെ ആർത്തിയെക്കുറിച്ച് പറയുംപോലെ പൊതുമേഖലാ വ്യവസായങ്ങൾ വിറ്റു തുലയ്ക്കുന്നതിനെപ്പറ്റി ചിന്തിച്ചു. ശക്തിയായ എതിർപ്പ് ഉളവാകയാൽ പൊതുമേഖല വ്യവസായങ്ങളിലെ കുറെ ഓഹരി എങ്കിലും വിറ്റഴിക്കുന്നിടത്തേക്കു നീങ്ങി. അങ്ങനെ ഫാക്ടിന്റെ 2% ഓഹരി ലൈഫ് ഇൻഷുറൻസ് കോർപ്പറേഷന് വിറ്റു.

1996 ൽ കോൺഗ്രസ് ഭരണം തകർന്നു. തുടർന്ന് ഹ്രസ്വകാലയളവിൽ മാത്രം അധികാരത്തിൽ കയറിയ ഐ കെ ഗുജറാൾ മന്ത്രിസഭയെയും, ദേവഗൗഡ മന്ത്രിസഭയെയും അധികാരം നഷ്ടപ്പെട്ടതിൽ നിരാശരായ കോൺഗ്രസും അധികാരത്തിൽ എങ്ങനെയും കയറണമെന്നാർത്തിപൂണ്ട ബി ജെ പിയും ചേർന്നു മറിച്ചിട്ടു. സ്വകാര്യവൽക്കരണത്തിനു വേണ്ടിയുള്ള മുറവിളി തുടരുകയാൽ ദേവഗൗഡ മന്ത്രിസഭ പൊതുമേഖല സ്വകാര്യവൽക്കരിക്കുന്നതിനെപ്പറ്റി പഠിച്ച് റിപ്പോർട്ട് ചെയ്യാൻ ജി വി രാമകൃഷ്ണയുടെ നേതൃത്വത്തിൽ ഒരു കമ്മീഷനെ നിയമിച്ചു

തുടർന്ന് വന്ന വാജ്പേയി ഗവൺമെന്റ് സാമ്രാജ്യത്വ നിർദേശങ്ങൾ കണ്ണടച്ച് നടപ്പാക്കാൻ തുടങ്ങി. ഫാക്ട് ഉൾപ്പെടെ 41 വ്യവസായങ്ങൾ സ്വകാര്യവൽക്കരിക്കാൻ ജി വി രാമകൃഷ്ണൻ റിപ്പോർട്ടു ചെയ്തു. എന്നാൽ ആഗോളവൽക്കരണത്തിന്റെ ഫലമായി ഫോസ്ഫേറ്റ് വളങ്ങളുടെ റിട്ടൺഷൻ സബ്സിഡി എടുത്തുകളഞ്ഞതും, നാഫ്തയുടെ വില ആഗോള വിപണിയുമായി ബന്ധപ്പെടുത്തി പുനർ നിശ്ചയിച്ചതും അസംസ്കൃതവസ്തുക്കളുടെ ദുസ്സഹമായ വിലക്കയറ്റവും ചെലവേറിയ നാഫ്തയുടെ ഉപയോഗവും പതിനഞ്ചു കൊല്ലം തുടർച്ചയായി ലാഭത്തിൽ ഓടിയ ഫാക്ടിനെ നഷ്ടത്തിന്റെ പെരുംകുഴിയിലേക്കാഴ്ത്തി. ബി ജെ പി ഗവൺമെന്റ് ഫാക്ടിനെ വിറ്റഴിക്കാനുള്ള നടപടികളും ആരംഭിച്ചു.

വെല്ലിങ്ടൺ ഐലന്റിൽ എഫ് എ സി ടി സ്ഥാപിച്ചിരുന്ന അമോണിയ ടാങ്ക് ആണ് പുകമഞ്ഞിന്റെ കാരണം എന്ന് ബുദ്ധിരാക്ഷസന്മാരായ മൗലിക പരിസ്ഥിതിവാദികൾ കണ്ടുപിടിച്ചു. അപ്പോൾ അമോണിയ ടാങ്ക് പൊട്ടിത്തെറിച്ചാലുള്ള സ്ഥിതി എന്തായിരിക്കും! ഇന്ത്യയിലെ ഭോപ്പാൽ, അമേരിക്കയിലെ ത്രിമൈൽസ് ഐലന്റ്, ജപ്പാനിലെ മിനിമാതാ ഉൾക്കടൽ, സോവിയറ്റ് റഷ്യയിലെ ചെർണോബിൽ, ജർമനിയിലെ റൈൻ നദിയിലെ സാന്റോസ് തുടങ്ങിയ ദുരന്തങ്ങളെക്കുറിച്ച് കേട്ടിട്ടുള്ള നഗരവാസികൾ എങ്ങനെ പരിഭ്രാന്തരാവാതിരിക്കും? പ്രതിഷേധങ്ങൾ പത്രപ്രസ്താവനകൾ, ഒടുവിൽ പരാതി ഹൈക്കോടതിയിൽ! ശുദ്ധാത്മാക്ക

ളായ കുറെ മനുഷ്യസ്നേഹികളാണ് ഇതിന് പിന്നിലെന്ന് തൊഴിലാളികൾ തെറ്റിദ്ധരിക്കേണ്ട.

ആഗോളവൽക്കരണത്തിന്റെ ആശയങ്ങൾ അവികസിത വികസ്വര രാജ്യങ്ങളിലെ ജനജീവിതത്തിന്റെ സർവതലങ്ങളിലും പ്രചരിപ്പിക്കുന്നതും ആഗോളവൽക്കരണത്തിന്റെ പരിപാടിയാണ്. കലാകാരന്മാർ, സാഹിത്യകാരന്മാർ, ശാസ്ത്രജ്ഞന്മാർ, പരിസ്ഥിതിവാദികൾ എന്നിങ്ങനെ പല ഏജൻസികളിലൂടെയാണ് ഇത് പ്രയോഗിക്കുക. കൊച്ചിയിലെ പുകമഞ്ഞിന്റെ അടിസ്ഥാനത്തിന്റെ ഉപജ്ഞാതാക്കൾ മൗലിക പരിസ്ഥിതിവാദക്കാർ ആണ്. ജനങ്ങളിൽ പരിഭ്രാന്തി ഇളക്കിവിട്ട് അവരിൽ നിന്നും കുറെ ശുദ്ധാത്മാക്കളെ അവർ തന്ത്രപൂർവം വശത്താക്കിയിട്ടുണ്ടായിരിക്കും.

എന്തേ ഇപ്പോൾ ഫാക്ടിനെ ലക്ഷ്യംവച്ച് പുകമഞ്ഞ് കഥ രചിക്കുന്നു? ഇന്ത്യ സ്വതന്ത്രമായ നാളുകളിൽ ഇവിടെ ഇന്നത്തേപ്പോലെ വൻകോർപ്പറേറ്റുകൾ വളർന്നു വന്നിരുന്നില്ല. അടിസ്ഥാന വ്യവസായങ്ങൾ വികസിപ്പിക്കാതെ അവർക്ക് പെട്ടെന്ന് ഉയരാൻ കഴിയുമായിരുന്നില്ല. അതുകൊണ്ട് സർക്കാർ ചെലവിൽ രണ്ടും മൂന്നും പഞ്ചവത്സര പദ്ധതികളിലുൾപ്പെടുത്തി അടിസ്ഥാന വ്യവസായങ്ങൾ വികസിപ്പിച്ചു. ഈ അടിസ്ഥാന വ്യവസായങ്ങൾ ഒരുക്കിയ സൗകര്യങ്ങളും ബാങ്കുകളിൽ നിന്നും പൊതു ഖജനാവുകളിൽ നിന്നും വായ്പയായും — വായ്പ തിരിച്ചടക്കാറില്ല— ഗ്രാന്റായും മൂലധനം വർധിച്ച തോതിൽ സ്വരൂപിച്ച് അവർ തടിച്ചുകൊഴുക്കുകയും വൻകോർപ്പറേറ്റുകളായി വളരുകയും ചെയ്തു. വൻകോടീശ്വരന്മാരുള്ള രാജ്യങ്ങളിൽ നാലാംസ്ഥാനം ഇന്ത്യക്കാണ്. ഇപ്പോൾ പൊതുമേഖല തകർത്ത് തങ്ങളുടെ വ്യവസായ സാമ്രാജ്യം വിപുലപ്പെടുത്തുക, വിദേശത്തേക്ക് തങ്ങളുടെ മൂലധനം കയറ്റി അയയ്ക്കുക എന്നതായി ലക്ഷ്യം. ആഗോളവൽക്കരണത്തിന്റെ പ്രണേതാക്കളായ സാമ്രാജ്യത്വവും ആഗ്രഹിക്കുന്നത് സ്വത്വവും സ്വാശ്രയ സമ്പദ്സ്ഥിതിയുമുള്ള രാജ്യങ്ങളെ നവകൊളോണിയലിസത്തിന് കീഴിൽ കൊണ്ടുവരികയാണല്ലോ ലക്ഷ്യമാക്കുന്നത്.

സുഹാരി ഫെർട്ടിലൈസേഴ്സ്, ദീപക് ഫെർട്ടിലൈസേഴ്സ്, ബിർള തുടങ്ങിയവർക്ക് സുസജ്ജമായ ഈ കൂറ്റൻ ഫാക്ട് കാണുമ്പോൾ നാവിൽ വെള്ളം ഊറിയെങ്കിൽ അതിലെന്ത് അത്ഭുതം. ഫാക്ട് മാത്രമല്ല നമ്മുടെ നവരത്നങ്ങളെയും അവർ നോട്ടമിട്ടതാണ്.

പുകമഞ്ഞിനു കാരണമായ വെല്ലിങ്ടൺ ഐലന്റിലെ ഫാക്ട് വക അമോണിയ പൊളിച്ചു നീക്കണമെന്ന ഹർജി ഹൈക്കോടതയിൽ എത്തി. യാതൊരപകടവും വരാത്ത മുൻകരുതലോടെ നവീന സാങ്കേതിക വിദ്യയുടെ അടിസ്ഥാനത്തിൽ ആസൂത്രണം ചെയ്തിട്ടുള്ളതാണ് ഈ അമോണിയ ടാങ്ക്. യൂണിയനുകൾ എല്ലാം കൂടിയാലോചിച്ച് കേസിൽ കക്ഷി ചേരാൻ തീരുമാനിച്ചു. പുത്തരിയിൽ തന്നെ കല്ലുകടിച്ചു. ബി എം എസ് യൂണിയൻ ഇടഞ്ഞു. മറ്റു യൂണിയനുകൾ കക്ഷി ചേർന്നു. കേസു നട

ത്തിപ്പിന്റെ ചെലവിലേക്കായി അഞ്ചുരൂപ വേതനത്തിൽ നിന്നും പിടിച്ച് യൂണിയനുകളെ ഏൽപ്പിക്കണമെന്നവർ മാനേജുമെന്റിനോട് അഭ്യർഥിച്ചു. ഈ രീതി ചെക്ക് ഓഫ് സമ്പ്രദായം മിക്കവാറും ഫാക്ടറികളിൽ നടക്കുന്നുണ്ട്. ബി എം എസും പ്രത്യേകം കക്ഷി ചേർന്നു. അമോണിയ സംഭരണി പൊളിച്ചു നീക്കരുതെന്ന് വാദിക്കാനല്ല, വേതനത്തിൽ നിന്ന് 5 രൂപ പിടിക്കരുതെന്നാവശ്യപ്പെട്ടുകൊണ്ട് പക്ഷേ കോടതി അവരുടെ ആവശ്യം തള്ളിക്കളഞ്ഞു. എന്നിട്ടും അവർ പാഠം പഠിച്ചില്ല. അവരുടെ അംഗങ്ങൾ ഫണ്ട് പിരിവിൽ സഹകരിക്കുക തന്നെ ചെയ്തു.

ഈയിടെയായി അനവധി കേസുകളിൽ വിധിപറയുന്നത് ജന താൽപ്പര്യം പരിഗണിച്ചല്ല എന്നതു വലിയ ചർച്ചാവിഷയമായതാണല്ലോ. അനേകം രാജ്യങ്ങളിൽ ജനസാന്ദ്രമായ തുറമുഖ പട്ടണങ്ങളിൽ പോലും ഇന്ത്യയിൽ തന്നെ മുംബൈ, മംഗാലപുരം, തൂത്തുക്കുടി, വിശാഖപട്ടണം പാരാദ്വീപ്, കണ്ട്ല തുടങ്ങിയ ഇടങ്ങളിൽ അമോണിയ ടാങ്കുകൾക്ക് കുഴപ്പമില്ല! കൊച്ചിയിൽ അപായകരമെന്നു പറയുന്നതിലും നാളിതുവരെയും ഐലന്റിലെ ടാങ്കിൽ നിന്നും യാതൊരപകടവുമുണ്ടായിട്ടില്ലെന്നതും മൗലിക പരിസ്ഥിതി വാദികളുടെയും അവരെ പിന്തുണച്ചവരുടെയും വാദ മുഖങ്ങളുടെ കള്ളത്തരം വെളിവാകുമല്ലോ. പക്ഷേ കോടതിവിധി മൗലിക പരിസ്ഥിതിവാദികൾക്കനുകൂലമായിരുന്നു. ഫാക്ട് കമ്പനി ആ ടാങ്ക് പൊളിച്ചു നീക്കണം.

ഹൈക്കോടതിയിൽ തൊഴിലാളികൾക്കുവേണ്ടി വാദങ്ങൾ യുക്തി യുക്തം ഗംഭീരമായി നടന്നു. സ്വാഭാവികമായും തൊഴിലാളികളുടെ വികാരം വ്രണിതമായി. തങ്ങളുടെ രോഷം പ്രകടിപ്പിക്കാനായി അവർ ഹൈക്കോടതിയിലേക്ക് മാർച്ച് ചെയ്തു. കശ്മലരായ യൂദാസുകൾ എങ്ങും എപ്പോഴും ഉണ്ടായിരിക്കുമല്ലോ ഹൈക്കോടതിയിലേക്കുള്ള മാർച്ച് തികച്ചും കോർട്ടലക്ഷ്യമാണെന്നും ഫാക്ടിലെ തന്നെ ഒരു തൊഴിലാളി ഹർജി കൊടുത്തു. സാധാരണഗതിയിൽ ഹൈക്കോടതി മാർച്ച് അവഗ ണിക്കപ്പെട്ടുപോകുമായിരുന്നു. ഇതിനുമുമ്പും പിമ്പും എത്രയോ മാർച്ചു കൾ ഹൈക്കോടതിയിലേക്ക് നടത്തിയിരിക്കുന്നു! കോടതിയുടെ മുമ്പിൽ ഹർജി വന്നു കഴിഞ്ഞാൽ കോടതിക്കു ഇടപെടാതിരിക്കാൻ വയ്യ. കോർട്ട ലക്ഷ്യം ഉന്നയിച്ചത് ആരെന്നോ, ഫാക്ടിലെ തൊഴിലാളി തന്നെ. കൊച്ചിൻ ഡിവിഷനിൽ ജോലി ചെയ്യുന്ന ഒരു മിസ്റ്റർ ബാബു മോഹൻ എന്ന പട്ടിക ജാതിയിൽപ്പെട്ടയാൾ. തലമുറ തലമുറകളായി സവർണരാലും ഭരണാ ധികാരികളാലും അടിച്ചമർത്തപ്പെട്ടവരുടെ പ്രതിനിധി. നവോത്ഥാന പ്രസ്ഥാനത്തിന്റെയും വൈക്കം സത്യഗ്രഹത്തിന്റെയും കഥ അറിയാത്ത വനോ അറിഞ്ഞിട്ടും വിസ്മൃതി നടിക്കുന്നവനോ. അയിത്തത്തിനെതിരെ ഗുരുവായൂർ സത്യഗ്രഹം വിവരിക്കുന്നില്ല. സി വി ശ്രീരാമന്റെ *ദുഃഖിത രുടെ ദുഃഖം* എന്ന ചെറുകഥാ സമാഹാരത്തിലെ ചില കഥാപാത്രങ്ങൾ ഓർമയിൽ വന്നു.

വേറൊരു സംഭവ കഥ: ഏലൂർ പൊലീസ് സ്റ്റേഷനിൽ സ്ഥലം മാറ്റ

മായി വന്ന ഇത്തരത്തിലുള്ള ഒരു സബ് ഇൻസ്പെക്ടറുടെ കഥ കേൾക്കൂ. അദ്ദേഹം ചാർജ് ഏറ്റ ഉടനെ ആദ്യമായി ഒരു ലക്സ് സോപ്പ് വാങ്ങി സ്റ്റേഷനിൽ സൂക്ഷിക്കാൻ ഏർപ്പാട് ചെയ്തു. ഹർജിക്കാരായാലും എതിർകക്ഷികളായാലും ശരി സ്റ്റേഷനിൽ എത്തുന്ന സവർണനെ ആദ്യമേ തല്ലുമായിരുന്നു. തമ്പുരാനെ തൊട്ട കൈ അശുദ്ധമായല്ലോ എന്ന് പരിഹസിച്ച് ലക്സ് സോപ്പിട്ട് കൈകഴുകിയ ശേഷമേ കാര്യത്തിലേക്ക് കടക്കൂ! ചില സങ്കുചിതമനസ്കരും വേണ്ടത്ര സാമൂഹിക ചരിത്രബോധമില്ലാത്തവരും, അൽപ്പന് അർഥം കിട്ടിയാൽ അർധ രാത്രികുട പിടിക്കുമെന്നു പറഞ്ഞ് ഇക്കൂട്ടരെ ആക്ഷേപിക്കും. അതു ശരിയല്ല. തലമുറയായി അടിച്ചമർത്തപ്പെട്ടിരുന്നവന് തല ഉയർത്തിപ്പിടിക്കാൻ സൗകര്യം കിട്ടിയപ്പോൾ മൂടുമറന്ന് വിപരീത ദിശയിൽ ബൂർഷ്വാ സ്വഭാവം സ്വാംശീകരിക്കുകയാണ്. അവരെയും നേർവഴിയിൽ കൊണ്ടുവരാൻ ട്രേഡു യൂണിയനുകളും വിപ്ലവ പ്രസ്ഥാനങ്ങളും ക്ലേശകരമായ ചുമതല ഏറ്റെടുക്കേണ്ടി വരും.

എസ് സി, എസ് ടിക്കാരുടെ പേരും പറഞ്ഞ് ബാബുമോഹൻ അത്തരക്കാരിൽ നിന്നും സംരക്ഷണ സമിതി എസ് സി, എസ് ടി ഉൾപ്പെടെയുള്ള തൊഴിലാളികളിൽ നിന്നും പിരിവെടുത്തു കേസു നടത്തി. ഒടുവിൽ ഫാക്ട് സംരക്ഷണ സമിതി ക്ഷമായാചനം ചെയ്യേണ്ടി വന്നു.

ഹൈക്കോടതി വിധിയെ തുടർന്ന് കമ്പനി അടച്ചു പൂട്ടാതിരിക്കണമെങ്കിൽ ഇറക്കുമതി ചെയ്യുന്ന അമോണിയയ്ക്കു പകരം ഇവിടെ അത് ഉൽപ്പാദിപ്പിക്കണം. ഇവിടെ അമോണിയ ഉൽപ്പാദിപ്പിക്കാൻ അസംസ്കൃതവസ്തുവായ നാഫ്ത അടിസ്ഥാനപ്പെടുത്തി പുതിയ അമോണിയ പ്ലാന്റിന്റെ ആവശ്യകത അനിവാര്യമായി ഉയർന്നുവന്നു.

പുതിയ പ്ലാന്റ് നിർമിക്കാൻ ആവശ്യമായ 638 കോടി രൂപ മൂലധനത്തിന്റെ മൂന്നിൽ രണ്ടു ഭാഗം ഗവൺമെന്റ് ഓഹരിയാക്കുക എന്ന കീഴ്വഴക്കം ലംഘിച്ച് ഗവൺമെന്റ് 400 കോടി രൂപ വായ്പ കൊടുത്തു. വേറെ വാക്കുകളിൽ പറഞ്ഞാൽ 97.38% ഓഹരി കൈവശം വച്ചിരിക്കുന്ന അച്ഛൻ കൊച്ചുമോന് വായ്പ അനുവദിച്ചെന്ന്! അതും കൊള്ളപ്പലിശയ്ക്ക്! വിദേശത്ത് നിന്ന് 2.5% പലിശനിരക്കിൽ ഇന്ത്യാ ഗവൺമെന്റ് കടം വാങ്ങിയ അതേ തുക ഫാക്ടിന് 16% പലിശ ചുമത്തി. എന്തുകൊണ്ട് കേന്ദ്ര ഗവൺമെന്റ് ഇപ്രകാരം ഒരു ബ്ലേഡ് കമ്പനിയായി/ കൊച്ചുമകൻ മരിക്കുക തന്നെ വേണം വൻകിട മുതലാളിമാരോട് തങ്ങളുടെ കൂറു തെളിയിക്കാൻ.

ഇടിവെട്ടുകൊണ്ടവനെ പാമ്പുകടിച്ചതുപോലെ മറ്റൊരു അത്യാഹിതം. പുതിയ അമോണിയ പ്ലാന്റിനുള്ള നിർമാണം നടക്കുമ്പോൾ അസംസ്കൃത വസ്തുവായ നാഫ്ത വില ടൺ ഒന്നിന് 4000 രൂപ വില. പ്ലാന്റ് കമ്മീഷൻ ചെയ്യുമ്പോൾ 7000 രൂപയായും കമ്മീഷനുശേഷം 12000 രൂപ മുതൽ 16000 വരെ ഉയർന്നു. ഫലമോ? കഴിഞ്ഞ പതിനഞ്ചു കൊല്ലങ്ങളായി ലാഭമുണ്ടായിരുന്ന കമ്പനി നഷ്ടത്തിന്റെ അഗാധഗർത്തത്തിലേക്കു

വീണു. കൂനിന്മേൽ കുരു എന്ന പോലെ ഉദാരവൽക്കരണ നയത്തിന്റെ ഫലമായി ഇറക്കുമതി ചെയ്യുന്ന കാപ്രോലാക്ടത്തിന് 85% ചുങ്കം ചുമത്തിയിരുന്നത് 40% ആയി വെട്ടിച്ചുരുക്കി. അന്താരാഷ്ട്ര വിലനിലവാരത്തിൽ കാപ്രോലാക്ടം വില ഇടിഞ്ഞു. ചെലവേറിയ ഫാക്ടിന്റെ കാപ്രോലാക്ടം പ്രതിസന്ധിയിൽ ആയി. 1992 ൽ നരസിംഹറാവു മന്ത്രിസഭ ഫോസ്ഫാറ്റിക് പൊട്ടാസിക് രാസവള സബ്സിഡി പിൻവലിച്ചു. പെട്രോളിയം ഉൽപ്പന്നങ്ങളുടെ വിലയിൽ ഉണ്ടായ വർധനവ്. സൾഫർ തുടങ്ങിയ എല്ലാ അസംസ്കൃതവസ്തുക്കളുടെയും വിലകൂടിയത് എല്ലാം ഫാക്ടിന്റെ പ്രതിസന്ധി രൂക്ഷമാക്കി.

അങ്ങനെ 1991 ൽ ബാങ്കോക്കിൽ വച്ച് അന്നത്തെ ധനകാര്യവകുപ്പു മന്ത്രിയായിരുന്ന ഇന്നത്തെ പ്രധാനമന്ത്രിയുടെ മനസിലിരുപ്പ് ലാഭകരമല്ലാത്തത് എന്ന പേരിൽ പൊതുമേഖലാ സ്ഥാപനങ്ങൾ വിറ്റഴിക്കുകയോ അടച്ചുപൂട്ടുകയോ വേണമെന്ന ആഗോളവൽക്കരണ കാഴ്ചപ്പാട് പ്രയോഗത്തിൽ വരുത്താനുള്ള എല്ലാ സാഹചര്യങ്ങളും മനപൂർവം സൃഷ്ടിച്ചു.

വെല്ലിങ്ടൺ ഐലന്റിലെ ഫാക്ടിന്റെ അമോണിയ ടാങ്ക് കേസിൽ മൗലിക പരിസ്ഥിതിവാദികൾ ഉന്നയിച്ച വാദം അംഗീകരിച്ചു കൊണ്ടുള്ള ഹൈക്കോടതി വിധി 1994 ഫെബ്രുവരി 14 ന് ഉണ്ടായി. ഹൈക്കോടതി ഈ വിധി വരുന്നതിന് രണ്ടുവർഷങ്ങൾക്ക് മുമ്പേ തന്നെ ഫാക്ട് തൊഴിലാളികൾ 1992 ജൂലൈ 18ന് തന്നെ യോഗം ചേർന്ന് 'സേവ് ഫാക്ട് ആക്ഷൻ കമ്മിറ്റി' രൂപീകരിച്ച് ചെറുത്ത് നിൽപ്പ് ആരംഭിച്ചു. തങ്ങളുടെ യൂണിയന് അംഗീകാരം ലഭിച്ചിട്ടില്ലെന്ന മുടന്തൻ ന്യായം പറഞ്ഞു. ബി ജെ പി യൂണിയൻ. ബി എം എസ് ഇതിലും സഹകരിച്ചില്ല.

ഫാക്ട് സംരക്ഷണസമിതിയുടെ ഘടന അവിശ്വസനീയമാംവിധം ഏറെ വിചിത്രവും അത്ഭുതകരമായിരുന്നു. ഏറ്റവും വലിയ യൂണിയന്റെ പ്രസിഡന്റും ട്രേഡ് യൂണിയൻ രംഗത്തെ ഋഷിവര്യനുമായ എസ് സി എസ് മേനോൻ കൺവീനർ. ഓഫീസർമാരുടെതുൾപ്പെടെ പതിമൂന്നു സംഘടനകളുടെ പ്രതിനിധികൾ അംഗങ്ങൾ. കൺവീനർ മേനോൻ സാറൊഴിച്ചാൽ ബാക്കി എല്ലാവരും ഫാക്ട് ജീവനക്കാർ. മേനോൻ സാറിന് അനാരോഗ്യം മൂലം എല്ലായ്പ്പോഴും എല്ലാ പരിപാടികൾക്കും സന്നിഹിതനാകാൻ പ്രയാസം. ആകയാൽ അദ്ദേഹത്തിന്റെ യൂണിയൻ സെക്രട്ടറി ജനറലായ കെ ചന്ദ്രൻപിള്ള (പിന്നീട് രാജ്യസഭാംഗം)യാണ് ആ ചുമതല നിർവഹിച്ചത്.

ഫാക്ട് എംപ്ലോയീസ് അസോസിയേഷൻ രാഷ്ട്രീയമില്ലാത്ത സ്വതന്ത്രയൂണിയനാണ് എങ്കിലും ഫാക്ട് തൊഴിലാളികളുടെ തീക്ഷ്ണങ്ങളായ പൂർവകാല സമരവേളകളിലെല്ലാം എന്നും മുന്നണിപ്പടയായി നിന്നിരുന്നിട്ടുള്ള കമ്യൂണിസ്റ്റുകാർ അങ്ങനെ തന്നെയാണ് ഇപ്പോഴും അഭിമാനകരമായ പങ്ക് നിർവഹിച്ചത്.

കോൺഗ്രസ് നേതൃത്വത്തിലുള്ള ഐ എൻ ടി യു സിയുടെ വീക്ഷണത്തിൽ കമ്യൂണിസ്റ്റുകാർ ദേശസ്നേഹമില്ലാത്തവരും കിറ്റ് ഇന്ത്യാ

സമരത്തെ വഞ്ചിച്ച ബ്രിട്ടീഷ് ഏജന്റുമാരും, പിന്നീട് റഷ്യൻ ചാരന്മാരും സ്വതന്ത്ര ഇന്ത്യയിലെ വിധ്വംസകരും രക്തദാഹികളും പിന്നീട് ചൈന ചാരന്മാരും ഒക്കെയുമാണ്. ആർ എസ് എസിന്റെ നേതൃത്വത്തിലുള്ള ബി എം എസിനാണെങ്കിൽ നമ്പർ വൺ ശത്രുക്കൾ കമ്യൂണിസ്റ്റുകാരാണ്. ദീപസ്തംഭം മഹാശ്ചര്യം എന്നതുപോലെ തങ്ങൾക്കും വേണം ഒരു യൂണിയന്റെ നെറ്റിപ്പട്ടം എന്നാഗ്രഹിക്കുന്നവർ നയിക്കുന്ന അല്ലറചില്ലറ യൂണിയനുകൾ. സി പി ഐ (എം)ന് സി പി ഐ യോടും, എ ഐ ടി യു സി യോടും ചില കാര്യങ്ങളിലെങ്കിലും പൂർണമായ യോജിപ്പില്ലെന്നതും സത്യം. ഇപ്പറഞ്ഞവരുടെയെല്ലാം അവസരവാദവും തൊഴിലാളി വിരുദ്ധവും ആയ നിലപാടുകളെ തുറന്ന് കാണിക്കാനും എതിർത്ത് തോൽപ്പിക്കാനും ലഭിക്കുന്ന ഒരവസരവും പാഴാക്കരുതെന്ന് വാശിയുള്ള സി പി ഐ (എം) അങ്ങനെ കീരിയെയും പാമ്പിനെയും യോജിപ്പിക്കുന്ന കുറുക്കനെയും കോഴിയെയും ഒരേ കൂട്ടിലടയ്ക്കുക, എലിയെയും പൂച്ചയെയും സമരസപ്പെടുത്തുക എന്ന ഞാണിന്മേൽ കളി എന്നപോലെ അത്യന്തം ക്ലേശകരവും അതീവ ജാഗ്രതയോടെയും ചെയ്യേണ്ടതുമായ ചുമതലയാണ് കമ്യൂണിസ്റ്റ് മാർക്സിസ്റ്റ് പാർട്ടിയും അതിന്റെ പ്രതിനിധിയായ ചന്ദ്രൻപിള്ളയും ഏറ്റെടുത്തത്. പൊതുമേഖലയെ സ്വകാര്യവൽക്കരിക്കുകയെന്ന കേന്ദ്ര ബി ജെ പി കോൺഗ്രസ് ഗവൺമെന്റുകളുടെ നയത്തെ ചെറുത്തു തോൽപ്പിക്കാൻ അറച്ചറച്ചാണെങ്കിലും ബി ജെ പി കോൺഗ്രസ് നേതാക്കന്മാർ നിർബന്ധിതരായി. തൊഴിലാളികൾ യാതൊരു മടിയുമില്ലാതെയും.

ബി എം എസിന് അംഗീകാരം ലഭിച്ചതിനെ തുടർന്ന് ഫാക്ട് സംരക്ഷണസമിതിയുടെ ബാനറിന്റെ കീഴിൽ കൊണ്ടുവരാൻ കഴിഞ്ഞത് ആദ്യത്തെ വലിയ നേട്ടം തന്നെ. ഫാക്ട് തൊഴിലാളികൾക്കിടയിൽ അനൈക്യത്തിന്റെ ഒരു നൂലിഴ പോലും വിടവ് ഉണ്ടായിരിക്കരുതെന്ന് പ്രത്യേകം ശ്രദ്ധിക്കപ്പെട്ടു.

പൊതുയോഗങ്ങൾ, പ്രകടനങ്ങൾ, ജില്ലാ കാൽനട ജാഥകൾ മറ്റ് യൂണിയനുകളുടെ സംയുക്ത യോഗങ്ങൾ, ഗവർണറുടെ വസതിയിലേക്കുള്ള മാർച്ച്, സംസ്ഥാന മന്ത്രിമാർക്കും കേന്ദ്രമന്ത്രിമാർക്കും നിവേദനം, പരമദ്രോഹികളായ ഉദ്യോഗസ്ഥന്മാരെ തടഞ്ഞുവയ്ക്കൽ സത്യഗ്രഹം, ലഘുലേഖകൾ വഴിക്കുള്ള ബോധവൽക്കരണ പ്രചാരണം, നിരാഹാര സമരം, വാദിയായും പ്രതിയായും കോടതികളിൽ ഹാജരാക്കൽ, മനുഷ്യച്ചങ്ങല തീർക്കൽ, ഗത്യന്തരമില്ലാതെ വന്നപ്പോൾ മിന്നൽ പണിമുടക്കം തുടങ്ങി ഈ തൊഴിലാളികൾ പ്രയോഗിക്കാത്ത ആയുധങ്ങൾ ഒന്നുമില്ല. ഫാക്ടിനെ വിൽക്കരുത്, പൊതുമേഖലയിൽ തന്നെ നിലനിർത്തണമെന്ന തൊഴിലാളികളുടെ ആവശ്യം നാട്ടുകാരുടെ ആവശ്യമാക്കി ഉയർത്തി. ഇത് രാജ്യത്തിന്റെ തന്നെ ആവശ്യമായിക്കണ്ട് ഫാക്ട് തൊഴിലാളികളെ പിന്തുണയ്ക്കാൻ എത്തിയവരുടെ കൂട്ടത്തിൽ ജസ്റ്റിസ് ചന്ദ്രശേഖരമേനോൻ, ജസ്റ്റിസ് വി ആർ കൃഷ്ണയ്യർ, പ്രൊഫ. എം കെ

സാനു, മന്ത്രിമാർ, പ്രതിപക്ഷ നേതാക്കന്മാർ രാഷ്ട്രീയ കക്ഷിഭേദമന്യേ എല്ലാ രാഷ്ട്രീയക്കാരും, എം പിമാർ എം എൽ എ മാർ തദ്ദേശ സ്വയംഭരണ സ്ഥാപനങ്ങളിലെ ജനപ്രതിനിധികൾ, സർവ ജാതിമത സംഘടനകളുടെയും സാംസ്കാരിക സംഘടനകളുടെയും പ്രതിനിധികൾ, കത്തോലിക്കാ പുരോഹിതന്മാർ തുടങ്ങി മുഴുവൻ സമൂഹവും ഉൾപ്പെടുന്നു. അവരിൽ വലിയ വിഭാഗം റിലേ നിരാഹാര സമരത്തിൽ പങ്കെടുത്തു. പുണ്യസ്ഥലങ്ങളിലേക്ക് ഭക്തന്മാർ പ്രവഹിക്കും പോലെ ഉദ്യോഗമണ്ഡൽ ഡിവിഷന്റെ ഗേറ്റും പരിസരങ്ങളും എന്നും ജനനിബിഡമായിരുന്നു. 1992 മുതൽ 15 വർഷം നീണ്ടു നിന്ന ദൈർഘ്യമേറിയതും ബഹുജന പിൻതുണയാർജിച്ചതുമായ സമരം വേറെ ഉണ്ടായിട്ടുണ്ടോ എന്നറിയില്ല. ആലുവ വ്യവസായ മേഖലയിൽ ഉണ്ടായിട്ടില്ലെന്നുള്ളതിന് ഈ ലേഖകൻ തന്നെ സാക്ഷി.

പ്രതിദിനമുള്ള പരിപാടികൾ വിശദീകരിക്കുക അസാധ്യം. എന്നാൽ പരാമർശിക്കപ്പെടാതെ അവഗണിക്കാൻ വയ്യാത്തവയും തൊഴിലാളി നേതാക്കന്മാർ — അവർ ഏത് രാഷ്ട്രീയ പാർട്ടിയിലോ രാഷ്ട്രീയം ഇല്ലാത്തവരോ ആയാലും ശരി നിർബന്ധിതമായും പാലിക്കേണ്ടതുമായ ചില ഏടുകൾ വഴിയേ പ്രസ്താവിക്കാം.

സംരക്ഷണ സമിതിയുടെ എടുത്തുപറയേണ്ടതായ മറ്റൊരു സവിശേഷത ആ കമ്മിറ്റി പ്രശ്നത്തിന്റെ നാനാവശങ്ങളും പൂർണമായും ഗ്രഹിച്ചിരുന്നു. സ്ഥാപനത്തിന്റെ സാങ്കേതികവും ഭരണപരവും മാർക്കറ്റ് സംബന്ധിച്ച പ്രശ്നങ്ങളും പഠിച്ചിട്ടുണ്ട്. അങ്ങനെ സ്വകാര്യവൽക്കരണത്തിനെതിരായ വാദമുഖങ്ങൾ ആർക്കും നിഷേധിക്കാനാവാത്തവിധം യുക്തിയുക്തമായി അവതരിപ്പിച്ചിരുന്നു. സംസ്ഥാന ഗവൺമെന്റ് ഗവർണർ, എം പി മാർ, പ്രധാനമന്ത്രിയും വിവിധ വകുപ്പു മന്ത്രിമാരും സർവോപരി ബഹുജനസമക്ഷവും സമർപ്പിക്കപ്പെട്ടിട്ടുള്ള നിവേദനങ്ങളുടെ എണ്ണം അനവധിയാണ്. നിവേദനങ്ങൾ അടച്ചിട്ടുള്ള കടലാസിന്റെ തൂക്കവും പറയുക വയ്യ. എന്നാൽ പ്രത്യേകം പ്രസ്താവിക്കേണ്ടതായ ചിലതു പറയാം.

കേരള മുഖ്യമന്ത്രി നായനാർ, പ്രധാനമന്ത്രി വാജ്പേയിക്കു കൊടുത്ത നിവേദനം. ഫാക്ട് നഷ്ടത്തിലാണ്. സ്വകാര്യവൽക്കരിക്കുകയല്ലാതെ മറ്റു പോംവഴികൾ ഇല്ല എന്ന വാദത്തിന്റെ പൊള്ളത്തരം ആദ്യം മുഖ്യമന്ത്രിയെ ബോധ്യപ്പെടുത്തി. പ്രശ്ന പരിഹാരാർഥം കേന്ദ്ര ഗവൺമെന്റ് നേരിട്ട് ചെയ്യേണ്ടതും മാനേജ്മെന്റു നിർവഹിക്കേണ്ടതും ആയ നിർദേശങ്ങൾ പ്രത്യേക ഇനം തിരിച്ചു വിവരിച്ചു.

പുതിയ അമോണിയ പ്ലാന്റുമൂലം ഉണ്ടായ ബാധ്യത 378.2 കോടി എഴുതി തള്ളുക, താരിഫ് കമ്മീഷൻ റിപ്പോർട്ടനുസരിച്ചുള്ള രാസവളങ്ങളുടെ സബ്സിഡി നടപ്പാക്കുക. ഉദ്യോഗമണ്ഡലൽ റെയിൽവേ, ഫാക്ട് കൊച്ചിൻ ഡിവിഷനിലെ സൾഫ്യൂറിക് പ്ലാന്റ് അനുമതി, ഉത്തരേന്ത്യയിലെ പല രാസവള ഫാക്ടറികൾ ദ്രവീകൃത പ്രകൃതിവാതകം ഉപ

യോഗപ്പെടുത്തി കുറഞ്ഞ ചെലവിൽ ഉൽപ്പാദനം നടത്തുന്ന രീതി ഫാക്ടിനും ലഭ്യമാക്കുമാറ് കൊച്ചിയിലും (L N G) ദ്രവീകൃത പ്രകൃതി വാതക ടെർമിനൽ ഏർപ്പെടുത്തുക എന്നിവയും ഫാക്ട് മാനേജുമെന്റ് സത്വരം ശ്രദ്ധിക്കേണ്ടതാണെന്ന കാര്യം മുഖ്യമന്ത്രിയെ ബോധ്യപ്പെടുത്തി നിവേദന പത്രിക തയാറാക്കി. ഈ നിവേദനവുമായി മുഖ്യമന്ത്രിയുടെ നേതൃത്വത്തിൽ മന്ത്രിമാരായ പി ജെ ജോസഫ്, സുശീലാ ഗോപാലൻ എന്നിവരും കേരളത്തിൽ നിന്നുള്ള എം പി മാരും, സംരക്ഷണ സമിതി അംഗങ്ങളും 1998 ഡിസംബർ 15 നു കൃഷിവകുപ്പുമന്ത്രി സാംപാൽ, രാസവകുപ്പ് മന്ത്രി സുർജിത് സിങ് ബർണാല എന്നിവരുടെ സാന്നിധ്യത്തിൽ പ്രധാനമന്ത്രി വാജ്പേയിയെ കണ്ട് നിവേദനം സമർപ്പിച്ചു. പണ്ട് കേന്ദ്രമന്ത്രിയായ കാമരാജ് എന്തിനും പാക്കലാം എന്നാണ് മറുപടി പറഞ്ഞിരുന്നതെങ്കിൽ ഭാരതീയ ജനതപാർട്ടിയുടെ പ്രധാനമന്ത്രി വാജ്പേയി പെട്ടെന്ന് അവസരത്തിനൊത്ത് ഉയർന്നു. ഉടൻ ഉത്തരവിട്ടു. കേന്ദ്ര ഗവൺമെന്റിന്റെയും സംസ്ഥാന ഗവൺമെന്റിന്റെയും ബന്ധപ്പെട്ട ഉദ്യോഗസ്ഥന്മാരുടെയും പുതുതായി നിയമിക്കപ്പെട്ടിട്ടുള്ള ഫാക്ട് സി എം ഡിയുടെയും അടിയന്തര യോഗം വിളിച്ചു കൂട്ടി പ്രശ്നം പഠിച്ച് സ്വീകരിക്കേണ്ട അടിയന്തര നടപടികളെപ്പറ്റി പ്രധാനമന്ത്രിക്ക് റിപ്പോർട്ട് ചെയ്യാനായിരുന്നു ഉത്തരവ്. അന്ന് തന്നെ തീരുമാനം ക്യാബിനറ്റ് സെക്രട്ടറിയെ പ്രധാനമന്ത്രിയുടെ ജോയിന്റ് സെക്രട്ടറിയായ ജാവേദ് ഉസ്മാനികത്ത് മൂലം അറിയിക്കുകയും ചെയ്തു. എന്നാൽ ഒന്നും സംഭവിച്ചില്ല. എല്ലാം ജലരേഖയായി. കുറെ നാളുകൾ മുഖ്യമന്ത്രിയുടെ പാക്കേജ് നടപ്പാക്കാൻ മുറവിളികൂട്ടിയത് മിച്ചം.

അടുത്തതായി രാജ്ഭവനിലേക്ക് ഒരു മാർച്ച് സംഘടിപ്പിക്കുവാൻ തീരുമാനിച്ചു. അണ്ടിയോട് അടുത്താലേ മാങ്ങയുടെ പുളി അറിയൂ. യാദൃച്ഛികമായോ ഓർക്കാപ്പുറത്തോ തീരുമാനിച്ചതല്ല. സമരപരമ്പരയുടെ ഭാഗമായിട്ടാണ് രാജ്ഭവൻ മാർച്ച് തീരുമാനിക്കപ്പെട്ടത്. അപ്പോൾ ഐ എൻ ടി യു സി യ്ക്ക് വിയോജിപ്പ്. ഐ എൻ ടി യു സി യുടെ വൻ നേതാക്കന്മാരും കോൺഗ്രസ് നേതാക്കന്മാരും ഫാക്ട് ഗേറ്റിൽ വന്ന് മുഖ്യമന്ത്രിയുടെ പാക്കേജ് നടപ്പാക്കാനും സ്വകാര്യവൽക്കരണത്തിനുമെതിരെയും ഘോരഘോരം ഗർജിക്കുമ്പോൾ യാതൊരു വിയോജിപ്പും ഇല്ലായിരുന്ന ഐ എൻ ടി യു സിയാണ് പിൻമാറിയത്. അന്ന് തങ്ങൾക്ക് സൗകര്യപ്പെടാത്ത ദിവസമായതുകൊണ്ടാണ് പിൻമാറിയതെന്നാണ് അവർ അതിനു പറഞ്ഞ ന്യായം. നേതാക്കന്മാർ എന്തൊക്കെ പറഞ്ഞാലും ഐ എൻ ടി യു സി അംഗങ്ങൾ പങ്കെടുക്കുമെന്ന് ദൃഢനിശ്ചയം ചെയ്തു. എന്തെന്നാൽ അവരുടെയും കുടുംബത്തിന്റെയും നിലനിൽപ്പിന്റെ പ്രശ്നമായിരുന്നു. വിശക്കുന്നവന്റെ മുമ്പിൽ ദൈവം പോലും അപ്പത്തിന്റെ രൂപത്തിലായിരിക്കും പ്രത്യക്ഷപ്പെടുക എന്ന ഗാന്ധിവചനം നമ്മുടെ ഗാന്ധിശിഷ്യന്മാർ ഓർത്തില്ല. എന്നാൽ സ്റ്റേറ്റ് ഗവൺമെന്റ് പരാജയപ്പെട്ടിടത്താണ് കേന്ദ്രപ്രതിനിധിയായ ഗവർണർക്ക് നിവേദനം നൽകുന്നത് എന്ന്

അവർ ഓർക്കുന്നില്ല. തൊഴിലാളികളുടെ ക്ഷേമത്തേക്കാൾ തങ്ങൾക്ക് പ്രിയം ഭരണം തന്നെയെന്ന് ദേശീയ തൊഴിലാളി യൂണിയൻ നേതാക്കൾ തെളിയിച്ചു. എന്നാൽ നേതാക്കന്മാരുടെ വിലക്ക് വകവയ്ക്കാതെ ഐ എൻ ടി യു സി തൊഴിലാളികൾ മാർച്ചിൽ പങ്കെടുക്കുക തന്നെ ചെയ്തു.

യൂണിയനുകളുടെ അഖിലേന്ത്യാ ഫെഡറേഷനും കേന്ദ്ര ട്രേഡ് യൂണിയൻ സംഘടനകളും കൂടിച്ചേർന്ന് രൂപം നൽകിയിട്ടുള്ള നാഷണൽ ക്യാമ്പയിൻ കമ്മിറ്റി 2001 മെയ് 12 ന് അഖിലേന്ത്യാ പണിമുടക്കിന് ആഹ്വാനം ചെയ്തു. സംരക്ഷണസമിതിയിലെ അംഗങ്ങളായ 12 യൂണിയനും പണിമുടക്കിന് എതിരല്ല. എന്നാൽ ഓഫീസർമാരുടെ സംഘടനകൾക്ക് ശങ്ക. ഗവൺമെന്റിനെ മുഖാമുഖം നേരിടാൻ സങ്കോചമുള്ളവർ എന്ന് അവരെപ്പറ്റി നേരത്തേ സൂചിപ്പിച്ചിരുന്നുവല്ലോ. പണിമുടക്ക് നോട്ടീസ് നൽകാതെ പണിമുടക്കിൽ പങ്കെടുക്കാൻ അവർ തയാർ. കുഴഞ്ഞ പ്രശ്നം സംരക്ഷണസമിതി ഗാഢമായി ചർച്ച ചെയ്തു. ഓഫീസർമാരെ ഒഴിവാക്കിയാൽ ഫാക്ടറികൾ സ്തംഭിക്കയില്ല. സ്തംഭിപ്പിക്കലാണല്ലോ പണിമുടക്കിന്റെ ലക്ഷ്യം. എന്നാൽ സംരക്ഷണസമിതിയിൽ വിടവ് വരാതിരിക്കണമെന്നതും അതിപ്രധാനം. ഒടുവിൽ ചുണകെട്ടത് എന്ന് വിശേഷിപ്പിക്കപ്പെടാവുന്ന പണിമുടക്ക് നോട്ടീസ് നൽകാതെയുള്ള പണിമുടക്കം എല്ലാവരും തീരുമാനിച്ചു. എന്നാൽ ഫാക്ട് കൊച്ചിൻ ഡിവിഷനിലെ മേജർ യൂണിയൻ നോട്ടീസു നൽകി. ആ യൂണിയന്റെ നേതാവ് കരുത്തനായ ഒരു ട്രേഡ് യൂണിയൻ പ്രവർത്തകന്റെ പുത്രനും സമർഥനായ ട്രേഡ് യൂണിയൻ പ്രവർത്തകനുമാണ്. തൊഴിലാളി ഐക്യത്തിന്റെ പ്രാധാന്യത്തെക്കാൾ തന്റെ യൂണിയന്റെ വിപ്ലവാത്മകതയാണ് സ്വീകാര്യം എന്ന് അദ്ദേഹം തൽക്കാലത്തേക്ക് തെറ്റിദ്ധരിച്ചിരിക്കാം. ഫാക്ട് സംരക്ഷണത്തിനുവേണ്ടി യോജിച്ചുവെങ്കിലും മറ്റുപല പ്രശ്നങ്ങളിലും യൂണിയനുകൾ തമ്മിൽ അഭിപ്രായവ്യത്യാസം ഉണ്ടായിരുന്നുവെന്നതും വിസ്മരിച്ചുകൂടാ.

സമരഭേരി നിരന്തരം മുഴങ്ങിക്കൊണ്ടിരുന്നെങ്കിലും ഓഹരി വിൽപ്പനക്കാരനെ അതൊന്നും തെല്ലും ഏശിയില്ലെങ്കിലും അപ്പോൾ സംരക്ഷണസമിതിയുടെ ചോദ്യം നഷ്ടമാണെന്നു പറയുന്ന കമ്പനിയെ വിലയ്ക്കെടുക്കാൻ സ്വകാര്യക്കാർ എന്തിനു ക്യൂ നിൽക്കുന്നു? ഷൂരിക്ക് ഉത്തരം മുട്ടി. ഫാക്ടിനെ പൊതുമേഖലയിൽത്തന്നെ നിർത്താം എന്ന് തത്വത്തിൽ അംഗീകരിച്ചെന്ന് ഭാവിക്കയും ഇന്ത്യൻ ഫാർമേഴ്സ് ഫെർട്ടിലൈസർ കോ–ഓപ്പറേറ്റീവ് (IFFCO) നെയോ കൃഷക് ഭാരത് കോ–ഓപ്പറേറ്റീവിനെ (Krish Bharath Co-op) ഏൽപ്പിക്കാമെന്ന് അവർ ഇവിടെ വന്ന് ആസ്തി ബാധ്യതകളും സാധ്യതയും പരിശോധിച്ചിട്ട് ഏറ്റെടുക്കട്ടെ എന്ന നിർദേശം വച്ചു. സംരക്ഷണ സമിതി അതിനെ അനുകൂലിച്ചു. അങ്ങനെ രണ്ടു സ്ഥാപനങ്ങളുടെയും പ്രതിനിധികൾ പഠനം നടത്തി. പ്രകൃതി വാതകം ഉപയോഗിച്ചാണ് അവരുടെ ഫാക്ടറികളിൽ വളം ഉണ്ടാകുന്ന

ത്. അവരുടെ പ്രതിനിധികൾ ഇവിടെ വന്നു ആസ്തി ബാധ്യതകളും സാധ്യതകളും എല്ലാം പരിശോധിച്ചപ്പോൾ നാഫ്ത ഉപയോഗിക്കുന്നിടത്തോളം കാലം ലാഭകരമായി നടത്തിക്കൊണ്ടുപോകാൻ സാധിക്കില്ലെന്നു ബോധ്യമായപ്പോൾ അവർ പിന്മാറി.

എന്നാൽ ഫാക്ട് സംരക്ഷണസമിതി പിൻവാങ്ങിയില്ല. അവർ പുതിയ നിർദേശങ്ങൾ മുന്നോട്ടുവച്ചു. ഇതുവരെയും തൊഴിലാളികൾ വേതനക്കൂടുതലിനും മെച്ചപ്പെട്ട സേവന വ്യവസ്ഥകൾക്കും ആനുകൂല്യങ്ങൾക്കും വേണ്ടിയാണ് മുറവിളി കൂട്ടിയത് എങ്കിൽ ഇപ്പോൾ ഫാക്ട് തൊഴിലാളികൾ കഴിഞ്ഞ അര നൂറ്റാണ്ടായി അനുഭവിച്ചിരുന്ന പല ആനുകൂല്യങ്ങളും സ്വമേധയാ പരിത്യജിച്ച് പൊതുമേഖലയിൽ തന്നെ കമ്പനിയെ പിടിച്ചു നിർത്താനുള്ള ശ്രമം ആരംഭിച്ചു.

കൊച്ചിൻ റിഫൈനറീസിനെപ്പോലുള്ള പൊതുമേഖലാ ജീവനക്കാർക്ക് ലഭിക്കുന്നതിലും കുറഞ്ഞ വേതന സേവനങ്ങൾ ആണ് ഫാക്ട് ജീവനക്കാർക്ക് ഇന്നും ലഭിച്ചുകൊണ്ടിരിക്കുന്നത്. ആകെ വിറ്റുവരവിന്റെ 9.5 ശതമാനം മാത്രമാണ് ജീവനക്കാരുടെ വേതനം. നേരത്തെ ഒപ്പിട്ട കരാറനുസരിച്ച് വേതനമായ 120 കോടി രൂപ കുടിശ്ശിക ഇനിയും ലഭിച്ചിട്ടില്ല. എന്നിട്ടും കമ്പനിയെ പൊതുമേഖലയിൽ തന്നെ പിടിച്ചു നിറുത്താനായി തൊഴിലാളികൾ വീണ്ടും വിട്ടുവീഴ്ചയ്ക്കു തയാറായി.

ജീവനക്കാരുടെ എണ്ണം കുറയ്ക്കുക. 1990 ൽ ആകെ ജീവനക്കാർ 1000 ആയിരുന്നിടത്ത് 2002 ൽ 6005 ആയി കുറഞ്ഞു.
വിരമിക്കുന്ന പ്രായം 60 ൽ നിന്ന് 58 വയസായി.
ഉൽപ്പാദന പ്രോത്സാഹന വേതനം (ഇൻസെന്റീവ്) വെട്ടിച്ചുരുക്കൽ.
ലീവ് എൻക്യാഷ്മെന്റ് വേണ്ടെന്നുവച്ചു.
യൂണിഫോം വെട്ടിച്ചുരുക്കി.
വിവിധ ഡിപ്പാർട്ടുമെന്റുകളുടെ ഏകീകരണം എതിർത്തില്ല.
സ്കൂൾ സ്വകാര്യ ഏജൻസിക്ക് വിട്ടുകൊടുത്തു ഫീസ് വർധിപ്പിച്ചു.
ആശുപത്രിയും സ്വകാര്യ ഏജൻസിയെ ഏൽപ്പിച്ച് തൊഴിലാളികൾക്കുള്ള ആനുകൂല്യം വെട്ടിക്കുറച്ചു.
കാന്റീൻ സൗകര്യങ്ങൾ കുറച്ചു.
വീട്ടുവാടക വർധിപ്പിച്ചു.

പരസ്യം ചെയ്യാതെ പിൻവാതിലിൽ കൂടി നിയമിച്ചവരെ പിരിച്ചുവിടൽ തുടങ്ങി 27 ഇനങ്ങളിൽ തൊഴിലാളി ഭാഗത്തുനിന്ന് വിട്ടുവീഴ്ചയ്ക്ക് തയാറായി. താടിമീശയ്ക്കു തീ പിടിച്ചവൻ അതു രണ്ടുകൈകൾ കൊണ്ടു തിരുമ്മിക്കെടുത്താൻ നോക്കുമ്പോൾ കെടുത്തല്ലേ കെടുത്തല്ലേ ഈ ബീഡി ഒന്നു കൊളുത്തിക്കോട്ടെ എന്നു പറഞ്ഞ സുഹൃത്തിനെപ്പോലെ, ഐ എൻ ടി യു സി യുടെ ഒരു നേതാവ് ഇതിനിടയിൽ തന്റെ ആശ്രിതയായ ഒരു പെൺകുട്ടിക്ക് പിൻവാതിലിലൂടെ നിയമനം നേടി

യെടുത്തു. സംരക്ഷണസമിതിയിൽ മുറുമുറുപ്പായി. ഐ എൻ ടി യു സി യിലെ തൊഴിലാളികൾ പോലും രോഷാകുലരായി. ഓണത്തിനിടയിൽ പുട്ടുകച്ചവടമോ, പത്തുവർഷമായി ഊട്ടിഉറപ്പിച്ചുകൊണ്ടുവന്ന ഐക്യം പിളരുമോ?

സംരക്ഷണ സമിതിയുടെ യഥാർഥ നേതാവായ ചന്ദ്രൻപിള്ള അവസരത്തിനൊത്തുയർന്നു. ചന്ദ്രൻപിള്ള പറഞ്ഞു: സുഹൃത്തുക്കളേ ഒരു മലയിടിഞ്ഞു വീഴുകയാണ്. അതിനിടയിൽ ഒരു പുഴു നുഴഞ്ഞുരുണ്ടു കയറുന്നു. പുഴുവിനെ സാരമായി എടുക്കാതെ, കണ്ടില്ലെന്നുനടിച്ച് മലയിടിച്ചാൽ തടഞ്ഞു നിറുത്തുകയല്ലേ നമ്മൾ ഉടൻ ചെയ്യേണ്ടത്? അങ്ങനെ തർക്കം കെട്ടടങ്ങി. ഐ എൻ ടി യു സി നേതാവ് ഏറെ താമസിയാതെ സർവീസിൽ നിന്നും പിരിയുകയും ചെയ്തു. ഫാക്ട് സംരക്ഷണ സമിതിയിൽ ചന്ദ്രൻപിള്ളയുടെ പങ്ക് പ്രശംസനീയമാണ്.

ഇപ്രകാരം ജീവനക്കാരുടെ പക്ഷത്തുനിന്നും പരമാവധി വിട്ടുവീഴ്ച ചെയ്തു. എന്നാൽ സ്വകാര്യ മൂലധനത്തോടു കൂറു പുലർത്തുകയും ജനങ്ങൾക്ക് ആവശ്യമായ ഭക്ഷ്യവസ്തുക്കൾ വിളയിക്കുന്ന രാസവളത്തെ അവശ്യ-അടിസ്ഥാന വ്യവസായമായി പരിഗണിക്കാൻ വിസമ്മതിക്കുകയും ചെയ്യുന്ന ബി ജെ പി സർക്കാരും മന്ത്രിയും മർക്കടമുഷ്ടി വിടാൻ തയാറല്ലായിരുന്നു.

ഓഹരി വിൽപ്പനക്കാരൻ കേന്ദ്രമന്ത്രി അരുൺ ഷൂരിയും ചൂടപ്പം വിറ്റഴിയുന്ന വേഗതയിൽ പൊതുമേഖലാ വ്യവസായങ്ങൾ വിറ്റഴിക്കാനും തുടങ്ങി. മധ്യപ്രദേശിലെ ഭാരത് അലുമിനിയം കമ്പനി (Balco) സ്വകാര്യവൽക്കരിച്ചപ്പോൾ എതിർപ്പ് ശക്തമായിരുന്നു. നമ്മുടെ ഫാക്ട് സംരക്ഷണസമിതിപോലെ എല്ലാ യൂണിയനും ഒറ്റക്കെട്ടായി ചെറുത്തു. എന്നാൽ ചെകുത്താനോട് വേദം ഓതിയിട്ട് കാര്യമില്ലല്ലോ. മധ്യപ്രദേശിലെ ബി ജെ പി മന്ത്രിസഭ പച്ചക്കൊടി വീശി. ബാൽക്കോയുടെ കഥ കഴിഞ്ഞു.

അടുത്തതായി ഷൂരിയുടെ കഴുകൻ കണ്ണുകൾ വീണത് ഒറീസയിലെ നാഷണൽ അലുമിനിയം കമ്പനി (നാൽകോ)യിലാണ്. അവിടെയും തൊഴിലാളി ഒറ്റക്കെട്ടായി ചെറുത്തു നിന്നു. ഒറീസയിൽ നവീൻ പട്നായിക് ഗവൺമെന്റ് നാൽകോ വിറ്റഴിക്കുന്നതിന് അനുകൂലിച്ചില്ല. നവീൻപട്നായിക് തന്റെ സ്വാധീനം കുറയുമെന്ന ഭീതിയിൽ. എൻ ഡി എ യിലെ ഘടകകക്ഷിയായ ബിജു ജനതാദളിനെ പിണക്കാൻ കേന്ദ്രത്തിന് വയ്യ. നാൽക്കോയുടെ കേസിൽ ഷൂരി സുല്ലിട്ട് പിൻവാങ്ങി.

അടുത്തത് തമിഴ്നാട്ടിലെ നെയ്‌വേലി ലിഗ്നൈറ്റ് പ്രോജക്ട് ആയിരുന്നു. സ്വകാര്യവൽക്കരണത്തിന്റെ കരാള ഹസ്തങ്ങൾ നെയ്‌വേലിയെ മുറുകെ പിടിച്ചു. അവിടെയും തൊഴിലാളികൾ ഒറ്റക്കെട്ടായി. ബാൽകോയിൽ ഭൂരിപക്ഷ യൂണിയൻ സി ഐ ടി യു നേതൃത്വം ആയിരുന്നിട്ടും ഒരു ചെറുവിഭാഗം തൊഴിലാളികളെ ആകർഷിക്കാൻ ബി ജെ പിക്കും കേന്ദ്ര ഗവൺമെന്റിനും സംസ്ഥാന ഗവൺമെന്റിനും കഴിഞ്ഞു. അങ്ങനെ

തൊഴിലാളികളുടെ ഭിന്നിപ്പിക്കലിലൂടെയാണ് വിറ്റഴിക്കൽ നടന്നത്. തമിഴ്നാട്ടിൽ ഭൂരിപക്ഷ യൂണിയൻ കരുണാനിധിയുടെ ഡി എം കെ നേതൃത്വത്തിലാണ്. ഡി എം കെ ആണെങ്കിൽ എൻ ഡി എ യിലെ ഘടകകക്ഷിയും. തമിഴ്നാട് ഗവൺമെന്റിനും സ്വകാര്യവൽക്കരണം എതിർക്കാതിരിക്കാൻ നിർവാഹമില്ലാതെ വന്നു. അങ്ങനെ നെയ്‌വേലി ലിഗ്നൈറ്റ് പ്രോജക്ട് കുത്തകയിലൂടെ വായിൽ വീഴാതെ രക്ഷപ്പെട്ടു. ഉദാഹരണങ്ങളുടെ നീണ്ട പട്ടിക നിരത്തുന്നില്ല.

ഫാക്ടിൽ സ്ഥിതി വ്യത്യസ്തമാണെന്ന് സൂചിപ്പിച്ചല്ലോ. അതിസമർഥവും ഫലപ്രദവുമായ ചെറുത്തുനിൽപ്പ് അവിടെ ഉയർന്നിരുന്നു. സമർഥനായ ഒരു നേതാവ് ഉയർന്നതുകൊണ്ട് തൊഴിലാളി ഐക്യത്തിൽ ഒരുവിള്ളൽപോലും ഉളവാകാതെ ശ്രദ്ധിച്ചു. മാത്രമല്ല ഫാക്ടിനുവേണ്ട പരമാവധി ബഹുജനാഭിപ്രായം ഉയർത്താനും കഴിഞ്ഞു. ചന്ദ്രൻപിള്ള ഇതിനിടയിൽ രാജ്യസഭാംഗമായി തിരഞ്ഞെടുക്കപ്പെട്ടതിനെ തുടർന്ന് സംരക്ഷണസമിതിയുടെ ബലം നൂറിരട്ടിയായി വർധിച്ചു.

സ്വകാര്യ മൂലധനക്കാർ മന്ത്രാലയവും ഫാക്ടിന്റെ ചെയർമാൻ മാനേജിങ് ഡയറക്ടറുമായി നിരന്തരം ബന്ധപ്പെട്ടിരുന്നു. ചിലർ മാനേജുമെന്റുമായി തപാൽവഴി ബന്ധപ്പെട്ടു. ദീപക് ഫെർട്ടിലൈസേഴ്സ്, സുഹാരി ഫെർട്ടിലൈസേഴ്സ് തുടങ്ങിയവർ കോർപ്പറേറ്റ് ഓഫീസിലെത്തി ബന്ധപ്പെട്ട ഫയലുകൾ പരിശോധിച്ചു. ബിർളയുടെ പ്രതിനിധികൾ കമ്പനിക്കകത്തുകയറി വില ഉറപ്പിക്കാൻ ധൈര്യപ്പെട്ടു.

കള്ളൻ പടിവാതിൽക്കൽ എത്തി എന്ന് തിരിച്ചറിഞ്ഞു ഫാക്ട് തൊഴിലാളികൾ. ആഗസ്റ്റ് 4 ന് അവസാന ശ്രമമെന്നനിലയിൽ തിരുവനന്തപുരത്തേക്കു പാഞ്ഞു. മുഖ്യമന്ത്രിയെ കണ്ട് ഒരവസാന വാക്കു പറയാൻ ഹുസൈൻ കോയ (FEA), വിജയൻ പിള്ള (AITUC), എ വി ആന്റണി (INTUC), ഹരികുമാർ (CD), പ്രേംകുമാർ (കാപ്രോലാക്ടം) തുടങ്ങിയവരായിരുന്നു സംഘത്തിൽ ഉണ്ടായിരുന്നവർ. മുഖ്യമന്ത്രിയുമായുള്ള സംഭാഷണം സമയനഷ്ടം മാത്രം മിച്ചം. നേതാക്കന്മാർ നിരാശരായില്ല. അവർ ഹോട്ടലിൽവച്ച് കൂടിയാലോചിച്ചു. സ്വകാര്യ മുതലാളിമാരോ അവരുടെ ഏജന്റുമാരോ കമ്പനിക്കുള്ളിൽ കയറാൻ ധൈര്യപ്പെട്ടാൽ നേരിടുകതന്നെ വേണം. എന്തിനും സന്നദ്ധരായിട്ടാണ് അവർ ഏലൂരിൽ തിരിച്ചെത്തിയത്.

വിധി നിർണയിച്ച രണ്ടു ദിനങ്ങൾ

2003 ആഗസ്റ്റ് 5 അർധരാത്രി പിന്നിട്ടു. 4–12 ഷിഫ്റ്റു കഴിഞ്ഞ് ജോലിക്കാരെല്ലാം അവരുടെ വീടുകളിൽ എത്തി. ഫാക്ട് പരിസരങ്ങളും എല്ലാം ശാന്തം. നിശ്ശബ്ദം. അപ്പോൾ എഴുത്തച്ഛന്റെ വാക്കുകളിൽ ശുനീവഹവിരുദ്ധരെ (യാഗ ശാലയിൽ കയറി കൊടിച്ചിപ്പട്ടി ഹോമദ്രവ്യങ്ങൾ കട്ടുതിന്നുംപോലെ) ബിർളാ പ്രതിനിധികൾ അതീവ രഹസ്യമായി ഗോഡൗൺ ഗേറ്റിലൂടെ ഫാക്ടറിന്റെ കോപ്രാലാക്ടം ഡിവിഷനിൽ കയ

റിപ്പറ്റി, പൂച്ച കണ്ണടച്ചു പാല് കട്ട് കുടിക്കുമ്പോൾ മറ്റാരും കാണില്ലെന്നാണ് പൂച്ചയുടെ ധാരണ. എന്നാൽ വിവരം കാട്ടുതീ പോലെ ഫാക്ടറിക്കകത്തും പുറത്തും തൊഴിലാളി ഭവനങ്ങളിലുമെത്തി. ഉൽപ്പാദനം നാമമാത്രമാകുകയാലും പല പ്ലാന്റുകളും ഷട്ഡൗൺ ചെയ്തിരിക്കയാലും വളരെക്കുറച്ചു തൊഴിലാളികളേ അകത്തുള്ളൂ. എങ്കിലും കാട്ടു കള്ളന്മാർ കമ്പനിയിൽ കയറിക്കഴിഞ്ഞ വിവരം ഉശിരന്മാരായ തൊഴിലാളികൾ അറിഞ്ഞു. നേരം പുലരട്ടെ കാണിച്ചു കൊടുക്കാമെന്ന് അവർ ദൃഢപ്രതിജ്ഞയെടുത്തു. നേരം പുലർന്നപ്പോൾ തൊഴിലാളികൾ എത്തി ഗേറ്റ് മീറ്റിങ് നടത്തി.

8 മണിയുടെ ഷിഫ്ട് കഴിഞ്ഞിറങ്ങിയ ഉദ്യോഗമണ്ഡൽ ജീവനക്കാരും, പുറത്ത് നിന്നവർ ജോലിക്ക് കയറാതെ, അവരും കള്ളന്മാർ പതുങ്ങിയിരിക്കുന്ന കാപ്രോലാക്ടം ഡിവിഷന്റെ മെയിൻ ഗേറ്റിലേക്ക് മാർച്ചു ചെയ്തു. ആകാശഭേദിയായ മുദ്രാവാക്യം മുഴക്കിക്കൊണ്ട് ഗേറ്റിലെത്തിയപാടെ പി എസ് മുരളി (ആ ഡിവിഷനിലെ ഒരു ജീവനക്കാരൻ കൂടിയാണ് മുരളി) ഗേറ്റ് തള്ളിത്തുറന്നു മിന്നൽ വേഗത്തിൽ പാഞ്ഞ് ജനറൽ മാനേജ്മെന്റിന്റെ ഓഫീസിന്റെ വാതിൽ തള്ളിത്തുറന്നതും പിന്നാലെ പാഞ്ഞുവന്ന പൊലീസ് സബ് ഇൻസ്പെക്ടർ മുരളിയുടെ കഴുത്തിന് പിടിച്ചതും ഒപ്പമായിരുന്നു. സബ് ഇൻസ്പെക്ടറും മറ്റൊരു സി എസ് എഫ് ഗാർഡുംകൂടി മുരളിയെ തള്ളി തള്ളി പുറത്തുകൊണ്ടുവന്ന് കസ്റ്റഡിയിലെടുത്തു.

ജാഥയായി വന്നവർ എല്ലാം സി എസ് എഫ് കാരുടെ തടസപ്പെടുത്തൽ വകവയ്ക്കാതെ തള്ളിക്കയറി. അഡ്മിനിസ്ട്രേറ്റീവ് ബ്ലോക്കിലേക്ക് കുതിച്ചു. ഹുസൈൻ കോയ, എം എസ് ശിവശങ്കരൻ, അസീസ് (FEA), കെ വിജയൻപിള്ള (AITUC), എ വി ആന്റണി, മധു (INTUC) പ്രേംകുമാർ (കാപ്രോലാക്ടം യൂണിയൻ), ഹരികുമാർ (CD), മോഹൻകുമാർ (BMS) തുടങ്ങിയ നേതാക്കന്മാർ എല്ലാം ഉണ്ടായിരുന്നു. വർഷങ്ങൾക്ക് മുമ്പ് ഗ്രൂപ്പ് വഴക്കിനെത്തുടർന്ന് നിഷ്ഠുരമായി മർദനമേറ്റ് കൈകാലുകളുടെ ശക്തിയും സ്വാധീനവും വലിയ തോതിൽ നഷ്ടപ്പെട്ടിരുന്ന ഐ എൻ ടി യു സി നേതാവ് ബി ശശിധരനും എൻ പി ഹരിദാസും (ബി ജെ പി) എല്ലാവരും ഉണ്ടായിരുന്നു. ഗേറ്റും ആ കെട്ടിടവും തമ്മിലുള്ള ദൂരം ഏതാനും വാര മാത്രം. 'അനിഷ്ടകരമായ' എന്തെങ്കിലും ഉണ്ടാവും എന്ന പ്രതീക്ഷയിൽ ഒരു കരുതൽ എന്ന നിലയിൽ മാനേജ്മെന്റ് ഒരു സംഘം പൊലീസിനെക്കൂടി ബിർളാ പ്രതിനിധികളോടൊപ്പം കമ്പനിയിൽ ക്യാമ്പ് ചെയ്യുകയുണ്ടായി. മുൻകൂട്ടി അറിയിപ്പ് ലഭിച്ചിട്ടെന്നപോലെ ചാനൽ റിപ്പോർട്ടർമാരും ക്യാമറക്കാരും റെഡി.

പൊലീസും സെക്യൂരിറ്റി ഗാർഡുകളും സജ്ജരായി. ഓഫീസിലേക്കുള്ള പ്രവേശനകവാടം ഇടുങ്ങിയതാണ്. വാതിൽ ഗ്ലാസ് ഇട്ടതും. പൊലീസ് അകത്ത് നിന്നും തൊഴിലാളികൾ പുറത്തു നിന്നും തള്ളി. തൽസമയം ഒരു കുപ്പി പുറകിൽ നിന്നും എറിഞ്ഞുവെന്നും അതുകൊ

ണ്ടല്ല രണ്ട് വശങ്ങളിലും ഉണ്ടായ സമ്മർദത്താലാണ് ഗ്ലാസ് ഉടഞ്ഞത് എന്നും പ്രസ്താവം ഉണ്ട്. പിന്നെ ഒരു തെരുവു യുദ്ധത്തിന്റെ പ്രതീതി. അറസ്റ്റു ചെയ്തവരെ ബലാൽ മോചിപ്പിക്കാനുള്ള പിടിയും വലിയും. പൊലീസ് ലാത്തി വീശി. അപ്പോൾ സ്ഥലത്തുണ്ടായിരുന്ന പൊലീസ് ഓഫീസർ ഫാക്ടിലെ മുൻ ജീവനക്കാരന്റെ പുത്രനായിരുന്നു. അദ്ദേഹം ഇടപെട്ട് അറസ്റ്റ് ചെയ്ത നേതാക്കന്മാരെ സ്റ്റേഷനിൽ ഹാജരാക്കണമെന്ന വ്യവസ്ഥയിൽ വിട്ടു. പൊലീസ് ഓഫീസർ ഇടപെടുംമുമ്പേ തന്നെ ഗേറ്റിലെ സംഘർഷാവസ്ഥ അറിഞ്ഞ തൊഴിലാളികൾ ജോലി നിർത്തി വച്ച് മിന്നൽ പണിമുടക്കി. ഉദ്യോഗമണ്ഡൽ ഡിവിഷനിലെ തൊഴിലാളികളും പണിമുടക്കി പുറത്തുവന്നു.

മണിക്കൂറുകൾക്കകം ഡി വൈ എഫ് ഐ, എ ഐ വൈ എഫ് അനുഭാവികൾ എത്തി. അവരുടെ വരവ് കണ്ടാൽ ഗേറ്റ് എന്ന ഒന്നില്ലെന്നുതന്നെ തോന്നിപ്പോകും. അപ്പോഴും പൊലീസിന് ലാത്തി എടുക്കേണ്ടി വന്നു. പിന്നെ വിവിധ രാഷ്ട്രീയ–ട്രേഡ് യൂണിയൻ നേതാക്കളുടെ വരവും അനുഭാവം രേഖപ്പെടുത്തലുമായി. ആഗസ്റ്റ് 6 നും തൊഴിലാളികൾ പണിമുടക്കി.

വലിയ കൊമ്പൻ ബിർളാ ആദ്യ ദിവസം രാവിലത്തെ നൂറോളം വരുന്ന തൊഴിലാളികളുടെ ഉശിരിന്റെ മുമ്പിൽ തോറ്റ് പിൻവാങ്ങി. തൊഴിലാളികളുടെ ഉശിരൻ പ്രവൃത്തി ഇല്ലായിരുന്നെങ്കിൽ! പക്ഷേ, രണ്ട് ദിവസത്തെ പണിമുടക്കം ഫാക്ട് മാനേജ്മെന്റിനെയും ബി ജെ പി ഗവൺമെന്റിനെയും സംബന്ധിച്ചിടത്തോളം കനത്ത പ്രഹരമായിപ്പോയി. അടികൊണ്ട മൂർഖനെപ്പോലെ അവർ പത്തി വിടർത്തി ചീറ്റി. ഏത് വിധവും കമ്പനി വിൽക്കണം.

ഇതിലും ഭേദം കമ്പനി സ്വകാര്യവൽക്കരിക്കുകയാണ് എന്ന് തൊഴിലാളികളെക്കൊണ്ട് സമ്മതിപ്പിക്കാൻ ശ്രമമായി. ആയതിലേക്ക് കമ്പനിയിലെ ടെക്നിക്കൽ ഡയറക്ടർ സോർട്ടെയെയാണ് ഗവൺമെന്റും മാനേജ്മെന്റും ചട്ടുകമാക്കിയത്. ചുമ്മാതല്ല സാങ്കേതിക ഡയറക്ടറായ സോർട്ടേക് പേഴ്സണൽ വകുപ്പിൽ ചുമതലകൊടുത്തത്. സത്യത്തിൽ അയാൾ തൊഴിലാളികളെ ഭയചകിതരാക്കി കിടിലം കൊള്ളിച്ചു. കമ്പനിക്കകത്ത് വച്ച് മിണ്ടിയാൽ അനങ്ങിയാൽ ജോലി പോയതുതന്നെ.

സോൾട്ടേ എന്ന ഭീകരൻ ദംഷ്ട്രകൾ ഇളിച്ചുകാട്ടി അലറുകയായിരുന്നു. സേവിയെയും മോഹൻകുമാറിനെയും പിരിച്ചുവിട്ടു. ആദ്യത്തെ ആരണ്ടുപേർ FEA അംഗങ്ങളും മോഹൻ കുമാർ ബി എം എസിന്റെ അംഗവുമായിരുന്നു. സംരക്ഷണസമിതിക്കു വേണ്ടി ചന്ദ്രൻപിള്ള സുദീർഘമായ കൂടിയാലോചനകളിൽ ഇടപെട്ടു. തങ്ങളോടു കൂറുപുലർത്തിയിരുന്ന മോഹൻകുമാറിനെ തള്ളിപ്പറയാൻ ബി എം എസിന് യാതൊരു സങ്കോചവും ഉണ്ടായില്ല. നീണ്ടുനിന്ന ചർച്ചകൾക്ക് ശേഷം അൽപ്പം ചില വ്യവസ്ഥകളോടെ ഈ സഖാക്കളെ തിരിച്ചെടുപ്പിക്കുന്ന കാര്യത്തിൽ ചന്ദ്രൻപിള്ള വിജയിച്ചു. ഹുസൈൻ കോയയെ വെല്ലിങ്ടൺ ഐലന്റി

ലേക്ക് സ്ഥലം മാറ്റി. സേവിയെ കൊച്ചിൻ ഡിവിഷനിലേക്കും മോഹൻകുമാറിനെ തരം താഴ്ത്തി.

എന്നിട്ടും സോർട്ടേ അമറിക്കൊണ്ടിരുന്നു.

അയാൾ പ്രതികാര നടപടികൾ തുടങ്ങി.

ആഗസ്റ്റ് 5, 6 തീയതികളിലെ പ്രകടനവും പണിമുടക്കവും സംബന്ധിച്ച് തുടർനടപടികൾ വേണമെന്ന് പൊലീസിന് നിർബന്ധമില്ലായിരുന്നു. മാനേജ്മെന്റിന്റെ പ്രത്യേകിച്ച് സോർട്ടേയുടെ നിർബന്ധപ്രകാരം കേസ് രജിസ്റ്റർ ചെയ്യിച്ചു. ശൗരി എന്നൊരു എഞ്ചിനീയറെക്കൊണ്ട് പരാതികൊടുപ്പിച്ചാണ് കേസ് എടുത്തത്. ആ കേസ് അഞ്ചു കൊല്ലങ്ങൾക്ക് ശേഷം ഇടതുമുന്നണി ഭരണത്തിൽ പിന്നീട് 2008 ലാണ് പിൻവലിച്ചത്

കമ്പനി ഗേറ്റിൽ മീറ്റിങ് നിരോധിച്ചു

നോട്ടീസില്ലാതെ പണിമുടക്കിയതിന് ശിക്ഷയായി എട്ട് ദിവസത്തെ ശമ്പളം പിടിച്ചു. (ഡൈസ്നോൺ)

ദീർഘകാലം ജോലിക്ക് ഹാജരാകാത്തവരെ പിരിച്ചുവിട്ടു.

അനാരോഗ്യത്തിന്റെ മറവിൽ പിരിച്ചുവിട്ടവരുടെ കൂട്ടത്തിൽ ഐ എൻ ടി യു സി നേതാവ് ബി ശശിധരനും ഉൾപ്പെടുന്നു.

അനങ്ങിയാൽ, മിണ്ടിയാൽ ഷോകോസ് നോട്ടീസ്.

2002ൽ അനുവദിച്ചിരുന്ന സ്വയം പിരിഞ്ഞ് പോകൽ (VRS) അവകാശം റദ്ദ്ചെയ്തു.

നോട്ടീസില്ലാതെ 2008 ആഗസ്റ്റ് 4, 5 പണിമുടക്കിയത് തെറ്റായി എന്ന് സമ്മതിച്ച് ഒപ്പിട്ട് കൊടുത്തില്ലെങ്കിൽ നടപടി. ഇനിയും പലതും എടുത്ത് പറയാനുണ്ട്. അവസാനം പറഞ്ഞ നടപടി തൊഴിലാളികളെ അക്ഷരാർഥത്തിൽ കിടിലം കൊള്ളിച്ചു. ഭീകരതയുടെ ദിവസങ്ങളായിരുന്നു പിന്നെ.

സംരക്ഷണ സമിതി കൂടിയാലോചിച്ച് ആരും ഖേദം പ്രകടിപ്പിക്കരുതെന്ന ധാരണ ഉണ്ടെങ്കിലും കോൺഗ്രസ് യൂണിയനും ബി ജെ പി യൂണിയനും ചാഞ്ചല്യം കാണിച്ചു. ഖേദം രേഖപ്പെടുത്തി 8 ദിവസത്തെ വേതനം കൈപ്പറ്റാൻ അവർ ആഹ്വാനം ചെയ്തു. FEAയും മറ്റ് ഒന്ന് രണ്ട് യൂണിയനുകളും ഖേദം പ്രകടിപ്പിക്കരുതെന്ന് ആഹ്വാനം ചെയ്യുകയും പ്രസ്താവന അച്ചടിച്ച് പരസ്യം ചെയ്യുകയും ചെയ്തു. പക്ഷേ തൊഴിലാളികൾ വലിയ ആശയക്കുഴപ്പത്തിലായി. ഖേദം രേഖപ്പെടുത്തിയില്ലെങ്കിൽ സോർട്ടേ പിരിച്ചുവിടും. തീർച്ച. ഭൂരിഭാഗം തൊഴിലാളികളും സോർട്ടേയുടെ ഭീഷണിയിൽ വീണു. കടുത്ത കമ്യൂണിസ്റ്റനുഭാവികൾ പോലും ബേജാറായി രേഖാമൂലം ഖേദം പ്രകടിപ്പിച്ചവരിൽപ്പെടുന്നു. തുടരെത്തുടരെയുള്ള നിഷ്ഠുരാക്രമണത്തെ ചെറുത്തു നിൽക്കാൻ തങ്ങളുടെ യൂണിയനുകൾക്ക് കഴിയുമോ എന്ന് അവർ ഭയന്നു.

എന്നാൽ കമ്യൂണിസ്റ്റ് പാർട്ടിയും അതിന്റെ നേതാവായ ചന്ദ്രൻപിള്ളയും ഒരു വിഭാഗം തൊഴിലാളികളും നിരാശരായില്ല. ഇതിനിടയിൽ ചന്ദ്രൻപിള്ള രാജ്യസഭയിലേക്ക് തിരഞ്ഞെടുക്കപ്പെട്ടത് ഫാക്ട് സംരക്ഷണസമിതിയുടെ ആയുധങ്ങൾക്ക് നൂറിരട്ടി മൂർച്ചയും ശക്തിയും ലഭിച്ചു.

സംരക്ഷണസമിതിയോഗം ചേർന്നു കമ്പനിയുടെ മെയിൻ ഗേറ്റിനു സമരപ്പന്തൽ തീർത്ത് അനിശ്ചിതകാലത്തേക്ക് മാരത്തോൺ റിലേ നിരാഹാര സത്യഗ്രഹം പ്രഖ്യാപിച്ചു. താൽക്കാലികമായി മരവിച്ചുപോയ തൊഴിലാളികളുടെ വീറ് ഉയർത്തെഴുന്നേറ്റു. ഓരോ യൂണിയനിൽനിന്നും മുമ്മൂന്നു പേർ വീതം ദിവസവും 24 മണിക്കൂർ നിരാഹാരവ്രതം ദിവസവും. നേരത്തെ സൂചിപ്പിച്ചതുപോലെ ഐക്യദാർഢ്യ പ്രകടനവുമായി നിലയ്ക്കാത്ത ജനപ്രവാഹം. സമരാവേശം തിരതല്ലിയ ദിവസങ്ങൾ...

2004 മെയ് 25

സൂര്യൻ ഉദിച്ചു. ഇരുൾ മറഞ്ഞു. സി പി ഐ (എം) മുഖ്യപങ്കാളിയായ ഇടതുപക്ഷ സഖ്യം തയാറാക്കി. ചർച്ച ചെയ്ത് അംഗീകരിച്ച പൊതുമിനിമം പരിപാടി അനുസരിച്ച് പ്രവർത്തിക്കാമെന്ന വ്യവസ്ഥയിൽ മൻമോഹൻസിങ്ങിന്റെ നേതൃത്വത്തിലുള്ള യു പി എ മന്ത്രിസഭ അധികാരമേറ്റു. സോർട്ടേ പോലുള്ളവർക്കും അവരുടെ യജമാനന്മാർക്കും വലിയ ഒരു പ്രഹരം തന്നെ ആയിരുന്നു അത്. പൊതുമേഖല സ്വകാര്യവൽക്കരിക്കില്ല; നഷ്ടത്തിൽ ഓടുന്ന പൊതുമേഖലാ സ്ഥാപനങ്ങളെ സാമ്പത്തിക സഹായം നൽകിയും മറ്റും നിലനിർത്തും, അടച്ചു പൂട്ടുകയല്ലാതെ മറ്റൊരു രക്ഷാമാർഗവുമില്ലെന്ന് കാണുന്നിടത്ത് തൊഴിലാളികളുമായി കൂടിയാലോചിച്ച് അവരുടെ പ്രശ്നങ്ങൾക്ക് പരിഹാരം കാണണം, ഇത്യാദി കാര്യങ്ങൾ പൊതുമിനിമം പരിപാടിയിൽ ഖണ്ഡിതമായി പറഞ്ഞിട്ടുണ്ട്. സോർട്ടേ കുമ്പസാരത്തിന്റെ പ്രതീതി തോന്നിപ്പിക്കുമാറ് പറഞ്ഞുവത്രേ: എന്നെ ഏൽപ്പിച്ച ജോലി നിർവഹിക്കാൻ ഞാൻ ശ്രമിച്ചേ ഉള്ളൂ.

ചന്ദ്രൻപിള്ള എം പി, രാസവള വകുപ്പു മന്ത്രി രാംവിലാസ് പസ്വാനെ നേരിൽ കണ്ട് ഫാക്ട് സ്വകാര്യവൽക്കരിക്കുന്നില്ലെന്ന് പ്രസ്താവന പുറപ്പെടുവിച്ചു. ഉൽക്കണ്ഠാകുലരായിരുന്ന തൊഴിലാളികളുടെ വികാരം മാനിക്കപ്പെട്ടുവെന്ന് ശുഭസന്ദേശം. അതുകൊണ്ടായില്ലല്ലോ. കടം കേറി കുത്തുപാളയെടുത്തവന് ആശ്വാസം നൽകുന്ന പദ്ധതികൾ വേണം.

തുടർന്ന് സഹമന്ത്രി റഹിമാൻ ഖാന്റെ നേതൃത്വത്തിൽ രൂപീകൃതമായ കമ്മിറ്റി ഫാക്ടറി സന്ദർശിക്കുന്നു. ചന്ദ്രൻപിള്ളയോടുകൂടി പുതിയ അമോണിയ പ്ലാന്റിന്റെ ബാധ്യതയിൽ നിന്നും ഒഴിവാക്കണമെന്ന അഭ്യർഥനയെ ധനമന്ത്രി ചിദംബരം എതിർത്തെങ്കിലും പ്രശ്നം (BRPC) പുതിയ കമ്മിറ്റിക്കു പഠിക്കാൻവിട്ടു. നീണ്ടുനിന്ന നടപടിക്രമങ്ങൾക്കുശേഷം പുനരുദ്ധാരണ പാക്കേജ് ആയി, 292 കോടി രൂപ ഓഹരി മൂലധനമാക്കാനും 372 കോടിരൂപ കടം എഴുതിത്തള്ളാനും തീരുമാനമാകുകയും ആയത്

2006 മാർച്ചിലെ ബജറ്റിൽ കൊള്ളിക്കുകയും ചെയ്തു. 2007 ൽ രൂപീകൃതമായ സെക്രട്ടറിമാരുടെ കമ്മിറ്റിയുടെ ശുപാർശ പ്രകാരം 206 കോടി രൂപ രൊക്കം പണമായും കിട്ടി. അസംസ്കൃത പദാർഥങ്ങളുടെ വിലക്കയറ്റമനുസരിച്ചുള്ള സബ്സിഡിയും അനുവദിച്ചു കിട്ടി.

2007 സെപ്തംബർ 26 ന് തുടങ്ങിയ ഫാക്ട് സംരക്ഷണ സമിതിയുടെ റിലേ നിരാഹാര സമര പരിപാടി സെക്രട്ടറിമാരുടെ കമ്മിറ്റിയുടെ ശുപാർശയെ തുടർന്ന് പ്ലാന്റുകൾ തുറന്ന് പ്രവർത്തിക്കാൻ തീരുമാനിച്ച പശ്ചാത്തലത്തിൽ 2008 മാർച്ച് 26 ന് തൽക്കാലത്തേക്കു നിറുത്തിവച്ചു. എന്നാൽ ആപത്ത് ഒഴിഞ്ഞിരിക്കുന്നുവെന്ന് സഖാക്കൾ തെറ്റിദ്ധരിക്കരുത്. സ്വകാര്യവൽക്കരിക്കയില്ലെന്ന് ആന്തരികമായി തീരുമാനിച്ചിട്ടില്ല. അതിന് തെളിവായി തൊട്ടടുത്ത ദിവസങ്ങളിൽ കമ്പനി അഭിമുഖീകരിച്ച ദുർഘട പ്രശ്നങ്ങൾ ഓർക്കുക.

ഫാക്ട് സംരക്ഷണസമിതിയുടെ കാഴ്ചപ്പാട് ഫാക്ടിന്റെ മാത്രം പ്രതിസന്ധിയിൽ ഒതുങ്ങിയിരുന്നില്ല. ഫാക്ടിന്റെ ഭദ്രവും സുരക്ഷിതവുമായ നിലനിൽപ്പിന് സഹായകമായ അനേകം ക്രിയാത്മക നിർദേശങ്ങൾ കൂടി മുന്നോട്ടുവയ്ക്കുകയുണ്ടായി. ഇവ ഫാക്ടിനു മാത്രമല്ല പ്രയോജനപ്രദം. കേരളത്തിന്റെ ആകെ വികസനത്തിനു സഹായകമായവ.

ഫാക്ടിന്റേതുൾപ്പെടെ കേരളവികസനത്തിനുവേണ്ടി സംരക്ഷണ സമിതി നിർദേശിച്ചു:

പുതുവയ്പിനിൽ ദ്രവീകൃത പ്രകൃതി വാതക ടെർമിനൽ
വല്ലാർപ്പാടം കണ്ടെയ്നർ ടെർമിനൽ
ഉദ്യോഗമണ്ഡലത്തിലേക്ക് റെയിൽവേ ലൈൻ നീട്ടുക.
FEWയെ കൊച്ചി ഷിപ്പ്യാർഡ്, ചേർത്തലയിലെ ഓട്ടോകാസ്റ്റുമായും ബന്ധപ്പെട്ട് പ്രവർത്തിക്കുക തുടങ്ങി ദേശാഭിമാന പ്രചോദിതമായ എത്രയോ ക്രിയാത്മക നിർദേശങ്ങൾ.

അപകടങ്ങൾ ഇനിയും പതുങ്ങിയിരിപ്പുണ്ട്. ഗവൺമെന്റിനുള്ള ഇടതുപക്ഷ പിന്തുണ പിൻവലിക്കുകയും അംബാനിയുടെ സഹായത്താൽ കൂറുമാറ്റം നടത്തി ഏതാനും പേരെ ചാക്കിലാക്കി വിശ്വാസപ്രമേയം പാസാക്കി എടുക്കുകയും ആണവകരാറിലേക്കും ആഗോളവൽക്കരണത്തിലേക്കും ഉള്ള പ്രയാണത്തിന് തടസ്സം നീങ്ങിക്കഴിഞ്ഞിരിക്കുന്നുവെന്ന് തെറ്റിദ്ധരിച്ച മൻമോഹൻസിങ് തൊട്ടടുത്ത ദിവസങ്ങളിൽ ചെയ്ത കുത്സിത പ്രവർത്തനങ്ങൾ പരിശോധിക്കാം.

പാർലമെന്റിൽ വിശ്വാസപ്രമേയം അവതരിപ്പിച്ച് പ്രധാനമന്ത്രി പ്രസംഗിച്ചുകൊണ്ടിരിക്കേ അങ്ങ് ജനീവയിലെ ലോക വ്യാപാര സമ്മേളനത്തിൽ പങ്കെടുക്കുകയായിരുന്ന നമ്മുടെ വ്യാപാരകാര്യ മന്ത്രിക്ക് പിറ്റേന്ന് ഇന്ത്യൻ പാർലമെന്റിൽ എത്തി വോട്ടുചെയ്യാനുള്ള തിടുക്കമായിരുന്നു. വികസ്വര രാജ്യങ്ങളിൽ കർഷകർക്കു നൽകുന്ന സബ്സിഡി വെട്ടി കുറയ്ക്കണമെന്ന ഡിമാൻഡിന് ഇന്ത്യയുടെ ഭാഗത്തുനിന്ന് കാര്യമായ

എതിർപ്പ് ഉണ്ടായില്ല. വികസിത രാഷ്ട്രങ്ങൾ വിട്ടുവീഴ്ചയ്ക്ക് തയാറായി ല്ലെന്നും വികസ്വര അവികസിത രാഷ്ട്രങ്ങൾ വിട്ടുവീഴ്ച ചെയ്യേണ്ടിവരു മെന്നും *മലയാളമനോരമ* തറപ്പിച്ച് റിപ്പോർട്ട് ചെയ്തു. അവസാനം ചൈന യുടെ കടുംപിടുത്തത്തിൽ ഇന്ത്യയും ചേർന്നു. ആണവ കരാറിനെ ഇട തുപക്ഷം എതിർക്കുന്നത് ചൈനയ്ക്കു വേണ്ടിയാണെന്ന് വങ്കത്തരം എഴു ന്നള്ളിക്കുന്ന രമേശ് ചെന്നിത്തലയും കൂട്ടരും ഇതിനെക്കുറിച്ചെന്തു പറയും?

വിശ്വാസ പ്രമേയം പാസാക്കി വാങ്ങിച്ചിട്ട് എത്ര വേഗത്തിലാണ് തൊഴിലാളികളുടെ പ്രോവിഡന്റ് ഫണ്ട് റിലയൻസിനും മറ്റുമായി പങ്കിട്ട് കൊടുത്തത്.

കണക്കിൽപ്പെടാത്ത (Unaccounted) പണമാണ് അങ്ങനെ നൽകി യത് എന്ന് കോൺഗ്രസ് ഉന്നത കേന്ദ്രങ്ങളിൽ നിന്ന് സൂക്ഷ്മമായി അന്വേ ഷിച്ചറിഞ്ഞ വസ്തുത നമ്മുടെ INTUC സുഹൃത്ത് അവകാശപ്പെടുന്നു: അതും ശരിയായിരിക്കാം. പക്ഷേ നൂറുനൂറു ജനകീയ പ്രശ്നങ്ങൾ അവ ഗണിക്കപ്പെടുമ്പോൾ എന്തിനാണീ കോർപ്പറേറ്റ് പ്രേമം എന്നാണ് തൊഴി ലാളികൾ ചോദിക്കുന്നത്. ഇടതുപക്ഷ പിന്തുണയും അടിസ്ഥാനമായി അംഗീകരിച്ചിരുന്ന പൊതു മിനിമം പരിപാടിയിൽ (CMP) പറഞ്ഞിരുന്ന പ്രകാരം പൊതുജനവിദ്യാഭ്യാസത്തിനും ആരോഗ്യത്തിനും മറ്റും നിശ്ച യിക്കപ്പെട്ടിരുന്നതിൽ നേർപകുതി പോലും ഇതുവരെയും ബജറ്റിൽ വക കൊള്ളിച്ചിട്ടില്ല. ചെലവാക്കിയിട്ടില്ല.

സ്വകാര്യ ഏജൻസികളോടുള്ള പ്രേമം ഇവിടെയും അവസാനിക്കു ന്നില്ല. ടെലികോം, ബാങ്ക് മുതലായവയെല്ലാം അവർക്കുവേണ്ടി തുറന്നിട്ട് കൊടുത്തിരിക്കുന്നു.

സ്വകാര്യ മേഖല ഇപ്രകാരം തടിച്ചുകൊഴുക്കുമ്പോൾ ജനങ്ങൾ പണ പ്പെരുപ്പം കൊണ്ടും വിലക്കയറ്റം കൊണ്ടും വലയുകയാണ്. കഴിഞ്ഞ നാലുവർഷത്തിനിടയിൽ നാണയപ്പെരുപ്പം എത്രമടങ്ങ് വർധിച്ചിരിക്കുന്നു. 13% ത്തിനടുത്ത് എത്തിയിട്ടും ധനമന്ത്രി ചിദംബരം യാതൊരുളുപ്പുമി ല്ലാതെ പറയുന്നത് ഇത് താൽക്കാലികമാണെന്ന്, തോപ്പിൽ ഭാസിയുടെ നാടകത്തിലെ കഥാപാത്രമായ ശാസ്ത്രി, നാളെ നാളെതി നീളെ നീളെതി എന്നു പറയുംപോലെ. റിസർവ് ബാങ്ക് പോലും അവകാശപ്പെടുന്നത് അടുത്തവർഷം ഈ നാളുകളിൽ നാണയപ്പെരുപ്പം ഒറ്റസംഖ്യയിൽ എത്തിക്കുമെന്നാണ്.

ഇന്ത്യയടക്കം മറ്റുള്ള രാജ്യങ്ങളെ ആഗോളവൽക്കരണ വിപത്ത് ഏതുവിധം ബാധിക്കുമെന്ന് കണ്ടറിയണം.

സാമ്രാജ്യ താൽപ്പര്യം സംരക്ഷിക്കുന്ന ആഗോള കമ്പോള വ്യവ സ്ഥയുടെ ഗതിവിഗതികൾക്കനുസരിച്ച് മാത്രമേ ഫാക്ടിന് ആവശ്യമായ അസംസ്കൃത പദാർഥങ്ങൾ ലഭിക്കുകയുള്ളൂ എന്ന് മാസങ്ങൾക്കുള്ളിൽ തെളിഞ്ഞ് കഴിഞ്ഞുവല്ലോ. അവിടെയും അവസാനിക്കുന്നില്ല. ഇന്ത്യൻ കുത്തക കഴുകന്മാരും തക്കംനോക്കി നിൽപ്പുണ്ടെന്നോർക്കണം.

ആഗോളവൽക്കരണത്തോടെ ഇന്ത്യയിൽ എത്ര ഫാക്ടറികൾ അടച്ചുപൂട്ടിയെന്നും എത്ര തൊഴിലാളികൾ തെരുവിലേക്ക് ഏറിയപ്പെട്ടു എന്നുമുള്ള കൃത്യമായ കണക്കുകൾ ലഭിച്ചില്ല. ആലുവ വ്യവസായ മേഖലയെ ഇന്ന് വ്യവസായങ്ങളുടെ ശ്മശാനം എന്ന് വാദിക്കുന്നതിൽ അൽപ്പം അതിശയോക്തിയായിരിക്കാം. കേന്ദ്ര പൊതുമേഖലാ സ്ഥാപനങ്ങളിലെ എക്സിക്യൂട്ടീവുകളുടെ പ്രവർത്തനങ്ങൾ വിലയിരുത്തുന്ന റാവു കമ്മീഷനെ ഇന്നത്തെ മൻമോഹൻ സിങ് ഗവൺമന്റ് നിയമിച്ചിരുന്നു. സ്ഥാപനങ്ങൾ ലാഭത്തിൽ നടത്തുക എന്നത് മാത്രമാണ് അവർക്ക് നൽകിയ നിർദേശം. അവർ ഈ വ്യവസ്ഥ അംഗീകരിച്ചേ പറ്റൂ. റാവു കമ്മീഷന്റെ ഈ നിർദേശം കോടതിയിൽ ചോദ്യം ചെയ്യപ്പെടാൻപാടില്ലെന്നുള്ള അപേക്ഷയുമായി ഇന്ത്യാഗവൺമെന്റ് സുപ്രീം കോടതിയെ സമീപിക്കുവാൻ തീരുമാനിച്ചിരിക്കുന്നുവെന്ന പത്രവാർത്ത തൊഴിലാളികൾ കണ്ണുതുറന്ന് കാണണം. മാനേജ്മെന്റിന്റെ തെറ്റായ പ്രവർത്തനങ്ങൾ മൂലവും അല്ലാതെയും ഫാക്ട് നഷ്ടത്തിലാകുമെന്ന് കണ്ടതാണല്ലോ.

ഫാക്ട് സംരക്ഷണസമിതിയുടെ കടമകൾ പൂർണമായും നിറവേറ്റിക്കഴിഞ്ഞോ? 1992 ൽ രാജേന്ദ്ര മൈതാനിയിൽ സംരക്ഷണ സമിതിയുടെ കൺവെൻഷൻ ഉൽഘാടനം ചെയ്തുകൊണ്ട് സി ഐ ടി യു അഖിലേന്ത്യാ പ്രസിഡന്റ് സഖാവ്. ഇ ബാലാനന്ദൻ പറഞ്ഞ വാക്കുകൾ ഓർക്കുക.

ഇത് സേവ് ഫാക്ട് ആക്ഷൻ കമ്മറ്റിയല്ല. സേവ് ഇന്ത്യാ ആക്ഷൻ കമ്മിറ്റിയാണ്. അഞ്ചുകൊല്ലങ്ങൾ പിന്നിടും മുമ്പേ വീണ്ടും വിദേശകോയ്മ രണ്ടു കൈകളും നീട്ടി വാങ്ങി തലയിൽ ഏറ്റാൻ പോകുകയാണ്. അടുത്ത അഞ്ച് വർഷത്തിനിടയിൽ അഞ്ചു ലക്ഷം കോടി രൂപയ്ക്ക് അമേരിക്കയിൽ നിന്ന് ആണവറിയാക്ടറുകൾ വാങ്ങുവാൻ പോകുന്നു. എന്തിന്? 12 കൊല്ലം കഴിഞ്ഞാൽ വില കൂടിയ വൈദ്യുതി ഉൽപ്പാദിപ്പിക്കാൻ! മുതലാളിത്തത്തിന്റെ ഇതഃപര്യന്തം അനുഭവപ്പെട്ടിട്ടില്ലാത്ത അഗാധ സാമ്പത്തിക കുഴപ്പത്തിൽ വീണിരിക്കുന്നു അമേരിക്ക. അതിന്റെ പ്രത്യാഘാതങ്ങൾ ലോകമെമ്പാടും അനുഭവപ്പെടും. ഇന്നു തന്നെ ഇന്ത്യയിൽ ഐ ടി മേഖലയെ ആശങ്കപ്പെടുത്തിയിരിക്കുന്നു എന്നാണ് സംഭ്രമജനകമായ വാർത്തകൾ. ഫാക്ടിനെ എങ്ങനെ ബാധിക്കുമെന്ന് ജാഗ്രതയോടെ നോക്കിയിരിക്കാനും അവസരത്തിനൊത്ത് പ്രതികരിക്കാനും തയാറാകണം.

അറംപറ്റിയതുപോലെ ഇപ്പോൾ ഇതാ 2012 ൽ ഫാക്ട് വീണ്ടും ദുർഘട പ്രതിസന്ധിയെ നേരിടുകയാണ്. കേന്ദ്ര ഗവൺമെന്റ് തുടരുന്ന ആഗോളവൽക്കരണ ഉദാരവൽക്കരണ സ്വകാര്യവൽക്കരണ നയം തന്നെയാണ് കാരണം. പൊതുമേഖല വിറ്റു തുലയ്ക്കുക തന്നെയാണ് ലക്ഷ്യം. ഫാക്ട് തൊഴിലാളികളുടെ ശക്തമായ ചെറുത്തുനിൽപ്പിന്റെ ഓർമ പുതിയ അടവ് സ്വീകരിക്കാൻ ഗവൺമെന്റിനെ പ്രേരിപ്പിക്കുന്നു. തൽഫലമായി ബൃഹത്തായ ഈ സ്ഥാപനത്തെ നാഥനില്ലാ കളരിയാ

ക്കിയിരിക്കുകയാണ്. ഒരു മുഴുവൻ സമയ മാനേജിങ് ഡയറക്ടർ ആവശ്യമാണ്. മറ്റനേകം ചുമതലകൾ വഹിക്കുന്ന ദേഹത്തെയാണ് തൽസ്ഥാനത്ത് ഇപ്പോൾ നിയമിച്ചിരിക്കുന്നത്. ഫലമോ? ഈ കമ്പനി നാശത്തിലേക്കു നീങ്ങുകയാണ്, ഇന്ത്യാഗവൺമെന്റ് ആഗ്രഹിക്കുന്നതും ഇതു തന്നെയാണ്. ഉൽബുദ്ധരായ ഫാക്ട് തൊഴിലാളികൾ അത് അനുവദിക്കില്ല തീർച്ച.

* * * * *

ഫാക്ടിനെ പൊതുമേഖലയിൽ തന്നെ നിലനിറുത്തി സംരക്ഷിക്കാനുള്ള പ്രക്ഷോഭത്തിൽ സ. കെ ചന്ദ്രൻപിള്ള വഹിച്ച പങ്ക് അത്യന്തം പ്രശംസാർഹമാണെന്ന് പ്രത്യേകം എടുത്തുപറയേണ്ടതുണ്ട്.

11

വർഗൈക്യം സർവ പ്രധാനം

കെ എൻ രവീന്ദ്രനാഥ്

മാർക്സിസ്റ്റ് 1848 ൽ *കമ്യൂണിസ്റ്റ് മാനിഫെസ്റ്റോയിൽ* എഴുതി:

സർവ രാജ്യ തൊഴിലാളികളേ സംഘടിക്കുവിൻ. നിങ്ങൾക്ക് നിങ്ങളുടെ കൈച്ചങ്ങലയല്ലാതെ നഷ്ടപ്പെടാൻ ഒന്നുമില്ല, കിട്ടാനുള്ളതോ പുതിയ ഒരു ലോകവും.

സോവിയറ്റ് യൂണിയനിലും ജനകീയ ജനാധിപത്യ റിപ്പബ്ലിക്കായ ചൈനയിലും അതുപോലെ വിയത്നാമിലും വടക്കൻ കൊറിയയിലും ക്യൂബയിലും മാർക്സിന്റെ ഈ ആഹ്വാനം സാക്ഷാൽക്കരിക്കപ്പെട്ടതും നാം കണ്ടു. (സോവിയറ്റ് യൂണിയന്റെ പതനം താൽക്കാലികമായ വീഴ്ച മാത്രമാണ്.) ഇവിടെ ഇന്ന് ആലുവ വ്യവസായ മേഖലയിലും ഈ ആപ്തവാക്യത്തിന് നാൾക്കുനാൾ കൂടുതൽ കൂടുതൽ അംഗീകാരം ലഭിച്ചുവരുന്നതു നാം കാണുന്നു. മാർക്സിന്റെ ഈ പ്രവചനം സാക്ഷാൽക്കരിക്കപ്പെടണമെങ്കിൽ മൂന്നു ഘടകങ്ങൾ ഒത്തുചേരണമെന്നാണ് ഇതപര്യന്തമുള്ള അനുഭവങ്ങൾ പഠിപ്പിക്കുന്നത്.

1. തൊഴിലാളികളുടെ വർഗൈക്യവും ലക്ഷ്യബോധവും. 2. ലക്ഷ്യ

ബോധമുള്ള സമർത്ഥമായ നേതൃത്വം 3. അനുകൂല സാഹചര്യങ്ങൾ.

പ്രധാനമായും ഈ മൂന്നു ഘടകങ്ങളും ഒന്നിച്ചുചേർന്നാൽ മാത്രമേ തൊഴിലാളികൾക്ക് അന്തിമ വിജയം കൈവരിക്കാനാകൂ. ഈ മൂന്നു ഘടകങ്ങളും സമഞ്ജസമായി കൂട്ടുചേർന്നു ചലിച്ചില്ലെങ്കിൽ പരാജയം സുനിശ്ചിതമെന്നതിന് ചില ഉദാഹരണങ്ങൾ കാണാം.

സോഷ്യലിസ്റ്റ് പോളണ്ടിന്റെ സോഷ്യലിസ്റ്റ് നിർമാണ പ്രക്രിയകളിൽ പല അപര്യാപ്തതകളും അപാകതകളും പ്രകടമായി. സ്വാഭാവികമായും ആദ്യം പ്രതികരിച്ചത് തൊഴിലാളികളാണ്. അസംതൃപ്തരായ അവരുടെ നേതൃത്വം ലേ വലേസേ എന്നൊരാൾ ഏറ്റെടുത്തു. സോഷ്യലിസ്റ്റ് അപനിർമാണമായിരുന്നു അയാളുടെ ലക്ഷ്യം. ഈ ലക്ഷ്യത്തിൽ എത്തിച്ചേരാനുള്ള അനുകൂല സാഹചര്യങ്ങൾ സോവിയറ്റ് യൂണിയന്റെ പതനത്തോടെ കഴിഞ്ഞു. ആ സാഹചര്യങ്ങളുടെ വിശദമായ വിവരണം ഇവിടെ അപ്രസക്തമാണ്.

എഴുപതുകളിൽ ചെന്നൈയിൽ കുചേലർ എന്നൊരു തൊഴിലാളി നേതാവ് പെട്ടെന്ന് പ്രത്യക്ഷപ്പെട്ടു. അരാഷ്ട്രീയ സ്വാതന്ത്ര്യം അതായിരുന്നു അദ്ദേഹത്തിന്റെ മുദ്രാവാക്യം. ലക്ഷക്കണക്കിന് തൊഴിലാളികൾ കുചേലർക്ക് പിന്നിൽ അണിനിരന്നു. ഏതായാലും കുചേലരുടെ കാലം ക്ഷണികമെന്ന് പറയാവുന്നത്ര ഹ്രസ്വമായിരുന്നു.

മുംബൈയിലെ ദത്താ സാമന്ത് എന്ന സ്വതന്ത്രനേതാവ്. സമരപാരമ്പര്യമുള്ള ഗിർണി കാംഗാർ യൂണിയനെ പിളർത്തി. ലക്ഷക്കണക്കിന് തൊഴിലാളികൾ അദ്ദേഹത്തിന്റെ നേതൃത്വം സ്വീകരിച്ചു. അൽപ്പം കഴിഞ്ഞിട്ടാണെങ്കിലും സ്വതന്ത്ര യൂണിയൻ എന്ന മുദ്രാവാക്യത്തിൽ കഴമ്പില്ലെന്ന് അദ്ദേഹം തിരിച്ചറിഞ്ഞു. പിന്നെ അദ്ദേഹത്തെ ജീവിക്കാൻ അനുവദിച്ചില്ല. അദ്ദേഹം വർഗശത്രുവിന്റെ കൈകളാൽ വിധിക്കപ്പെട്ടു.

നമ്മുടെ ഈ മേഖലയിൽ കഴിഞ്ഞ ഏഴു ദശാബ്ദക്കാലമായി നടന്നിട്ടുള്ള ട്രേഡ് യൂണിയൻ പ്രവർത്തനങ്ങളെ (1) 1943–46 (2) 1948–1959 (3) 1960–1990 (4) 1991 നു ശേഷം എന്നിങ്ങനെ നാലുഘട്ടങ്ങളായി വിഭജിക്കാമെന്ന് തോന്നുന്നു.

ഒന്നാം ഘട്ടമായ 1943–46 നാട്ടിൻപുറത്തെ പട്ടിണിപ്പാവങ്ങളും ദരിദ്രകൃഷിക്കാരും അടങ്ങുന്നതായ വ്യവസായ തൊഴിലാളികൾ ജാതി ജന്മി നാടുവാഴിത്ത സമൂഹത്തിൽ അടിമകളെപ്പോലെ കഴിഞ്ഞിരുന്നവർ. പട്ടണങ്ങളിൽ നിന്നുവന്നവരും അഭ്യസ്തവിദ്യരുമായ വെള്ളക്കോളർ വിഭാഗത്തിൽപ്പെട്ടവർ തൊഴിലാളികളിൽ നിന്നും അകന്നു നിന്നു. അടിമ മനോഭാവം പേറിയിരുന്ന ഈ തൊഴിലാളികൾക്ക് വർഗബോധം പകർന്ന് അവരെ ഒറ്റക്കെട്ടായി അണിനിരത്തുകയെന്ന ക്ലേശകരമായ കടമ ശരിയായ ലക്ഷ്യബോധമുള്ള നേതാക്കന്മാരായ എൻ കെ മാധവൻ, കെ സി മാത്യു, ജെ ടി കായനാട്ട്, ചെറിയാൻ കട്ടക്കയം പിന്നീട് ബാലാനന്ദനും തുടങ്ങിയവർ ഏറ്റെടുത്തു. തങ്ങൾ ഏറ്റെടുത്ത ദൗത്യം സാക്ഷാൽക്കരിക്കാൻവേണ്ടി സ്വന്തം ജീവൻ ബലികഴിക്കാൻ പോലും തയാറുള്ളവരാ

കെ ചന്ദ്രൻപിള്ള

യിരുന്നു ഈ നേതാക്കന്മാർ. ഈ പ്രക്രിയയ്ക്ക് അനുകൂല സാഹചര്യം സൃഷ്ടിച്ചത് മുതലാളിത്തമാണ്. മൂലധനം ആണ്, മുതലാളിത്ത രീതിയിലുള്ള ചരക്ക് ഉൽപ്പാദനത്തിനുവേണ്ടി നാട്ടിൻപുറത്തെ പട്ടിണിപ്പാവങ്ങളെ ഒരേയൊരു മേൽക്കൂരയ്ക്കു കീഴിൽ കൊണ്ടുവന്നത്. അതുകൊണ്ടാണ് മുതലാളിത്തം മൂലധനത്തോടൊപ്പം അതിന്റെ ശവക്കുഴി തോണ്ടുന്ന തൊഴിലാളി വർഗത്തെയും സൃഷ്ടിച്ചുവെന്ന് മാർക്സ് പറഞ്ഞത്.

1948–60 വരെയുള്ള കാലഘട്ടത്തിന്റെ സവിശേഷത എന്തെന്നാൽ 1943 ൽ തുടങ്ങിവച്ചതിനെ ഒരുപടി കൂടി മുന്നോട്ടു നയിച്ചു എന്നതാണ്. മാർക്സിസത്തിൽ വിശ്വാസമൊന്നും ഇല്ലെന്നും തൊഴിലാളികളുടെ സാമ്പത്തിക സ്ഥിതി അൽപ്പം കൂടി ഉയർത്തണമെന്ന് നിസ്വാർഥമായി ആഗ്രഹിക്കുന്ന കെ എൻ ഗോപാലപിള്ളയും എസ് സി എസ് മേനോനും ഒപ്പം രാഷ്ട്രത്തിന്റെ നേതൃത്വത്തിലേക്ക് തൊഴിലാളി വർഗത്തെ നയിക്കാൻ ഇ ബാലാനന്ദനും നേതൃത്വതലപ്പത്തുണ്ടായിരുന്നു. ബിരുദധാരികളും വിദഗ്ധതൊഴിലാളികളുമുൾപ്പെടെ വെള്ളക്കോളർ ജീവനക്കാരും തൊഴിലാളികൾക്കൊപ്പം ചേർന്നു. എന്നാൽ 1957 വരെ സാഹചര്യം തീർത്തും പ്രതികൂലമായിരുന്നു. മാനേജുമെന്റുകളും സർക്കാരും എല്ലാ മർദന നടപടികളും സ്വീകരിച്ചു തൊഴിലാളി പ്രസ്ഥാനത്തെ അടിച്ചമർത്താൻ ശ്രമിച്ചെങ്കിലും പ്രസ്ഥാനം ശക്തമായ ചെറുത്തു നിൽപ്പ് സംഘടിപ്പിച്ചു. പല സമരങ്ങളും വിജയിപ്പിച്ചിട്ടുമുണ്ട്. ഇക്കാലയളവിൽ ഫാക്ടറിക്കകത്തും പുറത്തും രണ്ടാംനിര നേതാക്കന്മാരായി വളരെപ്പേർ ഉയർന്നുവന്നിരുന്നു.

1957 ൽ ഇ എം എസ് മന്ത്രിസഭയുടെ നയപ്രഖ്യാപനവും തുടർന്നുണ്ടായ ആനുകൂല്യങ്ങളെയും കുറിച്ച് നേരത്തെ വിവരിച്ചു കഴിഞ്ഞു. മൂന്നാംഘട്ടം 1960–1990;1957 ലെ ഇ എം എസിന്റെ പ്രഖ്യാപനവും സ്ഥാപിത താൽപ്പര്യക്കാരെ ഞെട്ടിപ്പിക്കുകതന്നെ ചെയ്തു. അതിന്റെ ദുരന്തഫലമാണല്ലോ കുപ്രസിദ്ധമായ വിമോചനസമരം. തുടർന്ന് അവർ തൊഴിലാളി പ്രസ്ഥാനത്തെ ഭിന്നിപ്പിക്കാൻ തന്ത്രം മെനഞ്ഞു. തൽഫലമാണ് തൊഴിലാളി വർഗ താൽപ്പര്യം മൗലിക ലക്ഷ്യമായി പ്രഖ്യാപിച്ചിട്ടില്ലാതെ പാർട്ടികൾ ഓരോന്നും തങ്ങളുടേതായി പ്രത്യേകം തൊഴിലാളി യൂണിയൻ വേണമെന്ന് മത്സരബുദ്ധ്യാ ശഠിച്ചതും പിളർപ്പൻ യൂണിയനുകൾ ഉണ്ടാക്കിയതും.

അറുപതുകളുടെ മധ്യത്തിൽ പ്രഗത്ഭനായ കെ എൻ രവീന്ദ്രനാഥ് ട്രേഡ് യൂണിയൻ രംഗത്തേക്ക് കടന്നുവന്നതും ബാലനന്ദന്റെ പ്രവർത്തന മേഖല അഖിലേന്ത്യാതലത്തിലേക്ക് ഉയർന്നതും പ്രസ്താവ്യമാണ്. ഈ ഘട്ടത്തിലും അനൈക്യത്തിന്റെയും ശിഥിലീകരണ പ്രവണതകൾ മുള ച്ചുപൊങ്ങി. എങ്കിലും ഉജ്ജ്വലങ്ങളായ തൊഴിലാളി സമരങ്ങൾ അരങ്ങേ റുകയും വിജയിക്കുകയും ചെയ്തു. വിസ്തരഭയത്താൽ വിശദാംശങ്ങൾ വിടന്നു. വ്യവസായശാലകൾ പലതും പൂട്ടിയിട്ടുമുണ്ട്.

1990 മുതലുള്ള കാലഘട്ടം പരിശോധിക്കുമ്പോൾ മിക്കവാറും ഫാക്ട റികളിലും എച്ച് എം ടി, എച്ച് ഐ എൽ, ഐ ആർ ഇ മുതലായവക ളിലും പലവിധ പ്രശ്നങ്ങൾ പൊന്തിവന്നിട്ടുണ്ട് എന്ന് കാണാം. 4001 രൂപ കോടി ആസ്തിയുള്ള ഫാക്ടിൽ മാത്രമാണ്, ഏറ്റവും വലിയ ഭീഷണി നേരിട്ടതും പ്രശംസനീയമാം വിധം ചെറുത്തുനിന്ന് ഒടുവിൽ തൊഴിലാളി വിരുദ്ധ സാഹചര്യം നിലനിൽക്കത്തന്നെ വിജയം കൈവ രിച്ചതും. അതിന്റെ വിശദാംശങ്ങളും വിവരിച്ചു കഴിഞ്ഞു. ഇവിടെയും നാം കാണുന്നത് സുശക്തമായ തൊഴിലാളി ഐക്യത്തിന്റെയും സമർഥ മായ നേതൃത്വത്തിന്റെയും സർവോപരി 1957 ലേതുപോലെ, 2004 ലെ അനുകൂലമായ പശ്ചാത്തല സാഹചര്യങ്ങളുടെയും കാഴ്ചയാണ്. ഫാക്ട് സംരക്ഷണ സമിതി രൂപീകരണം 1992 ൽ 12 കൊല്ലങ്ങൾക്ക് ശേഷം 2004 ൽ കോൺഗ്രസ് ബി ജെ പി ഗവൺമെന്റുകളെ പരാജയപ്പെടുത്തി ക്കൊണ്ട്, ഇടതുപക്ഷ പിന്തുണയില്ലാതെ ആർക്കും ഭരിക്കാനാവില്ലെന്ന സ്ഥിതിവന്നു. ഇപ്രകാരം ഒരു സ്ഥിതിവിശേഷം സംജാതമായിരുന്നില്ലെ ങ്കിൽ ബി ജെ പി ക്കോ കോൺഗ്രസിനോ തനിയെ ഭരിക്കാൻ സൗകര്യം കിട്ടിയിരുന്നെങ്കിൽ ഫാക്ട് കമ്പനി എന്നന്നേക്കുമായ് വിറ്റു തുലയ്ക്ക പ്പെടുമായിരുന്നു എന്നതിൽ ഒരൊറ്റ ബി ജി പിക്കാരനും കോൺഗ്രസു കാരനും സംശയമേ ഇല്ല.

നമ്മുടെ ന്യായമായ ആശാഭിലാഷങ്ങൾ സഫലമാക്കാൻ നാം കേവലം മോഹിച്ചാൽ പോരാ. അത് ആത്മാനിഷ്ഠമായ സാഹചര്യം ഉള വാക്കാം. ആ ബോധം തൊഴിലാളികളിൽ ജനിപ്പിക്കാൻ എത്ര പ്രയാസ മായിരുന്നെന്നോ. ഇന്ന് സ്ത്രീ ജീവനക്കാർക്ക് മൂന്ന് മാസത്തെ പ്രസവ കാലാവധി ഇന്ത്യാഗവൺമെന്റ് പ്രഖ്യാപിച്ചിട്ടുണ്ട്. ദശാബ്ദങ്ങൾക്കു മുമ്പേ പ്രസവകാലാനുകൂല്യങ്ങൾ ഡിമാൻഡിൽ ഉൾപ്പെടുത്തുമ്പോൾ സ്ത്രീ തൊഴിലാളികൾ ലജ്ജയോടെ എതിർപ്പ് പ്രകടിപ്പിച്ചിരുന്നതും ഞങ്ങൾ ഗർഭം ധരിച്ച് പ്രസവിക്കുന്നതിൽ മുതലാളിയോട് എന്തിന് കണക്ക് പറ യണമെന്ന് അവർ സംശയം പ്രകടിപ്പിച്ചിരുന്നതായും ജീവിതകാലം മുഴു വനും മുഴുവൻ സമയ തൊഴിലാളി പ്രവർത്തകനായിരുന്ന ഒ ജെ ജോസഫ് അനുസ്മരിച്ചിട്ടുണ്ട്. മാർക്സ് പറഞ്ഞതുപോലെ ഈ ലോകം അവന്റേതുകൂടിയാണെന്നും എന്നും കൂലിക്കൂടുതലും മറ്റും ആവശ്യപ്പെ ടുന്ന അടിമകളുടേതല്ലെന്നും തൊഴിലാളികളിൽ തിരിച്ചറിവ് ഉണ്ടാകണം. അവർക്ക് ആ ബോധം പകർന്നുകൊടുക്കാൻ നേതൃത്വം വേണം.

അങ്ങനെ വർഗബോധത്താൽ ഐക്യപ്പെടുന്ന തൊഴിലാളിവർഗവും ലക്ഷ്യബോധമുള്ള നേതൃത്വവും കൂടി ഒത്തുപിടിച്ചാൽ 1997ലെയും 2004 ലേയും നമ്മുടെ അഭിലാഷങ്ങൾക്ക് രൂപം നൽകാൻ ഉതകുന്ന വസ്തു നിഷ്ഠ സാഹചര്യം ഉളവാകും. ഈ ലക്ഷ്യത്തോടെയാണ് ജനകീയ ജനാധിപത്യത്തിലേക്ക് സി പി ഐ (എം) നീങ്ങിക്കൊണ്ടിരിക്കുന്നത്.

ഇവിടെ വിവരിച്ച വസ്തുതകൾ വച്ചുകൊണ്ട് എഫ് എ സി ടി യിൽ രൂപം കൊണ്ട ഫാക്ട് സംരക്ഷണ സമിതിക്ക് യാതൊരു വിധ കുറവുകളും ഇല്ലെന്നും വിധി കൽപ്പിക്കേണ്ടതുമില്ല. നാലുവശവും പ്രകാശം പരത്തുന്ന കത്തുന്ന നിലവിളക്കിന്റെ ചുവട്ടിലും അൽപ്പം ഇരുട്ട് കാണിക്കും എന്ന് ബി ജെ പി. നേതാവ് പറഞ്ഞതുപോലെ ലാഘവത്തോടെ തള്ളിപ്പറഞ്ഞാൽ മതിയോ? തെറ്റുകൾ പറ്റിയാൽ ഗൗരവത്തോടെ പരിശോധിക്കുകയും തിരുത്തുകയും വേണം. “Nothing is perfect.” ഒന്നും പരിപൂർണമല്ലെന്നാണല്ലോ പ്രമാണം.

വർഗബോധവും സംഘടിക്കണമെന്ന ആശയവും ഉളവാക്കുന്നതിന് മുമ്പുതന്നെ ആയാസമേറിയ ജോലി ചെയ്യുന്നവർ പാടുന്നതു കേട്ടിട്ടില്ലേ.

ഒത്തുപിടിയെടാ കള്ളന്മാരേ...

ഒത്തുപിടിച്ചാൽ മലയും പോരും...

തൊഴിലാളി സഖാക്കളേ, നിങ്ങളുടെ രാഷ്ട്രീയം എന്തുമായിക്കൊള്ളട്ടെ, ഒരു ഫാക്ടറിയിൽ എല്ലാവർക്കും കൂടി ഒരൊറ്റ യൂണിയൻ എന്നായിരിക്കട്ടെ നിങ്ങളുടെ മുദ്രാവാക്യം.

www.ingramcontent.com/pod-product-compliance
Lightning Source LLC
LaVergne TN
LVHW100808051026
849519LV00006B/2004